सर्वार्थानं असामान्य ... आजवरवच्या मॅक्लीनच्या बेस्टसेलर्सपैकी सर्वोत्कृष्ट बेस्टसेलर

– मिरर

विलक्षण दृश्यमयता असलेली ॲक्शन, रहस्यमयतेची विलक्षण गुंफण आणि चक्रावून टाकणाऱ्या कलाटण्या असलेल्या कथानकाचा कौशल्यपूर्ण आविष्कार ह्यांचं मिश्रण वश असलेल्या ॲलिस्टर मॅक्लीनच्या लेखणीतून उतरलेली, सर्वार्थानं नेत्रदीपक थ्रिलर... व्हेअर ईगल्स डेअर...

– न्यू यॉर्क टाइम्स

ॲलिस्टर मॅक्लीन अशा साहसानं खच्चून भरलेल्या कादंबऱ्यांच्या लेखनकलेवर विशेष पकड असलेला कादंबरीकार आहे.

– इव्हिनिंग स्टँडर्ड

आपल्या स्नेहीजनांना पुस्तके भेट द्या

व्हेअर ईगल्स डेअर

दुसऱ्या महायुद्धाच्या पार्श्वभूमीवरील थरारक, रहस्यमय कादंबरी

ॲलिस्टर मॅक्लीन

अनुवाद

माधव कर्वे

मेहता पब्लिशिंग हाऊस

✆ +91 020-24476924 / 24460313 / Mob. No. 954500513
Email : production@mehtapublishinghouse.com
Website : www.mehtapublishinghouse.com

WHERE EAGLES DARE by ALISTAIR MACLEAN

First Published in Great Britan by Collins 1967
Translated into Marathi Language by Madhav Karve

व्हेअर ईगल्स डेअर / अनुवादित कादंबरी

TBC-30 Book No. 2

अनुवाद : माधव कर्वे
author@mehtapublishinghouse.com

मराठी अनुवादाचे व प्रकाशनाचे हक्क : मेहता पब्लिशिंग हाऊस, पुणे.

प्रकाशक : सुनील अनिल मेहता, मेहता पब्लिशिंग हाऊस,
१९४१, सदाशिव पेठ, माडीवाले कॉलनी, पुणे ४११०३०.

मुद्रक : ट्रिनिटी ॲकॅडमी फॉर कॉर्पोरेट ट्रेनिंग लिमिटेड

मुखपृष्ठ : फाल्गुन ग्राफिक्स

प्रथमावृत्ती : जुलै, २०२१

किंमत : ₹ ३५०

P Book ISBN 9789391151232
E Book ISBN 9789391151287
E Books available on : amazonkindle Apple Books Google Play Books

---

जिओफ आणि जीनासाठी

चष्मा काढून घेणारा साहसवाद

ॲलिस्टर मॅक्लीन या साहसवादी कथानकं हुकमीपणे देणाऱ्या बेस्टसेलर लेखकाच्या कादंबऱ्यांचे अनुवाद 'मेहता पब्लिशिंग हाऊस'मुळे एव्हाना मराठी वाचकांना चांगले परिचयाचे झाले आहेत. ॲलिस्टर मॅक्लीन यांच्या कादंबऱ्यांपैकी 'पपेट ऑन ए चेन' या कादंबरीचा अनुवाद मी याआधी केला आहे आणि या अनुवादाचंही चांगलं स्वागत वाचकांनी केलं आहे. आता त्यांच्या 'व्हेअर ईगल्स डेअर' या आणखी एका थरारक कादंबरीचा मी केलेला अनुवाद वाचकांसमोर येत आहे.

अशा या बेस्टसेलर्सच्या लेखनाच्या तंत्रावर विलक्षण पकड असलेल्या लेखकाची जीवनकहाणी विलक्षण आहे. (२१ एप्रिल १९२२ ते २ फेब्रुवारी १९८७) स्कॉटलंडमध्ये लहानाचे मोठे झालेले मॅक्लीन दुसऱ्या महायुद्धाच्या काळातल्या बऱ्याच तरुणांप्रमाणे १९४१ मध्ये रॉयल नेव्हीत दाखल झाले. त्यांच्या नेव्हीतल्या कामगिरीची सुरुवात एका ॲन्टी-एअरक्राफ्ट गन्स असलेल्या जहाजावर इंग्लंड आणि स्कॉटलंडच्या समुद्रकिनाऱ्यालगत झाली. नंतर 'एचएमएस रॉयलिस्ट' या युद्धनौकेवरून नॉर्वेचा किनारा, पुढे भूमध्य समुद्रात कामगिरी बजावत दक्षिण फ्रान्स, जपान्यांविरुद्ध बर्मा, मलाया, सुमात्रा अशी मॅक्लीन यांची शिपाईगिरी झाली. त्यातही विशेष म्हणजे जपान्यांनी शरणागती पत्करल्यावर त्यांच्या या युद्धनौकेतल्या नौसेनेनं सिंगापूरमधल्या युद्धकैद्यांची मुक्तता करण्याची मोलाची कामगिरी बजावली.

दुसरं महायुद्ध थंड झाल्यावर १९५३ मध्ये मॅक्लीन ग्लासगो विद्यापीठाचे इंग्लिशचे पदवीधर झाले आणि शालेय शिक्षक म्हणून त्यांनी कामाला सुरुवात केली. मॅक्लीन लेखक म्हणून उमेदवारी करत असतानाच एका कथास्पर्धेत त्यांना विजेतपद लाभलं. त्यांच्या लेखनातले गुण ओळखून या कथास्पर्धेशी संबंधित

प्रकाशन संस्थेनं त्यांच्याकडे कादंबरीची मागणी केली. विशेष म्हणजे मॅक्लीन यांनी या संधीची अगदी वाटच पाहत असल्यासारखं 'एचएमएस युलिसिस' ही महायुद्धातल्या स्वतःच्याच अनुभवांवर आधारित पहिली कादंबरी लिहिली. मॅक्लीन यांच्या या कादंबरीला उदंड यश मिळालं आणि पुढेही त्यांच्या वेगवेगळ्या थरारक साहसकथांच्या लेखनाच्या प्रदीर्घ वाटचालीला यश लाभत गेलं.

त्यानंतर जवळपास वर्षाला एक कादंबरी, असं त्याच्या लेखनाचं प्रमाण राहिलं. त्याच्या कादंबऱ्यांचा खप इतका तडाखेबंद होत गेला, की इन्कम टॅक्सच्या लटांबरातून सुटका करून घेण्यासाठी त्यांनी वास्तव्यासाठी स्वित्झर्लंड गाठलं. आणखी एक विशेष म्हणजे त्यांच्या बऱ्याच थरारक कादंबऱ्यांवरून हॉलिवूडपटांची निर्मिती झाली आणि हे चित्रपट अतिशय यशस्वी ठरले. या तडाखेबंद यश मिळवणाऱ्या चित्रपटांमध्ये 'द गन्स ऑफ नॅव्हरॉन', 'व्हेअर ईगल्स डेअर', 'आईस स्टेशन झेब्रा' असे लक्षणीय चित्रपट आहेत.

प्रस्तुत 'व्हेअर ईगल्स डेअर' या दुसऱ्या महायुद्धाच्या पार्श्वभूमीवरच्या या कादंबरीत, अमेरिकेचा आर्मी ब्रिगेडिअर जनरल जॉर्ज कार्नेबी विमानातून क्रेट बेटांकडे जात असताना ते पाडून त्याला कैद केलेलं असतं. युद्धाच्या बाबतीत होत असलेल्या प्लॅनिंगच्या आघाडीवरचा तो प्रमुख अधिकारी असतो. त्याची माहिती काढून घेण्यासाठी त्याला दक्षिण बव्हेरियातल्या आल्प्सच्या उंच पर्वतराजीतल्या श्लॉस ॲडलर किल्ल्यात ठेवलेलं असतं. त्याला सोडवण्याची कामगिरी कमांडोंच्या एका पथकाकडे देण्यात येते. या पथकाचे प्रमुख असतात मेजर जॉन स्मिथ (रिचर्ड बर्टन) आणि अमेरिकेचा आर्मी रेंजर लेफ्टनंट मॉरिस शेफर (क्लिंट ईस्टवूड).

मॅक्लीन यांच्या कादंबऱ्यांमधले नायक पराक्रमाचं अंतिम टोक तर गाठतातच, पण त्याबरोबरच मॅक्लीन यांच्या अन्य लेखनगुणांमुळेसुद्धा या कादंबऱ्या अतिशय खिळवून ठेवणाऱ्या आणि उत्कंठावर्धक होतात. निव्वळ रात्र पसरण्यापासून पहाटेचं उजाडेपर्यंतच्या मोजक्याच काळातली आभाळातली चंद्रकोर किंवा चांदणं किंवा पूर्ण वाटोळा चंद्र, असं रात्रीचं बदलतं वातावरण अशा किंवा त्या त्या भूभागातल्या पावसाच्या-हवामानाच्या वेगवेगळ्या छटा, आजूबाजूच्या झाडाझुडपांचा परिसर किंवा त्या त्या भूभागाच्या दऱ्याखोऱ्यांसारख्या वेगवेगळ्या वर्णनातूनसुद्धा आपलं कथानक आणि त्यातले तिरक्या चालीचे कथानायक अविस्मरणीय करून टाकतात. मॅक्लीन यांच्या लेखनाच्या हुकमी पत्त्यांपैकी सगळ्यात मोठा पत्ता म्हणजे कल्पनेच्या पलीकडचे ट्विस्ट- कलाटण्या. या कादंबरीतही त्या पदोपदी पेरल्यासारख्या येतात आणि अशाच विचारांना चालना देतात. मॅक्लीन यांचेसुद्धा अभ्यासक आहेत आणि त्यांच्यापैकी एकानं सांगून ठेवलंय- मॅक्लीनचं लेखन म्हणजे थक्क करून सोडणाऱ्या कलाटण्या, असं समीकरण असल्यामुळे वाचक अशा कलाटण्यांच्या

अपेक्षेत तर राहतात; मात्र प्रत्यक्षात त्या इतक्या अनपेक्षित जागी आणि अंदाज चुकवत येतात, की निव्वळ त्यामुळेसुद्धा वाचक अशा कलाटण्यांच्या शोधात भराभर पुढे वाचत राहतो. मॅक्लीन यांच्या प्रचंड ऊर्जा ओसंडून वाहणाऱ्या नायकांच्या साहसवादाची स्टाइल ही अशी चष्मा काढून घेणारी आणि वाचकांना एका चकव्याच्या खेळात ओढणारी, मती गुंग करून टाकणारी आहे.

अशा या जगभरात वाचकप्रिय ठरलेल्या कादंबरीकाराच्या आणखी एका कादंबरीचा अनुवाद करण्याची संधी मिळाल्याबद्दल मी 'मेहता पब्लिशिंग हाऊस' आणि श्री. सुनील मेहता यांचे आभार मानतो. तसेच चित्रकार चंद्रमोहन कुलकर्णी यांच्या खास शैलीतल्या मुखपृष्ठामुळे एकूणच या कादंबरीच्या आकर्षणमूल्यात भर पडली आहे, त्याबद्दल त्यांचे आणि या अनुवादाच्या निर्मितीशी संबंधित असलेल्या सर्वच मंडळींचे मी मनापासून आभार मानतो. माझ्या अन्य अनुवादांप्रमाणेच या अनुवादाचंही स्वागत वाचकांकडून होईल, असा विश्वास व्यक्त करून माझ्या या मनोगताला पूर्णविराम देतो.

– माधव कर्वे

एक

चार भल्यामोठ्या पिस्टन इंजिनांच्या थरथरत्या, कर्कश खणखणाटानं प्रचंड अस्वस्थता निर्माण होत होती आणि कानाच्या पडद्यांवर असह्य आघात होत होते. या आवाजाच्या अत्याचारांची डेसिबल पातळी एखाद्या बॉयलर फॅक्टरीत आढळते- तीही ओव्हरटाइम तत्त्वावर चालणाऱ्या बॉयलर फॅक्टरीत आढळते- त्याच्या आसपास असली पाहिजे, असा अंदाज स्मिथनं केला. त्याच वेळी त्या अरुंद, वेगवेगळ्या उपकरणांची गर्दी असलेल्या कॉकपिटमधला हुडहुडी भरवणारा गारठा नक्कीच सैबेरियन म्हणावा असा होता. एकूण सर्व अंगांनी विचार करता, सैबेरियन बॉयलर फॅक्टरीत आपण केव्हाही गेलो असतो असाच त्यानं विचार केला, कारण या फॅक्टरीत कितीही दोष असले, तरी ती शेवटी आकाशातून खाली कोसळणार नव्हती किंवा पर्वतराजीवर आदळणारही नव्हती आणि स्मिथच्या सध्याच्या परिस्थितीत अशाच आपत्तीची शक्यता होती. अगदी तत्काळ घडणारी नसली तरी! कारण त्याउलट त्यांच्या लँकेस्टर बॉम्बर विमानाचा पायलट काळजी घेताना दिसत होता. स्मिथनं विंडस्क्रीनच्या पलीकडच्या काळोख्या, मंद जगापासून नजर वळवली. विंडस्क्रीनवर वायपर्सचं तडाखेबंद बर्फाशी निरुपयोगी युद्ध चाललेलं... त्यानं पुन्हा डावीकडच्या कॅप्टनच्या सीटमध्ये बसलेल्या माणसाकडे पाहिलं.

विंग कमांडर सेसिल कार्पेंटर त्याच्या वातावरणात पूर्णतः एकरूप झाला होता. व्हिटस्टेबल बेमधल्या आपल्या कवचात एखादा अतिशय समाधानी ऑयस्टर विसावलेला असावा, तसा त्याला सैबेरियन बॉयलर फॅक्टरीशी झालेली कोणतीही तुलना म्हणजे कुठल्या तरी वेड्या मनाची बडबड वाटली असती. त्याला हादरवत ठेवणारी थरथर म्हणजे कमालीच्या हळुवार अशा मसाजतज्ज्ञाच्या मसाजसारखी दिलासा देणारी वाटत होती. इंजिनांचा कर्कश आवाज अगदी निद्रादायी, तर त्या वातावरणातले तापमान त्याच्या सारख्या निवांत साहित्यिक रुची असलेल्या माणसाच्या दृष्टीनं अगदी योग्य असं वाटत राहिलेलं. त्याच्या समोर सहजपणे वाचता येईल

अशा अंतरावर एक पुस्तक विसावलेलं. त्यानं केबिनच्या एका बाजूनं ओढून काढलेल्या बिजागरी असलेल्या एका विचित्र अशा उपकरणावर ते पुस्तक होतं. स्मिथला मधूनच पुस्तकाचं जे काही भडक कव्हर दिसत होतं, त्यात एक रक्तानं माखलेला सुरा एका तरुणीच्या पाठीत खुपसलेला... त्या तरुणीच्या अंगात वस्त्रं म्हणून काहीच नसल्यासारखं वाटत होतं. विंग कमांडर कार्पेंटरच्या मनात त्यापेक्षा अधिक गंभीर स्वरूपाच्या समकालीन कादंबरीकारांसंबंधी सूक्ष्म अशी तुच्छता असायची. त्यानं एक पान उलटलं.

''अप्रतिम!'' त्यानं कौतुकोद्गार काढले. पाठोपाठ त्यानं एका प्राचीन पाइपचा खोल झुरका घेतला. तो पाइप धुमसत्या रोपाचा वास मारणारा होता. ''वा! या लेखकाला काहीतरी लिहिता येतंय असंच म्हटलं पाहिजे. अर्थात या पुस्तकावर बंदी आहे ट्रेमेन.'' हा शेवटचा संवाद त्यानं को-पायलटच्या सीटमध्ये बसलेल्या एका तरतरीत चेहऱ्याच्या तरुणाला उद्देशून फेकला. ''त्यामुळेच, तू खऱ्या अर्थानं प्रौढ होत नाहीस तोपर्यंत हे पुस्तक तुला वाचायला देता येणार नाही मला.'' नंतर बोलणं बंद करून त्यानं नीट दिसावं म्हणून तिथली धुरानं भरलेली हवा हातानं उडवून लावली आणि आपल्या को-पायलटकडे ठपका ठेवल्यासारखं शोधक नजरेनं पाहिलं. ''फ्लाइंग ऑफिसर ट्रेमेन, पुन्हा तुझ्या चेहऱ्यावर वेदनायुक्त भीतीची छटा मला दिसतेय.''

''यस सर! म्हणजे मला म्हणायचंय नो सर.''

''आपल्या काळातल्या अस्वस्थतेचा एक भाग,'' कार्पेंटर दुःखानं म्हणाला. ''तरुण पिढीत हल्ली कितीतरी गोष्टींचा अभाव आढळतो. उदा. छान पाइप टोबॅकोचं कौतुक किंवा त्यांच्या कमांडिंग ऑफिसरवरचा विश्वास.'' त्यानं एक जोरदार उसासा टाकला आणि आपल्या पुस्तकातलं खुणेचं पान काळजीपूर्वक लक्षात येईल असं ठेवून त्या पानाचा बाकी भाग मुडपला आणि तो आपल्या सीटमध्ये अंग पसरून बसला. कुठल्याही माणसाला त्याच्या स्वतःच्या कॉकपिटमध्ये काहीतरी शांतता आणि स्वस्थता मिळण्याचा हक्क शेवटी असायलाच पाहिजे.

त्यानं त्याच्या बाजूचा साइडस्क्रीन सरकवत उघडला. त्या पाठोपाठ कॉकपिटमध्ये बर्फाळ वाऱ्याचा एक थंडगार झोत घोंघावत शिरला. आपल्याबरोबर इंजिनांचा अचानक वाढलेला गोंगाट घेऊन येत कार्पेंटरनं चेहरा वेडावाकडा केला आणि आपलं डोकं बाहेर काढलं. हातमोज्यातला उजवा हात डोळ्यांवर धरत पाच सेकंद उलटल्यावर त्यानं नैराश्यानं मान नकारार्थी हलवली. खूप वेदना होत असाव्यात तसं तोंड वेडंवाकडं केलं, नंतर डोकं मागे घेतलं, स्क्रीन बंद केला. आपल्या लालबुंद केसांवरचा आणि उत्कृष्ट अशा वर वळवलेल्या मिशांवरचं बर्फ झटकून टाकलं आणि तो स्मिथकडे पाहायला वळला.

''ही छोटी बाब नाही मेजर, युद्धानं ग्रासलेल्या युरोपवरच्या रात्रीच्या आकाशात अशा जोरदार हिमवादळात हरवून जाणं.''

''पुन्हा नाही, सर,'' ट्रेमेन निषेधाच्या सुरात म्हणाला.

''चूक करत नाही असा माणूस नाही, माय सन.''

स्मिथच्या चेहऱ्यावर अदबशीर स्मित. म्हणजे तुम्हाला म्हणायचंय, आपण कुठे आहोत, हे तुम्हाला माहीत नाही, सर?''

''मला कसं माहीत असणार?'' कार्पेंटर आपल्या सीटमध्ये खाली सरकला, त्यानं डोळे अर्धे मिटून घेतले आणि मोठीच्या मोठी जांभई दिली. ''मी केवळ ड्रायव्हर आहे. आपल्यासाठी एक नॅव्हिगेटर आहे, या नॅव्हिगेटरकडे एक रडार सेट आहे आणि या दोन्हींपैकी कशाचाही विश्वास मला वाटत नाही.''

''वेल, वेल,'' स्मिथनं डोकं नकारार्थी हलवलं. ''एअर मिनिस्ट्रीतल्या लोकांनी मला थाप मारली, यावर विश्वास ठेवणं अवघड आहे. तुम्ही जवळपास तीनशे मिशन्ससाठी विमानाची उड्डाणं केलीयेत आणि लंडनमधल्या कुठल्याही टॅक्सी ड्रायव्हरला त्याच्या लंडनची माहिती काय असेल अशी माहिती तुम्हाला या खंडाची आहे, असं त्यांनी गला सांगितलं होतं.''

लंडनमध्ये एखाद्या टेबलामागचा छान, सुरक्षित जॉब मला मिळू नये म्हणून प्रयत्न करणाऱ्या आणि मित्रत्वाच्या पातळीवर नसलेल्या घटकांनी पसरवलेली एक वाईट अफवा. कार्पेंटरनं आपल्या घड्याळाकडे नजर टाकली. तुम्हाला ज्या भागात पॅराशूटनं उतरवायचंय, तिथं विमानाबाहेर ढकलण्याच्या बरोबर तीस मिनिटं आधी मी तुम्हाला इशारा देईन. एवढं बोलून त्यानं आणखी एकदा आपल्या घड्याळाकडे दृष्टिक्षेप टाकला आणि त्यापाठोपाठ त्याच्या कपाळावर आठ्या पसरल्या. ''फ्लाइंग ऑफिसर ट्रेमेन, तुझ्या कर्तव्यात एकूणच कसूर करण्यामुळे सगळी मिशन धोक्यात येतेय.''

'सर!' ट्रेमेनच्या चेहऱ्यावर भीतीची आणखीनच तीव्र छटा.

''मला माझी कॉफी बरोबर तीन मिनिटं आधी मिळायला हवी होती.''

''यस, सर. लगेच देतो, सर.''

स्मिथ पुन्हा हसला. पायलटच्या सीट्समागे असलेल्या त्याच्या अडनिड्या जागेतून तो उभा राहिला, कॉकपिटच्या बाहेर पडला आणि त्या लँकेस्टर विमानाच्या कॉकपिटच्या मागच्या बाजूला असलेल्या जागेत तो आला. ही थंडगार, काळोखी आणि निषिद्ध अशी जागा उपमाच द्यायची तर लोखंडाचं थडगं एवढंच म्हणावं अशी जागा– या जागेचा सैबेरियन बॉयलर फॅक्टरीचा बाज, तर दुपटीनं जास्त गोंगाटाची इथली पातळी जवळपास असह्य म्हणावी इतकी वरच्या पातळीवरची होती. गारठा कमालीचा होता, तर वायूच्या द्रवीभवनामुळे निथळणाऱ्या धातूचे

सांगाडे असलेल्या धातूच्या भिंती. कुठल्याही प्रकारच्या सुखद जाणिवांचा दिलासा न देणाऱ्या त्या जागेतल्या फ्लोअरला जोडलेल्या धातूच्या चौकटीतल्या कॅनव्हास सीट्सची अवस्थासुद्धा यापेक्षा वेगळी नव्हती. सगळं व्यावहारिकता फाट्यावर मारल्यासारखं केवळ छळ करण्यासाठीच विकृतीच्या तत्त्वावर आकार घेतलेल्या त्या उपकरणांचा समावेश कुठल्या कारागृहात करण्याचा प्रयत्न जरी झाला असता तरी त्याविरुद्ध राष्ट्रीय पातळीवर आवाज उठवण्यात आला असता.

तिथल्या त्या सहा खुर्च्यांमध्ये सहा जण कसेबसे दाटीवाटीने बसले होते. स्मिथनं विचार केला, बहुधा आपण आजवर पाहिलेल्यातली सगळ्यात टोकाची दुःखीकष्टी माणसं... त्याच्याप्रमाणेच सहा जणांपैकी प्रत्येक जण जर्मन अल्पाइन कोअरच्या गणवेशात होता. त्याच्याप्रमाणेच प्रत्येकाच्या अंगावर दोन पॅराशूट्स... सगळे जण सतत थरथरत होते, पाय आपटत होते, हाताच्या चापट्या देत राहिले होते. त्यांचे गोठलेले श्वास बर्फगार हवेत जडावून रेंगाळत राहिलेले. त्यांच्या समोरच्या बाजूला विमानाच्या कॉकपिटच्या मागच्या- फ्यूजलेजच्या- उजवीकडच्या वरच्या बाजूलगत एक कडक धातूची वायर गेली होती, ती दरवाज्याच्या वरच्या दिशेला. या वायरवर स्नॅप-कॅचेस क्लिपनं अडकवलेले होते. इथून गेलेल्या वायरी वेगवेगळ्या आकारांच्या बंडलांच्या दाटीच्या वरच्या बाजूला विसावलेल्या, घडी केलेल्या काही पॅराशूटपर्यंत गेलेल्या... त्या बंडलांपैकी एकाच बंडलामध्ये काय सामान होतं ते सांगता आलं असतं, ते त्यातून बाहेर डोकावणाऱ्या स्कीजच्या बऱ्याच जोड्यांमुळे.

स्मिथ तिथं आला; त्याबरोबर तिथं सगळ्यात जवळ बसलेल्या पॅराशूटधारी व्यक्तीनं त्याच्याकडे पाहिलं. या व्यक्तीची चेहऱ्याची ठेवण लॅटीन होती. दाट तपकिरी वर्ण, अतिशय गंभीर... स्मिथला वाटलं, आपण एडवर्ड कॅरॅसिओलाला इतकं दुःखीकष्टी कधीही पाहिलेलं नाही.

'वेल!' कॅरॅसिओलाचा आवाज त्याच्या चेहऱ्याइतकाच दुःखी. आपण कुठे आहोत, या बाबतीत आपल्यापेक्षा त्याला काहीही जास्त अक्कल नाहीये, यावर मी पैज मारेन.

त्याची खिडकी उघडून आणि अधूनमधून हवा हुंगत तो युरोपमधून जाताना त्याचा मार्ग शोधतोय, असं दिसतंय. स्मिथनं मान्य केलं. पण मला काळजी वाटायचं कारण... त्याच वेळी वाफाळत्या कॉफीचा कॅन आणि एनॅमल मग घेऊन मागच्या बाजूनं सार्जंट एअर-गनरनं प्रवेश केल्यानं त्याचं संभाषण खंडित झालं.

''मीही तसंच म्हणेन सर.'' सार्जंटच्या चेहऱ्यावर सहिष्णुतादर्शक स्मित. विंग कमांडरच्या त्याच्या अशा तऱ्हा आहेत. ''कॉफी, जंटलमेन?'' बेसवर असताना आपण सतत डिटेक्टिव्ह कादंबऱ्या वाचत असता, असा त्याचा दावा असतो आणि

अधूनमधून आपण कुठे आहोत, हे त्याला सांगणाऱ्या एखाद्या गनरवर तो भिस्त ठेवून राहतो.

स्मिथनं आपले गारठलेले हात कॉफीच्या मगभोवती पसरले. "आपण कुठे आहोत, हे तुला माहीत आहे?"

'अर्थातच, सर.' त्याला खरोखरच आश्चर्य वाटलेलं दिसलं, नंतर त्यानं अपर मशीनगनच्या टरेटच्या दिशेनं जाणाऱ्या धातूच्या पट्ट्यांच्या दिशेनं मानेनं खूण केली. "फक्त थोडं पुढे सरसावा, सर आणि तुमच्या उजवीकडे पाहा."

स्मिथच्या भुवया प्रश्नार्थक अशा वर उंचावल्या. त्यानं आपला मग सार्जंटकडे दिला. तिथली शिडी चढून जाऊन त्यानं आपल्या उजवीकडे मशीनगनच्या टरेट कपोलाच्या पस्पेक्स डोममधून पाहिलं. केवळ काही सेकंदांसाठीच त्याच्या डोळ्यांपुढे सगळा अंधारच अंधार पसरलेला... नंतर हळूहळू पार खालच्या बाजूला वाहत्या बर्फातून त्याला अंधूक दिसत गेलं. रात्रीच्या त्या अंधारातला भेसूर असा अतिशय मंद प्रकाश त्याला जाणवू लागला. पाठोपाठ या अंधूक प्रकाशानं हळूहळू दिवे असलेल्या रस्त्यांच्या आडव्यातिडव्या रचनेचं रूप धारण केलं. जेमतेम क्षणभरच स्मिथच्या चेहऱ्यावर संपूर्ण अविश्वास प्रकट झाला. मात्र नंतर लगेचच तिथल्या अंधारलेल्या स्तब्धतेच्या पातळीवर त्यानं पुन्हा लक्ष घातलं.

'वेल, वेल,' त्यानं आपला कॉफीचा कप हातात घेतला. तिथं खालच्या मंडळींना कोणीतरी सांगायला पाहिजे. सगळ्या युरोपमध्ये लाइट बंद असणं अपेक्षित आहे.

"स्वित्झर्लंडमध्ये नाही, सर." सार्जंटनं सहनशीलतेचं प्रात्यक्षिक दाखवत सांगितलं, "ते बेस्ले शहर आहे."

'बेस्ले?' स्मिथनं त्याच्याकडे रोखून पाहिलं. "बेस्ले! गुड गॉड." वैमानिक आपल्या मार्गापासून सत्तर-ऐंशी मैल लांब गेलाय. फ्लाइट प्लॅननुसार स्ट्रासबर्गच्या उत्तरेकडचा मार्ग ठरला होता.

'यस, सर.' सार्जंट एअर-गनर अविचल होता. आपल्याला फ्लाइट प्लॅन समजत नाही असं विंग कमांडरचं म्हणणं आहे. पुढे तो हसला. त्यात निम्मा भाग दिलगिरीचा होता. "तुम्हाला खरं सांगायचं, तर सर आपला हा व्होरॅर्लबर्गमधून जाणारा खूपच चाकोरीतला, रुटीन असा प्रवास आहे. स्विस सरहद्दीलगत पूर्वेकडे आपण जाणार, नंतर शॅफॉसेनच्या दक्षिणेला."

"पण ते तर स्विस भूभागावर होतं!"

"असं? रात्र स्वच्छ असेल तर झुरिचचे लाइट आपल्याला दिसू शकतात. बॉर-ऑ-लॅकमध्ये विंग कमांडरनं- कार्पेंटरनं त्याच्यासाठी एक रूम कायमची रिझर्व्ह करून ठेवलीय असं म्हणतात."

'काय?'

"तो म्हणतो, जर्मनीतला युद्धकैद्यांचा तळ आणि स्वित्झर्लंडमधली स्थानबद्धता, असे दोन पर्याय असतील तर सरहद्दीच्या कोणत्या बाजूला आपण उतरतो हे त्याला माहीत असतं. त्यानंतर आपण लेक कॉन्स्टन्सच्या स्विस बाजूला जातो, पुढे उजवीकडे लिंडॉकपाशी वळतो, नंतर पर्वतरांगा टाळण्यासाठी आठ हजारांनी वर झेप घेतो, नंतर मग वेसपिट्झपर्यंत उड्या मारत जायचा खेळ फक्त. फार काही नाही."

'अस्सं.' स्मिथ मंदपणे म्हणाला. "पण स्विस लोक आक्षेप घेत नाहीत?"

"सतत, सर. त्या भागाच्या आसपास रात्रीच्या वेळी आपण असतो, तेव्हाच नेहमी त्यांच्या तक्रारी येण्याचा योगायोग घडतो, असं दिसतंय. कुठल्याशा दुष्ट हेतूनं भारलेल्या लुफ्तवाफ पायलटचा विंग कमांडर कार्पेंटरला श्रेय न देण्याचा हा प्रयत्न असल्याचा विंग कमांडर कार्पेंटरचा दावा आहे, सर."

"आणखी काय?" स्मिथनं विचारलं. पण सार्जंट आधीच फ्लाइट-डेकच्या दिशेनं निघाला होता. त्याच वेळी ते लँकेस्टर विमान मधूनच उद्भवणारं एअर पॉकेट मध्ये आल्यानं हेलकावलं. त्याबरोबर स्मिथनं स्वतःचा तोल सांभाळण्यासाठी एक कठडा पकडला, तर त्याचा दुय्यम अधिकारी असलेल्या लेफ्टनंट मॉरिस शेफरनं त्याच्या कपातली उकळती कॉफी त्याच्याच मांडीवर रिकामी झाल्यानं अस्खलितपणे शिव्या हासडल्या. लेफ्टनंट मॉरिस शेफर अमेरिकन ऑफिस ऑफ स्ट्रॅटेजिक सर्व्हिसेसचा अधिकारी होता.

"माझ्यासाठी तेवढं पुरेसं आहे." तो कडवटपणे म्हणाला. "माझ्यापाशी आता नीतिधैर्य शिल्लक असं काही राहिलेलं नाहीये. स्वित्झर्लंडमध्ये आपलं विमान कसंबसं चाकांशिवायच क्रॅश-लॅण्ड होऊन आदळून उतरावं, अशी प्रभुचरणी मी कळकळीची आशा व्यक्त करतो. तिथल्या वेनरश्निटझल्स आणि ॲफेलस्ट्रूडेल्ससारख्या खाद्यपदार्थांचा विचार करून पाहा. तुमच्यामध्ये आणखी दोन वर्षं राहिल्यानंतर रोज ब्रिटिश मंडळींबरोबरच स्पॅम, पावडर्ड एग्ज आणि एक औंसभर मार्गरिन एवढ्याचंच खाद्य. मामा शेफरच्या लाडक्या पोराला तेवढंच लागेल. आपला एक कल्पनाविलास.

मित्रा, तुला उदंड आयुष्यसुद्धा मिळेल, एवढं बोलून कॅरॅसिओलानं त्रासिकपणे दृष्टिक्षेप टाकला. त्यानं आपली नजर स्मिथकडे वळवली आणि त्याच्याकडे एक प्रदीर्घ असा विचारमग्न कटाक्ष टाकला. हा सगळा आपला संच फार वाईट आहे.

"तुला काय म्हणायचंय, माझ्या लक्षात येत नाहीये," स्मिथ शांतपणे म्हणाला.

"म्हणजे मला म्हणायचंय आत्मघातकी आहे. काय पण जमवलीय माणसांची टोळी. आमच्याकडे नजर तर टाकून पाहा." त्यानं त्याच्या डावीकडच्या बाजूला त्याच्या अगदी जवळ बसलेल्या तिघांच्या दिशेनं खूण केली. त्यातला पहिला होता-

पिवळ्या केसांचा ओलॅफ ख्रिस्तियनसेन, दुसरा होता बेतास बात उंचीचा, तपकिरी कांतीचा वेल्शचा ली थॉमस. दोघंही काहीसे गमतीदार वाटत असल्यासारखे दिसत राहिलेले. तिसरा होता तो टॉरन्स-स्मिद खूपच प्राचीन काळातल्या सुस्त अशा उच्चकुलीन फ्रेंच उमरावासारखा दिसणारा, दुःखीकष्टी दिसणारा, ऑक्स्फर्डचा माजी प्राध्यापक. विद्यापीठातल्या एखाद्या मठासारख्या वातावरणात आपण परत गेलो आहोत असेच त्याचे विचार स्पष्टपणे आढळून येत राहिलेले. ख्रिस्तियनसेन, थॉमस, हा स्मिद आणि मी आम्ही आहोत ते केवळ मुलकी सेवेतले नोकर सिव्हिल सर्व्हंट्स, फायलिंग क्लार्क्स.

"तू काय आहेस, हे मला चांगलं माहीत आहे," स्मिथ शांतपणे म्हणाला. "किंवा तू स्वतःच..." विमानाच्या इंजिनांच्या काही मेळ नसलेल्या प्रचंड घरघराटात स्मिथनं मध्येच जे काही मृदू आवाजात संभाषण केलं होतं, तिकडे कॅरॅसिओलाचं लक्ष गेलं नाही. "तू स्कॉटलंडच्या रॉयल रेजिमेंटच्या तिसऱ्या बटालियनमधला ब्लॅक वॉचमधला मेजर इजिप्तमधल्या एल अॅलॅमेनच्या लढाईत तू चांगली मर्दुमकी गाजवलीस यात काहीच शंका नाही; पण तूच आमचं नेतृत्व का करायचं? यात तुला दुखावण्याची बिलकूल इच्छा नाही; पण हे जे चाललंय, ते आमच्या स्वभावात बसणारं नाही; तसंच ते तुझ्याही जातकुळीत बसणारं नाहीये. किंवा लेफ्टनंट शेफरचंच पाहा- तो तर एक हवाई काऊबॉय."

"माझ्या मनात घोड्यांचा तिरस्कार आहे," शेफर मोठ्यानं म्हणाला. "म्हणून तर मला मोण्टाना सोडावं लागलं."

"किंवा इथं बसलेला जॉर्ज घे." कॅरॅसिओलानं या टीममधल्या शेवटच्या सदस्याच्या दिशेनं अंगठा सरसावत खूण केली. हा सदस्य होता जॉर्ज हॅरॉड. एक मजबूत शरीरयष्टीचा सार्जंट रेडिओ ऑपरेटर. त्याच्या चेहऱ्यावर सखोल तटस्थतेचे भाव... याआधी त्यानं आयुष्यात कधीही पॅरॅशूट लावून उडी मारलेली नाहीये यावर मी पैज लावायला तयार आहे.

"तुला माझी एक बातमी सांगण्यासारखी आहे," हॅरॉड धीरोदात्तपणे म्हणाला. "याआधी मी कधी विमानातसुद्धा बसलेलो नाहीये."

"पाहा, तो याआधी कधी विमानातसुद्धा बसलेला नाहीये." कॅरॅसिओलानं निराशा व्यक्त केली. माय गॉड, काय पण निराशावादी मंडळींची टोळी! प्रत्यक्षात आपल्याला गरज आहे ती स्पेशालिस्ट अशा अल्पाइनिस्ट, कमांडो, गिर्यारोहक आणि तिजोऱ्या खोलून दाखवणाऱ्यांची आणि काय आहे आपल्याकडे? त्यानं मंदपणे नकारार्थी मान हलवली. आपल्यापाशी आहोत ते आपणच.

स्मिथनं त्याच्या मताचा आदर केल्यासारखं सौम्यपणे सांगितलं, "आपल्याशिवाय कोणी माणसं कर्नलला उपलब्ध होण्यासारखी नव्हती. जरा न्याय्य, समजूतदार

भूमिका घे. त्यानं कालच सांगितलं, त्याच्यापाशी एकच गोष्ट नव्हती आणि ती म्हणजे वेळ.''

यावर कॅरॅसिओलानं काहीही उत्तर दिलं नाही. टीममधल्या बाकी सदस्यांपैकीही कोणी काही बोललं नाही; पण त्या सगळ्यांच्या मनात काय होतं, हे जाणायला स्मिथला कुठल्या दिव्यदृष्टीची गरज नव्हती. त्याच्या मनात जे विचार होते, तेच बाकीच्या मंडळींच्यासुद्धा मनात होते. त्याच्याप्रमाणेच ते कालप्रवाहात कित्येक तास आणि अवकाशातही शेकडो मैल मागे गेले होते. लंडनमधल्या ॲडमिरॅल्टी ऑपरेशन्स रूममध्ये याच ठिकाणी व्हाइस-ॲडमिरल रोलॅण्ड आणि त्याचा डेप्युटी कर्नल वॅट-टर्नर यांनी स्मिथच्या नेतृत्वाखालच्या टीमला अतिशय गंभीरपणे आणि नाखुशीनंच माहिती दिली होती. ज्या मोहिमेला कमालीच्या नैराश्यातून जन्माला आलेली मोहीम म्हणून या टीमच्या सगळ्या सदस्यांनी तितक्याच गंभीरपणे आणि नाखुशीनं स्वीकारलं होतं, त्या मोहिमेसंबंधीची तपशीलवार माहिती.

''दोस्तांनो, सॉरी! मला कितीही वेळा सॉरी म्हटलं तरी कमीच, असं वाटत असलं तरीसुद्धा त्याहीपेक्षा महत्त्वाचा मुद्दा आहे तो वेळेचा,'' वॅट-टर्नरनं बोलायला सुरुवात केली. कर्नल वॅट-टर्नर हे एक महाकाय, लालबुंद चेहऱ्याचं, जाड मिशा असलेलं व्यक्तिमत्त्व होतं. त्यानं हातातली छडी भिंतीवरच्या जर्मनीच्या नकाशावर आपटली. ऑस्ट्रियन सरहद्दीच्या थोडंसंच उत्तरेकडे आणि गार्मिश-पार्टेनकिर्चेनच्या किंचितसं उत्तरेकडच्या एका जागेकडे निर्देश करत या ठिकाणी पहाटे दोन वाजता आपल्या माणसाला खाली पाडलं. पण शेफनं (एसएचएईएफ) त्यांना जे काय सर्वज्ञानी शहाणपण आहे, त्याला जागून सकाळचे दहा वाजेपर्यंत आपल्याला काही खबर दिली नाही. मूर्ख! महामूर्ख! कारण त्यांनी इतका वेळ उलटेपर्यंत आपल्याला या घटनेची बातमी दिली नाही आणि त्याहीपेक्षा दुप्पट महामूर्ख; कारण मुळातच त्यांनी आपल्या सल्ल्याकडे दुर्लक्ष केलं. त्यानं रागानं डोकं नकारार्थी हलवलं आणि हातातली छडी नकाशावर पुन्हा टकटकवली. ''छे! आपलं ऐकायची अक्कल कधी त्यांना येणार आहे का नाही, कोणास ठाऊक! कसंही असो, तो तिथं आहे. श्लॉस ॲडलर. म्हणजेच गरुडाचा किल्ला. विश्वास ठेवा या किल्ल्याचं नाव फार चांगलं ठेवलंय, तिथं केवळ गरुडच जाऊ शकतो- आपली कामगिरी?''

स्मिथनं विचारलं, ''तो तिथं आहे याची तुम्हाला इतकी खात्री कशी काय आहे, सर?''

''आम्हाला खात्री आहे. तो ज्या मॉस्क्विटो विमानातून जात होता, त्याचं केवळ दहा मैल अंतरावर क्रॅश लँडिंग झालं. जर्मन टेहळणी पथकाकडून पकडलं जाण्याआधी पायलटनं एक रेडिओ संदेश पाठवला.''

मध्येच कर्नल वॅट-टर्नर थांबला. त्याच्या चेहऱ्यावर उग्र स्मित प्रकट झालं. मग पुन्हा तो पुढे बोलत राहिला : ''मेजर स्मिथ, श्लॉस ॲडलर म्हणजे जर्मन सिक्रेट सर्व्हिस आणि साउथ जर्मनीतले गेस्टापो यांचं संयुक्त मुख्यालय आहे. ते त्याला आणखी नेणार तरी कुठे?''

''खरोखरच कुठे नेणार? पण त्याचं विमान खाली पाडलं कसं, सर?''

''कमालीच्या दुर्दैवाच्या फेऱ्यामुळे. काल रात्री आपल्या विमानांनी नर्नबर्गवर टेहळणी करण्यासाठी घिरट्या घातल्या होत्या आणि ऑस्ट्रियन सरहद्दीपासूनच्या शंभरएक मैलांच्या टापूत एकही जर्मन फायटर विमान असायला नको होतं. पण एका भटक्या- टेहळणी मेसेरस्मिट विमानानं त्याच्या विमानाला गाठलं. पण ते महत्त्वाचं नाहीये. महत्त्वाची बाब आहे, ती म्हणजे त्यानं काही बोलण्याआधी त्याला श्लॉस ॲडलरमधून बाहेर काढणं.''

'तो बोलेल...' थॉमस उदासपणे म्हणाला, ''ते सगळेच बोलतात. आपल्या सल्ल्याला त्यांनी एवढं धुडकावून का लावलं, सर? आम्ही दोन दिवसांपूर्वीच त्यांना सांगितलं.''

''का, या प्रश्नाला काही अर्थ नसतो,'' वॅट-टर्नर थकलेल्या सुरात म्हणाला. ''आता यापुढे तर अजिबात नाही. तो बोलेल या वस्तुस्थितीलाच अर्थ आहे. त्यामुळे आपण त्याला बाहेर काढायचं. तुम्ही त्याला बाहेर काढायचं.''

टॉरॅन्स-स्मिदीनं हलकेच घसा स्वच्छ केला. ''हवाई छत्रीधारींची पथकंसुद्धा असतात, सर.''

''भीती वाटतेय, स्मिदी?''

''साहजिक आहे, सर.''

''श्लॉस ॲडलर हा किल्ला अभेद्य आणि दुर्गम असा आहे. तो सर करायचा तर हवाई छत्रीधारींची एक बटालियनच्या बटालियन लागेल.''

'अर्थातच!' ख्रिस्तियनसेन म्हणाला. हवाई छत्रीधारींचा मोठा हल्ला चढवण्याच्या दृष्टीनं अजिबात वेळ नाहीये. या मुद्द्याला या प्रकरणात काही अर्थ नाही. ख्रिस्तियनसेन चांगल्या सकारात्मक अशा आनंदी मनःस्थितीत दिसत होता. संकल्पित मोहीम त्याला खूपच आकर्षक वाटत असल्याचं उघड होतं.

वॅट-टर्नरनं त्याच्याकडे आपली थंड, निळी नजर वळवण्याशिवाय काही प्रतिक्रिया व्यक्त न करता दुर्लक्ष करायचं ठरवलं.

''गुप्तता बाळगली आणि थांगपत्ता न लागू देता काम केलं, तरच केवळ आशा आहे,'' वॅट-टर्नर पुढे बोलत राहिला, ''आणि मला विश्वास आहे, की तुम्ही सर्व मंडळी गुप्तता बाळगणारे आणि थांगपत्ता लागू न देता काम करण्याची क्षमता असणारे आहात. तुम्ही त्यातले तज्ज्ञ आहात आणि शत्रूंच्या सरहद्दीमागे शाबूत

राहण्यातही तज्ज्ञ आहात. अशा धोक्याच्या वातावरणात तुम्ही सगळ्यांनीच लक्षणीय काळ काढलेला आहे. मेजर स्मिथ, लेफ्टनंट शेफर आणि सार्जंट हॅरॉड त्यांच्या व्यावसायिक क्षमतांच्या बाबतीत तज्ज्ञ आहात आणि तुम्ही बाकीचे सगळे इतर कामांच्या बाबतीत त्याचप्रमाणे...''

''पण त्याला खूप काळ उलटलाय आता, सर,'' कॅरॅसिओला मध्येच म्हणाला. ''निदान स्मिदी, थॉमस, ख्रिस्तियनसेन आणि माझ्या बाबतीत तरी. आता आमचा काही संपर्कच राहिलेला नाहीये. शस्त्रास्त्रं आणि लढण्याच्या पद्धतीतल्या अलीकडच्या नव्या प्रवाहांची आम्हाला काहीही माहिती नाही. आमचा प्रशिक्षणाशीही काही संबंध राहिलेला नाही. टेबलामागच्या कामात दोन वर्षं घालवल्यानंतर एखादी बस पकडण्यासाठी पन्नास यार्ड धावायचं म्हटलं, तरी मला अतोनात वेळ लागतो.''

''तुला सर्वप्रथम फिट राहायला प्राधान्य द्यावं लागेल.'' वॅट-टर्नर थंडपणे म्हणाला. ''त्याशिवाय, सगळ्यात महत्त्वाचा मुद्दा म्हणजे मेजर स्मिथचा अपवाद वगळता, तुमचं सगळ्यांचं पश्चिम युरोपचं ज्ञान व्यापक आहे. तुम्ही सगळे अस्खलित जर्मन बोलता. तुम्हाला जिथं चकमकींना तोंड द्यावं लागेल, लढावं लागेल त्या पातळीवर तुमचं त्याबाबतचं जे पाच वर्षांपूर्वीचं प्रशिक्षण होतं, ते सगळं आजही लागू पडणारं, सुसंगत आहे, हे तुमच्या लक्षात येईल. हिकमत, असाधारण क्षमता आणि कल्पकता या मुद्द्यांच्या बाबतीत अगदी अपवादात्मक रेकॉर्ड असलेली अशी तुम्ही माणसं आहात. या मोहिमेच्या बाबतीत कोणाला चान्स असेल, तर तो तुम्हालाच. अर्थातच तुम्ही सगळे जण स्वयंसेवकच आहात; स्वेच्छेने, उत्स्फूर्तपणे मैदानात उतरला आहात.''

'अर्थातच,' कॅरॅसिओला वॅट-टर्नरचा प्रतिध्वनी आल्यासारखा म्हणाला. त्यानं आपला चेहरा काळजीपूर्वक निर्विकार ठेवला होता. पाठोपाठ त्यानं वॅट-टर्नरकडे तात्त्विकपणे पाहिलं. ''पण अर्थातच आणखी एक मार्ग आहे, सर.'' मध्येच तो थांबला आणि नंतर खरोखरच कमालीच्या शांतपणे पुढे म्हणाला, ''अगदी यशाची शंभर टक्के खात्री असलेला मार्ग.''

''ॲडमिरल रॉलॅण्ड किंवा माझासुद्धा आमची कधी चूक होत नसल्याचा दावा नाहीये,'' वॅट-टर्नर सावकाशपणे म्हणाला, ''आमच्याकडून विचार करण्यासारखा असा काही पर्याय राहून गेलाय? आमच्या समोरच्या समस्यांना तुझ्याकडे उत्तर आहे?''

''यस. लँकेस्टर बॉम्बर विमानांचा एक स्पेशल- पाथफाइंडर ताफा दहा टनी शक्तिशाली बॉम्बसह पाठवून द्यायचा. श्लॉस ॲडलरमधली कुठलीही व्यक्ती कधी बोलेल असं वाटतं तुम्हाला?''

''मला तसं वाटत नाही.'' ॲडमिरल रोलॅण्ड हलक्या सुरात म्हणाला आणि

तेही पहिल्यांदाच आपल्या समोरच्या टीमजवळ जाण्यासाठी भिंतीवरच्या नकाशापासून दूर होत. ॲडमिरल रोलॅण्ड नेहमीच हलक्या सुरात बोलायचा. त्यानं सत्तेची जी जवळपास अविश्वसनीय वाटावी अशी कक्षा गाजवत ठेवली होती, तशी कक्षा गाठणाऱ्यांना आपलं बोलणं ऐकू जावं म्हणून मोठ्यानं बोलावं लागत नाही. तो एक बेताच्या उंचीचा, करड्या केसांचा माणूस होता. चेहरा खूप सुरकुतलेला आणि प्रचंड अधिकाराचं वलय असलेला. 'नाही,' त्यानं पुनरुच्चार केला. "मला तसं वाटत नाही. तसंच या परिस्थितीच्या वास्तवाचं तुझं आकलन तुझ्या एकूण निर्दयतेशी अजिबात जुळतंय असं मला वाटत नाही. कैद करण्यात आलेला माणूस लेफ्टनंट जनरल कार्नेबी हा अमेरिकन आहे. त्यालाच नष्ट करून टाकायचं म्हटलं, तर जनरल आयसेनहॉवर बहुधा त्याची दुसरी आघाडी जर्मनांविरुद्ध न उघडता आपल्याविरुद्ध उघडेल." पाठोपाठ बहुधा आपल्या बोलण्यातला कानउघाडणीचा सूर काढून टाकण्याच्या हेतूनं त्याच्या चेहऱ्यावर तीव्र नापसंती दर्शवणारं स्मित प्रकट झालं. "आपल्या दोस्त राष्ट्रांशी असलेल्या नात्याच्या दृष्टीनं काही बारीकसारीक बारकावे पाळावे लागणार आहेत. याबाबत तुला सहमत होता येणार नाही?"

कॅरॅसिओलानं त्यावर सहमती किंवा असहमती- काहीच दर्शवलं नाही. बाह्यतः त्याला काही बोलण्यासारखं नव्हतं. बाकी कोणीही काहीच बोललं नाही. त्याच वेळी कर्नल वॅट-टर्नरनं घसा साफ केला.

"तेव्हा जे काही सांगण्यासारखं होतं, ते सांगून झालंय. आज रात्री दहा वाजता विमानतळावर. आता आणखी काही प्रश्न नकोयत. ठीक आहे?"

"यस सर, खरोखरच प्रश्न आहे, कर्नलची क्षमा मागत अर्थात, सर." सार्जंट जॉर्ज हॅरॉड प्रक्षुब्ध झालेला नुसता वाटत नव्हता, तर तसा दिसतसुद्धा होता. "हे सगळं कशाबद्दल आहे? हा माणूस इतका महत्त्वाचा का आहे? आम्ही आमचा जीव धोक्यात का घालायचा?"

"त्याचा काहीतरी उपयोग होईल, सार्जंट." वॅट-टर्नरचा आवाज धारदार, अधिकारवाणीच्या पातळीवरचा. "तुम्हाला जेवढी माहिती असणं आवश्यक होतं, तेवढी माहिती आहे."

"आपण एखाद्या माणसाला त्याचा मृत्यूच होऊ शकेल, अशा ठिकाणी पाठवत असू कर्नल, तर का, तेसुद्धा माहीत असण्याचा हक्क आहे," ॲडमिरल रोलॅण्डनं सौम्य असा हस्तक्षेप केला. बहुतांशी दिलगिरीच्या सुरात- "बाकीच्यांना माहीत आहे; त्यालाही माहीत असायला हवं." "सार्जंट, हे सगळं अगदी सोपं आहे, पण क्लेशकारक, वेदनादायक. जनरल कार्नेबी हा ऑपरेशन ओव्हरलॉर्ड - सेकंड फ्रंट म्हणून ओळखल्या जाणाऱ्या मोहिमेच्या योजनेचा एकूणच समन्वयक आहे. सेकंड फ्रंटसाठी दोस्त राष्ट्रांच्या सगळ्या तयारीची माहिती कोणत्याही हयात

माणसापेक्षा त्याला जास्त आहे.''

काल रात्री युरोपवर आक्रमण करण्याच्या दृष्टीनं अखेरच्या टप्प्यातल्या योजना आखण्यासाठी समन्वयाचे काम करायचे म्हणून मध्यपूर्व, रशिया आणि इटालियन आघाडीतल्या त्याच्या प्रतिपक्षातल्या मंडळींना भेटण्यासाठी तो निघाला. भेटण्याचं संकेतस्थळ होतं क्रेट- रशियन अधिकाऱ्यांना स्वीकारार्ह वाटलेलं एकमेव संकेतस्थळ. जर्मनांच्या फायटर विमानांना मागे टाकेल असं वेगवान विमान त्यांच्यापाशी नाही. ब्रिटिश मॉस्क्विटो विमानं फायटर विमानांना भारी ठरू शकतात. पण काल रात्री तसं काही घडलं नाही.

त्या रुक्ष, कडक ऑपरेशन्स रूममध्ये दाट शांतता पसरली. हॅरॉडनं त्याचा हात डोळ्यांवरून घासला. नंतर डोळे साफ केल्यासारखं त्यानं डोकं सावकाश हलवलं. तो पुन्हा जेव्हा बोलू लागला, तेव्हा त्याच्या आवाजातली सगळी खुमखुमी, सगळा राग मावळला होता. त्याचे शब्द अगदी सावकाश प्रकट होत राहिले.

''आणि जनरल बोलला तर...''

'तो बोलेल,' रोलॅण्ड म्हणाला. त्याचा आवाज मृदू होता, पण त्यात संपूर्ण खात्री होती. ''आताच मि. थॉमस यांनी म्हटल्याप्रमाणे ते सगळेच बोलतात. त्याला स्वतःवर नियंत्रण ठेवता येणार नाही. मेस्कॅलिन आणि स्कोपोलॅमिन या औषधांच्या मिश्रणानंसुद्धा हे काम होईल.''

''आणि तो त्यांना सेकंड फ्रंटसाठी करण्यात आलेल्या सगळ्या योजना सांगून टाकेल.'' एखाद्या स्वप्नातल्या माणसाप्रमाणे हे शब्द त्याच्या तोंडातून बाहेर पडले. ''केव्हा, कुठे, कसं? बापरे, म्हणजे सर, आपल्याला सगळी योजनाच रद्द करावी लागेल.''

''अगदी बरोबर. आपण ही योजना रद्द करणार. या वर्षी सेकंड फ्रंट नसणार. आणखी नऊ महिने युद्ध पेटलेलं राहणार. आणखी लक्षावधी जीव निष्कारण खर्ची पडणार. सार्जंट, तू या परिस्थितीमागची ताबडतोब पावलं टाकण्याची आवश्यकता लक्षात घे. केवळ जिवावर उदार व्हायला लावणारी निकड.''

''माझ्या लक्षात येतंय, सर. आता मला समजतंय.'' हॅरॉड वॅट-टर्नरकडे वळला. ''सॉरी, मी तसलं काहीतरी एकदम बोललो. सर, मी जरा तणावाखाली आहे.''

''आपण सगळेच जरा तणावाखाली आहोत. ठीक आहे तर मग, विमानतळावर दहा वाजता, आपण सगळी साधनसामग्री चाचपून पाहू.'' एवढं बोलून तो हसला; मात्र त्यात विनोदबुद्धी नव्हती. ''मला सांगायला वाईट वाटतंय, तुमचे युनिफॉर्म चांगले फिट बसणार नाहीत एखाद्या वेळी. सॅव्हील रो या ऐतिहासिक टेलरिंग कंपनीत आज कामकाज लवकर बंद होण्याचा दिवस आहे.''

सार्जंट हॅरॉड आपल्या बकर सीटमध्ये आणखी बारकाईनं बसला. त्यानं आपले गारठलेले हात गारठलेल्या खांद्यांवर आपटले, दुर्मुखलेपणानं आपल्या युनिफॉर्मकडे निरखून पाहिलं. हा युनिफॉर्म हत्तीच्या पायासारखा चुरगळलेला... त्याच्या मानानं तिपटीनं मोठा. नंतर त्यानं लँकेस्टर विमानाच्या घरघराटाच्या वरच्या पट्टीत आवाज उंचावला.

'छे!' तो कडवटपणे म्हणाला, ''कसंही असलं, तरी या युनिफॉर्मच्या सोंगाबद्दल त्याचं बरोबरच होतं.''

''आणि बाकी सगळ्याबद्दल चुकीचं.'' कॅरॅसिओला जोरानं म्हणाला, ''आपण लँकेस्टर विमानं पाठवायला हवी होती, असं अजूनही माझं म्हणणं आहे.''

स्मिथ अजूनही स्टारबोर्ड फ्यूजलेजला टेकून उभा होता. त्यानं एक सिगारेट पेटवली आणि कॅरॅसिओलाकडे तात्त्विकपणे पाहिलं. माणसं बोलण्याच्या मनःस्थितीत असल्याचं जाणवलं, तरच तो तोंड उघडायचा. त्यानं काहीच न बोलता नजर दुसरीकडे वळवली.

फ्लाइट-डेकमध्ये तो आपल्या सीटमध्ये इतका पुढे सरकला, की त्याच्या डोक्याची मागची बाजू सीटवर विसावली. विंग कमांडर कार्पेंटर अजूनही पाइप, कॉफी आदी साहित्यात अगदी सखोलपणे आणि समाधानानं पूर्णपणे गुंतून राहिला होता, मात्र त्याच्या शेजारी बसलेल्या फ्लाइंग ऑफिसर ट्रेमेनला विंग कमांडर कार्पेंटरच्या या सुखद अशा करमणुकीत सहभागी होणं शक्य होत नव्हतं. ट्रेमेन खरंतर अतिशय औत्सुक्यानं लक्ष ठेवून होता. त्याची नजर सतत इन्स्ट्रुमेंट पॅनेलपासून विंडस्क्रीनच्या पलीकडे असलेल्या अपारदर्शक अंधाराकडे आणि आपल्या वरिष्ठ अधिकाऱ्याच्या पहुडलेल्या आकृतीकडे होती. त्याला कोणत्याही क्षणी झोप लागण्याचा धोका दिसत होता. अचानक ट्रेमेन आपल्या सीटमध्ये पुढे झुकला. तो विंडस्क्रीनमधून पुढच्या बाजूला काही दीर्घ क्षणभर पाहत राहिला आणि नंतर तो कार्पेंटरकडे वळला.

''तिथं शॉफासेन आहे खाली तिथं, सर!''

कार्पेंटरनं जोरानं गुरगुर केली. आपलं पुस्तक बंद केलं. बिजागरीवरचं बुकरेस्ट पुन्हा मागे आपल्या जागेवर ढकललं. आपली कॉफी संपवली, नंतर तो आणखी गुरगुरत ताठ उभा राहिला, त्यानं साइड-स्क्रीन सरकवून उघडला आणि खूप खालच्या बाजूची प्रकाशाची मिणमिण बारकाईनं पाहण्याचा बहाणा केला. कसंही असलं, तरी बाहेरच्या बाजूचा भणाणता वारा आणि उडतं बर्फ चेहऱ्यावर घेत त्यानं स्क्रीन बंद केला आणि ट्रेमेनकडे पाहिलं.

'अरे बापरे,' तो कौतुकानं म्हणाला. ''मला वाटतं, तुझं बरोबर आहे. तू बरोबर

असणं खूप सुखावह असतं. खूप सुखावह.'' ट्रेमेन या स्तुतीमुळे योग्य तेवढा संकोचलेला असतानाच कार्पेंटरनं इंटरकॉमचा स्विच ऑन केला. ''मेजर स्मिथ, यस,आणखी तीस मिनिटं...'' नंतर लगेच स्विच ऑफ करून तो ट्रेमेनकडे वळला. ''प्राचीन बोडेनसीच्या दिशेनं आग्नेयेला. आणि प्लीज आपला विमानप्रवास स्विसच्या दिशेने ठेव.''

स्मिथनं हेडफोन्स लावले आणि त्यानं तिथं बसलेल्या सहा माणसांकडे चेष्टेखोरपणे पाहिलं. ''चला, आपली वेळ जवळ आली एकदाची. अर्ध्या तासावर आलंय. इथल्यापेक्षा तिकडे खालच्या बाजूला जमिनीवर जरा उबदार असेल अशी आशा करू या.''

यावर कोणालाही कसलीही टिप्पणी करायची नव्हती. तसंच त्यांच्यापैकी कोणालाच कसली आशा असल्यासारखं दिसत नव्हतं. कसलाही आवाज न करता, एकही शब्द न उच्चारता त्यांनी एकमेकांकडे निर्विकारपणे पाहिलं. नंतर अतिशय सावकाशपणे, अतिशय अवघडलेल्या अवस्थेत असतानाच त्यांच्या बधिर झालेल्या हातांमुळे आणि आक्रसलेल्या परिस्थितीमुळे त्यांच्या एकूणच सगळ्या हालचालींमध्ये अशक्य पातळीवरचा अवघडलेपणा आला होता. त्यांनी त्या विमानातून पॅरॅशूटच्या साहाय्यानं खाली उतरण्याची तयारी सुरू केली. वर चढवलेल्या पॅराशूटखाली आपापले सामान पाठीवर चढवण्यासाठी ते एकमेकांना मदत करू लागले. पाठोपाठ पांढऱ्या वॉटरप्रूफ स्नो ट्राउझर्समध्ये हालचाली करताना त्यांना धडपडत राहावं लागलं. सार्जंट हॅरॉडनं त्यापुढची आणखी एक पायरी गाठली. त्यानं एक भलामोठा स्नो-स्मॉक आपल्या डोक्यावरून ओढून घेतला, मोठ्या मुश्किलीनं त्या ड्रेसची टोपी डोक्यावर ओढून घेतली. त्याच वेळी एका हातानं त्याच्या पांढऱ्या स्मॉकखालच्या फुगीर बाजूखाली थापटलं, तेव्हा त्यानं प्रश्नार्थक मुद्रेनं मागे वळून पाहिलं.

''मला जे तुला सांगायचंय ते सांगायला आवडत नाहीये,'' शॅफर फार आत्मविश्वास न दाखवता म्हणाला, ''पण सार्जंट, खाली उतरताना जो धक्का बसणार आहे, त्यापुढे तुझा रेडिओ सेट टिकेल असं मला वाटत नाही.''

''का नाही?'' हॅरॉड कधी नव्हे इतकं खिन्नपणे म्हणाला. ''अशा पद्धतीनं याआधीसुद्धा काम झालंय.''

''तुझ्याकडून असं काम झालेलं नाहीये. माझ्या अंदाजाप्रमाणे तासाला एकशेऐंशी मैल एवढ्या कमालीच्या वेगानं तू जमिनीवर आदळणार आहेस. तुझं पॅराशूट उघडताना तुला काही अडचणींना तोंड द्यावं लागणार आहे, असं मला वाटतंय.''

हॅरॉडनं त्याच्याकडे पाहिलं, नंतर आपल्या इतर पाच स्मॉक नसलेल्या सहकाऱ्यांकडे पाहिलं, नंतर सावकाशपणे मान होकारार्थी हलवली आणि त्यानं आपल्या स्वतःच्या स्मॉकला स्पर्श केला.

“म्हणजे तुला म्हणायचंय, आपण जमिनीवर उतरल्यानंतर मी हे स्मॉक लावून घ्यावं.”

‘बरोबर,’ शॅफर विचार करत म्हणाला, “त्याचा उपयोग होईल असं मला खरोखरच वाटतं.” तो हॅरॉडकडे पाहून हसला. हॅरॉडनंही आनंदानं हसत त्याला प्रतिसाद दिला. अगदी कॅरॅसिओलाचेसुद्धा ओठ हसण्याच्या सुरुवातीच्या अवस्थेइतके का होईना पण हलले. विमानातल्या त्या गारठलेल्या फ्यूजलेजमधला तणाव बराचसा मोकळा झाल्याचं उघडच दिसत होतं.

“वेल, वेल, तुमच्यासारखे उमेदवारीच्या टप्प्यातले पायलट तुमच्या खुर्चीत बसून कौतुकानं तल्लीन होऊन पाहत असताना माझा विंग कमांडरचा पगार घ्यायची वेळ आलीय.” कार्पेंटरनं आपल्या घड्याळाकडे बारकाईनं पाहिलं. दोन वाजून पंधरा मिनिटं. “आपली जागा बदलण्याची वेळ झालीय.”

दोघांनीही आपापले सेफ्टी बेल्ट्स काढले आणि अवघडून आपल्या जागा बदलल्या. कार्पेंटरनं आपल्या उजवीकडच्या सीटची बॅक-रेस्ट ती त्याच्या दृष्टीनं अगदी बरोबर होईपर्यंत अगदी चिकित्सकपणे जुळवून घेतली. पाठोपाठ त्यानं आपली पॅराशूटसुद्धा जास्तीत जास्त सुखकारक होतील अशा पद्धतीनं हलवली, नंतर सीटबेल्ट्स बांधले. एवढे सोपस्कार झाल्यावर इअरफोन्स आणि मायक्रोफोन असे दोन्ही असलेला एकत्रित संच त्यानं हुक काढून डोक्यावर जुळवला आणि मगच जागा बदलली.

‘सार्जंट जॉन्सन?’ नेहमीचे उपचार पाळण्याच्या भानगडीत कार्पेंटर कधीच पडत नसे. त्यानं पुढचा प्रश्न विचारला, “तू जागा आहेस?”

पाठीमागे नॅव्हिगेटरच्या छोट्या आणि अतिशय अडचणीच्या बसण्याच्या जागेत सार्जंट जॉन्सन चांगलाच जागा होता. तो गेले कित्येक तास जागा होता. तो एका तजेलदार हिरवा प्रकाश असलेल्या रडार स्क्रीनवर झुकलेला होता. त्याची नजर बाजूला झालीच, तर ती केवळ चार्टवरून झटपट काहीतरी संदर्भ घेण्यासाठीच होत होती; चार्टच्या जोडीला तिथं एक सरकारी नकाशा, एक फोटो, एक डुप्लिकेट कंपास, ॲल्टिमीटर आणि एअर-स्पीड इंडिकेटरही होते. त्यानं बाजूला असलेल्या स्विचच्या दिशेनं हात केला.

“मी जागा आहे, सर.”

“तू आम्हाला वेसपिट्झच्या बाजूला या फ्लाइटमधून घेऊन गेलास,” कार्पेंटरनं दम दिल्यासारखं सांगितलं, तर मी तुला एअरक्राफ्ट्समनच्या जागेवर बसावं लागेल असा डच्चू देईन. एअरक्राफ्ट्समन सेकंड क्लास जॉन्सन.”

“मी तसं काही करणार नाही. मी नऊ मिनिटांचा वेळ सांगेन, सर!” कार्पेंटरनं

स्विच ऑफ केला, स्टारबोर्ड स्क्रीन बाजूला सरकवला आणि त्यानं बारीक नजरेनं पाहिलं. बाहेर रात्रीच्या आकाशात अस्पष्ट अशी चंद्रप्रकाशाची छटा असली, तरी दिसण्याचं प्रमाण शून्यच म्हणावं असं हे करड्या रंगाचं, अपारदर्शक असं जग होतं; बंदिस्त जग होतं. आजूबाजूला विरळपणे उडत राहिलेल्या बर्फाशिवाय काहीही दिसत नव्हतं. त्यानं डोकं पुन्हा आत घेतलं. आपल्या मोठ्या मिशांवरचं बर्फ झटकून टाकलं. स्क्रीन बंद करून टाकला. आपल्या पाइपकडे खेदपूर्वक पाहिलं आणि तो काळजीपूर्वक खिशात ठेवला.

विंग कमांडर कार्पेंटरनं आपला पाइप खिशात ठेवणं म्हणजे पुढच्या ॲक्शनसाठी तो सज्ज होत असल्याचा शेवटचा पुरावा असल्याचं ट्रेमेननं ओळखलं. ट्रेमेन दुःखीकष्टी सुरात म्हणाला : ''काहीसं धोक्याचं आहे नाही हे? हे वेसपिट्झ या गहन भूभागात नेमका शोधून काढायचा म्हणजे?''

'धोक्याचं?' कार्पेंटर जवळपास थट्टामस्करीच्याच मूडमध्ये असल्यासारखा. ''तो प्रकार एखाद्या पर्वताइतका मोठा आहे. खरंतर तो पर्वत आहेच. बाबा रे, आपल्याकडून तो निसटणं शक्यच नाही.''

''मला तेच म्हणायचंय. तो थांबला, म्हणजे आपल्याला त्यांना जिथं ड्रॉप करायचंय, ते हे वेसपिट्झवरचं पठार केवळ तीनशे यार्ड्स रुंदीचं, सर त्यावर पर्वत, खाली उंच कडा शिवाय ते पर्वतराजीतून वाहणारे वारे किंवा त्याला जे काही म्हणतात ते कुठल्यातरी प्राचीन दिशेनं वाहणारे दक्षिणेकडे थोडं जरी गेलं तरी आपण पर्वतावर धडकू. उत्तरेकडे थोडं जरी गेलं, तर हे शिलेदार मोठ्या कड्यावरून खाली कोसळतील आणि त्यांच्या माना मोडतील. तीनशे यार्ड्स!''

''तुला काय पाहिजे आहे?'' कार्पेंटरनं रोखठोकपणे विचारलं, ''हिथ्रो एअरपोर्ट? अरे बाबा, आहे ही जागा पुष्कळ आहे. आम्ही हे विमान या रुंदीच्या दहा पटींनं कमी असलेल्या रनवेवर उतरवतो.''

''यस, सर. रनवेवरचे लँडिंग लाइट्स नेहमी फार उपयुक्त ठरतात, असा माझा नेहमीचा अनुभव आहे. वेसपिट्झच्या वरच्या बाजूला सात हजार फूट.''

त्याच वेळी बझर वाजल्यानं तो बोलायचा थांबला. कार्पेंटरनं जागा बदलली.

'जॉन्सन?'

''यस, सर.'' जॉन्सन कधी नव्हे इतका रडार स्क्रीनपाशी आक्रसून राहिलेला. या रडार स्क्रीनवर फिरणाऱ्या स्कॅनर-लाइननं स्क्रीनच्या मध्याच्या अगदी उजवीकडे लगेचच एक पांढरा ठिपका दर्शवला होता. ''मला मिळालाय तो स्पॉट, सर. अगदी जिथं असायला पाहिजे तिथंच.'' त्यानं स्क्रीनपासून बाजूला पाहिलं आणि कंपास झट्कन डोळ्यांखालून घातला. ''कोर्स ओ-नाइन-थ्री, सर.''

'गुड.' कार्पेंटरनं ट्रेमेनकडे पाहून स्मित केलं, पाठोपाठ त्यानं कोर्समध्ये किंचित

बदल केला आणि तो स्वतःशीच मंदपणे शीळ घालायला लागला. ''तुझ्या खिडकीतून जरा बाहेर बघ. माझ्या मिशा पाण्यानं भरून जायला लागल्यायत.''

ट्रेमेननं खिडकी उघडली, नंतर त्यानं आपलं डोकं शक्य तितकं ताणलं; पण अजूनही समोर करड्या रंगाचं आणि निराकार असं दुर्बोध विश्व होतं. त्यानं डोकं पुन्हा आत घेतलं आणि डोक्याची शांतपणे नकारार्थी हालचाल केली.

''काही बिघडत नाही. तिथंच कुठेतरी असेल,'' कार्पेंटरनं समजूतदारपणे सांगितलं. त्यानं लगेचच इंटरकॉमवर सांगितलं. ''सार्जंट, पाच मिनिटं. हुक अप!''

'हुक अप!' विमानाच्या फ्यूजलेजच्या स्टारबोर्डच्या बाजूला एका रांगेत उभ्या असलेल्या सात जणांना उद्देशून सार्जंट एअर-गनरनं कार्पेंटरच्या आज्ञेचा पुनरुच्चार केला.

त्या सातही जणांनी शांतपणाने ओव्हरहेड वायरवरच्या पॅराशूटच्या स्नॅप-कॅचेस क्लिप केल्या, सार्जंट एअर-गनरनं त्यातली प्रत्येक स्नॅप-कॅच काळजीपूर्वक तपासून पाहिली. विमानाच्या प्रवेशद्वाराच्या अगदी जवळ पहिल्यांदा पॅराशूट जंप करण्यासाठी उभा होता तो सार्जंट हॅरॉड. त्याच्यामागे उभा होता लेफ्टनंट शेफर. त्याच्या ओएसएसबरोबरच्या अनुभवांमुळे या टीममधला तो सगळ्यात जास्त अनुभव असलेला मोठा पॅराशूटिस्ट होता. त्याच्याकडे कोणालाच काही वाटू नये अशी जबाबदारी होती आणि ती म्हणजे हॅरॉडकडे लक्ष देण्याची. त्याच्यामागे होता कॅरॅसिओला, नंतर होता स्मिथ– टीमलीडर म्हणून त्यानं या टीमच्या मध्यभागी राहायचं ठरवलं होतं. त्याच्यानंतर होते ख्रिस्तियनसेन, थॉमस आणि टॉरन्स-स्मिदी टॉरन्स-स्मिदीच्या मागे दोन तरणेबांड एअरक्राफ्ट्समेन. हे दोघंही एअरक्राफ्ट्समेन, विमानातून उड्या मारण्याच्या तयारीत असलेल्या माणसांपैकी शेवटच्या माणसानं बाहेर उडी मारल्यावर शक्य तितक्या चपळाईनं यंत्रसामग्रीचं पॅकेज आणि पॅराशूट्स वायरवरून घसरवत बाहेर ढकलण्यासाठी सज्ज होते. सार्जंट एअर-गनर अगदी दारापाशी पवित्र्यात उभा राहिला. पुन्हा तिथल्या वातावरणात तणाव पसरलेला.

ही सगळी मंडळी उभी होती, तिथपासून पंचवीस फुटांवर पुढे कार्पेंटरनं साइड-स्क्रीन पाचव्यांदा उघडला. अगदी तेवढ्याच वेळात आता खाली झुकलेल्या त्याच्या मिशांची छान ऐट बरीचशी उतरून गेली होती, मात्र पाण्यानं निथळणाऱ्या मिशांपेक्षा आयुष्यात अधिक निकडीच्या अशा विचारार्ह गोष्टी असल्याचं त्यानं उघडच ठरवून टाकलं होतं. त्यानं आता डोळ्यांवर गॉगल्स चढवले होते. तो सतत शॅमि लेदरनं बर्फ झटकत राहिलेला मात्र पुढ्यात असलेलं दृश्य किंवा खरंतर कोणत्याही दृश्याचा अभाव- जसाच्या तसा आडमुठेपणानं जागच्या जागी राहिलेला. अजूनही त्याच करड्या रंगाच्या अभेद्य अशा अपारदर्शक वातावरणातून टपकत राहिलेल्या आणि त्याच वातावरणात दिसेनाशा होत राहिलेल्या करड्या रंगाचा, वेगानं वाहणारं

ते बर्फ तसंच... अजूनही ती सगळी निराकारता, काहीही नसणं तसंच... त्यानं स्क्रीन बंद केला.

त्याच वेळी लक्ष वेधून घेण्यासाठी असलेला बझर वाजला. कार्पेंटरनं तिकडे लक्ष देऊन तो ऐकला आणि मानेनंच खूण केली.

'तीन मिनिटं,' त्यानं ट्रेमेनला सांगितलं. 'ओह-नाइन-टू.'

ट्रेमेननं प्लेनची आवश्यक ती मायन्यूट कोर्स ॲडजस्टमेंट केली. नंतर त्यानं साइड-स्क्रीनमधून अजिबात पाहिलं नाही. आता त्याचं सगळं अस्तित्व ते भलंमोठं बॉम्बर विमान चालवण्यात गुंतलेलं. त्याचं संपूर्ण लक्ष, संपूर्ण एकाग्रता केवळ तीन गोष्टींवर एकवटलेली आणि त्या म्हणजे, कंपास, ॲल्टिमीटर आणि कार्पेंटर. एखाद्या अंशानं जरी जास्त दक्षिणेकडे हे लॅंकेस्टर विमान झुकलं असतं, तर ते वेसपिट्झच्या बाजूला कोसळलं असतं. विमान आणखी दोनशे फुटांनी खाली गेलं असतं, तरी तेच घडलं असतं. कार्पेंटरकडून एखादा जरी चुकीचा सिग्नल आला असता, तर हे मिशन सुरू होण्याआधीच संपुष्टात येणार होतं. ट्रेमेनचा तरुण चेहरा, अगदी हास्यास्पदरीत्या तरुण चेहरा निर्विकार होता. आजवर कधी नव्हे इतक्या कौशल्यानं, सफाईनं त्या लॅंकेस्टर विमानाचा पायलट म्हणून काम करत असताना त्याचं शरीर निश्चल अन् त्याचे फक्त डोळे हलत राहिलेले... एका नियमित, तालबद्ध, स्थिर अशा पद्धतीनं कंपास, ॲल्टिमीटर, कार्पेंटर... कंपास, ॲल्टिमीटर, कार्पेंटर... विशेष म्हणजे या तिन्हीपैकी कशावरही त्याची नजर सेकंदापेक्षा जास्त कधी राहत नव्हती.

पुन्हा एकदा कार्पेंटरनं त्याची साइड-स्क्रीन सरकवून उघडली आणि बाहेर नजर टाकली. पुन्हा एकदा त्याच्या वाट्याला तेच फळ आलं. अपारदर्शक निराकारता, करड्या रंगाचं काहीही नसणं. संपूर्णतः अस्तित्वाचा अभाव. त्याचं डोकं अजूनही बाहेर असतानाच त्यानं आपला डावा हात उचलला, तळहात खालच्या दिशेनं... नंतर तो पुढच्या बाजूला झुकला. त्याच क्षणी ट्रेमेनचा हात थ्रॉटल लीव्हर्सवर पडला. त्यानं ती पुढच्या दिशेनं अलगद सरकवली. मोठ्या इंजिनांचा प्रचंड घरघराट थांबून आता त्याऐवजी निःशब्द धीरगंभीर आवाज...

कार्पेंटरनं डोकं बाहेरून काढून आत घेतलं. त्याला कुठलीही चिंता भेडसावत असली, तरी त्याच्या चेहऱ्यावर त्याचा मागमूसही दिसत नव्हता. त्यानं शांतपणे, बहुतांशी आरामात आपलं मंद शीळ घालणं सुरू केलं. त्यानं इन्स्टुमेंट पॅनलचं बारकाईनं निरीक्षण केलं आणि नंतर त्याचं डोकं ट्रेमेनकडे वळवलं. त्यानं सहजपणे ट्रेमेनला विचारलं, "तू जेव्हा फ्लाइंग स्कूलमध्ये होतास, तेव्हा कधी स्टॉलिंग स्पीड नावाच्या विलक्षण संकल्पनेबद्दल ऐकलंयस?"

ट्रेमेननं दचकून घाईघाईनं इन्स्टुमेंट पॅनलकडे पाहिलं आणि चट्कन इंजिनांना

किंचित जास्त पॉवर दिली. कार्पेंटर हसला, त्यानं घड्याळात पाहिलं आणि बझर दोनदा दाबला.

फ्यूजलेज डोअरपाशी उभ्या असलेल्या सार्जंट एअर-गनरच्या डोक्याच्या वरच्या बाजूला बेल वाजली. त्याच्यासमोर असलेल्या ताणाखाली असलेल्या, उत्सुक चेहऱ्यांकडे त्यानं पाहिलं आणि होकारार्थी मान हलवली.

''टू मिनिट्स, जंटलमेन.''

विमानाचं दार मोकळेपणानं सरकतंय की नाही, याची चाचणी घेण्यासाठी त्यानं दार काही इंच सरकवलं. ते दार किंचितच उघडलं, तरीसुद्धा अचानक आत शिरलेला इंजिनांचा प्रचंड घरघराट थक्क करणारा होता. मात्र फ्यूजलेजमधून घोंघावत आत शिरलेल्या थंडगार वाऱ्याचा बर्फाळ झोत त्याहीपेक्षा दहशत निर्माण करणारा होता. छत्रीधारींच्या निर्विकार नजरा एकमेकांना काळजीपूर्वक भिडल्या. सार्जंटनं त्या नजरांचा मथितार्थ अचूक ओळखला. त्यानं दार बंद केलं आणि पुन्हा मानेनं इशारा दिला.

त्यानं सांगितलं, ''तुमच्याशी मी सहमत आहे, जंटलमेन. ही रात्र अतिशय थंड आणि वादळी आहे.''

विंग कमांडर कार्पेंटरच्या मनात तेवढासुद्धा विचार नव्हता. त्यानं साइड-स्क्रीनमधून पुन्हा एकदा डोकं बाहेर काढलं. बाहेर वाहणाऱ्या आर्क्टिक वाऱ्याचा आणि वाहत्या बर्फाचा मारा पाच सेकंद जरी चेहऱ्यावर झाला, तरी चेहरा पूर्णपणे साळिंदराच्या पिसांसारखा व्हावा, अशी परिस्थिती होती. असे पंधरा सेकंद गेले तर संपूर्णपणे बधिर झालेल्या त्वचेची संवेदना नष्ट होत होती. एवढं सगळं झाल्यावर मग डोकं पुन्हा साइड-स्क्रीनमधून आत घेतलं, की नंतर पुन्हा रक्तप्रवाह परतण्यातली जी काही एक विलक्षण वेदना अनुभवावी लागते, त्यासाठी वाट पाहिल्यावर हळूहळू खऱ्या अर्थानं चेतना जागेवर येणार; पण जोपर्यंत डोकं मागे घेण्याबाबत पूर्ण समर्थन देण्यासारखी परिस्थिती निर्माण होत नाही, तोपर्यंत कार्पेंटरनं डोकं मागे काढून घ्यायचं नाही, असा निश्चय करून टाकला होता आणि त्यामागचं एकमेव समर्थन होतं, ते म्हणजे वेसपिट्झ दृष्टिपथात येणं. यंत्रवत् आणि उत्साहानं त्यानं शॅमॉ लेदर गॉगल्सवरून फिरवलं. पापणी जरासुद्धा न लववता त्यानं बाहेरच्या करड्या रंगाच्या गिरक्या घेणाऱ्या अंधारात पाहिलं आणि वेसपिट्झनं आपल्याला पाहण्याआधी आपणच वेसपिट्झला पाहिलेलं बरं असा विचार केला.

आत विमानात ट्रेमेनच्या डोळ्यांच्या हालचाली तालबद्ध, ठरावीक पद्धतीनं होत राहिलेल्या. कंपास, ॲल्टिमीटर, कार्पेंटर... कंपास, ॲल्टिमीटर, कार्पेंटर... पण आता प्रत्येक वेळी त्याची नजर कार्पेंटरवर किंचित जास्त काळ स्थिरावत होती.

आकस्मिक सिग्नलच्या प्रतीक्षेत हा सिग्नल मिळताच मोठं लँकेस्टर विमान खवळलेल्या ढगांमध्ये डावीकडे झुकतं वळण घेण्यासाठी त्याला चालना मिळणार होती. धोका टाळण्यासाठी तेवढीच कृती त्यांना करणं शक्य होतं. कार्पेंटरचा डावा हात हलत होता; पण तो कुठला सिग्नल देत नव्हता. त्याच्या डाव्या हाताची बोटं त्याच्या गुडघ्यावर तो तालबद्धपणे आपटत राहिलेला. ट्रेमेनला अचानकपणे आणि अविश्वसनीयरीत्या जाणवलं... कार्पेंटरलाच अनुभवणं शक्य असलेल्या उच्च पातळीवरच्या उत्तेजनाचं ते लक्षण होतं.

"दहा सेकंद उलटली." आधी पाच सेकंद आणि नंतर आणखी पाच. त्या बर्फगार केबिनमध्येसुद्धा आपल्या चेहऱ्यावरून घाम निथळत असल्याचं ट्रेमेनला जाणवत राहिलेलं... लँकेस्टरसारखं बॉम्बर विमान डावीकडे वळवण्याची निकड जवळजवळ असह्य अन्यथा विमानाची उद्ध्वस्त करणारी, विनाश घडवून आणेल अशी धडक आता केवळ काही सेकंदांवर येऊन ठेपल्यासारखी परिस्थिती. त्याला एका प्रकारच्या विलक्षण भीतीची जाणीव झालेली. त्याच्या तर्काशी फारकत घेणाऱ्या भयभीत मानसिकतेच्या सीमारेषेवरची भीती... याआधी कधीही त्यानं विचारसुद्धा केला नव्हता अशी भीती... ती अनुभवणं तर दूरच. तोच एकाएकी त्याला आणखी कशाची तरी जाणीव झाली. कार्पेंटरच्या डाव्या हाताच्या बोटांची हालचाल एकदम थांबली होती.

एकाएकी कार्पेंटरला जे अपेक्षित होतं, ते गवसलं होतं. त्याबद्दल वास्तवापेक्षा कल्पनाच जास्त केली होता; प्रत्यक्ष पाहण्याऐवजी तर्कच जास्त केले होते. मात्र आता ते त्याला गवसलं होतं. नंतर हळूहळू जवळपास अगोचर म्हणावं असं काहीतरी त्याच्या पुढच्या बाजूला आणि फ्लाइटच्या दिशेच्या काहीसं उजवीकडच्या बाजूला पाठोपाठ एका अमूर्ततेतून ते साकार व्हायला सुरुवात झाली. केवळ कल्पनेच्या खेळापलीकडे जाणाऱ्या आणि अगदी स्पष्ट अशा निश्चितपणे आपल्या जागी भक्कमपणे असलेल्या कशाची तरी जाणीव त्याला झाली. नंतर अचानकपणे ते जे काही होतं, ते साकार व्हायचं बंद झालेलं... ते आता भरीवपणे, स्पष्टपणे तिथं वरच्या बाजूला असलेल्या करड्या अंधारात दिसेनासं होईपर्यंत भोवळ येईल अशा ऐंशी अंशात वर झेपावत जाणाऱ्या जवळपास उभ्याच्या उभ्या असलेल्या प्रचंड उंची असलेल्या पर्वताची न तुटलेली बाजू... कार्पेंटरनं डोकं आत घेतलं या वेळी त्यानं स्क्रीन उघडा ठेवला आणि त्याचा हेड-स्विच दाबला.

'सार्जंट जॉन्सन?' त्याच्या तोंडून हे शब्द कसेतरी गुदमरल्यासारखे बाहेर पडले अगदी यांत्रिकपणे. त्यामागे विंग कमांडर कार्पेंटर कुठल्याशा भावनिक आवर्तातून जात होता असं काही कारण नव्हतं, तर त्याचा संपूर्ण चेहरा, अगदी ओठसुद्धा इतके गोठले होते, की त्याला उच्चार करणं अवघड होऊन बसलं होतं.

'सर?' जॉन्सनचा इंटरकॉमवरचा आवाज तुटक-तुटक, पोकळ... तरीसुद्धा त्या केवळ एका शब्दातल्या धातूसारख्या निर्विकार व्यक्तिनिरपेक्षतेतून त्यामागचा कमालीचा तणाव लपत नव्हता.

कार्पेंटरनं सांगितलं, "फ्लाइंग ऑफिसर जॉन्सन हे खूपच चांगलं आहे असं मला वाटतं."

'सर?'

"रिलॅक्स. मला जे हवं होतं, ते सापडलंय. तुला पुन्हा झोपायला काही हरकत नाही." त्यानं स्विच बंद केला, साइड-स्क्रीनमधून एक झटपट कटाक्ष टाकला आणि डोक्यावरच्या स्विचच्या दिशेनं त्याचा हात गेला.

फ्यूजलेजमध्ये स्टारबोर्ड डोअरच्या वर लाल दिवा लागला. सार्जंट एअर-गनरनं त्याचा हात दारावर ठेवला.

"वन मिनिट, जंटलमेन." त्यानं झटका देऊन दार सताड उघडलं आणि ते स्टॅन्डिंग लॅचला अडवून ठेवलं. पाठोपाठ एक छोटं हिमवादळ लँकेस्टर विमानाच्या पोटात शिरलं. "लाल दिवा हिरवा झाला की..."

त्यानं हे वाक्य अर्ध्यावरच सोडलं. याचं कारण म्हणजे जे काही शब्द त्यानं उच्चारले होते, ते त्यांच्या परीनं अगदी स्पष्ट होते, याचं आणखीही एक कारण होतं आणि ते म्हणजे वारा आणि इंजिनांच्या संमिश्र घरघराटाच्या आवाजात आपलं बोलणं ऐकू जाण्यासाठी त्याला इतक्या मोठ्यानं ओरडावं लागत होतं, की शब्दांची कितीही उधळमाधळ केली, तरी तो व्यर्थ खटाटोप ठरावा.

छत्रीधारींपैकी कोणीही काही बोललं नाही. ते कोणाचंही बोलणं कोणालाही ऐकू जाणं केवळ अशक्य होतं म्हणून! कसंही असलं तरी त्या सगळ्यांच्या मनात जो एकच विचार उघडपणे होता, तो शब्दांऐवजी अधिक स्पष्टपणे मूक नजरा भिडण्यातूनच व्यक्त होत होता. हा विचार म्हणजे एक प्रश्न होता. लँकेस्टर बॉम्बर विमानाच्या आतल्या बाजूला इतका हिमवादळाचा गारठून टाकणारा गारठा असेल, तर बाहेरच्या बाजूला किती भयंकर परिस्थिती असेल? सार्जंटनं इशारा केल्याप्रमाणे ते रांगेत उघड्या दाराकडे सरकले. सार्जंट हॅरॉड सगळ्यांच्या पुढे होता, त्याच्या चेहऱ्यावरचे भाव आयुष्यातल्या पहिल्या आणि शेवटच्याच सिंहाला सामोऱ्या जाणाऱ्या एखाद्या ख्रिश्चन हुतात्म्यासारखे होते.

लँकेस्टर विमान आदिम काळातल्या प्रचंड आकाराच्या काळ्या टेरोडॅक्टिल पक्ष्यासारखं वेसपिट्झ पर्वताच्या उताराच्या कड्याच्या बाजूनं घोंघावत, अलगदपणे हवेतून उडणाऱ्या बर्फातून चाललेलं. त्या बर्फाचे थर साचलेल्या खडकाची केवळ भिंत भलतीच जवळ वाटत होती. पर्वताची ही बाजू अशक्य वाटावी इतकी जवळ असल्याची खात्री ट्रेमेनला पटली होती. कार्पेंटरच्या डोक्याच्या बाजूला असलेल्या

अजूनही उघड्या राहिलेल्या स्क्रीनमधून त्यानं पाहिलं, तेव्हा स्टारबोर्ड विंग-टिप पर्वताच्या एका बाजूला निश्चितपणे घासत राहिला असला पाहिजे, हे त्यानं शपथपूर्वक सांगितलं असतं. त्याच्या चेहऱ्यावरून निथळत असलेल्या घामाची जाणीव अजूनही त्याला होत राहिली होती, पण त्याचे ओठसुद्धा कोरडेठाक पडले होते. कार्पेटरच्या दृष्टीस पडू नये अशा पद्धतीनं त्यानं गुपचूप ओठांवरून जीभ फिरवली, पण त्याचा काहीच उपयोग झाला नाही.

सार्जंट हॅरॉडचे ओठ कोरडे पडलेले नव्हते, ते केवळ लँकेस्टर विमानाच्या फ्यूजलेजच्या बाजूनं ज्याचा मारा होत होता त्या आडव्या वाहणाऱ्या हिमवादळाचा पूर्ण तडाखा त्याच्या चेहऱ्यावर बसत होता म्हणूनच. असं असलं, तरी ट्रेमेनच्या भावना आणि भीतीचे वेगवेगळे प्रकार त्यालाही जाणवत असलेले आणि तेही विशेष अशा प्रमाणात, कारण तो दाराच्या समोरच्या बाजूला उभा होता. वाऱ्याच्या जोरदार झोतासमोर बरोबर उभं राहता यावं, म्हणून त्यानं फ्यूजलेजच्या दोन्ही बाजू हातांनी पकडल्या होत्या. वादळाचा तडाखा झेलणाऱ्या त्याच्या चेहऱ्यावर भीती नव्हती. भाव होते ते केवळ अनोख्या अशा अलिप्त स्वीकृतीचे. त्याची नजर डावीकडे वळलेली. अवकाशात स्टारबोर्ड विंग-पिट वेसपिट्झ पर्वताच्या बाजूला कोणत्याही सेकंदाला धडकेल असं वाटावं अशा एका बिंदूच्या दिशेनं तो पुढच्या बाजूला जवळपास संमोहित व्हावं तसं खिळल्यासारखा पाहत राहिलेला.

लँकेस्टर विमानाच्या फ्यूजलेजमध्ये लाल दिवा लागलेला... त्याच वेळी सार्जंट एअर-गनरचा हात हॅरॉडच्या खांद्यावर उत्तेजन देण्याच्या हेतूनं पडला. त्या पकडीतून सुटका करून घेण्यासाठी हॅरॉडला चांगले तीन सेकंद लागले. ते तो त्या स्टार-बोर्ड विंग-पिटच्या बाबतीत खिळलेला असल्यामुळे तो आतल्या बाजूला अर्धं पाऊल मागे सरकला. त्यानं हात वर घेऊन सार्जंटचा आपल्या खांद्यावरचा हात निश्चयपूर्वक बाजूला केला.

"मला बाजूला ढकलू नकोस, बाबा." हॅरॉडला आपला आवाज ऐकू जावा म्हणून ओरडावं लागलं. "मला आत्महत्याच करायची झाली, तर ती जुन्या पद्धतीनं माझी मला करू दे. माझ्या स्वतःच्याच हातानं." असं म्हणून त्यानं उघडलेल्या दारापाशी आपली जागा पुन्हा घेतली.

त्याच क्षणी कार्पेटरनं साइड-स्क्रीनमधून एक शेवटचा दृष्टिक्षेप झट्कन टाकला आणि ट्रेमेन ज्याची वाट पाहत होता, तो इशारा त्यानं एकदाचा केला. या एका इशाऱ्यासाठी ट्रेमेन प्रार्थनासुद्धा करत होता. कार्पेटरनं डाव्या हातानं किंचितशी वळण्याची खूण केली होती. पाठोपाठ चपळाईनं ट्रेमेननं त्या भल्यामोठ्या लँकेस्टर बॉम्बर विमानाची एक बाजू वर केली आणि तेवढ्याच वेगानं ते पुन्हा सरळ केलं.

हळूहळू पर्वताची बाजू मागे पडली. पर्वतावर विमान घासण्याच्या प्रसंगात

केवळ उसनं अवसान नव्हतं किंवा त्यात काही मूर्खपणाही नव्हता, तर त्या अरुंद पठारावरच्या पूर्वनिश्चित मार्गासाठी कार्पेंटर हेतुपुरस्सरपणे तयारी करत होता. पुन्हा एकदा आणि शेवटचंच, त्यानं डोकं बाहेर काढलं आणि त्याच वेळी दुसरीकडे त्याचा हात सावकाश स्क्रीनच्या वरच्या बाजूला असलेल्या बटणाकडे गेला. ट्रेमेनला तो वेग अंत नसल्यासारखा मंद वाटला. कार्पेंटरनं ते बटण चाचपत त्यावर बरोबर हात ठेवला आणि किंचितसं थांबत त्यानं ते बटण दाबलं.

सार्जंट हॅरॉडचं डोकं मानेला ताण यावा इतकं मागे झुकलेलं. त्यानं लाल दिवा हिरवा होताना पाहिलं, पाठोपाठ डोकं पुन्हा खाली घेतलं, डोळे घट्ट मिटून घेतले आणि हातांना एक हेतुपुरस्सर झटका देत बाहेर बर्फात आणि अंधारात स्वतःला लोटून दिलं. त्याच्या या हालचालीत काही कौशल्य नव्हतं. कारण प्रत्यक्षात त्यानं उडी मारण्याऐवजी बाहेर पाऊल टाकलं होतं आणि पॅराशूट उघडल्यावर लगेचच हवेत पीळ पडल्यासारखा तो खालच्या दिशेनं जायला लागलेला... त्याच वेळी पाठोपाठ पॅराशूट उघडलं. त्यानंतरचा नंबर होता शेफरचा. त्यानं सफाईदारपणे, नेटकेपणानं उडी मारली. त्याचे पाय आणि गुडघे एकत्र जुळलेले. त्यानंतर कॅरॅसिओला आणि त्याच्या पाठोपाठ स्मिथनं पॅराशूट जंप घेत विमानाबाहेरच्या बर्फाळ हवेत झेप घेतली.

स्मिथनं आपल्या खालच्या बाजूला पाहताच त्यानं ओठ घट्ट मिटून घेतले. खाली जेमतेम अंधूकपणे दिसत असलेल्या करड्या वातावरणात हॅरॉडचा एक अतिशय बेताल असा मानवी लंबक झाला होता आणि तो आकाशात कमालीच्या वेगानं हेलकावत होता. पॅराशूटच्या दोऱ्यांना आधीच फार वाईट पीळ पडला होता आणि तो सोडवण्यासाठी त्याची जी जिवावर उदार होऊन वेडीवाकडी धडपड चालली होती, त्यामुळे त्या दोऱ्या आणखीनच गुंतत चालल्या होत्या. त्याच्या डाव्या बाजूच्या दोऱ्या फारच खाली ओढल्या गेल्या होत्या, हवा पॅराशूटमधून जोरानं वाहत होती, पॅराशूट अजूनही बेतालपणे हेलकावत होतं, स्मिथनं आजतागायत कधी कुठलं पॅराशूट वेगानं साइड-स्लीप होताना पाहिलं नव्हतं, इतकं हॅरॉडचं पॅराशूट त्याच्या डाव्या बाजूला प्रचंड वेगानं चाललं होतं. स्मिथ वेगानं दिसेनाशा होत चाललेल्या त्या आकृतीकडे नजर रोखून पाहत राहिला. हॅरॉडनं थेट त्या कड्याच्या उतारावर साइड-स्लीप होऊन आदळू नये, अशी प्रार्थना परमेश्वराकडे केली.

गंभीर चेहऱ्यानं त्यानं बाकी पॅराशूटधारींचं कसं काय चाललंय, म्हणून वरच्या बाजूला पाहिलं आणि परमेश्वराचे आभार मानले. ख्रिस्तियनसेन, थॉमस आणि स्मिदी सगळे जण होते. एकमेकांना जवळपास स्पर्श करू शकतील इतके एकमेकांच्या जवळ! सगळे जण अगदी बरोबर असे चांगल्या पद्धतीनं उतरत राहिलेले.

टॉरन्स-स्मिदी या शेवटच्या पॅराशूटधारीनं दारासमोर जाऊन उडी मारण्याआधीच सार्जंट एअर-गनर फ्यूजलेजच्या दुसऱ्या टोकाच्या दिशेनं धावत निघाला होता. त्यानं झपाट्यानं ताडपत्री बाजूला ओढून एक पॅकिंग केस पुढे ओढली. या केसमधून त्यानं एक अंग चोरून बसलेली आकृती वर ओढून उभी केली. ही आकृती म्हणजे होती एक युवती. खूपच लहानखुरी. तिचे डोळे मोठे, काळेभोर, चेहरा नाजूकसर... तिनं जाडजूड कपडे चढवले होते आणि त्यावर होता स्नो-सूट. या स्नो-सूटच्या वर पुन्हा तिनं धारण केलं होतं ते पॅराशूट. ती थंडीनं आणि आखडल्यानं जवळजवळ बधिर झाली होती, पण सार्जंटला, त्याला देण्यात आलेल्या ऑर्डर्स प्रत्यक्षात आणायच्या होत्या.

''कम ऑन, मिस एलिसन.'' त्याचा हात तिच्या कमरेभोवती. तो चट्कन दाराच्या पुढच्या बाजूच्या दिशेनं धावला. ''आपल्याला एक सेकंदही गमावून चालणार नाही.''

तो अर्धा तिच्या पुढे राहत, अर्धा तिच्याबरोबर जात तिथपर्यंत गेला. तिथे एक एअरक्राफ्ट्समन नुकताच शेवटून दुसरं पॅराशूट आणि एक कन्टेनर दारातून ढकलत होता. सार्जंटनं पॅराशूट कॅच वायरला अडकवलं. मेरी एलिसन काहीतरी त्याच्याशी बोलण्यासाठी म्हणून किंचितशी वळली आणि अचानक तिनं दाराच्या बाजूला वळून अंधारात उडी टाकली. तिच्या पाठोपाठ शेवटचं पॅराशूट आणि कन्टेनरही हवेतून जाऊ लागलं.

नंतर एक दीर्घ क्षणभर सार्जंट खालच्या बाजूच्या अंधारात पाहत राहिला. नंतर त्यानं हाताच्या तळव्यानं हनुवटी चोळली, अविश्वासानं त्यानं नकारार्थी मान हलवली, मागे पावलं टाकली आणि विमानाचं जड दार पुन्हा लावून टाकलं. लँकेस्टर विमान आपली चार इंजिनं अजूनही कमी केलेल्या पॉवरवर ठेवत बर्फातून आणि रात्रीच्या वातावरणातून पुढे जात राहिलं. नंतर जवळपास लगेचच हे विमान दृष्टीआड झालं आणि काही सेकंदांनंतर विमानाच्या इंजिनांची मंद धडधडही अंधारात लुप्त झाली.

दोन

स्मिथनं हात पॅराशूटच्या आच्छादनाच्या वरच्या टोकापर्यंत ताणले, स्वतःचं शरीर झट्कन वर ओढून घेतलं आणि अगदी परिपूर्ण म्हणता येईल असं गुडघ्यात वाकत, पाय एकत्र जुळलेले अशा अवस्थेत लॅन्डिंग केलं. भणाणता वारा त्याच्या पॅराशूटला झोंबत उडवत राहिला होता. त्यानं पॅराशूटला असलेलं क्विक रिलीज हार्नेस क्लॅस्प दाबताच पॅराशूट अलग होऊन खाली पसरलं. नंतर त्यानं खाली पसरलेलं पॅराशूट ओढून गुंडाळलं आणि ते बर्फात खोलवर दडपून टाकलं. त्यासाठी त्यानं खांद्यावरून जो पॅक नुकताच खाली फेकला होता, त्याच्या वजनाचा वापर केला.

या ठिकाणी जमिनीच्या पातळीवर... वेसपिट्झ पर्वतावरच्या सात हजार फूट उंचीवर असलेल्या पातळीला जमिनीची पातळी समजायचं, तर लॅंकेस्टर विमानातून उडी टाकताना त्यांनी जे हिमवादळ अनुभवलं होतं, त्या मानानं बर्फवृष्टी कमी होती. असं असलं, तरी दिसण्याचं प्रमाण वर विमानात असताना होतं, तितकंच वाईट होतं. इथं कोरड्या पावडरसारखं बर्फ खूपच मोठ्या प्रमाणावर वाहिल्यासारखं उडत पडत होतं. स्मिथनं तीनशेसाठ अंशात स्वतःच्या क्षितिजावर वर्तुळाकार नजर फिरवली, पण तिथं कोणीही दिसत नव्हतं, दिसायला काहीही कोणीही आजूबाजूला नव्हतं.

चाचपडत्या, गोठलेल्या हातांनी त्यानं कसबसं त्याच्या मिलिटरी शॉर्ट कोटमधून एक टॉर्च आणि शिट्टी बाहेर काढली. पूर्वेकडे आणि पश्चिमेकडे असं आलटून पालटून पाहत त्यानं शिट्टी वाजवली आणि त्या त्या दिशेनं टॉर्चचा प्रकाशझोत फिरवला. पाठोपाठ पहिल्यांदा अवतरला तो थॉमस, नंतर शेफर, त्याच्या पाठोपाठ बाकीचे सगळे जण समोर दाखल झाले, अपवाद फक्त सार्जंट हॅरॉडचा.

''तुमच्या पॅराशूटचा तिथं ढीग करा आणि तो दडपून टाका,'' स्मिथनं आदेश दिला. ''यस, पॅराशूट चांगली खोलवर पुरून टाका. सार्जंट हॅरॉडला कोणी पाहिलं

का?'' त्याच्या या प्रश्नावर सगळ्यांनी नकारार्थी मान हलवली. ''कोणीही त्याला पाहिलं नाही? कोणीही नाही?''

''मी त्याला शेवटचं पाहिलं,'' शेफरनं सांगितलं, ''खवळलेल्या समुद्रात मोठ्या विनाशिकेनं जावं तसा तो माझ्या समोरून जात होता.''

''मी काही क्षण त्याला पाहिलं,'' स्मिथनं होकारार्थी मान हलवत दुजोरा दिला. ''पॅराशूटचं कापड आणि धागे गुंडाळले गेले होते.''

''त्याच्या पॅराशूटचा गुंता झाला होता. मात्र त्याचं पॅराशूट कोसळण्याचा धोका नव्हता. पुरेसा वेळ नव्हता. आपण जवळपास लॅन्डिंग केलं होतं, त्यापूर्वीच तो माझ्या दृष्टीआड झाला.''

''तर मग तो कुठे लॅन्ड झाला, याची काही कल्पना?''

''साधारणपणे... तो ठीक असेल, मेजर. त्याचा घोटा फार तर मुरगळेल, डोक्याला टेंगूळ येईल. काळजी करण्यासारखं काही नाही.''

''तुमच्या टॉर्चचा उपयोग करा,'' स्मिथ एकदम म्हणाला, ''सगळ्यांनी पांगून राहा. त्याला शोधून काढा.''

त्याच्या एका बाजूला दोघं जण, तर दुसऱ्या बाजूला तिघे जण. सगळे जण आपापल्या हातातल्या टॉर्चच्या प्रकाशझोतांच्या परस्परांमध्ये गुंतलेल्या कक्षेत. स्मिथनं बर्फात शोध घेतला, त्याच्या टॉर्चचा प्रकाशझोत त्याच्या पुढच्या परिसरावरून फिरत राहिला. हॅरॉडबद्दल शेफरनं जो आशावाद व्यक्त केला होता, त्यात स्मिथ सहभागी झाला असला, तरी त्याच्या चेहऱ्यावरून तसं दिसत नव्हतं. त्याचा चेहरा कठोर आणि गंभीर होता. अशी तीन मिनिटं गेल्यावर एकाएकी उजवीकडून कोणीतरी हाळी दिली. स्मिथ त्या दिशेनं पळत सुटला.

स्मिथला ऐकू आलेली हाळी कॅरॅसिओलानं दिली होती. तो आता एकदम वर आलेल्या वाऱ्यानं तडाख्यात सापडलेल्या एका उघड्या खडकाच्या दुसऱ्या टोकाला उभा होता. त्याच्या टॉर्चचा प्रकाशझोत खालच्या दिशेला आणि पुढच्या बाजूला चमकत होता. त्या खडकाच्या पलीकडे जमीन एकदम काही फूट खाली गेली होती. इथं या ठिकाणी वाऱ्यानं वाहत आलेल्या बर्फाचा ढीग साचला होता. सार्जंट हॅरॉड इथं पांढऱ्याशुभ्र बर्फानं झाकला गेला होता. सार्जंट हॅरॉड पाठीवर, उताणा, दोन्ही हात बाजूला पसरून इथं पडलेला. त्याचे पाय जवळजवळ त्या खडकाला स्पर्श करत होते. त्याचा चेहरा पडणाऱ्या बर्फाच्या दिशेनं वरच्या बाजूला... डोळे उघडे राहिलेले... त्याच्या डोळ्यांवर पडणाऱ्या बर्फाची त्याला शुद्ध दिसत नव्हती.

आता सगळे जण तिथं पोहोचले होते. निश्चल अवस्थेत दिसत असलेल्या सार्जंट हॅरॉडकडे ते डोळे रोखून पाहत राहिलेले... स्मिथनं त्या बर्फाच्या ढिगाऱ्यात उडी टाकली, एक हात हॅरॉडच्या खांद्याखाली नेऊन त्यानं त्याला बसत्या अवस्थेत

ठेवण्यासाठी उचलायला सुरुवात केली. हॅरॉडचं डोकं मोडलेल्या चिंध्यांच्या बाहुलीसारखं एकदम मागच्या बाजूला फेकलं गेलं. स्मिथनं त्याला खाली झुकवत पुन्हा बर्फात झोपवलं आणि त्याच्या मानेची शीर चाचपली. अजूनही गुडघ्यावरच राहत स्मिथ सरळ झाला, डोकं खाली घेऊन क्षणभर तो तिथंच थांबला आणि हळूहळू आपल्या पायांवर उभा राहिला.

त्याचा मृत्यू झालाय?

तो मृत झालाय. त्याची मान मोडलीय. स्मिथचा चेहरा निर्विकार होता. तो पॅराशूटच्या गुंत्यात सापडला असला पाहिजे, त्यामुळेच त्याचं लॅन्डिंग वाईट झालं.

'असं घडतं,' शेफरनं सांगितलं. मला माहीत आहे, असं घडतं. नंतर दीर्घ काळ विराम घेत त्यानं विचारलं, "मी रेडिओ घेऊ का सर?"

स्मिथनं होकारार्थी मान हलवली. शेफर गुडघ्यांवर बसता झाला. हॅरॉडच्या पाठीला असलेला रेडिओ अडकवून ठेवणाऱ्या पट्ट्याच्या बकलसाठी त्यानं चाचपडायला सुरुवात केली.

स्मिथनं सांगितलं, "सॉरी, नाही, तो तसा मिळणार नाही. त्याच्या मानेभोवती एक किल्ली आहे त्याच्या शॉर्ट कोटाच्या खाली. ती किल्ली त्याच्या छातीवरच्या बकलच्या फ्लॅपखाली मिळेल."

शेफरनं किल्लीच्या जागेची खात्री करून घेतली. जरा खटपट केल्यावर बकल सोडवलं. नंतर सार्जंट हॅरॉडच्या खांद्यावरचे पट्टे मोकळे केल्यावर शेवटी रेडिओ मोकळा करण्यात त्याला एकदाचं यश मिळालं. तो पुन्हा उभा राहिला. हातात रेडिओ हलवत त्यानं स्मिथकडे पाहिलं.

रेडिओच्या मुद्द्यावर मी पुन्हा विचार करतोय. या मुद्द्यावर विचार करण्यात काही अर्थ असणार का? त्याची मान मोडेल इतक्या जोरानं तो पडला असेल तर त्यामुळे रेडिओची आतली बाजू तरी धड राहणार कशी?

स्मिथनं एक शब्दही न बोलता रेडिओ हातात घेतला, तो खडकावर ठेवला आणि अँटेना आणखी वाढवत पाठोपाठ त्यानं स्विच सुरू केला. लाल दिवा उजळल्यावर ट्रान्समिशन सर्किट चांगल्या अवस्थेत असल्याचं दिसून आलं. स्मिथनं व्हॉल्यूम वाढवल्यावर टर्निंग नॉब फिरवला आणि नंतर काही क्षण त्यातून येणारा आवाज ऐकल्यावर रेडिओ सेट बंद करून पुन्हा शेफरकडे दिला.

"या रेडिओ सेटनं सार्जंट हॅरॉडपेक्षा जास्त चांगलं लॅन्डिंग केलं." स्मिथनं थोडक्यात टिप्पणी केली. "कम ऑन."

"आपण त्याला पुरायचं, मेजर?" कॅरॅसिओलानं विचारलं.

त्याची काही आवश्यकता नाही. स्मिथनं मान नकारार्थी हलवली आणि हातातल्या टॉर्चनं त्यानं हिमवृष्टीकडे पाहिलं. एका तासाभरात तो पुरला जाईल.

''आपण आपल्यासाठी पाठवलेली साधनसामग्री शोधून काढू.''

''तुमची पकड सोडू नका,'' थॉमस एकदम खेकसला.

''तुम्हा सेल्ट माणसांबद्दल तीच समस्या आहे,'' शेफरनं वाक्ताडन सुरू केलं. ''तुमचा कोणावरही विश्वास नसतो. एवढं धोका वाटण्यासारखं काहीही कारण नाही. तुझं आयुष्य शेफर आणि ख्रिस्तियनसेनच्या सुरक्षित हातात आहे. काळजी करण्यासारखं काही नाही.''

''मी आणखी कशाबद्दल काळजीत पडलोय असं तुला वाटतंय?''

''आपण सगळेच घसरायला लागलो,'' शेफरनं उत्तेजनार्थ उद्गार काढले. ''शेवटच्या मिनिटापर्यंत आम्ही तुम्हाला जाऊ देणार नाही.''

थॉमसनं आपल्या खांद्यावरून एक शेवटची दृष्टी टाकली आणि त्या कड्याच्या काळ्या काठावरून तो खाली उतरायला लागला. शेफर आणि ख्रिस्तियनसेन पाठोपाठ उतरू लागले. बाकीची मंडळीही त्यांच्याशी समन्वय ठेवून खाली जात राहिली. थॉमसच्या टॉर्चचा प्रकाशझोत जिथपर्यंत पोहोचत होता, तेवढ्यावरून खाली अंधारात पसरत गेलेला कडा पूर्णतः उभा, काटकोनातला होता. काळाकभिन्न खडक त्यातली काय जी भगदाडं दिसत होती, तीसुद्धा बर्फानं भरलेली. तिथे कुठेही हात किंवा पाय ठेवायला जागा नव्हती.

''मला जे हवंय, ते मी सगळं पाहिलंय,'' त्यानं खांद्यावरून पाहत सांगितलं. त्यांनी त्याला मागे ओढलं आणि तो पुन्हा त्यांच्या सप्लायच्या ढिगाऱ्यापाशी काळजीपूर्वक त्या काठावरून वर चढून आला. नंतर तो आपल्या पायांवर उभा राहिला. त्यानं त्या पॅकच्या एका बाजूनं बाहेर डोकावणाऱ्या स्कीजनं त्या पॅकला ढोसलं.

''खूपच सोपं प्रकरण आहे,'' तो दुर्मुखलेपणानं म्हणाला.

''इतका उतार आहे?'' स्मिथनं विचारलं.

''उभाच्या उभा. काचेसारखा गुळगुळीत आहे आणि तळ तर काही दिसत नाही. तो किती खोल आहे असं तुला वाटतं, मेजर?''

''कोणास ठाऊक?'' स्मिथनं खांदे उडवले. आपण सात हजार फुटांवर आहोतच. एवढ्या उंचीवरचे तपशील नकाशात कधीच दिलेले नसतात. नायलॉन रोप बाहेर काढा.

लगेचच योग्य तो सप्लाय पॅक शोधून त्यातून नायलॉन रोप बाहेर काढण्यात आला. या रोपच्या उत्पादकांकडून तो जसा आला होता, तसाच एक हजार फुटांच्या भेंडोळ्याच्या अवस्थेत एका कॅनव्हास बॅगमध्ये ठेवलेला होता. या नायलॉन रोपची जाडी कापडाच्या धाग्याच्या तुलनेत थोडीशीच जास्त होती, पण आतल्या वायरसारख्या

मटेरिअलमुळे तो जबरदस्त भक्कम होता. फॅक्टरीतून हा रोप बाहेर पडण्याआधी त्याच्या एकेका यार्डची तपासणी दिलेल्या ब्रेकिंग स्ट्रेनसाठी करण्यात आली होती. हा रोप प्रत्यक्ष तुटण्यासाठी आवश्यक असलेल्या ताणाची मर्यादासुद्धा खूपच वरची होती. स्मिथनं या रोपच्या एका टोकाला हातोडा बांधला, त्याला दोन माणसांनी घट्ट पकडून ठेवल्यावर त्यानं तो हातोडा कड्याच्या काठावरून खाली सोडला. त्याच्या हाताची कक्षा अजमावत त्यानं तो हातोडा खाली जाऊ दिला. तो हातोडा खाली जाताना बऱ्याचदा कुठल्या तरी अदृश्य अडथळ्यांवर आदळला, पण प्रत्येक वेळी स्मिथनं तो काहीतरी करून हलवत मोकळा केला. शेवटी तो रोप पूर्णपणे सरळ झाला आणि स्मिथनं बरेच प्रयत्न करूनही तो तसाच राहिला.

वेल, स्मिथ त्या कड्याच्या काठापासून मागे वळला. ''एकूण या कड्याची उंची तेवढीच दिसतेय.''

''आणि ती तेवढी नसेल तर?'' ख्रिस्तियनसेननं विचारलं, ''आणि जर का आणखी खालच्या भागापेक्षा हजारएक फुटांनी वर असलेला कड्यालगतचा केवळ अरुंद भाग असेल तर?''

''मी तुम्हाला त्याची कल्पना देईन,'' स्मिथनं झट्कन उत्तर देऊन टाकलं.

''तू त्या रोपवरून मोजमाप घेतलंयस?'' कॅरॅसिओलानं विचारलं, ''किती खोल खाली आहे?''

''दोनशे फूट.''

''म्हणजे आठशे फूट बाकी राहतात, नाही?'' थॉमस हसला. ''एवढा सगळा नायलॉन रोप आपल्याला श्लॉस ॲडलरच्या तुकड्यांना बांधायला लागेल.''

त्याच्या या उद्गारांची कोणालाच गंमत वाटली नाही. स्मिथनं सांगितलं, ''मला गिर्यारोहणासाठी वापरतात तसा भोक असलेला खिळा आणि दोन वॉकी-टॉकी द्या.''

नंतर कड्याच्या टोकापासून मागे पंधरा फुटांवर त्यांनी बर्फ बाजूला करून उघड्या पडलेल्या खडकावर काळजीपूर्वक एक गिर्यारोहणासाठी वापरतात तसा भोक असलेला खिळा तिरप्या अवस्थेत पक्का ठोकून बसवला. स्मिथनं नायलॉन रोपच्या एका टोकाला मध्ये मोकळी जागा असलेल्या दोन गाठी मारल्या, त्या गाठींच्या मोकळ्या जागेतून पाय आत सरकवले, पाठोपाठ आपला पट्टा सोडवून तो स्वतःभोवती आणि त्या रोपच्या भोवती घट्ट बांधला. नंतर त्यानं एक वॉकी-टॉकी खांद्यावरून सरकवला. तो रोप पाठोपाठ खिळ्याभोवती आणि तिघांभोवती गुंडाळला. तिघांच्याही पाठी कड्याच्या बाजूला... त्यांनी तो रोप त्यांच्या हातांभोवती गुंडाळला आणि वजन पेलायच्या दृष्टीनं ते सज्ज झाले. शेफर तिथं जवळच दुसऱ्या वॉकी-टॉकीपाशी थांबून राहिला.

कड्याच्या टोकापाशी फार धारदार किंवा खरचटेल अशा कडा नसल्याचं त्यानं अजमावलं. कड्याच्या काठावरून तो पुढच्या बाजूला सरकत गेला आणि त्यानं रोप खाली सोडण्यासाठी इशारा केला. हा उतार तसा सोपा होता. थॉमसनं सांगितल्याप्रमाणे हा खाली उतरायचा मार्ग उभाच्या उभा होता. वरून तिघं जण रोप सोडत असताना त्याला फक्त कड्यावर आपटू नये, एवढीच काळजी घ्यावी लागत होती. एकदाच एक पुढे आलेला उंचवटा पार करताना त्यानं अवकाशात जोरानं गिरकी घेतली, पण दहा सेकंदांतच त्यानं पुन्हा खडकाच्या पृष्ठभागाशी संधान साधलं. गिर्यारोहण सोपं झाल्यासारखं वाटत होतं... निदान स्मिथचा तसा विचार किंवा कदाचित तसं वाटत तरी होतं. त्याच्या विचारात तेवढ्यापुरता तिरकसपणा... त्याच्या खालच्या बाजूला नेमकं काय पसरलं आहे हे त्याला दिसत नव्हतं.

शेवटी एकदाचे त्याचे पाय अठरा इंची बर्फाच्या थरात घुसले आणि त्या थराखालच्या भक्कम जमिनीवर विसावले. त्यानं त्याचा टॉर्च अर्धवर्तुळात खडकाभोवती फिरवला. हा भाग कड्यालगतचा अरुंद भाग म्हटलं तरी त्या मानानं तो चांगलाच मोठा होता. त्याची दृष्टी आणि टॉर्च जिथपर्यंत पोहोचत होते, त्यावरून खडकापासून बाहेरच्या बाजूला उतरत जाणारं ते एक सरळसोट, सपाट पठार असल्यासारखं वाटत होतं. खडकाची ती भिंतही सरळसोट होती, त्यात कुठेही खंड नव्हता. अपवाद फक्त एकाच जागेचा होता. तो जिथं उभा होता, तिथपासून काही फुटांवरच ही जागा होती एका अरुंद भेगेच्या स्वरूपात. तो त्या दुहेरी गाठीतून मोकळा झाला आणि त्यानं वॉकी-टॉकीकडे मोर्चा वळवला.

"ओके सो फार. रोप वर ओढून घ्या. आधी सप्लाय पॅक खाली सोडा, नंतर तुम्ही स्वतः या."

स्मिथनं असं सांगताच तो रोप वरच्या बाजूला असलेल्या अंधाराच्या दिशेनं सळसळत गेला. पुढच्या पाचच मिनिटांत बरोबर आणलेली सगळी साधनसामग्री दोन वेगळ्या संचांत खाली उतरवली गेली. त्यानंतर लगेचच ख्रिस्तियनसेन खाली अवतरला.

"उंच पर्वतांच्या बाबतीत एवढी बोंबाबोंब का करतात लोक मग?" त्यानं आनंदानं विचारलं. "माझी आजीसुद्धा असं गिर्यारोहण करेल."

"तुझ्याऐवजी जरा तुझ्या आजीला बरोबर घेऊन यायला हवं होतं." स्मिथ चिडून म्हणाला, "आपण अजून खाली उतरलेलो नाही आहोत. तुझा टॉर्च घे आणि हे पठार किती मोठं आहे, ते शोधून काढ. खाली जायचा चांगला मार्ग कुठला आहे, तेही पाहा आणि कुठल्या उभ्या कड्यावरून खाली कोसळणार नाहीस याची काळजी घे."

ख्रिस्तियनसेन हसला आणि त्याला सांगण्यात आलेल्या कामाकडे वळला.

आयुष्य जगण्यासाठी असतं, अशी त्याची ठाम धारणा होता. त्यामुळे त्याच्याकडे पाहिलं की तो आयुष्याचा मनापासून आनंद लुटणारा माणूस आहे, असंच कोणालाही वाटायचं. तो टेहळणीच्या कामासाठी बाजूला गेलेला असतानाच्या काळात बाकी मंडळी एकेक करत खाली उतरली. शेफर तेवढा एकटा खाली उतरायचा राहिला होता. वॉकी-टॉकीवरून त्याचा दुःखी आवाज प्रकट झाला.

"आता मी कसं खाली उतरणं अपेक्षित आहे? दोनशे फूट हातावर हात टाकून येऊ? या आकाराच्या रोपवर दोनशे फूट अंतर मी गारठलेले हात गारठलेल्या हातावर ठेवून यायचं? तुम्ही जरा लांब उभे राहिलेलं बरं. कोणीतरी या परिस्थितीचा विचार करायला हवा होता."

"कोणीतरी विचार केला." स्मिथनं सहनशक्ती दाखवत सांगितलं. "तो रोप अजून खिळ्याभोवती व्यवस्थित आहे का नाही, त्याची खात्री करून घे आणि नंतर बाकीचा आठशे फुटांचा रोप कड्याच्या काठावरून उडव."

"एकूण प्रत्येक प्रश्नाला काहीतरी उत्तर असतं तर," शेफरला दिलासा मिळाल्यासारखं वाटत राहिलेलं.

त्यांनी शेफरला खाली जमिनीवर उतरवलं नाही, तोच ख्रिस्तियनसेन तिथं आला.

"तितकं काही वाईट नाहीये," त्यानं बातमी दिली, "आपल्या पुढ्यात आणखी एक उंच कडा आहे. असेल पन्नास यार्डांवर आपल्या भोवती पूर्वेच्या बाजूला वळणारा. निदान मला तरी तो उंच कडा वाटतोय, तो किती खोल आहे किंवा त्याचा उतार किती आहे, हे शोधण्याचा प्रयत्न मी केला नाही. मी शेवटी विवाहित आहे. पण हे पठार तिकडे पश्चिमेच्या बाजूला किंचितसे उतरते आहे. एकूण चांगल्या पद्धतीनं उतरणारं आहे असं दिसतंय. झाडंही आहेत. मी अशा झाडांची रांग दोनशे यार्डांपर्यंत अजमावली."

"झाडं? इतक्या उंचीवर?"

"म्हणजे एखाद्या उंच जहाजाला पुरतील इतकी नाहीत. स्क्रब पाइनची झाडं. या झाडांमुळे आसरा मिळेल, लपता येईल."

"एवढी चांगली बातमी पुरेशी आहे." स्मिथनं होकारार्थी मान हलवली. "आपण तिथंच आपला तात्पुरता तळ ठोकू."

"इतक्या जवळ?" शेफरच्या आवाजातल्या आश्चर्यानं त्याला स्मिथची ही कल्पना तितकीशी पसंत नसल्याचं ध्वनित झालं. "आपण या रात्रीतच या पर्वताच्या खालच्या बाजूला जितकं शक्य तितकं गेलो तर मेजर?"

"त्याची काही आवश्यकता नाही. आपण अगदी लवकर निघालो, तर पहाटेपर्यंत झाडांच्या मुख्य रांगेखाली असू."

"शेफरशी मी सहमत आहे." कॅरॅसिओला समंजसपणे म्हणाला, "आपण जितकं पुढे जाता येईल, तितके जाऊ. तुला काय वाटतं, ओलॅफ?" त्याचा हा प्रश्न ख्रिस्तियनसेनला उद्देशून होता.

"ख्रिस्तियनसेनला काय वाटतं, याला काही अर्थ नाही. स्मिथचा आवाज शांत होता, पण तितकाच या पर्वतावरच्या कमालीच्या थंडगार हवेसारखा थंड होता. किंवा तुलासुद्धा काय वाटतं, याला काही अर्थ नाही, कॅरॅसिओला. हे एक मिलिटरी ऑपरेशन आहे आणि मिलिटरी ऑपरेशन्सचे लीडर्स असतात. तुम्हाला आवडो किंवा न आवडो, ॲडमिरल रोलॅण्डनं मला आपल्या टीमचा प्रमुख म्हणून नियुक्त केलंय. आज रात्री आपण इथं मुक्काम करतोय. सगळं सप्लाय पॅक वगैरे सामान लावून घ्या."

पाचही जणांनी एकमेकांकडे तात्त्विक दृष्टीनं पाहिलं आणि सप्लाय पॅक उचलायला सगळे वाकले. या पथकाचा प्रमुख कोण आहे, याबाबत आता काही प्रश्न राहिला नव्हता.

"आपण तंबू लगेच ठोकायचे, बॉस?" शेफरनं विचारलं.

'यस.' स्मिथनं त्वरित दुजोरा दिला. स्मिथच्या मनात विचार आला– शेफरच्या दृष्टीनं बहुधा 'मेजर' किंवा 'सर'पेक्षा बॉस हा शब्द जास्त आदरवाचक होता. नंतर हॉट फूट, हॉट कॉफी आणि रेडिओवर लंडनशी संपर्क साधण्यासाठी प्रयत्न करायला स्मिथनं सांगितलं, "तो रोप खाली ओढून घे, ख्रिस्तियनसेन. पहाट उगवल्यावर श्लॉस ॲडलरमधल्या दुर्बीणप्रेमी मंडळींना हार्ट ॲटॅक न आलेले बरे."

स्मिथच्या या वक्तव्यावर ख्रिस्तियनसेननं होकारार्थी मान हलवली आणि रोप ओढायला सुरुवात केली. त्या रोपचं मोकळं टोक हवेत उडताच स्मिथनं हाळी दिली; पाठोपाठ तो ख्रिस्तियनसेनच्या दिशेनं झेपावला आणि त्यानं त्याचा हात पकडला. ख्रिस्तियनसेन चक्रावून गेला, त्यानं रोप ओढणं बंद केलं आणि आजूबाजूला पाहिलं.

'जीझस!' स्मिथ पालथा हात कपाळावरून फिरवत म्हणाला. थोडक्यात निभावलं.

"काय झालं?" शेफरनं घाईघाईनं विचारलं.

"तुम्ही दोघं मला वर चढवा. ताबडतोब!" तो रोप दिसेनासा व्हायच्या आत.

दोघांनीही त्याला हवेत वर उचललं. स्मिथनं हात वरच्या दिशेनं उंचावला आणि रोपचं लटकणारं टोक पकडून ते जमिनीवर आणलं. नंतर रोपचा विळखा आपल्या शरीराला देऊन खूप काळजीपूर्वक त्यानं तो रोपच्या दुसऱ्या टोकाला काळजीपूर्वक, सुरक्षितपणे बांधला.

"आता तू बरंच काही संपवलेलं असताना..." टॉरन्स-स्मिथ अदबीनं म्हणाला.

'रेडिओ.' स्मिथनं खरं कारण सांगत सुटकेचा मोठा सुस्कारा सोडला. "सगळ्या फ्रिक्वेन्सीज, कॉल साइन्स आणि कोडची एकच लिस्ट आहे. सिक्युरिटीचा मुद्दा आहे. आणि ती एकमेव लिस्ट सार्जंट हॅरॉडच्या जॅकेटमध्ये आहे."

"मी माझा घाम पुसू का, बॉस?" शेफरनं विचारलं.

"तुझी इच्छा असेल, तर मी ती लिस्ट तुला आणून देईन, ख्रिस्तियनसेननं स्वयंस्फूर्त तयारी दर्शवली."

"थँक्स. पण हा माझा दोष आहे आणि मीच जाऊन ती लिस्ट मिळवेन. शिवाय, गिर्यारोहण थोडंफार केलेला असा तुमच्यातला मी एकटाच आहे. कर्नल वॅट-टर्नरमुळे तरी मला तसं वाटतंय. मला वाटतं, तुम्हाला तो कडा उतरण्याऐवजी चढण्याच्या दृष्टीनं अवघड वाटेल. त्याची काही घाई नाहीये. इथंच तळ ठोकू आणि आधी खाऊन घेऊ."

"तुला जर यापेक्षा जास्त चांगल्या पद्धतीनं करता येत नसेल, स्मिदी, तर तुला एका आठवड्याची नोटीस मिळेल. गेल्या आठवड्यापासून सुरू होणारी." शेफरनं टॉरन्स-स्मिदीला बजावलं. त्यानं आपल्या हातातल्या धातूच्या प्लेटचा तळ खरवडला. त्याच्या अंगावर शहारे आले. मी एका ख्रिश्चन घरात वाढलोय, त्यामुळे मला तुझ्या सादरीकरणामुळे कशाची आठवण होते, हे मी तुला सांगणार नाही."

"त्यात माझा काही दोष नाहीये," टॉरन्स-स्मिथनं तक्रार केली. त्यांनी चुकीच्या साइझचे टीन-ओपनर्स पॅक केले. त्यानं ब्यूटेन स्टोव्हवर ठेवलेल्या पॉटमधलं, नेमका काही आकार नसलेलं गुलॅश नामक हंगेरियन पद्धतीचं सूप ढवळलं आणि मोठ्या आशेनं मंद उजेड असलेल्या त्या तंबूत साधारण अर्धवर्तुळाकारात बसलेल्यांकडे पाहून विचारलं. "आणखी हवंय कोणाला?"

"हा प्रकार काही गमतीशीर नाहीये," शेफर खडूसपणे म्हणाला.

"तू त्याच्या कॉफीची चव घेईपर्यंत थांब," स्मिथनं शेफरला सल्ला दिला. त्या कॉफीची चव एकदा घेतलीस, की आपण कशाला उगाच तक्रार करत होतो, असं तुला वाटेल. तो उठला आणि त्यानं हवेचा अंदाज घेण्यासाठी एकदा तंबूच्या दारातून डोकावून पाहिलं आणि नंतर पुन्हा त्यानं आतल्या बाजूला पाहिलं. "मला एक तासभर तरी लागेल. पण जर का तिथं वरच्या बाजूला बर्फ अगदी वाहत असेल तर..."

बसलेली सगळी मंडळी अचानक गंभीर झाली. त्यांनी होकारार्थी मान हलवली वर खरोखरच बर्फ पडत असेल, तर स्मिथला खरोखरच सार्जंट हॅरॉडला शोधायला खूप वेळ लागेल, हाच विचार सगळ्यांच्या मनात... "रात्र वाईट आहे," शेफर म्हणाला. "मी तुझ्याबरोबर येऊन तुझा भार हलका करतो."

“थँक्स. त्याची काही आवश्यकता नाही. मी वर चढून जाईन आणि स्वतःच खाली उतरेन. भोक असलेला मोठा खिळा म्हणजे अगदी लिफ्ट नसला तरी त्या खिळ्यामुळे मला तिथं जाऊन पुन्हा परत येता येईल. शिवाय हे काम दोघांचं नाही, एकट्याचंच आहे. पण तुम्हाला काय करणं शक्य आहे, ते मी सांगेन.” तो जरा बाजूला झाला आणि नंतर लगेचच पुन्हा दाखल झाला, तेव्हा त्याच्या हातात रेडिओ होता. त्यानं तो रेडिओ शेफरसमोर ठेवला. त्यानं शेफरला सांगितलं, “कुठला तरी खिळे असलेले बूट घातलेला मूर्ख इसम या रेडिओवर पडला आणि त्यामुळे रेडिओला हार्ट अॅटॅक आला, एवढंच ऐकण्यासाठी ते कोडबुक मिळवण्याकरिता मला एवढा चढा कडा चढून वर जायचं नाहीये. या रेडिओचं प्राणपणानं रक्षण कर, लेफ्टनंट शेफर.”

“यस यस, सर,” शेफर गंभीरपणे म्हणाला.

आपल्या कमरेला हातोडा आणि जादा भोक असलेले दोन खिळे लटकवलेल्या अवस्थेत स्मिथनं रोप स्वतःभोवती घट्ट बांधून घेतला. आधीप्रमाणेच त्यानं दुहेरी गाठी मारल्या आणि कमरेचा पट्टा आवळला. पाठोपाठ त्यानं रोपचं मोकळं टोक पकडलं आणि चढायला सुरुवात केली. हे काम गिर्यारोहकांसाठी असल्याचं विधान स्मिथनं बाकीच्या मंडळींना ऐकवलं होतं, पण ते तितकंसं बरोबर नव्हतं; कारण या चढाईत गिर्यारोहणाच्या कौशल्याचं प्रमाण अगदीच जेमतेम होतं. हे काम म्हणजे दमछाक करणारं शारीरिक कष्टांचं काम होतं. बहुतेक वेळी, पाय शरीराशी जवळपास योग्य कोनात ठेवत स्मिथ उभा कडा चढून गेला. नंतर तिथं वरच्या बाजूला असलेल्या पुढे आलेल्या भागावर जाताना हातांचा काहीच उपयोग करता येणार नसल्यानं त्याला दोनदा रोपच्या मोकळ्या टोकाला वेढा देऊन खांदे आणि हाताच्या दुखऱ्या स्नायूंमधली ताकद पुन्हा जागेवर येईपर्यंत थोडं थांबावं लागलं. शेवटी क्लेशकारक म्हणावं इतकं धापा टाकत आणि सॉना बाथ घेणाऱ्या माणसासारखं घामानं निथळत त्यानं कड्याच्या काठावरून पलीकडे स्वतःला ओढलं, तेव्हाची दमछाक अतिशय जीवघेणी होती. इतक्या उंचीवर राहण्याची सवय नसणाऱ्यांना अनुभवास येणाऱ्या अपायकारक परिणामाकडे त्यानं दुर्लक्ष केलं होतं.

वर पोहोचल्यावर बरीच मिनिटं तो तसंच तोंड खाली करून पडून राहिला. श्वासोच्छ्वास आणि नाडी पुन्हा सर्वसाधारण म्हणावं अशा पातळीवर येईपर्यंत. अर्थात सात हजार फूट उंचीवर सर्वसाधारण म्हणता येईल इतकंच. नंतर तो उठला आणि नायलॉन रोप जिथं गुंडाळला होता, त्या भोक असलेल्या गिर्यारोहणासाठी असलेल्या मोठ्या खिळ्याची पाहणी त्यानं केली. हा खिळा- पिटन- चांगला भक्कम दिसत होता; पण आणखी भक्कमपणा येण्यासाठी त्यानं आपल्या हातोड्यानं

आणखी काही जोरदार प्रहार त्या पिटनवर केले. नंतर आपल्या पायाभोवतीच्या दुहेरी गाठी सोडवल्या आणि रोपचं एक टोक गोलाकार वेढा देऊन नंतर राउंड टर्न आणि हाफ-हिचेस म्हणतात, तशा दोन विशिष्ट गाठी मारल्या. गाठ घट्ट बसेपर्यंत तो रोप जोरानं खेचत राहिला.

नंतर कड्याच्या काठापासून तो काही फूट पुढच्या बाजूला गेला. त्यानं बर्फ बाजूला केलं आणि आपल्याबरोबर आणलेल्या काही जादा पिटन्सपैकी एका पिटनवर हलकेच हातोड्यानं प्रहार केला. तो सहजपणे निघून येतोय की नाही, हे त्यानं हातानं चाचपून पाहिलं. तो पिटन तसा निघून येत होता. त्यानं पुन्हा एकदा त्या पिटनवर हलकेच ठकठक केलं आणि त्यानंतर पहिल्या पिटनला घट्ट बांधलेल्या रोपचा थोडा भाग दुसऱ्या पिटनभोवती गुंडाळला. नंतर तो किंचित उतरत्या पठाराच्या वरच्या बाजूला जात शीळ घालत बाजूला झाला. ही शीळ तितकीशी सुरात नसल्याचं स्मिथनंच स्वतः सगळ्यांच्या आधी कबूल केलं असतं, पण मूळ गाण्याची सुरावट ओळखू येण्याइतपत जीव तिच्यात होता. त्याच वेळी एक आकृती अंधारातून अवतरली आणि त्याच्या दिशेनं अडखळत, मध्येच खोल बर्फात घसरत त्याच्या दिशेनं धावत आली. ती होती मेरी एलिसन. त्याच्यापासून एक यार्डभर अंतरावर आल्यावर ती एकाएकी थांबली आणि तिनं आपले हात आपल्या नितंबांवर ठेवले.

'वेल!' थंडीनं तिचे दात अनियंत्रितपणे थडथडत असल्याचं त्याच्या कानांना जाणवलं. "एकूण तू या सगळ्याला तुझ्या पद्धतीनं वेळ घेतलास, नाही का?"

"मी एक मिनिटसुद्धा वाया घालवलं नाही." स्मिथनं बचावाचा पवित्रा घेत सांगितलं. "मला सर्वप्रथम गरमागरम खाणं आणि कॉफीचा आस्वाद घेणं अत्यावश्यक होतं."

"तुला अत्यावश्यक होतं. तू एक भयंकर, हिंसक प्राणी आहेस!" तिनं पट्कन एक पाऊल पुढे टाकलं आणि आपले हात त्याच्या गळ्याभोवती टाकले. "आय हेट यू."

"आय नो." त्यानं हातातले कातडी ग्लोव्हज काढले आणि हळुवारपणे तिच्या अनावृत्त गालांना स्पर्श केला. "तू तर पार गोठून गेलीयस."

"काय पण संवाद! तू पार गोठून गेलीयस! अर्थातच मी गोठून गेले आहे. मी त्या विमानात जवळजवळ मेलेच. तुला तिथं विमानात हॉट वॉटरच्या बाटल्या मला का देता आल्या नाहीत? किंवा इलेक्ट्रिकली हीटेड सूट किंवा तसंच काहीतरी? मला वाटलं, तुझं माझ्यावर प्रेम आहे."

"तुझ्या विचार करण्याबाबत मी काही करू शकत नाही," स्मिथ तिच्या पाठीवर प्रेमानं थोपटत म्हणाला, "तुझ्याबरोबरची साधनसामग्री कुठे आहे सगळी?"

''पन्नास यार्डांवर. आणि मला एखाद्या काकासारखं त्या ठिकाणी थोपटण्याचं थांबव.''

''भाषाऽऽ भाषा,'' स्मिथनं प्रतिक्रिया व्यक्त केली. ''कम ऑन, आपण आणू या सगळं सामान.''

खूप खोल बर्फातून मुश्किलीनं पाय टाकत दोघंही वरच्या बाजूला गेले. मेरीनं त्याचा हात घट्ट धरलेला. तिनं कुतूहलानं विचारलं, ''इथं वरच्या बाजूला येण्यासाठी तू काय सबब सांगितलीस? कफलिंक हरवली म्हणून?''

''मला इथं यावं लागावं असं काहीतरी होतं, तुझ्याशिवाय वेगळं काहीतरी, तरीसुद्धा मी ते पूर्ण विसरून गेल्याचं नाटक केलं अगदी शेवटच्या क्षणी... जवळपास खूपच उशीर झाल्यावर. हे कारण म्हणजे सार्जंट हॅरॉडच्या पोशाखात असलेलं रेडिओ कोडबुक.''

''त्यानं हरवलं ते? त्यानं ते टाकलं कुठेतरी? इतका गुन्हेगारीच्या पातळीवरचा निष्काळजीपणा त्यानं दाखवला तरी कसा?'' एकदम ती बोलायची थांबली. ती गोंधळलेली. शिवाय, हे कोडबुक चेनला लावलेलं.

''ते अजूनही सार्जंट हॅरॉडच्या पोशाखात तसंच आहे,'' स्मिथनं दुःखानं आणि गंभीरपणे सांगितलं. ''तो इथंच वरच्या बाजूला आहे मृतावस्थेत.''

''मृतावस्थेत?'' ती बोलायची थांबली आणि तिनं एकदम त्याचा हात पकडला. एका दीर्घ विरामानंतर तिनं पुनरुच्चार केला. ''तो मृतावस्थेत आहे! तो इतका छान माणूस आपण याआधी कधीही पॅराशूट जंप केलेली नसल्याचं तो सांगत असताना मी ऐकलं. तो उतरताना वाईट पद्धतीनं उतरला का?''

'''तसंच दिसतंय.''

त्यांनी शांतता पाळल्यासारखं राहून किट-बॅग शोधली आणि स्मिथनं ती किट-बॅग पुन्हा कड्याच्या काठापाशी नेऊन ठेवली. मेरीनं विचारलं : ''आणि आता? कोडबुक शोधायचं?''

''एक मिनिटभर थांबू. मला या रोपकडे लक्ष ठेवायचंय.''

''रोप का?''

''का नाही?''

''मला सांगू नकोस,'' मेरी निमूटपणे म्हणाली. ''मी केवळ एक छोटी मुलगी आहे ना मला वाटतं, तू काय करतोयस हे तुला चांगलं माहीत आहे.''

''तसं मला कळावं, अशी परमेश्वरापाशी मी प्रार्थना करतो,'' स्मिथ मनापासून म्हणाला.

स्मिथ आणि मेरी पुन्हा शांतपणे शेजारीशेजारी त्या किटबॅगवर बसून राहिले. दोघंही त्या रोपकडे गंभीरपणे आणि एकाग्र चित्तानं पाहत राहिले. जणू काही सात

हजार फुटांवर त्या नायलॉन रोपला विशेष काहीतरी अर्थ लाभला होता. इतर ठिकाणी कुठे न मिळणारा. स्मिथनं दोनदा सिगारेट पेटवण्याचा प्रयत्न केला आणि वाहत्या बर्फामुळे दोन्ही वेळा ती फुरफुरत विझली. मिनिटं पुढे सरकत राहिली. तीन कदाचित चारही... त्यांना ती तीस-चाळीस मिनिटांपेक्षा जास्त वाटली. आपल्या शेजारी बसलेली मेरी गारठ्यामुळे कमालीची कापतेय, याची जाणीव त्याला झाली. दात कडाकडा वाजू नयेत, म्हणून तिनं ते घट्ट खिळवून घेतले आहेत, असं त्याला वाटलं. त्याहीपेक्षा जास्त त्याला जाणीव झाली होती, ते त्याच्या डाव्या बाजूची ती बधिर होत चाललेली... तो तिला बर्फ आणि थंडगार वारा यापासून संरक्षण द्यायच्या प्रयत्नात होता. अचानक त्या नायलॉन रोपला एक जोरदार झटका बसला, त्याबरोबर कड्याच्या काठापासून दूरवर असलेला पिटन सुटून आला. त्या रोपला दिलेला फास, पिटन जिथं ठोकला होता, त्याच्या बाजूनं झट्‌कन सुटून आला आणि तो ज्या पिटनला बांधला होता, त्याला अडकेपर्यंत तसाच जात राहिला. रोपवर जो काही दाब होता, तो कड्याच्या काठावरच्या ताज्या बर्फात खोलवर रुतेपर्यंत वाढत गेला. स्मिथ पुढे झाला आणि त्यानं रोपवरचा दाब अजमावला. आधी उत्साहानं आणि चाचपल्यासारखं नंतर सगळ्या ताकदीनिशी त्यानं रोप अजमावला. रोप त्याच्यावरच्या ताणामुळे पूर्णपणे खिळल्यासारखा झाला होता, पण पिटन जागेवर राहिला होता.

"काय काय चाललंय तरी काय," मेरीनं बोलायचा प्रयत्न केला, पण तिनं तो प्रयत्न सोडून दिला. तिचा आवाज म्हणजे एक बधिर अशी कुजबुज होऊन राहिला होता.

"वा, सगळंच जादुई आहे," स्मिथ कुजबुजला. "तिथं खाली असलेल्या माणसांपैकी कोणाला तरी मी आवडत नाहीये. आश्चर्य वाटलं?"

"त्या खिळ्यानं रोप पकडून ठेवला नसता, तर आपण पुन्हा खाली कधीच जाऊ शकलो नसतो." तिच्या आवाजातली थरथर काही केवळ थंडीमुळे नव्हती.

"तसंही एक छान उडी मारण्यापेक्षा त्यात काही नाही," स्मिथनं मान्य केलं.

त्यानं तिचा हात पकडला आणि ते निघाले. बर्फ आता आणखी पडायला लागलं होतं आणि त्यांच्या हातात टॉर्च असले, तरी दिसण्याचं प्रमाण सहा फुटांपेक्षा जास्त नव्हतं. मात्र वर आलेल्या खडकाची दिशा पकडून जाण्यामुळे स्मिथला सार्जंट हॅरॉडला शोधायला दोन मिनिटांपेक्षा जास्त वेळ लागला नाही. स्मिथनं सार्जंट हॅरॉडच्या मृतदेहावर पसरलेलं बर्फाचं आच्छादन बाजूला केलं. त्यानं हॅरॉडच्या अंगावरच्या पोशाखातल्या ट्यूनिकची बटणं काढल्यावर ते कोडबुक हस्तगत केलं आणि चेन त्याच्या गळ्याभोवती टांगती ठेवली. नंतर त्यानं कोडबुक काळजीपूर्वक आपल्या आल्पेनकॉर्प्स युनिफॉर्मच्या आतल्या बाजूला बटणबंद केलं.

नंतर सार्जंट हॅरॉडला एका बाजूला वळवायचं काम उपस्थित झालं. अस्वस्थ

स्मिथला हे अपेक्षित होतं आणि ते तसं होतंही. हे काम अशक्य असेल असं काही त्याला अपेक्षित नव्हतं आणि ते तसं नव्हतं. तितकंसं नव्हतं, मात्र त्यानं प्रयत्नांची पराकाष्ठा करूनही त्याचे सगळे प्रयत्न निष्फळ ठरले. हॅरॉडचा मृतदेह लाकडासारखा झाला होता. तो ज्या हात पसरलेल्या अवस्थेत पडला होता, तशाच अवस्थेत अक्षरशः गोठला होता. त्या रात्री दुसऱ्यांदा स्मिथला चेहऱ्यावर वितळलेल्या बर्फात मिसळणारा घाम जाणवत राहिलेला. मात्र स्मिथनं हॅरॉडला एका बाजूला वळवलं तेव्हा त्याचा गोठलेला उजवा हात तसाच बर्फानं भरलेल्या आकाशाकडे रोखलेला राहिला. स्मिथ खाली वाकला, त्यानं आपला टॉर्च आणखी जवळ आणला आणि काळजीपूर्वक हॅरॉडच्या डोक्याच्या मागच्या बाजूची तपासणी केली.

"तू काय करायचा प्रयत्न करतोयस?" मेरीनं विचारलं, "तू शोधतोयस तरी काय?" पुन्हा तिचा आवाज कुजबजण्याच्या पातळीवरचा.

"त्याची मान मोडलीय. ती कशी मोडली एवढंच मला शोधायचंय." त्यानं मेरीकडे पाहिलं. "तुला इकडे बघायची गरज नाही."

"डोन्ट वरी," असं म्हणून ती बाजूला झाली. "मी बघणार नाहीये."

सार्जंट हॅरॉडच्या अंगावरचे कपडेसुद्धा त्याच्यासारखेच गोठून कडक झाले होते. स्मिथनं साजंट हॅरॉडच्या डोक्यावरचं हूड बाजूला केलं, तेव्हा ते स्मिथच्या कातडी ग्लोव्ह्जमध्ये कडकडलं आणि त्याचे तुकडे सुटून आले. सार्जंट हॅरॉडच्या डोक्यावरचं हूड निघून आल्यामुळे त्याच्या डोक्याचा आणि मानेचा भाग उघडा पडला. शेवटी हॅरॉडच्या, बर्फापासून संरक्षण देणाऱ्या पोशाखाच्या कॉलरच्या खालच्या बाजूला स्मिथ जे शोधत होता, ते त्याला सापडलं. मानेच्या खालच्या बाजूला त्वचा जिथं फाटली होती, तिथं त्याला एक खूण आढळली. स्मिथ उठला, त्यानं हॅरॉडचा मृतदेह घोट्यापाशी पकडून उतारावरून एक-दोन फूट ओढला.

"आता काय?" मेरी तशाही अवस्थेत अनिच्छेच्या आणि भीतियुक्त ओढीच्या जाणिवेनं पुन्हा ते दृश्य पाहत राहिली. "आता तू कशाच्या शोधात आहेस?"

"खडक." स्मिथ तुटकपणे म्हणाला. त्याच्या अशा बोलण्याला एक थंड धार होती आणि त्यात मेरीला उद्देशून काही नसल्याचं तिला माहीत असलं, तरी तिला आणखी प्रश्न विचारण्यापासून परावृत्त करण्याइतकी परिणामकारकता त्यात होती.

हॅरॉडचं डोकं जिथं टेकलं होतं, त्याच्या भोवतीचा दोन फूट बर्फ स्मिथनं मोकळं केलं. हातांनी आणि डोळ्यांनी त्यानं तिथली जमीन अतिशय सावध अशा दक्षतेनं तपासून पाहिली, नंतर उठून त्यानं मेरीचा हात हातात घेतला आणि पुन्हा पावलं टाकत बाजूला व्हायला सुरुवात केली. काही पावलं टाकल्यावर तो थबकला, पुन्हा सार्जंट हॅरॉडकडे वळला आणि हॅरॉडचा उजवा हात आकाशाकडे रोखलेला राहू नये अशा बेतानं त्यानं हॅरॉडला पुन्हा बाजूला वळवलं.

कड्याच्या काठापासून निम्म्या अंतरावर असताना स्मिथ एकदम म्हणाला, ''हॅरॉडच्या मानेच्या मागच्या बाजूला काहीतरी आदळलं. तो खडक असेल असं मला वाटलं होतं; पण तो जिथं पडला, तिथं खडक नव्हता. केवळ हरळी असलेली जमीन होती.''

जवळच जमिनीतून खडकाचा वर आलेला असा भाग होता.

अशा जमिनीतून वर आलेल्या खडकाच्या भागावर मान मोडत नाही, माणूस उभा राहतो आणि वाऱ्यानं वाहत आलेल्या, खोल साचलेल्या बर्फात उडी टाकतो. तो अशा खोल बर्फात पडला असता, तरी खडकापासून सात फुटांवर त्याचं डोकं असताना त्याला मरण आलं नसतं. त्याच्यावर कुठल्याशा धातूच्या वस्तूनं तडाखा देण्यात आला होता. गनचा दस्ता किंवा सुरीच्या मुठीनं तरी त्वचा फाटलीय, पण तिथं ओरखडे दिसत नाहीत, कारण त्यानंतर लगेचच मान मोडलीय. तो तेव्हा बेशुद्ध होता. आपल्याला हा अपघात आहे असं वाटावं, म्हणून हा प्रकार खडकावरच घडला असला पाहिजे. तिथं हॅरॉडच्या आजूबाजूच्या बर्फात काही कुठला भंग नव्हता. शिवाय, तो ताठ उभा असतानाच हा प्रकार घडला असला पाहिजे. त्याच्या मानेवर तडाखा; नंतर पट्कन त्याची मान मोडल्यावर तो पडला किंवा जमिनीवर आलेल्या खडकाच्या एका टोकापाशी त्याला आणलं गेलं. ''फारच सफाईदार कृत्य... पूर्णपणे सफाईदार.''

मेरी थांबली आणि तिनं स्मिथकडे पाहिलं, ''तू काय म्हणतोयस, त्याचा अर्थ तुला कळतोय?' तिची नजर त्याच्या तात्त्विक आणि खूपच जुन्या वळणाच्या नजरेला भिडली. तिनं त्याचा हात हातात घेतला. ती पट्कन पुढे म्हणाली, ''नाही, माझा रोख आहे तो तुझ्या बोलण्यातून जे सूचित होतं, त्यावर... अर्थात जॉन तुलाच सगळं माहीत. सगळं कळतं ते कळणारच. मला मला भीती वाटतेय अगदी इटलीत तुझ्या सहवासात एवढे महिने व्यतीत करूनही या दुर्घटनेसारखं काही नव्हतं.'' मध्येच ती बोलायची थांबली, नंतर पुढे म्हणाली, ''या बाबतीत आणखी कुठलं स्पष्टीकरण असू शकत नाही?''

''म्हणजे तो स्वतःच डोक्याच्या मागच्या बाजूवर पडला किंवा घृणास्पद अशा हिममानवानं त्याला गाठलं?''

तिनं त्याच्याकडे सावकाश पाहिलं. तिच्या डोक्यावर-चेहऱ्यावरच्या हूडमधून तिचे डोळे खूपच मोठे दिसत राहिलेले. ''जॉन, माझ्या दृष्टीनं हे बरोबर नाही. मी घाबरून गेले आहे.''

''मीसुद्धा.''

''माझा तुझ्यावर विश्वास नाही.''

''वेल, तसा नसेल, तर मग विश्वास बसेल अशा दृष्टीनं सुरुवात करण्याची

हीच वेळ आहे.''

स्मिथनं कड्याच्या पायथ्यापासून सुमारे चाळीस फुटांवर असल्याचा अंदाज केला, तेव्हा आपल्या उतरण्याची चाचपणी केली. त्यानं आपल्या डाव्या पायाभोवती नायलॉन रोपचे दोन वेढे दिले, ते उजव्या पायानं घट्ट केले, डाव्या हाताभोवती एक वेढा दिला, नंतर दातांनी उजव्या हातातला कातडी हातमोजा त्यानं ओढून काढला, तो त्यानं आपल्या ट्यूनिकमध्ये सरकवला, ल्यूगर रिव्हॉल्व्हर सैल केलं, सेफ्टी कॅच सरकवला आणि हातमोजा असलेल्या हातानं आपल्या उतरण्याचा वेग चाचपत पुन्हा त्यानं उतरायला सुरुवात केली. ज्यानं कोणी रोप खाली ओढण्याचा प्रयत्न केला होता, तो आपलं काम संपवण्यासाठी खाली वाट पाहत असणार, ही अपेक्षा अगदी योग्य होती.

मात्र कड्याच्या पायथ्याशी कोणतीही स्वागत समिती वाट पाहत नव्हती. निदान स्मिथ जिथं उतरला, तिथं तरी कोणी नव्हतं. त्यानं टॉर्च पट्कन वर्तुळाकार फिरवला. तिथं कोणीही नव्हतं, काहीही नव्हतं. तिथं पायांचे ठसे कुठे असलेच, तर ते सतत वाऱ्याबरोबर येणाऱ्या बर्फानं केव्हाच झाकले गेले होते. एका हातात रिव्हॉल्व्हर आणि दुसऱ्या हातात टॉर्च घेऊन तो कड्याच्या बाजूनं तीस यार्ड अंतर अर्धवर्तुळाकार गेला, ते पुन्हा कड्यापाशी पोहोचेपर्यंत त्या दोर ओढणाऱ्या व्यक्तीनं उघडच स्वतःचा अधिकार वापरण्याचा पर्याय निवडला होता. स्मिथ रोपपाशी परतला आणि त्यानं तो हलवला. आणखी दोनच मिनिटांत त्यानं मेरीची किटबॅग खाली घेतली. पाठोपाठ काही मिनिटांतच मेरी स्वत: खाली उतरली. मेरी रोपला असलेल्या दुहेरी गाठीतून बाहेर पडताच स्मिथनं गाठ सोडवली, कड्याच्या वरच्या टोकावरून रोप खाली ओढला आणि त्याची गुंडाळी केली. तोपर्यंत त्याचे हात इतके बधिर झाले आणि गोठले होते, की हे काम पूर्ण करायला त्याला जवळपास पंधरा मिनिटं लागली.

एका खांद्यावर रोप, दुसऱ्या खांद्यावर तिची किटबॅग घेऊन स्मिथ मेरीला त्या कड्याच्या बाजूला असलेल्या एका भेगेच्या दिशेनं घेऊन गेला.

"तंबू टाकू नकोस,'' स्मिथनं सांगितलं, "तो उघडून गुंडाळ, तुझी स्लीपिंग बॅग अर्धी उघड, त्यात जा आणि तंबूचा दुसरा अर्धा भाग तुझ्यावरून ओढून घे. आणखी अर्धा तास जाऊ दे, तू वाऱ्याबरोबर येणाऱ्या बर्फानं झाकली जाशील. त्या बर्फानं तुला नुसतं उबदार वाटणार नाही, तर कोणी निशाचर असतील तर त्यांच्यापासून तुला लपता येईल. आम्ही निघण्याआधी सकाळी मी चक्कर टाकून जाईन.''

तो निघाला, नंतर थांबून त्यानं मागे वळून पाहिलं. मेरी अजूनही त्यानं तिला

जिथं निरोप दिला होता, तिथंच उभी होती... त्याच्याकडे पाहत. तिचे खांदे पडले नव्हते, तिच्या चेहऱ्यावर कोणतेही विशेष भाव नव्हते; पण असं असूनही ती विचित्र वाटावं अशी असुरक्षित, एकाकी आणि निराधार... सगळी लक्षणं नेमक्या व्याख्येत न बसणारी आणि त्यात कसलीही चूक होऊ नये अशी...! स्मिथ थबकला, नंतर पुन्हा परत तिच्यापाशी गेला, त्यानं तिचा तंबू आणि स्लीपिंग बॅग मोकळी केली. मेरी आत शिरेपर्यंत तो थांबला, नंतर स्लीपिंग बॅगची झिप त्यानं ओढून घेतली आणि तंबूचा दुसरा अर्धा भाग तिच्या हनुवटीपर्यंत ओढून घेतला. ती त्याच्याकडे पाहून हसली. त्यानं स्लीपिंग बॅगचं आच्छादन लावून घेतलं, त्यावर तंबूचा एक कोपरा ओढून घेतला आणि तो निघाला. हे सगळं एकही शब्द न बोलता.

आपला स्वतःचा तंबू शोधणं, हे अगदीच सोपं काम होतं. या तंबूत एक संथ दिवा जळत राहिला होता. स्मिथनं आपल्या पोशाखावरचं बर्फ झटकलं आणि वाकून तंबूत प्रवेश केला. ख्रिस्तियनसेन, थॉमस आणि कॅरॅसिओला त्यांच्या स्लीपिंग बॅग्जमध्ये होते आणि झोपी गेले होते किंवा निदान तसे वाटत तरी होते. टॉरन्स-स्मिदी त्यांच्यापाशी असलेल्या प्लॅस्टिक एक्स्प्लोझिव्ह्ज, फ्यूज, डिटोनेटर्स आणि ग्रेनेड्सची तपासणी करत राहिला होता, तर शेफर एक पेपरबॅक वाचत होता, तीही जर्मन पेपरबॅक सिगारेट ओढत, तीही जर्मन... मात्र अगदी विश्वासूपणे रेडिओचं संरक्षण करत स्मिथ आत आल्यावर त्यानं पुस्तक खाली ठेवलं आणि स्मिथकडे पाहिलं.

"ओके?"

"ओके." स्मिथनं कोडबुक त्याच्या ट्यूनिकमधून बाहेर काढलं. "सॉरी, मला बराच वेळ लागला, पण तो कधीच मला सापडणार नाही असं मला वाटलं. वरच्या बाजूला भयंकर बर्फ पडतंय."

"आम्ही आळीपाळीनं पहारा ठेवण्याची व्यवस्था केलीय." शेफरनं माहिती पुरवली. "प्रत्येकानं अर्धा तास लक्ष ठेवायचं. आणखी तीन तासांत पहाट होईल."

स्मिथ हसला. "या भूभागात तुम्ही कोणापासून नेमकं संरक्षण करत आहात?"

'घृणास्पद हिममानव.'

त्याबरोबर स्मिथच्या चेहऱ्यावरचं हास्य जितकं झट्‌कन अवतरलं होतं तितकंच झट्‌कन मावळलं. त्यानं आपलं लक्ष हॅरॉडच्या कोडबुककडे वळवलं आणि नंतरची साधारण दहा मिनिटं कॉल-अप सिग्नल, वेव्ह-फ्रिक्वेन्सीज पाठ करण्यात, तसंच एक मेसेज कोडमध्ये लिहिण्यात घालवली. त्याचं हे काम पूर्ण होण्याआधीच शेफर त्याच्या स्लीपिंग बॅगमध्ये गेला होता. आता पहारा ठेवण्याचं काम टॉरन्स-स्मिदीचं होतं. स्मिथनं त्या मेसेजची घडी करून तो खिशात कोंबला, नंतर उठून त्यानं रेडिओ घेतला आणि त्या बर्फापासून संरक्षण मिळावं, म्हणून एक रबराचा तुकडा घेतला.

"मी जरा बाहेर जाऊन येतोय." त्यानं टॉरन्स-स्मिदीला सांगितलं. "झाडांमध्ये रिसेप्शन खराब असतं. शिवाय, मला कोणाला झोपेतून उठवायचं नाहीये. मला फार वेळ लागणार नाही."

तंबूपासून दोनशे यार्डांवर दोनदा थांबल्यावर आणि दोनदा दिशा बदलल्यावर स्मिथनं त्या रबर ग्राउंडशीटसह पडणाऱ्या बर्फाकडे पाठ फिरवली. त्यानं चौदा फुटी टेलिस्कोपिक एरियल वर वाढवत नेली, एक आधीच निवडलेला कॉल-अप जुळवला आणि हॅन्डल फिरवलं. त्यानं चार वेळा हॅन्डल फिरवलं. पाचव्यांदा त्यानं हॅन्डल फिरवल्यावर त्याला अपेक्षित परिणाम मिळाला. खरोखरच कोणीतरी रेडिओवरून बारकाईनं लक्ष ठेवत होतं.

"धिस इज डॅनी बॉय," सेटवर बोलणाऱ्याचा आवाज आला. सिग्नल अगदी अस्पष्ट आणि व्यत्यय असलेला, पण जेमतेम कळेल असा. "डॅनी बॉय रिप्लाइंग टु यू. ओव्हर."

स्मिथनं माउथ मायक्रोफोनवरून सांगितलं. "धिस इज ब्रॉड्सवर्ड. कॅन आय स्पीक टु फादर मॅक्री ऑर मदर मॅक्री? ओके."

"सॉरी! अनअॅव्हलेबल. ओव्हर."

"कोड," स्मिथनं सांगितलं, "ओव्हर."

"रेडी."

स्मिथनं आपल्या खिशातून तो कागदाचा तुकडा काढला आणि त्यावर टॉर्च धरला. त्या कागदावर दोन ओळी अक्षरांच्या निरर्थक एकत्र येण्यातून तयार झालेल्या. त्याखाली त्याचं साध्या भाषेत भाषांतर होतं ते असं– सेफ लॅन्डिंग-हॅरॉड डेड-वेदर फाइन प्लीज- अवेट- मेसेज ०८००. जीएमटी स्मिथनं त्या मेसेजला सुसंगत असे कोडचे आकडे वाचले आणि मेसेज संपवला. हॅव दॅट डिलीव्हर्ड टु फादर मॅक्री बाय ०७००. विदाऊट फेल.

स्मिथ परतला तसं टॉरन्स-स्मिदीनं एकदम वर पाहिलं. "एवढ्यात परत आलास?" त्याच्या आवाजात आश्चर्य. "काम झालं तुझं?"

"त्याचा काही उपयोग नाही," स्मिथ उद्वेगानं म्हणाला. "आजूबाजूला फारच भयंकर असे अनेक पर्वत आहेत."

"खूप वेळ प्रयत्न केलास, नाही?"

"अडीच मिनिटं." आता आश्चर्यचकित दिसण्याची पाळी होती ती स्मिथची. "तेवढा वेळ सुरक्षिततेच्या दृष्टीनं नक्कीच पुरेसा आहे, हे माहीत आहे तुला?"

"इथेच कुठेतरी जवळपास रेडिओ मॉनिटरिंग स्टेशन्स असू शकतात, असं तुला वाटतं?" टॉरन्स-स्मिदीनं विचारलं.

“ओह, नाही, अजिबात नाही.” स्मिथच्या बोलण्यात उपरोधाचा सूर भरलेला. “श्लॉस ॲडलरमध्ये रेडिओ मॉनिटर्स असण्याचा तू विचारही करू शकत नाहीस, करू शकतोस?”

“वेल, नाऊ,” टॉरन्स-स्मिदीच्या चेहऱ्यावर थकलेलं स्मित. “जर्मन गुप्तचर यंत्रणेचं ते दक्षिणेकडचं मुख्यालय असल्याचा कोणीतरी उल्लेख केला, असं मला वाटतं. सॉरी, मेजर. माझं वय होत चाललंय असंच काही नाही. प्रत्यक्षात तसं असलं, तरी खरा प्रकार एवढाच आहे, की थंडीमुळे आणि झोप नसल्यामुळे जे काही घडतंय ते माझ्या मनाच्या दृष्टीनं इतकं एकात एक होतंय की माझं मनच थांबलंय का काय, असं मला वाटतं.”

स्मिथनं आपले बूट आणि स्नो-सूट काढले, तो स्लीपिंग बॅगमध्ये शिरला आणि त्यानं रेडिओ आपल्याजवळ ओढला.

“तर मग आता तू थोडी झोप घेतलेली बरी. माझ्या स्फोटकतज्ज्ञाला सुरुंग आणि दाराची मूठ यांतला फरक सांगता येत नसेल, तर त्याचा मला काही उपयोग राहणार नाही. जा झोपायला तुझ्या स्लीपिंग बॅगमध्ये घूस. मी वॉच ठेवेन.”

“पण आम्ही व्यवस्था...”

“युक्तिवाद, युक्तिवाद,” स्मिथनं सुस्कारा टाकला. “प्रत्येक बाबतीत वरिष्ठांच्या हुकमाची पायमल्ली होतेय.” स्मिथ हसला. “स्मिदी, स्ट्रेट अप. मी चांगला जागा आहे. आज रात्री मला झोप लागणार नाही, हे मला माहीताय.”

स्मिथच्या मनात विचार... एक सरळसरळ थाप आणि एक अबाधित सत्य वचनाला तो चांगला जागला वगैरे काहीही नव्हता. तो शारीरिकदृष्ट्या आणि मानसिकदृष्ट्या पूर्णपणे शिणून गेला होता आणि इच्छाशक्ती किंचितशीसुद्धा सैलावली, तर विस्मृतीत जमा व्हायला त्याला काही सेकंदसुद्धा पुरले असते. मात्र त्या रात्री त्याला झोप येणार नव्हती, हे निःसंशय. जगातली कुठलीही ताकद त्याला त्या रात्री झोपू देणार नव्हती; पण चालू परिस्थितीत ही बाब टॉरन्स-स्मिदीला न सांगणंच कदाचित अधिक शहाणपणाचं होतं.

तीन

आकाशात पहाटेआधीचा करडेपणा भरलेला होता. स्मिथ आणि त्याच्या सहकाऱ्यांनी कॅम्प हलवला होता. तंबू आणि स्लीपिंग बॅग्ज बाजूला सुरक्षित ठिकाणी दडवून ठेवण्यात आल्या होत्या आणि स्वयंपाकाची भांडी म्हणून जी काही होती, ती किरकोळ ब्रेकफास्ट असं वर्णनसुद्धा फार झालं, असा खाण्यापिण्याचा उपचार पार पडल्यावर हॅवरसॅकमध्ये भरून ठेवली जात होती. त्यांच्यात कसलंही संभाषण नव्हतं, अजिबात नव्हतं. ही सकाळ संभाषणासाठी नव्हती. स्मिथला वाटलं, सगळेच जण आणखी ओढलेले, दमलेले दिसत आहेत. तीन तास आधी वाटत होते, त्यापेक्षाही जास्त आपण स्वतः तरी कसे काय दिसत असू, असा प्रश्न त्याला पडला. त्याला तर अजिबात झोप मिळाली नव्हती. त्यांच्या कमांडोंच्या साधनसामग्रीत आरशांचासुद्धा समावेश नसल्याची जाणीव त्याला झाली. त्यानं घड्याळात पाहिलं

"आपण आणखी दहा मिनिटांत निघू," स्मिथनं जाहीर केलं, "सूर्य वर यायच्या आधी झाडांच्या रांगेत दडी मारण्याच्या दृष्टीनं आपल्याला बराच वेळ मिळेल. वाटेत आणखी कुठले कडे नसतील, असं गृहीत धरूनच अर्थात मी आलोय. दिसण्याचं प्रमाण सुधारतंय आणि त्यामुळे कड्याच्या काठावरून मला वाटतं रेकी केलेली बरी नशिबाची साथ असलीच, तर मला खालच्या बाजूचं चांगलं दर्शन घेता येईल."

"आणि नशिबाची साथ नसली तर?" कॅरॅसिओलानं कडवटपणे विचारलं.

"आपल्यापाशी अजूनही हजारो फूट नायलॉन रोप आहे," स्मिथनं कमालीच्या तुटकपणे उत्तर दिलं.

तो स्नो-सूट चढवून निघाला. कड्याच्या दिशेनं जाणारा रस्ता पकडत... पाइनच्या खुरट्या झाडांचा पट्टा आणि त्यांच्या तळाच्या दृष्टीआड होताच, त्यानं दिशा बदलत वर जाणारा रस्ता पकडून धावत जायला सुरुवात केली.

मेरी एलिसननं बर्फातून धावणाऱ्या पावलांचा कुरकुर आवाज ऐकताच बर्फानं

झाकलेल्या कॅनव्हासच्या उचललेल्या कोपऱ्याखालून एक डोळा उंचावत पाहिलं. तिला तिच्या ओळखीची शीळ ऐकू आली अन् त्यातली ओळखीची धून. तिनं आपल्या स्लीपिंग बॅगची झिप उघडली आणि ती ताठ बसली. स्मिथ तिच्याकडे खाली पाहत उभा.

"इतक्या लवकर!" तिचा निषेधाचा सूर

"यस, लवकर! कम ऑन, चल लगेच!"

"माझा जरासुद्धा डोळा लागला नाही."

"माझाही. मी त्या रेडिओवर काल रात्रभर लक्ष ठेवून राहिलोय. या दिशेनं कुठल्या झोपेत चालणाऱ्यानं पाय मोकळे करू नयेत म्हणूनसुद्धा लक्ष ठेवून राहिलोय."

"तू जागा राहिलास. तू हे माझ्यासाठी केलंस?"

"मी जागा राहिलो. आपण निघतोय. पाच मिनिटांत. तुझा तंबू आणि किटबॅग इथंच असू दे. आता त्याची गरज तुला भासणार नाही. बरोबर थोडे खाद्यपदार्थ घे, काहीतरी प्यायला. बस तेवढंच. आणि कृपा करून आमच्या जरासुद्धा जवळ येऊ नकोस." त्यानं आपल्या घड्याळाकडे पाहिलं. "आम्ही सात वाजता थांबू. तुझ्या घड्याळाकडे लक्ष ठेव. बरोबर सात वाजता. आणि अजिबात आमच्या वाटेत कडमडू नकोस."

"मी कोण आहे असं तुला वाटतं?" तिनं विचारलं, पण ती कोण आहे या मुद्द्यावर त्याला काय वाटतं, हे स्मिथनं तिला सांगितलं नाही. तो आधीच निघून गेला होता.

***

वेसपिट्झच्या बाजूला हजार फूट खाली असलेली झाडं... काही काही झाडं म्हणण्यासारखी होती. आकाशात साठ ते सत्तर फूट झेपावत जाणारी उंचच्या उंच शंकूच्या आकाराची झाडं. खरंतर स्वच्छ आकाशात, कारण आता बर्फ पडायचं थांबलं होतं. पहाट झाली होती.

वेसपिट्झचा उतार अजूनही खूपच उभाच्या उभा होता. स्मिथच्या मागे त्याच्या पाच सहकाऱ्यांची एकापाठोपाठ अशी रांग बर्फातून वाट काढत चाललेली... स्मिथ जवळपास सतत घसरायचा आणि अडखळायचा, पण खोल बर्फामुळे त्यांच्या सतत पडण्याला काहीतरी कुशन असल्याचा विचार स्मिथच्या मनात... मात्र त्यांच्या उद्दिष्टाच्या दिशेनं प्रगतीचा एक मार्ग म्हणून कल्पनेच्या पलीकडच्या पातळ रोपवरून उभेच्या उभे कडे उतरण्यापेक्षा हे दृश्य केव्हाही पसंत पडावं असं होतं. ओरखडे आणि खरचटणं सहन करणाऱ्या त्याच्या सहकाऱ्यांच्या शिव्या जवळपास

सतत चाललेल्या होत्या; मात्र गंभीर समस्यांची जाणीव होत होती, ती केवळ अशा समस्यांच्या संपूर्ण अभावामुळेच. या वाटेनं जाताना कोणताही धोका नव्हता, त्यांची वाटचाल योग्य त्या वेळेत होत होती आणि आता ते संपूर्णपणे गर्द झाडीच्या पट्ट्यात दडलेले होते.

त्यांच्या पाठीमागे दोनशे यार्डांवर त्यांनी तयार केलेल्या पायखुणांचा मागोवा घेत मेरी एलिसन काळजीपूर्वक पावलं टाकत जात राहिलेली. तिच्या पाठीवर तोल सांभाळायला अवघड जावं असं काही सामानसुमान नसल्यानं तिच्या पुढे असलेल्या सगळ्या पुरुषांच्या मानानं ती मधूनच केव्हातरी घसरायची आणि पडायची. तिला कोणी पाहण्याची भीती नव्हती, तसंच स्मिथ आणि त्याच्या सहकाऱ्यांच्या फार जवळ जाण्याचीही भीती तिला नव्हती. पर्वतराजीतल्या ध्वनिलहरी गारठून टाकणाऱ्या थंड हवेमुळे अलौकिक म्हणाव्या इतक्या स्पष्ट असतात आणि त्यामुळेच त्या उताराच्या खालच्या बाजूनं येणाऱ्या आवाजावरून तिच्या पुढे असलेल्या माणसांपासूनच्या अंतराचा तिला उत्तम पद्धतीनं अंदाज येत राहिला होता. तिनं विसाव्यांदा आपल्या घड्याळात पाहिलं. सातला वीस मिनिटं कमी होती.

काही वेळानं वीसपेक्षा जास्तवेळा स्मिथनं पुन्हा एकदा घड्याळाकडे नजर टाकत वेळेची चाचपणी केली. बरोबर सात वाजले होते. पहाट हलक्या पावलांनी निघून गेली होती आणि पूर्ण दिवसभराचा उजेड आता शंकूच्या आकाराच्या पाइन वृक्षांच्या, बर्फाच्या भारानं वाकलेल्या फांद्यांमधून डोकावत-झिरपत राहिला होता. स्मिथ एकदम थांबला आणि त्यानं हात उंचावला. त्याचे सहकारी त्याच्यापाशी पोहोचेपर्यंत तो थांबला.

"आपण एव्हाना निम्मा मार्ग तरी नक्कीच मागे टाकलाय," असं म्हणत स्मिथनं पाठीवरचा जड पॅक खांद्यावरून झटकत तो खाली बर्फात ठेवला. "मला वाटतं, आजूबाजूच्या निसर्गसौंदर्याचं जरा निरीक्षण करण्याची हीच वेळ आहे."

त्यांनी त्यांच्या बरोबरच्या सामानाचा एका ठिकाणी ढीग केला आणि सगळे जण उजवीकडे वळले. काही मिनिटांतच पाइनची झाडी विरळ होत गेली. एका टप्प्यावर स्मिथनं हातानं इशारा करताच सगळे जण हातावर-गुडघ्यावर विसावले आणि पाइन वृक्षांच्या पट्ट्याच्या शेवटच्या टोकापर्यंतचे काही यार्ड्स रांगत पुढे सरकले. स्मिथच्या हातात एक टेलिस्कोप होता. ख्रिस्तियनसेन आणि थॉमसच्या हातात बायनॉक्युलर होते. 'झैस कंपनीचे बायनॉक्युलर'. ॲडमिरल रोलॅण्डनं कुठेही काही कसर ठेवली नव्हती. पाइनच्या झाडीच्या शेवटच्या बाजूच्या पलीकडे बर्फाचा एक मोठा ढिगारा होता, तो खालची दरी पाहण्याच्या दृष्टीनं आड येत होता. नखशिखांत स्नो-स्मॉकच्या पांढऱ्या पोशाखातल्या त्यांच्या आकृत्यांनी शेवटचे काही फूट रांगत पार केले.

तिथून खालचं जे दृश्य दिसत होतं, ते एखाद्या परीकथेतून बाहेर उतरावं तसं होतं. कुठल्यातरी विश्वास बसू नये इतक्या सुंदर परीकथेतलं विश्वास बसू नये इतकं सुंदर दृश्य अलौकिक अशा स्वप्नांमधल्या युगातल्या प्रदेशातली खूप प्राचीन काळातली परीकथा... माणसांच्या ज्ञातापलीकडचा असा एक भावप्रदेश... एक उदात्त प्रदेश... स्मिथच्या मनात विचार– कधीही अस्तित्वात नसलेला प्रदेश, पण असा प्रदेश आता या घटकेला अगदी डोळ्यांसमोर होता. कधीही अस्तित्वात नसलेला सोनेरी प्रदेश... आता हाच प्रदेश म्हणजे सगळ्या जगात कुठे नसेल, अशा एका भयंकर संघटनेची आश्रयभूमी होती, म्हणजेच जर्मन गेस्टापो स्मिथला वाटलं, या जागेची अशी सुंदर असंबद्धता केवळ अविश्वसनीय अशी आहे.

ही दरी बाउलच्या आकाराची होती. उत्तरेकडे मोकळी आणि पूर्व-पश्चिमेला उभी चढण असलेल्या टेकड्यांची झालर, तर दक्षिणेची बाजू वेसपिट्झ पर्वताच्या उंचच उंच विस्तारानं बंद असलेली. त्यापेक्षासुद्धा या पर्वताचा संपूर्णतः निर्दोष असा आजूबाजूच्या जगापासून फटकून राहण्याचा गुणधर्म तर सगळ्याच विचारांच्या पलीकडचा.

हा देखावाच कल्पनातीत असा सौंदर्यपूर्ण होता. नऊ हजार सातशे दहा फूट उंची. जर्मनीतल्या सगळ्यात उंच पर्वतांमधला दुसऱ्या क्रमांकाचा पर्वत वेसपिट्झ पर्वत. भयंकर पद्धतीनं वर चढत गेलेला या पर्वताचा चकाकता, डोळे दिपवून टाकणारा पांढराशुभ्र भाग सकाळच्या उन्हात न्हाऊन निघत राहिलेला. आताच्या निरभ्र, निळ्या आकाशाच्या पार्श्वभूमीवर या पर्वताची अतिशय सुंदर अशी रूपरेषा कोरल्यासारखी. या पर्वताच्या शंकूच्या आकाराच्या उंचच उंच शिखराच्या भागाजवळ काळ्या खडकाची रेघ ठळकपणे दिसत राहिलेली. आदल्या रात्री स्मिथ आणि त्याचे सहकारी हाच कडा उतरून खाली आले होते. त्याच्या पायथ्यापाशीच असलेल्या पठारावर आणखी एका मोठ्या कड्याची भिंत होती. इथंच त्यांनी रात्र काढली होती.

ते जिथं पालथे पडून राहिले होते, त्याच्या अगदी विरुद्ध बाजूला आणि बरचसं जवळपास त्याच पातळीवर होता श्लॉस ॲडलर- 'गरुडांचा किल्ला' म्हणून ओळखल्या जाणाऱ्या या किल्ल्याचं नाव अगदी समर्पक असं ठेवलं होतं. एक अभेद्य किल्ला आकाश आणि पर्वताच्या मधोमध विराजमान असलेलं दुर्गम असं गरुडाचं घरटं...

या स्थानाच्या बरोबर खालच्या बाजूला वेसपिट्झचे उभट उतार दरीच्या माथ्याच्या दिशेनं उत्तरेकडे सपाट व्हायला लागले होते. हा एक भूगर्भशास्त्रदृष्ट्या विलक्षण प्रकार होता आणि तो व्होल्कॅनिक प्लग- 'ज्वालामुखीचे बूच'- म्हणून माहिती होता. चमकदार अशा बर्फगार हवेत बाहेर येऊन दोनशे फूट वर झेपावणारा प्रकार. श्लॉस ॲडलर किल्ल्याची उभारणी झाली होती ती या भूगर्भशास्त्रीय

चमत्कारावर. या ज्वालामुखीच्या बुचाच्या उत्तर, पश्चिम आणि पूर्व बाजूंना खडकांच्या निव्वळ काटकोनातल्या खड्या भिंती होत्या. या खडकांच्या भिंतीमध्ये कुठेही न थांबता किंवा खंडित न होता किल्ल्याच्या बांधकामाच्या बाहेरच्या बाजूला अलगदपणे येऊन मिळालेल्या... स्मिथ आणि त्याचे सहकारी जिथं बर्फावर पालथे पडून राहिले होते, तिथून कुठे एक प्रकार संपतो आणि कुठे दुसरा सुरू होतो हे सांगणं शक्य नव्हतं. दक्षिणेकडे खूपच उभट उतार असलेला उंचवटा, वेसपिट्झच्या तेवढ्याच उतरत्या तटासारख्या भिंतींपाशी या ज्वालामुखीच्या बुचाला येऊन मिळत होता.

हा किल्ला म्हणजे आणखी एक स्वप्न होतं. मध्ययुगातल्या सर्वोच्च अशा टप्प्याचं स्वप्न. हे स्वप्न म्हणजे त्याच्या उभारणीच्या ज्या सुवर्णयुगात तो विराजमान झाला होता, त्या सुवर्णयुगाइतकाच अवास्तव होता, जणू तो मध्ययुगीन नव्हताच. एकोणिसाव्या शतकाच्या मध्यास बांधण्यात आलेला हा किल्ला बव्हेरियन सम्राटांपैकी कुठल्याशा जास्तच वेडा असलेल्या सम्राटाच्या हुकमानुसार बांधण्यात आला होता. या सम्राटाला पछाडून असलेल्या संभ्रमांची यादी मोठी होती आणि या यादीत भव्यतेचाही समावेश वरच्या पातळीवर होता. संभ्रमांचं कसंही असो, अशा मंडळींना बऱ्याचदा लाभलेली असते तशी उच्च दर्जाची, निर्दोष अशी अभिरुची त्याला लाभलेली होती. किल्ला या दरीच्या दृष्टीनं परिपूर्ण होता, दरी या किल्ल्याच्या दृष्टीनं परिपूर्ण होती. दोन्ही एकमेकांशी मिळतीजुळती... याशिवाय अन्य कुठल्या जोडीची कल्पनाही अशक्य अशीच.

श्लॉस ॲडलर हा किल्ला पोकळ चौकोनाच्या स्वरूपात बांधलेला होता. या किल्ल्याला मनोरे होते, लढाईच्या वेळी गोळीबार करता येईल, मारा करता येईल अशी तटबंदी होती. किल्ल्याची अगदी ठळक अशी दोन वैशिष्ट्यं म्हणजे दोन परिपूर्ण, वर्तुळाकार मनोरे. या मनोऱ्यांपैकी पूर्वेचा मनोरा पश्चिमेकडच्या मनोऱ्यापेक्षा अधिक उंच होता. दोन्ही मनोरे उत्तरेकडच्या दरीच्या दिशेनं तोंड करून उभे असलेले. या दोन मनोऱ्यांपेक्षा लहान असलेले पण अधिक सुंदर असे मनोरे दक्षिणेकडच्या कोपऱ्यांच्या बाजूला होते. हे मनोरे वेसपिट्झ पर्वताच्या भीतिदायक विस्ताराच्या दिशेनं तोंड करून उभे होते. स्मिथ जिथं पालथा पडून निरीक्षण करत होता, ती जागा किल्ल्याच्या पातळीपेक्षा थोडी वर होती. त्याला दिसत होता, तो भाग केवळ किल्ल्याच्या मध्ये असलेल्या, बाहेरच्या प्रवेशद्वाराचा उघड्या चौकोनाचा. त्याच्या मागच्या बाजूला मोठं लोखंडी गेट होतं. सूर्याचे किरण थेट किल्ल्यावर पडावेत इतका सूर्य अजून पूर्वेला असलेल्या लहान डोंगरांच्या वर पुरेसा आलेला नव्हता. पण तरीसुद्धा या किल्ल्याच्या, विश्वास बसू नये इतक्या पांढऱ्या भिंती चकाकत राहिलेल्या. जणूकाही त्या इंद्रधनुष्यातल्या सप्तरंगांप्रमाणे चमचमणाऱ्या संगमरवरातून तयार झाल्या होत्या.

किल्ल्याच्या उत्तरेकडच्या उंचावणाऱ्या तटबंदीच्या खालच्या बाजूला दरी जीवघेण्या पद्धतीनं उतरत गेली होती. ते ब्लॉ सी या सरोवरापर्यंत बाजूनं पाइन वृक्षांची झालर असलेलं हे सुंदर सरोवर गडद आणि अतिशय चमकदार निळ्या रंगाचं. या निळाईच्या पार्श्वभूमीवर पाइन वृक्षांचा हिरवा रंग, बर्फाचा चमकदार, पांढरा रंग आणि वर असलेल्या आकाशाचा मंद, चकाकता निळा रंग यातून एक श्वास रोखून लावणारी, अतिशय सुंदर; विश्वास बसू नये इतकी सौंदर्यपूर्ण अशी वातावरणनिर्मिती. स्मिथला वाटलं, या निसर्गरम्य देखाव्याचं कोणी पूर्णपणे निष्ठा ठेवून चित्र साकारलं, तर कोणीही पट्कन म्हणेल, "खोटं, नकली!"

स्मिथ आणि त्याचे सहकारी जिथं बर्फात पालथे पडून त्यांच्या समोरची दृश्यं पाहत राहिले होते, तिथून त्यांना दिसत होतं, ते ज्या पाइनच्या पट्ट्यात लपले होते, तो पट्टा जवळजवळ त्या सरोवरापर्यंत पसरला होता. कोणाचंही लक्ष जाणार नाही, अशा पद्धतीनं त्या सरोवरापर्यंत पोचणं यात काही समस्या असणार नव्हती. दरीच्या अगदी विरुद्ध बाजूकडून- पूर्वेकडून- जवळपास अगदी तशीच मिळतीजुळती पाइन वृक्षांची रांग खाली गेली होती. सरोवरापासून दक्षिणेकडे जात जात सावकाश वर चढत जाणाऱ्या पाइन वृक्षांच्या लांबच लांब रांगा भल्यामोठ्या, बाक असलेल्या शिंगांच्या जोडीसारख्या वाटाव्यात अशाच दिसत असल्या पाहिजेत. वेसपिट्झ पर्वताच्या कड्याच्या दोन भिंतींच्या अगदी खालच्या बाजूच्या वर जवळपास एकत्र येणारी शिंगं.

त्या सरोवराच्या माथ्याशी एक छोटं गाव होतं. या गावात मूलतः समाविष्ट होते एकुलता एक रुंद रस्ता- बहुधा दोनशे यार्ड इतकी लांबी असलेलं एक रेल्वे स्टेशन, दोन लहान ठाम अशा टेकाडांवर वसलेली दोन ठाम अशी चर्चेस आणि काही विरळ, विखुरलेली घरं... गावाच्या दोनही बाजूंना असलेल्या चढ्या उतारावरून वर चढत जाणारी. गावाच्या दक्षिणेकडच्या बाजूनं एक रस्ता वळणं घेत घेत किल्ल्याच्या दक्षिणेकडे असलेल्या डोंगरांमधल्या उंचवट्यापाशी पोहोचेपर्यंत चढत गेलेला. डोंगरांमधला हा उंचवटा हेअरपिन वळणांच्या एका मालिकेद्वारा वर चढत गेलेला... त्यातलं शेवटचं वळण किल्ल्याच्या मागच्या बाजूला असलेल्या मोठ्या पटांगणाचं संरक्षण करत असलेल्या मोठ्या प्रवेशद्वारापर्यंत जाणारं. प्रत्यक्षात त्या घटकेला तो रस्ता बर्फानं पूर्णपणे भरून गेल्यानं बंद झालेला. त्यामुळे किल्ल्याकडे जाणारा एकमेव मार्ग होता तो म्हणजे हवेतून, उंचावरून जाणाऱ्या केबलचा. त्या गावापासून दोन केबल्स सरळसोटपणे किल्ल्यापर्यंत पसरलेल्या होत्या. वाटेत त्या केबलला आधार देणारे तीन मोठे मनोरे. अगदी स्मिथ आणि त्याचे सहकारी पाहत होते, तेव्हासुद्धा एक केबलकार किल्ल्यापर्यंतच्या प्रवासाचा शेवटचा टप्पा पूर्ण करत होती. श्लॉस ॲडलर किल्ल्याच्या चकाकत्या भिंतीपासून जेमतेम शंभर फूट

अंतरावर असताना ती केबलकार जवळपास काटकोनात वर जात आहे, असंच स्मिथला आणि त्याच्या सहकाऱ्यांना वाटत राहिलेलं.

या गावाच्या जवळपास एक मैलभर पलीकडे ब्लॉ सी सरोवरापाशी एकमेकांपासून नियमित अंतरावर असलेल्या झोपड्यांचा एक मोठा समूह होता. आयताकृती आकारात वसवलेल्या या झोपड्यांचं एखाद्या लष्करी तळाशी विलक्षण असं निकटचं साधर्म्य.

''बापरे, भलताच धक्का आहे हा!'' असं म्हणून शेफरनं आपल्या इच्छेच्या जवळपास शारीरिक पातळीवरच्या आविष्कारानं बळेच नजर वळवून दुसरीकडे पाहिलं. स्मिथला त्याच्या डोळ्यांतलं आश्चर्य दिसलं. शेफरनं पुढे विचारलं, ''हे खरं आहे का, बॉस?''

हा प्रश्न अर्थातच उत्तर देण्यासारखा नव्हता. शेफरनं सगळ्यांच्या भावना थोडक्यात व्यक्त केल्या होत्या आणि त्यात कोणाच्याच दृष्टीनं अनावश्यक वाटावी अशी भर घालण्यासारखं काही नव्हतं. ती केबलकार किल्ल्याच्या दिशेनं राहिलेलं शेवटचं पन्नास फुटांचं अंतर सावकाश, क्लेशकारक वाटावं अशी चढत जाताना सगळे जण शांतपणे बर्फात पालथं पडून पाहत राहिले. असं वाटत होतं, जणू काही ती केबलकार कधी अखेरच्या टप्प्यापर्यंत पोहोचणारच नाही. ती केबलकार त्या प्रवासाच्या शेवटच्या काही फुटांवर असताना सगळे जण ती योग्य त्या स्थळी पोहोचावी अशी तीव्र इच्छा बाळगून राहिले, पण त्या केबलकारनं आपला प्रवास पूर्ण केला आणि ती केबलच्या हेडर स्टेशनच्या छताखाली गेल्यावर सगळ्यांच्या दृष्टीआड झाली. हे स्टेशन किल्ल्याच्या पश्चिमेला असलेल्या पायथ्याशी बांधण्यात आलं होतं. ती केबलकार दृष्टीआड होताच वातावरणातला ताण निवळला. शेफरनं घसा खाकरला.

''बॉस,'' शेफर आत्मविश्वासाचा संपूर्ण अभाव दर्शवत बोलू लागला, ''मला दोन किरकोळ मुद्दे सुचतायत. ज्यांचं स्पष्टीकरण आवश्यक आहे, असे मुद्दे असं आपण म्हणू या. पहिला मुद्दा म्हणजे मला जर अधिक चांगली माहिती नसेल, तर त्या सरोवरापाशी आपण पाहिलं, ते म्हणजे मिलिटरीच्या बराकी आहेत असं मी म्हणेन.''

''तुला चांगली माहिती नाहीये. त्या सरोवरापाशी आपण पाहिलं, ते म्हणजे मिलिटरीच्या बराकीच आहेत. आणि त्याही अशातशा, सामान्य मिलिटरी बराकी नाहीत; वेहरमॅट आल्पेनकॉरच्या जॅगर बटालियनचं ते ट्रेनिंगचं हेडक्वार्टर आहे.''

''ओह, माय गॉड! ते आल्पाइन कोअर! मला जर हे माहीत असतं, तर मी कधीच या बाजूला फिरकलो नसतो. आल्पाइन कोअर! हे कोणी आधी सांगितलं का नाही?''

“मला वाटलं, तुला माहीत असेल,” स्मिथ सौम्य सुरात म्हणाला, “आपण जर्मन खलाशी किंवा रेडक्रॉसच्या नर्ससारखा ड्रेस का केलेला नाही यासंबंधी तुला काय वाटतं?”

यावर शेफरनं आपल्या स्नो-स्मॉकची झिप खाली ओढली. पहिल्यांदाच पाहत असल्याप्रमाणे त्यानं आपला युनिफॉर्म बारकाईनं निरखला आणि पुन्हा झिप वर ओढली. तो काळजीपूर्वक म्हणाला, “म्हणजे तुला म्हणायचंय, आपण निष्काळजीपणे जर्मन सेनेत मिसळणार आहोत.” नंतर तो थांबला, स्मिथच्या हसतमुखानं मानेच्या इशाऱ्यानं त्याला होकार मिळताच त्यानं डोळे विस्फारले आणि तो अविश्वासानं पुढे म्हणाला, “पण आपण कोणीतरी परके म्हणून लगेच ओळखले जाऊ.”

“प्रशिक्षणाच्या तुकड्या सतत येत-जात असतात.” स्मिथ सहजपणे म्हणाला. “सहाशे नव्या चेहऱ्यांमध्ये सहा नव्या चेहऱ्यांचं काय?”

“हा प्रकार भयंकर आहे,” शेफर उदासपणे म्हणाला.

“घोड्यांपेक्षा भयंकर, वाईट आहे?” स्मिथ हसला. “शेवटी आल्पेनकोरचे सैनिक तुझ्या दिशेनं लाथाही झाडणार नाहीत किंवा तुला टापांखाली तुडवणार नाहीत.”

“घोड्यांपाशी मशीनगन्स नसतात,” शेफरनं चिडचिड व्यक्त केली.

“आणि तुझा दुसरा मुद्दा?”

“आहे, यस. दुसरा मुद्दा. या श्लॉस ॲडलर किल्ल्याचाच मुद्दा. आपण आपलं हेलिकॉप्टर विसरलो आहोत, नाही का? आपण त्या किल्ल्यात कसा प्रवेश करणार आहोत?”

“चांगला मुद्दा आहे,” स्मिथनं मान्य केलं. “आपल्याला त्याबद्दल विचार करावा लागेल. पण मी तुला सांगेन, कर्नल वॅट-टर्नर जर जर्मन हाय कमांड भेदू शकतो आणि त्याहीपेक्षा महत्त्वाचं म्हणजे त्या जगातून बाहेरही पडू शकतो हे पाहिलं, तर आपल्याला हे मिशन खूपच सहजपणे हाताळता यायला पाहिजे.”

“त्यानं काय केलं?” शेफरनं अधिक माहितीसाठी पृच्छा केली.

“तुला नाही माहीत?”

“मला कसं माहीत असणार?” शेफरचा वैतागलेला स्वर. “मी अद्याप त्या माणसाला पाहिलेलं नाहीये.”

“त्यानं १९४० ते १९४३ ही वर्षे जर्मनीत काढली. वेअरमॅटमध्ये काही काळ त्यानं काम केलं. नंतर बर्लिनमध्ये जीएचक्यूमध्ये तो काही काळ काम करत राहिला. हिटलरशी आपली चांगली जानपहचान होती, असं तो सांगतो.”

“आश्चर्यच म्हटलं पाहिजे.” शेफरनं एक दीर्घ क्षण विराम घेतला आणि शेवटी त्यानं आपला निष्कर्ष नोंदवला. “हा माणूस म्हणजे डोक्याच्या बाबतीत

तिरपागडाच म्हटला पाहिजे.''

''असेलही. पण तो जर हे करू शकतो, तर आपणही करू शकतो. आपण काहीतरी मार्ग काढू. आपण जरा झाडांमागे जाऊ या.''

ते मागच्या बाजूला आडोशाच्या दिशेनं सरकले. लक्ष ठेवण्यासाठी ख्रिस्तियनसेनला स्मिथच्या टेलिस्कोपसह मागे राहू देत. या ठिकाणी तात्पुरता तळ ठोकल्यावर त्यांनी गरम कॉफी पिऊन घेतली. पाठोपाठ स्मिथनं पुन्हा लंडनबरोबर संपर्क साधण्याची आपली इच्छा प्रकट केली.

त्यानं सामानातून रेडिओ बाहेर काढला आणि बाकीच्या मंडळींपासून काही फूट अंतरावर एका किटबॅगवर तो बसला. ट्रान्समीटर सर्किटशी जोडणारा स्विच रेडिओच्या डाव्या बाजूला होता. ही बाजू त्याचे चार सहकारी जिथं बसले होते, त्यांच्यापासून लांब होती. स्मिथनं मोठ्यानं किट आवाज करत स्विच ऑन केला, डाव्या हातानं कॉल-अप हॅन्डल फिरवलं. हॅन्डल फिरवण्याच्या पहिल्याच फेरीनंतर त्यानं ट्रान्समीटिंग स्विच ऑनचा ऑफ केला. कॉल-अपच्या घरघरीत आवाज दबला गेला. स्मिथनं मधूनच कंट्रोल्सशी खूप बारकाईनं जुळवून घेण्यासाठी मधूनमधून थांबत प्रयत्नपूर्वक हॅन्डल फिरवलं. नंतर शेवटी त्यानं नाद सोडला आणि निराशेनं डोकं हलवत तो ताठ बसला.

''आजूबाजूला एवढी झाडं असताना तुला कधीच रेडिओवरून बोलता येणार नाही,'' टॉरन्स-स्मिदनं निरीक्षण व्यक्त केलं.

''तसंच असलं पाहिजे,'' स्मिथनं दुजोरा दिला. ''मी या झाडीच्या दुसऱ्या बाजूला जाऊन प्रयत्न करावेत म्हणतो. तिथं कदाचित नशीब उघडेल.''

त्यानं ट्रान्समीटर खांद्याला अडकवला आणि दाट बर्फातून तो मार्ग काढत निघाला. तडक दुसऱ्या बाजूला असलेल्या पाइन वृक्षांच्या पट्ट्यापर्यंत आपल्या तळावरच्या सहकाऱ्यांच्या दृष्टिपथाच्या बाहेर आपण सुरक्षित वाटावं इतके आलो आहोत असं वाटल्यावर त्यानं मागे वळून पटकन एक दृष्टिक्षेप टाकला. तो डावीकडे नव्वद अंशांपेक्षा जास्त वळला आणि खाली उतरताना त्यानं आणि त्याच्या सहकाऱ्यांनी तयार केलेली वाट ओलांडेपर्यंत तो टेकडी घाईघाईनं चढून गेला. शीळ घालत तो टेकडीच्या माथ्याच्या बाजूला जाईपर्यंत त्या मार्गाचा माग काढत राहिला. अर्थात तो शीळ मंद आवाजात घालत होता आणि याचं कारण म्हणजे अशा अत्यंत थंडगार हवेत ध्वनीचं वहन धोकादायक वाटावं, इतकं दूरवर होत असतं. मेरी खाली पडून बर्फात पसरलेल्या ज्या पाइनच्या वृक्षामागे लपली होती, तिथून एकदम अवतरली तेव्हा त्यानं शीळ घालणं बंद केलं.

''हॅलो, डार्लिंग,'' तिनं आनंदानं त्याचं स्वागत केलं.

''आपल्याला जरा 'डार्लिंग' होणं कमी करावं लागेल,'' स्मिथ झटकन

म्हणाला. ''सकाळचे आठ वाजले आहेत. फादर मॅक्री आपली वाट पाहतोय आणि तुझा आवाज खाली ठेव.''

तो त्या पडलेल्या वृक्षावर बसला. त्यानं हॅन्डल फिरवलं आणि जवळपास लगेचच संपर्क साधला. ''लंडनहून येणारं ट्रान्समिशन अजूनही खूप मंद होतं, पण सकाळच्या लवकरच्या वेळेच्या मानानं अधिक स्पष्ट होतं.''

''फादर मॅक्री प्रतीक्षेत आहे,'' रेडिओवरून तडतडत आवाज ''होल्डऽ होल्ड!''

स्मिथ थांबला. पाठोपाठ लंडनमधल्या ऑपरेटरच्या जागी ॲडमिरल रोलॅण्डचा स्पष्ट आवाज प्रकट झाला.

''पोझिशन प्लीज ब्रॉड्सवर्ड.''

स्मिथनं हातातल्या कागदाच्या तुकड्याकडे संदर्भासाठी पाहिलं. पुन्हा कोड आणि साध्या भाषेत तो संदेश असा होता : *वूड्स ड्यू वेस्ट कॅसल डिसेन्डिंग डब्ल्यू.एच. धिस इव्हिनिंग.* स्मिथनं तशा स्वरूपाची कोडची अक्षरं मोठ्यानं वाचून दाखवली.

तोच एक विराम... बहुधा रोलॅण्ड तो मेसेज डिकोड करून घेत होता. नंतर पुन्हा त्याचा आवाज अवतरला.

''समजलं. पुढे कूच करा. हॅरॉडचा मृत्यू अपघाती होता?''

''नो. ओव्हर.''

''शत्रूकडून? ओव्हर.''

''नो. वेदर रिपोर्ट काय म्हणतोय? ओव्हर.''

''हवा बिघडत चाललीय. तूर्त वारं अधिक थंड आणि जोराचं आहे. नंतर ते आणखी जोराचं होणार आहे. बर्फ. ओव्हर.''

स्मिथनं स्तब्ध आणि निरभ्र आकाशाकडे पाहिलं. रोलॅण्डनं आपण पाठवलेल्या हवामानाच्या अंदाजाच्या बाबतीत काही गोंधळ घातलेला दिसत नाहीये, असं गृहीत त्यानं धरलं. त्यानं सांगितलं, ''पुढच्या ब्रॉडकास्टची वेळ अनिश्चित. त्यासाठी तुला थांबता येईल? ओव्हर.''

''तुमची मोहीम फत्ते होत नाही तोपर्यंत मी हेडक्वार्टर्समध्येच आहे.'' रोलॅण्डनं सांगितलं, ''गुड लक. गुडबाय.''

स्मिथनं रेडिओ बंद केला आणि मेरीला विचारमग्न होत सांगितलं, ''तो ज्या पद्धतीनं गुडबाय म्हणाला, ते मला फारसं आवडलं नाही.''

व्हाइटहॉलमधल्या नेव्हल ऑपरेशन्स रूममध्ये ॲडमिरल रोलॅण्ड आणि कर्नल वॅट-टर्नर एक भलामोठा ट्रान्सरिसीव्हर चालवणाऱ्या रेडिओ ऑपरेटरच्या दोन्ही बाजूंना दोघे जण बसलेले... दोघांनी गंभीर मुद्रेनं एकमेकांकडे पाहिलं.

"एकूण त्या दुर्दैवी जिवाचा खून झाला म्हणायचा." वॅट-टर्नर निर्विकारपणे म्हणाला.

"आपण बरोबर असल्याची खात्री पटण्यासाठी फारच मोठी किंमत मोजावी लागली," रोलॅण्ड गंभीरपणे म्हणाला. "तू म्हणालास तसं दुर्दैवी जीव. आपण त्याला रेडिओ बरोबर ठेवण्यासाठी दिला आणि आपण त्याच क्षणी डेथ-वॉरंटवर सही केली. आता पुढचा नंबर कोणाचा आहे कोणास ठाऊक. स्वतः स्मिथ?"

"नाही, स्मिथ नाही." वॅट-टर्नरनं आपल्या विचाराला दुजोरा देत मान सकारात्मक हलवली. "काही माणसांना सिक्स्थ सेन्स असतो. स्मिथला तसा सातवा सेन्स आहे... आठवा आणि नववासुद्धा .. आणि धोक्याचा इशारा देणारा अंतर्गत रडार सेट. स्मिथ कोणत्याही परिस्थितीतून बाहेर पडू शकतो सर, मी त्याला उगाच निवडलं नाहीये. तो युरोपमधला बेस्ट एजंट आहे."

"अपवाद बहुतेक फक्त तुझाच. पण कर्नल, तुझ्याही कल्पनेपलीकडची अशी परिस्थिती असू शकते."

"यस, त्यातही तथ्य आहे." त्यानं थेटपणे रोलॅण्डकडे पाहिलं. "त्याची तशी या परिस्थितीतून बाहेर पडण्याची कितपत शक्यता आहे, असं तुला वाटतं?"

"शक्यता?" रोलॅण्डची नजर दूरवर... शून्यात... "म्हणजे, तुला काय म्हणायचंय शक्यता? तशी त्याच्या हातात कोणतीही शक्यता नाही."

जवळपास नेमका तोच विचार स्मिथच्या मनात... सिगारेट पेटवून त्यानं आपल्या शेजारी बसलेल्या मेरीकडे पाहिलं. आपले विचार आपल्या चेहऱ्यावर प्रकट होऊ नयेत याची काळजी घेत... नुकतंच त्या किल्ल्याचं पहिलं दर्शन त्यानं जे घेतलं होतं, तोपर्यंत त्याला त्यांच्यावर सोपवलेली कामगिरी किती आहे, याची पूर्ण जाणीव नव्हती. नेमकी किती शारीरिक बळाची परीक्षा घेणारी परिस्थिती आहे, हे जर माहीत असतं, तर आपण इथपर्यंत आलो असतो का, याची त्याला आता कमालीची शंका येत होती. त्याला हे कळून चुकलं होतं... अगदी आपल्या मनाच्या दूरवरच्या कप्प्यांपर्यंत... की खरंतर त्यात शंकेलासुद्धा कुठे जागा नव्हती. स्वतःशीच तो हे कबूल करणार नसला, तरीसुद्धा तो आला नसता. पण तो आला होता. तो इथं होता आणि आता या मुद्द्यावर काहीतरी पावलं टाकण्यात शहाणपणा होता.

तो मेरीला म्हणाला, "तू त्या श्लॉस किल्ल्यावर एखादा तरी दृष्टिक्षेप अजून टाकलास की नाही?"

"ती जागा अफलातून आहे. जनरल कार्नेबीला आपण तिथून कधी बाहेर काढणार आणि कसं?"

"सोपं आहे. आज रात्री तिकडे फिरायला जायचं, आत किल्ल्यात प्रवेश

करायचा आणि त्याला बरोबर घेऊन बाहेर पडायचं.''

मेरीनं त्याच्याकडे अविश्वासानं पाहिलं आणि त्यानं त्याचं विधान नेमक्या विस्तारात मांडावं या प्रतीक्षेत ती थांबली. त्यानं तसं काही केलं नाही, तेव्हा शेवटी तिनं विचारलं, ''बस, एवढंच?''

''एवढंच.''

''एका खऱ्या प्रतिभावंताचा साधेपणा. हा मार्ग शोधून काढण्यासाठी तू बराच वेळ खर्च केला असणारच.'' तिच्या या बोलण्यावरही त्यानं काही प्रतिसाद दिला नाही, तेव्हा तिनं चांगलंच काळजीपूर्वक उपरोधिकपणे पुढे सांगितलं, ''अगदी पहिला मुद्दा म्हणजे अर्थातच आत प्रवेश करण्यात कोणतीही समस्या असणार नाही. आपण फक्त मुख्य प्रवेशद्वारापाशी जायचं आणि दारावर टकटक करायचं.''

''जवळपास नंतर दार - किंवा खिडकी - उघडतो, मी तुझ्याकडे पाहून हसतो आणि आत शिरकाव करतो.''

''तू काय करणार?''

''मी हसतो आणि तुला 'थँक यू' म्हणतो. अगदी युद्धकाळातसुद्धा थोड्याफार शिष्टाचाराच्या गोष्टी पाळायला काही कारण...''

''प्लीज!'' आता तिची सहनशक्ती पूर्णपणे नष्ट झालेली; ''तू जर असलं मुद्द्याचं न बोलता...''

''तू माझ्यासाठी दार उघडणार आहेस,'' स्मिथनं संयम ठेवत स्पष्ट केलं.

''तुझं सगळं ठिकाणावर आहे ना?''

''जर्मनीतली कर्मचाऱ्यांची टंचाई अतिशय तीव्र स्वरूपाची आहे. श्लॉस ॲडलरही त्याला अपवाद नाही. ते ज्या प्रकारांच्या शोधात आहेत, तू त्या प्रकारात अगदी चपखलपणे बसतेस. तरुण, हुशार, सुस्वरूप तुला स्वयंपाक करता येतो, पॉलिश करता येतं कर्नल क्रॅमरची बटणं लावून. ''

''कर्नल क्रॅमर कोण आहे?'' तिच्या मनातला गोंधळ तिच्या चेहऱ्यावर प्रकट झाला अन् तितकाच तिच्या आवाजातूनही.

''जर्मन सीक्रेट सर्व्हिसचा डेप्युटी चीफ.''

ते ऐकताच मेरी ठामपणे म्हणाली, ''तुला वेडच लागलं असलं पाहिजे.''

''मी तसा नसतो, तर मी हे काम करत राहिलो नसतो.'' त्यानं आपल्या घड्याळाकडे नजर टाकली. ''बरं, मी आमच्या कॅम्पपासून बराच वेळ बाहेर आहे आणि एका विचित्र अशा रहस्यमय मनानं मला वेढा दिलाय, अशी भीती मला वाटतेय. आपण बरोबर पाच वाजता निघतोय. बरोबर पाच वाजता. खाली गावात मुख्य रस्त्याच्या बाजूला एक पब आहे. तू कुठल्या तरी चुकीच्या पबमध्ये भटकत जाऊन आम्हाला चालणार नाही. या पबच्या मागच्या बाजूला बिअरचा स्टॉक

ठेवण्यासाठी असलेली एक शेड आहे. ती नेहमी कुलूपबंद असते, पण आज रात्री त्या शेडच्या दारापाशी एक किल्ली असेल. मी तुला तिथं बरोबर आठ वाजता भेटेन.''

एवढ्या सूचना देऊन तो जायला वळला, पण तिनं त्याचा हात पकडून त्याला विचारलं, ''तुला हे सगळं कसं माहीत? त्या पबबद्दल आणि ते बाटल्यांचं स्टोअर... ती तिथली किल्ली आणि कर्नल क्रॅमरबद्दल आणि...''

''आहऽऽ आह!'' स्मिथनं दटावल्यासारखं मान नकारार्थी हलवली आणि तिच्या ओठांवर आपलं बोट ठेवलं.

''हेरांसाठी असलेलं माहितीपुस्तक सोनेरी नियम क्र. एक.'' ती त्याच्यापासून बाजूला झाली आणि बर्फानं आच्छादलेल्या जमिनीकडे खाली टक लावून पाहत राहिली. तिचा आवाज हळुवार आणि कडवट. ''तुम्हाला सांगणं आवश्यक वाटत नसेल, तरी कधीही कोणालाही काही सांगू नका.'' तिनं थांबून त्याच्याकडे पाहिलं आणि विचारलं, ''अगदी मलासुद्धा सांगायचं नाही?''

''विशेषतः तुला तर अजिबात नाही, पोरी.'' त्यानं तिच्या गालावर हलकंच थोपटलं. ''उशीर करू नकोस.''

ती निर्विकार चेहऱ्यानं त्याच्याकडे पाहत असतानाच तिला मागे ठेवून स्मिथ तो उतार उतरत खालच्या दिशेनं निघून गेला.

लेफ्टनंट शेफर दाट बर्फात शरीर पसरून आणि जवळपास पुरल्यासारखा पाइन वृक्षांच्या फांद्यांमागे तो निम्म्यानं दडलेला. त्याच्या डोळ्यांना टेलिस्कोप. त्याच्या मागच्या बाजूला बर्फाची मंद कुरकुर झाली, तसं तो वळला. स्मिथ हातांवर-गुडघ्यांवर राहत त्याच्या दिशेनं येताना शेफरनं पाहिलं.

''तुला टक्टक् बिक्टक् करून येता येत नाही का?'' शेफरनं चिडखोरपणे विचारलं.

''सॉरी. तुला काहीतरी दाखवायचं होतं मला. बाकीची मंडळी तरी तसं म्हणतायत.''

''यस.'' शेफरनं टेलिस्कोप स्मिथकडे दिला. ''जरा या प्रकाराकडे नजर टाक. तुला इन्टरेस्टिंग वाटेल असं वाटलं.''

स्मिथनं टेलिस्कोप घेतला आणि जास्तीत जास्त स्पष्टपणा मिळेपर्यंत बोटांनी टेलिस्कोप अगदी बरोबर जुळवून घेतला.

''टेलिस्कोप खाली घे,'' स्कॅफरनं सांगितलं, ''खडकाच्या पायथ्याशी.''

स्मिथनं टेलिस्कोप श्लॉस ॲडलर किल्ल्याच्या आणि त्या ज्वालामुखीचं बूच म्हणून ओळखल्या जाणाऱ्या त्या पर्वताच्या निव्वळ भिंतींसारख्या खडकाच्या बाजूनं

खाली फिरवत आणला. ते टेलिस्कोपचं रोखलेलं सूक्ष्म असं वर्तुळ पायथ्यापाशी बर्फाच्छादित उतारांवर विसावेपर्यंत त्या उताराच्या या बाजूपासून त्या बाजूपर्यंत टेलिस्कोप फिरवताना दृष्टिपथात आले खांद्याला मशीन-कार्बाईन्स लटकवलेले दोन सैनिक आणि न बांधलेली चार कुत्री.

"अरे बापरे," स्मिथ विचारमग्न होत पुटपुटला, "तुला काय म्हणायचंय ते मला कळतंय."

"ती कुत्री चक्क डॉबरमॅन पिन्चर आहेत, बॉस."

"हं, ती काही खेळण्यातली कुत्री नाहीयेत आणि तीच एक मोठी वस्तुस्थिती आहे," स्मिथनं दुजोरा दिला. त्यानं पाठोपाठ टेलिस्कोप खडकांच्या थोड्या वरच्या दिशेनं वळवला आणि रोखून धरला.

"आणि फ्लडलाइट्स?" त्यानं खालच्या पट्टीत भर घातली.

नंतर त्यानं टेलिस्कोप पुन्हा खालच्या बाजूला वळवला. त्या पहारा देणाऱ्या सैनिकांच्या आणि कुत्र्यांच्याही पलीकडे वायरच्या उंच कुंपणावर विसावेपर्यंत हे उंच कुंपण त्या पर्वतावरच्या ज्वालामुखीच्या बुचाच्या पायथ्याच्या भोवती गेलेलं दिसत होतं.

"आणि खूपच छोटंसं कुंपण दिसतंय."

"कुंपणं," शेफर तोऱ्यात म्हणाला, "कुंपणं ही तोडण्यासाठी नाही तर चढण्यासाठी असतात."

"तू हे कुंपण कापण्याचा किंवा चढण्याचा प्रयत्न करून बघ, तू अपेक्षेच्या मानानं फारच कमी वेळात बरोबर जेवढा पाहिजे तेवढाच वेळ शिजशील. हे कुंपण अगदी स्टॅन्डर्ड डिझाइनचं, २३०० व्होल्टचं अगदी स्टॅन्डर्ड करंट असलेलं असं आहे. सिंगल फेज, ६० सायकल एसी सर्वोत्तम इलेक्ट्रिक चेअर्सची ही सगळी लक्षणं आहेत."

शेफरनं नकारार्थी मान हलवली. "आपली प्रायव्हसी जपण्यासाठी काही मंडळी कुठल्या टोकाला जातात, हे पाहून खरोखरच अचंबा वाटतो."

"कुंपणं, फ्लडलाइट्स आणि डॉबरमॅन कुत्री," स्मिथनं आपली प्रतिक्रिया व्यक्त केली. "एवढ्या सगळ्यांची युती आपल्याला थांबवू शकेल, असं मला वाटत नाही. तुला वाटतं, लेफ्टनंट शेफर?"

"अर्थातच मला तसं वाटत नाही. आपल्याला थांबवू शकेल? अर्थातच नाही!" तो काही क्षण थांबला आणि एकदम उसळला. "तुला या किल्ल्यात जायचा विचार मांडावासा वाटतो तरी कसा?"

"वेळ येईल त्या वेळी आपण निर्णय घेऊ," स्मिथनं सहजपणे सांगितलं.

"म्हणजे तुला म्हणायचंय, तू ठरवणार," शेफर तक्रारीच्या सुरात म्हणाला.

''सगळं अगदी गुप्त ठेवायचं, नाही का ?''

''याचं कारण म्हणजे मरण येण्याच्या दृष्टीनं मी अजून फार तरुण आहे.''

''मीच का पण?''शेफरनं एका मोठ्या विरामानंतर पृच्छा केली. ''या कार्यासाठी मलाच का निवडलं? हा माझं कौशल्य असलेला प्रांत नाहीये, मेजर.''

''कोणास ठाऊक,'' स्मिथ मोकळेपणानं म्हणाला. ''खरं म्हणजे, मी तरी का?''

शेफर स्मिथच्या दिशेनं एक दीर्घ आणि अगदी नेमकी अशी अविश्वासाची नजर टाकण्याच्या विचारात असतानाच अचानक ताठरला आणि त्यानं आपलं डोकं वर उंचावलं. एका हेलिकॉप्टरच्या इंजिनाच्या स्पष्ट अशा गोंगाट करणाऱ्या घरघरीच्या दिशेनं स्मिथ आणि शेफर, दोघांनीही एकाच वेळी हा आवाज टिपला. आवाज उत्तरेकडून ब्लॉ सी सरोवराच्या बाजूनं आणि थेट त्यांच्या दिशेनं येत होता. हे हेलिकॉप्टर मोठं, लष्करी अवतार असलेलं असं होतं. एवढ्या अंतरावरूनही स्वस्तिकाच्या खुणा अगदी स्पष्टपणे ओळखता येतील अशा होत्या. शेफरनं पाइन वृक्षांच्या रांगांच्या दिशेनं मागच्या बाजूला सरकायला सुरुवात केली.

''शेफर, नीघ,'' शेफरनं स्वतःला बजावत घाईघाईनं सांगितलं. ''ही कुत्री आपल्याला शोधायला लागली आहेत.''

''मला तसं वाटत नाही,'' स्मिथ म्हणाला, ''तू जिथं आहेस, तिथंच थांब आणि तुझा स्मॉक तुझ्या डोक्यावरून ओढून घे.''

झट्कन दोघांनीही त्यांचे पांढरे स्मॉक त्यांच्या डोक्यांवरून ओढून घेतले, ते त्यांच्या डोळ्यांपर्यंतच. स्मिथची टेलिस्कोप अंशतः बर्फात दडवलेली तेवढी दिसत राहिलेली आता कोणत्याही दिशेला तीस यार्डांवरून, अगदी थेट वरूनसुद्धा ते बरेचसे दडलेले.

हेलिकॉप्टर अजूनही दोघं जण लपून, पसरून राहिले होते त्या ठिकाणाच्या दिशेनं थेट तोच रोख अजूनही पकडत त्या खोऱ्याच्या वरच्या बाजूनं वेगानं आणि सफाईनं फिरत राहिलं होतं. हेलिकॉप्टर केवळ शंभर फूट यार्डांवर होतं, तेव्हा स्मिथला अस्वस्थ वाटायला लागलं. त्याच्या मनात विचार- कुठल्याशा दुर्दैवानं त्यांच्या अस्तित्वाबद्दल शत्रूंना कळलं असेल किंवा संशय आला असेल. स्मिथ आणि त्याचे सहकारी ज्या लँकेस्टर विमानानं आले होते, त्याच्या इंजिनाचा आवाज रात्रीच्या वेळात शत्रूंच्या कानावर पडणारच होता. सगळ्या जर्मनीमधल्या सगळ्यात अशक्य असलेल्या ठिकाणांपैकी एका ठिकाणी स्मिथ आणि त्यांच्या सहकाऱ्यांच्या चुकार बॉम्बर विमानाच्या अस्तित्वाबद्दलच्या प्रश्नाला श्लॉस ॲडलर किल्ल्यावरच्या कुठल्याशा संशयी आणि डोकेबाज माणसाला अगदी बरोबर उत्तर सापडलं असेल तर? श्लॉस ॲडलरमध्ये अशा संशयी आणि डोकेबाज माणसांचा तुटवडा असणार

नव्हताच. अगदी त्याच रात्रीच्या वेळी जर्मनांच्या आल्पेनकोरच्या तुकड्यांमधल्या माणसांनी पाइनच्या झाडांमधून पिंजून काढायला सुरुवात केली असेल तर आणि स्मिथला तर इतका आत्मविश्वास होता, की त्यानं कोणी पहाऱ्याला ठेवण्याचीसुद्धा तसदी घेतली नव्हती. नंतर अचानक हेलिकॉप्टर जवळजवळ थेट डोक्यावर असतानाच झट्कन ते डावीकडे वळलं आणि किल्ल्यातल्या पटांगणाच्या दिशेनं खाली गेलं. त्या पटांगणाच्या वरच्या बाजूला ते काही क्षण रेंगाळलं आणि सावकाश खाली उतरलं. स्मिथनं हळूच कपाळ पुसलं आणि टेलिस्कोप डोळ्यांना लावला.

हेलिकॉप्टर लॅन्ड झालं होतं. पंख फिरायचे थांबले होते. हेलिकॉप्टरच्या पायऱ्या अवतरल्या आणि एक माणूस पटांगणात प्रकट झाला. स्मिथनं त्याच्या युनिफॉर्मवरून ओळखलं- कोणीतरी खूप सीनिअर ऑफिसर आहे. नंतर अचानक त्याला जाणीव झाली– तो खरोखरच एक फार फार वरच्या स्तरावरचा सीनिअर ऑफिसर होता. त्यानं टेलिस्कोप बाजूला असलेल्या शेफरकडे दिला, तेव्हा त्याचा चेहरा ताणलेला– ''नीट नजरेखालून घे, त्याचा सल्ला.''

शेफरनं बारकाईनं पाहिलं. तो सीनिअर ऑफिसर प्रवेशद्वारातून गेला, तसा त्यानं टेलिस्कोप खाली घेतला, ''तुझा कोणी दोस्त आहे, बॉस?''

''मी त्याला ओळखतो. राइसमार्शल ज्युलियस रोझमेयर. वेहरमाट चीफ ऑफ स्टाफ.''

''माझ्या आयुष्यातला पहिला राइसमार्शल आणि मी मात्र माझ्या टेलिस्कोप रायफलशिवाय,'' शेफर खेदपूर्वक म्हणाला. ''या साहेबांना काय हवंय नेमकं कोणास ठाऊक!''

''आपल्यासारखंच,'' स्मिथ तुटकपणे म्हणाला.

''जनरल कार्नेबी?''

''दोस्त राष्ट्रांच्या प्लॅनिंगचा सर्वांगीण को-ऑर्डिनेटर असलेल्या अधिकाऱ्याला संकल्पित सेकंड फ्रंटबद्दल चार प्रश्न विचारायचे, तर त्याची मुलाखत घेण्यासाठी काही कोणी कॉर्पोरलसारख्या खालच्या हुद्द्याचा माणूस पाठवतच नाहीत.''

''त्या कार्नेबीला इथून घेऊन जायला ते आले असतील, असं तुला वाटत नाही?'' शेफरनं चिंतातुरपणे विचारलं.

''तसं शक्य नाही. गेस्टापो लोक आपल्या कैद्यांना कधी हातचे सोडत नाहीत. या देशात वेहरमाट लोक गेस्टापो लोक जे सांगतात त्याप्रमाणे करतात.''

''नाही तर?''

''नाही तर तू जरा आता जाऊन ये. आपल्या माणसांची आणखी कॉफी तयार होतेय तिथं. आणखी तासाभरात मला रिलीव्ह करायला कोणाला तरी पाठव.''

अॅडमिरल रोलॅण्डचा या भागाबद्दलचा हवामानाचा अंदाज अगदी अचूक निघाला. हुडहुडी भरेल असे तास मंद गतीनं पुढे ढकलगतीनं जात राहिले, तसं हवामानही धिम्या गतीनं बिघडत गेलं. दुपारपर्यंत सूर्य बेपत्ता झाला होता. पूर्वेकडून झोंबणारा वारा एकदम वाहू लागला. दुपार व्हायला लागत नाही, तोच काळवंडलेल्या आकाशातून बर्फ पडायला सुरुवात झाली होती. सुरुवातीला अगदी सावकाश नंतर पूर्वेकडच्या वाऱ्याचा संथ गतीनं जोर वाढला आणि तो तीव्र चावणारा असा थंडगार झाला... तसं बर्फ पडण्याची तीव्रता वाढली. रात्र वाईट असेल अशी चिन्हं दिसत होती; पण एकूण दिसण्याचं प्रमाण शून्याच्या आसपास इतकं खाली गेलेलं आणि माणसांना बंदिस्त, बंद दारांआड राहायला लावणारी वाईट रात्रच त्यांना अपेक्षित होती. श्लॉस अॅडलर किल्ला पौर्णिमेच्या पूर्ण वाटोळ्या चंद्राच्या उबदार प्रकाशात न्हाऊन निघालेला असताना, त्यावर रमतगमत चढून जाणं त्यांना अवघड गेलं असतं. स्मिथनं आपल्या घड्याळात वेळ चाचपून पाहिलं...

"निघायची वेळ झालीय आपली." तो ताठरल्यासारखा जागेवरच उभा राहिला आणि त्यानं रक्ताभिसरणाला चालना मिळावी म्हणून आपले हात आपटले. "थॉमसला बोलवा."

रकसॅक्स आणि किट-बॅग्ज सगळ्यांनी उचलून खांद्याला अडकवल्या. तेवढ्यात वॉच ठेवण्याचं काम करणारा थॉमस स्मिथचा टेलिस्कोप घेऊन तिथं अवतरला. थॉमस त्याच्या नेहमीच्या आनंदी वृत्तीपासून फारच कुठेतरी टोकाला गेल्यासारखा दिसत होता. त्यानं गेला तासभर वारा आणि बर्फ पूर्ण भरात असताना अंगावर झेलला होता, एवढंच कारण त्याचा मूड जाण्यामागे नव्हतं.

"तो रेडिओ अजून काम करायला लागला का नाही?" त्यानं स्मिथला विचारलं.

"काहीही आशा नाही. सहा वेळा प्रयत्न झाले, सहाही केवळ अपयशी ठरले. का?"

"का ते मी तुला सांगतो," थॉमस कडवटपणे म्हणाला, "आपण पॅराट्रूप्सबद्दल अॅडमिरलचं मन बदलू शकलो नाही, ही खरंच फार वाईट बाब आहे. एक फुल ट्रेनभर ट्रूप आणून सोडली की संपलं काम."

"वेल, कल्पना छान आहे," स्मिथनं शांतपणे संयमपूर्वक सांगितलं. "जुनी माणसं म्हणतील आपण नवे आहोत आणि नवे लोक म्हणतील आपण जुने आहोत. एकदम सोईस्कर."

थॉमसनं विचारपूर्वक स्मिथकडे पाहिलं.

"खूप, खूपच सोईस्कर." तो जरा थबकला आणि नंतर म्हणाला, "आपण

जरा मोकळे झालो तर, मेजर?''

''तुला म्हणायचंय तरी काय?''

''ते जाऊ दे,'' कॅरॅसिओलानं भलतंच आडदांडपणे सांगितलं, ''त्याला काय म्हणायचंय ते तुला चांगलं माहीताय. हे आमचं आयुष्य आहे. आपल्याला त्या गावात का जायचंय? आणि कार्नेबीला बाहेर काढण्याबाबत तुझा काय विचार आहे? आम्हाला जर आत्महत्याच करावी लागणार असेल, तर ती का, ते आम्हाला सांग. तेवढं तू आम्हाला देणं लागतोस, तेवढा बांधील आहेस.''

''मी तुम्हाला काही देणं लागत नाही,'' स्मिथनं निर्विकारपणे सांगितलं. ''मी तुम्हाला काहीही सांगणार नाही. आणि तुम्हाला जर काही माहीत नसेल, तर तुम्हाला बोलणं शक्य नाही. वेळ येईल तेव्हा तुम्हाला सगळं सांगितलं जाईल, सगळं कळेल.''

''स्मिथ,'' टॉरन्स-स्मिद नेमकेपणानं म्हणाला, ''तू एक थंड रक्ताचा सैतान आहेस.''

''हे विधान याआधीही करण्यात आलंय,'' स्मिथनं तटस्थपणे सांगितलं.

गावातलं रेल्वेस्टेशन म्हणजे छोटं, दोन मार्ग असलेलं आणि त्या रेल्वेच्या अखेरीस असलेला डेपो होता. अशा प्रकारच्या सगळ्याच रेल्वेच्या अखेरीस असलेल्या डेपोंप्रमाणे हा डेपोसुद्धा गंज चढलेला, मोडकळीला आलेला असाच... एकूण रचनेत अगदी जरुरीपुरतंच व्यावहारिकतेचं स्थान... त्या जागेत कोणाच्या तरी प्रतीक्षेची निराशावादी विचित्र अशी हुरहुर... कोणीतरी येण्याची आणि सगळं योग्य त्या पद्धतीनं पार पाडण्याची प्रतीक्षा... एकूणच इथलं ओसाडपणाचं वातावरण कायमचंच आणि संपूर्ण असं... त्या रात्री पूर्णपणे निर्जन अवस्थेत मंद आणि झुलणाऱ्या इलेक्ट्रिकच्या दिव्यांच्या उजेडाच्या वर्तुळांमधून बर्फ वाहून आणणारा मोठा, जोराचा वारा सुटलेला असताना माणसांच्या अस्तित्वाचा लवलेशही नसलेल्या त्या जागेची भयाण प्रतिमा जवळपास दहशत निर्माण करणारी होती; मात्र हे वातावरण स्मिथच्या हेतूशी परिपूर्णरीत्या मिळतंजुळतं होतं.

त्यानं स्नो-स्मॉक अंगावर चढवलेल्या आपल्या पाच सहकाऱ्यांना झट्कन रेल्वेच्या पलीकडे स्टेशनच्या इमारतींच्या, तुलनेनं त्यातल्या त्यात आडोसा असलेल्या जागी नेलं. सगळे जण रांगेनं शांतपणे बंद बुकस्टॉल, फ्रंट ऑफिस, बुकिंग ऑफिस ओलांडत पुढे गेले आणि पलीकडच्या सावल्यांमध्ये हलकेच सरकत जागीच थांबले.

स्मिथनं रेडिओ खाली ठेवला, रकसॅक खांद्यावरून उतरवली, स्नो-स्मॉक आणि पॅंट्स उतरवल्या आणि रेल्वेच्या लगत सहजपणे तो रमतगमत जात राहिला.

काटकसरी बव्हेरियन लोकांच्या दृष्टीनं प्लॅटफॉर्म म्हणजे एक उधळमाधळ असलेली चैन होती. तो एका बोल्ट लावलेल्या जाळीच्या दाराशेजारच्या दरवाज्यापाशी आला. वर लिहिलेलं होतं- GEPACK ANNAHME त्यानं दार अजमावलं. ते कुलूपबंद होतं. आपल्याकडे कोणाचं लक्ष नाहीये, हे चाचपून पाहण्यासाठी त्यानं झट्कन बाजूला नजर टाकली. नंतर तो झुकला, आपल्या जवळच्या पेन्सिल-फ्लॅशनं त्यानं की-होलची बारकाईनं पाहणी केली. आपल्या खिशातून त्यानं विचित्र आकाराच्या किल्ल्या बाहेर काढल्या आणि पाठोपाठ काही सेकंदांतच त्यानं ते दार उघडलं. त्यानं हलकेच शीळ घातली आणि जवळपास सगळे जण एकाच वेळी त्याला येऊन मिळाले. सगळ्यांनी रांगेत झट्कन आत प्रवेश केला. आत गेल्यावर लगेचच सगळे जण आपले पॅक्स मोकळे करायला लागलेले. शेफर सगळ्यांच्यात एकदम मागच्या बाजूला त्यानं थांबून त्या जाळीच्या दाराच्या वरच्या बाजूला असलेल्या बोर्डकडे पाहिलं...

"माय गॉड!" त्यानं नकारार्थी मान हलवली. "सोडलेल्या सामानासाठी असलेलं ऑफिस!"

"नाहीतर मग कुठे?" स्मिथनं समंजसपणे विचारलं. त्यानं शेफरला आत घेतलं, त्याच्या मागे दार बंद करून ते लॉक केलं. पेन्सिल टॉर्चचा बोटाएवढाच उजेड पडेल अशा पद्धतीनं तेसुद्धा हातानं झाकत तो सामान ठेवलेले रॅक मागे टाकत त्या रूमच्या एकदम टोकापाशी आला. तिथं भिंतीत एक मोठी, ऐसपैस खिडकी होती. ही खिडकी म्हणजे एक परिपूर्ण अशी खालचा भाग वर करता येणारी अशी होती. त्यानं ती अतिशय बारकाईनं तपासली. टॉर्चचा उजेड चुकूनही ग्लासवर पडून पलीकडे रस्त्यावर त्याचा प्रकाश पडू नये, याबाबत दक्ष राहत त्यानं आपलं लक्ष त्या खिडकीच्या बाजूला असलेल्या उभट, लाकडी फळीकडे वळवलं. नंतर आपला झाकण असलेला चाकू त्यानं काढला आणि तेवढी फळी उचकटून काढताच भिंतीला उभी चिकटवलेली एक दुहेरी केबल एकदम दृष्टिपथात आली. त्यानं त्या केबलच्या मध्यभागाला दोन भागांत छेद दिला आणि दोन्ही छेद नंतर कापून काढले. पाठोपाठ त्यानं ती फळी जागच्या जागी लावून टाकली आणि खिडकीची वर-खाली होणारी तावदानी चौकटीची खालची बाजू चाचपून पाहिली. ती सहजपणे वर-खाली झाली.

"एक खिळवून ठेवणारं, मनोरंजक सादरीकरण," शेफरनं आपलं निरीक्षण नोंदवलं, "एवढी सगळी कामगिरी कशासाठी म्हणायची?"

"पुढच्या दारानं प्रवेश करणं नेहमीच सोईस्कर नसतं. किंवा, तसं म्हटलं तर, बाहेर पडणंसुद्धा."

"घरफोडी आणि बायकांना भुलवण्यात खर्ची पडलेलं तारुण्य." शेफरनं

दुःखद स्वरात भावना मोकळ्या केल्या. “आवाज पकडण्यासाठी इथं खिडकीपाशी वायर असल्याचं तुला कसं माहीत?”

“अगदी छोट्या कन्ट्री स्टेशनातसुद्धा वेळोवेळी प्रवाशांचं सामान तात्पुरतं ठेवण्यासाठी असलेल्या- लेफ्ट लगेज- ऑफिसमध्ये काहीतरी मौल्यवान चीजवस्तू ठेवल्या जाणारच.” स्मिथनं संयमपूर्वक सांगितलं, “पण अशा ऑफिसमधल्या सामानाकडे लक्ष ठेवायला कोणी पूर्णवेळ माणूस असणार नाही. बहुधा इथं अटेन्डंट, बुकिंग क्लार्क, तिकीट कलेक्टर, पोर्टर आणि स्टेशनमास्तर म्हणजे प्रत्यक्षात एकच माणूस आहे. त्यामुळे ही रूम लॉक करून ठेवलीय. पण जर चोर मागच्या खिडकीतून आत शिरू शकत असेल, तर पुढच्या दारात अडथळा निर्माण करून काही उपयोग नाही. त्यामुळे ही मागची विंडो जाळी असलेली किंवा वायर असलेली असायला पाहिजे, पण ग्रिलही नाही आणि कशीतरी फिट केलेली फळी उघडी आहे.”

“तुझ्या दृष्टीनं उघडी आहे, असेलही,” कॅरॅसिओला चिडखोरपणे म्हणाला. “हे सगळं किल्ल्या आणि घरफोडीच्या अलार्मचा अनुभव तू म्हणालास, तू ब्लॅक वॉच संघटनेत होतास?”

“अगदी बरोबर.”

“त्या स्कॉटिश रेजिमेंट्समध्ये तुला भलतंच विचित्र शिक्षण मिळालंय. खरोखरच फार विचित्र.”

“अतिशय सखोल शिक्षण असा शब्द तू शोधतोयस खरंतर वर्णन करण्यासाठी,” स्मिथनं आस्थेवाईकपणे योग्य वर्णन केलं. “चला, आपण आता जरा ड्रिंक घेऊ या.”

“चला, ड्रिंकचा कार्यक्रम उरकून घेऊ या,” कॅरॅसिओलानं जरा जड अंतःकरणानं सांगितलं, “मला माझं ड्रिंक एका फटक्यात संपवायची आठवण कर; नाहीतर ते संपवण्यासाठी एखाद्या वेळी मी कधीच जिवंत राहणार नाही.”

“चांगली बिअर वाया घालवण्यासारखी दुसरी शरमेची बाब नाही,” स्मिथनं दुजोरा दिला. शेवटचा सहकारी बाहेर पडेपर्यंत तो थांबला. आपल्या पाठीमागे त्यानं दार लावून घेतलं आणि पुन्हा सगळ्यांबरोबर स्टेशनच्या मुख्य प्रवेशद्वाराबाहेर पडला. आता त्यांच्याबरोबर रकसॅक्स नव्हते किंवा त्यांच्या अंगावर स्नो-स्मॉक्ससुद्धा नव्हते. सगळे जण आता जॅगर बटालियनच्या युनिफॉर्ममध्ये होते. आता स्मिथ होता मेजर, शेफर लेफ्टनंट आणि बाकीचे चार जण होते सार्जंट. त्यांचे युनिफॉर्म्स आता जसे असायला पाहिजे होते, तसे कडक इस्त्रीचे नव्हते किंवा सार्जंट हॅरॉडनं निरीक्षण नोंदवलं होतं, तसे ते युनिफॉर्म जेवढे पाहिजे तेवढे फिटसुद्धा नव्हते, पण शेवटी एका गावातल्या रस्त्यात किंवा गजबजलेल्या बारमध्ये रात्रीच्या वेळी त्यांना कोणाच्या

लक्षात न येता सहजपणे वावरता येणं महत्त्वाचं होतं.

हा एक ठरावीक पद्धतीच्या, पर्वतराजीच्या प्रदेशातल्या गावातला, ठरावीक पद्धतीचा मुख्य रस्ता होता. रस्त्याच्या दोन्ही बाजूंना असलेल्या इमारती भक्कम, ओबडधोबड, चौकोनी होत्या. जणू वर्षानुवर्षं ही घरं बोचऱ्या बव्हेरियन हिवाळ्याला न जुमानता राहत आल्यासारखी आणि तितकाच पुढचा काळ राहण्याच्या इराद्यानं उभी असल्यासारखी दिसत असलेली. बहुतेक सगळी घरं लाकडी, खूप उतरत्या छपरांच्या प्रकारची, खूप मोठी, घरांच्या भिंतींच्या बाहेर येणारी मोठी छपरं आणि घराच्या सगळ्या पुढच्या बाजूच्या रुंदीइतक्या पसरलेल्या बाल्कनीज... या घरांपैकी काही घरं तुलनेनं आधुनिक पद्धतीचं बांधकाम असलेली होती. शिंगल वॉल्स पद्धतीच्या भिंती, मोठ्या, दुहेरी तावदानांच्या खिडक्या आणि फॅन्सी ओतीव लोखंडाच्या जाळ्या. पण बरीच घरं अतिशय जुनी आणि साधारणसुद्धा म्हणू नये अशी धारदारपणे कापलेल्या लाकडाच्या ओबडधोबड फळ्यांची... कोपऱ्यांपाशी बाहेर आलेल्या एकमेकांमध्ये बसवलेल्या वॉल-बीम्स...

या मुख्य रस्त्यावर स्ट्रीट लॅम्प्स नव्हते, पण कुठे ब्लॅकआउटचाही प्रयत्न नव्हता. बर्फानं भरलेल्या रस्त्यांवर पडदे नसलेल्या खिडक्यांमधून प्रकाशाच्या लांबट,पसरट आयतांचे तुकडे पसरलेले रस्त्याच्या एकदम टोकाला किंवा दक्षिणेकडच्या बाजूला बर्फाच्या लांबवर पसरलेल्या पडद्यांमधून सतत दिसणाऱ्या चमकदार प्रकाशांचे पुंजके आकाशात तरंगत असल्यासारखे वाटत राहिलेले... तोच उत्स्फूर्तपणे स्मिथ दूरवरच्या चमकत्या प्रकाशाकडे लक्ष देऊन पाहण्यासाठी थांबला, त्याबरोबर त्याचे सगळे सहकारी थांबले. श्लॉस ॲडलरवरचे- गरुडाच्या किल्ल्यावरचे- दिवे कल्पनेच्या पलीकडचे वाटावेत इतके दूरवर भासत राहिलेले... जणू काही चंद्रावरच्या पर्वतांसारखे असाध्य... एक शब्दही न बोलता सगळे जण त्या दिशेनं पाहत राहिले, तेव्हा प्रदीर्घ शांतता... नंतर एकमेकांकडे दृष्टिक्षेप टाकल्यावर परस्परांमधल्या आणि अजूनही शांत असलेल्या अशा संमतीपूर्वक ते पुढे जात राहिले... त्यांचे बूट मळलेल्या बर्फावर कुरकुरत राहिलेले. रात्रीच्या गारठून टाकणाऱ्या वाऱ्यात त्यांचे गोठलेले श्वास बाहेर पडताना दिसत असलेले.

मुख्य रस्ता- या गावातला तेवढाच रस्ता- पूर्णपणे निर्जन होता; कुठेही माणसाच्या अस्तित्वाचा जराही मागमूस नव्हता. अशा बोचऱ्या, झोंबणाऱ्या रात्री ते अटळही होतं. मात्र हा रस्ता निर्जन असला, तरी गाव तसं अजिबात नव्हतं. हसण्याच्या, गाण्याच्या आणि वेगवेगळ्या भाषांमधल्या संभाषणांच्या आवाजांनी रात्रीचं वातावरण भरून गेलं होतं. रस्त्याच्या एका बाजूला पाठोपाठ चिकटून पार्क केलेल्या ट्रकच्या रांगेमुळे त्या गाण्याच्या आणि हसण्याच्या आवाजाला कोण जबाबदार होतं, हे उघड होतं. 'ब्लॉ सी'मधल्या लष्करी बराकींमधल्या प्रशिक्षण

घेणाऱ्या तुकड्यांच्या दृष्टीनं आजूबाजूच्या वीस मैलांच्या परिसरात करमणुकीची एकच जागा होती आणि ती म्हणजे हे गाव : गॅस्थॉस आणि वेनस्टूबेन हे दोन्ही पब्ज त्यांच्या दारापर्यंत काठोकाठ आल्पेनकोरच्या तुकड्यांमधल्या सैनिकांनी खचाखच भरलेले. या सैनिकांच्या तुकड्या म्हणजे बहुधा युरोपमधल्या सगळ्यात उच्च-प्रशिक्षित अशा कोम्बॅट सैनिकांच्या तुकड्या होत्या.

शेफरनं कळवळून सांगितलं, ''मला खरोखरच ड्रिंक घेण्याची इच्छा नाहीये, बॉस.''

''नॉन्सेन्स,'' स्मिथनं प्रोत्साहनपूर्वक सांगितलं, ''अनोळखी माणसांना भेटण्याच्या विचारांनी तुला संकोच वाटतोय, एवढंच.'' तो गॅस्थॉस पबच्या समोर थांबला... ''ही जागा जाण्यासारखी दिसतेय. एक मिनिटभर थांबा.''

तो पायऱ्या चढून वर गेला, त्यानं दार उघडलं आणि आत डोकावून पाहिलं. खालच्या बाजूला बाहेर रस्त्यावर बाकीच्या सहकाऱ्यांनी एकमेकांकडे पाहिलं. प्रत्येकाच्या नजरेत तीच साशंकता आणि अपेक्षा यांचं संमिश्र प्रतिबिंब, आतून ऐकू येणारं ऑस्टियन संगीत... झपाटून टाकत, स्मृतिरंजनाला उजाळा देत एका प्रेमभऱ्या आणि आनंदभऱ्या पर्वाला जाग आणणारं ते संगीत त्या उघड्या दारातून उसळत त्यांच्यापाशी आलं. त्या दारासमोरच्या पायऱ्यांखाली रस्त्यावर उभ्या असलेल्या मंडळींच्या चेहऱ्यावरचे भाव त्यामुळे बदलले नाहीत. अशा ऑस्टियन संगीताचं एक स्थळ-काळ असतं- होतं... आताची वेळ मात्र तशी अजिबात नव्हती...

स्मिथनं नकारार्थी मान हलवली, दार बंद केलं आणि पुन्हा तो आपल्या सहकाऱ्यांसमोर आला. ''पार खच्चून भरलेलं आहे,'' त्यानं सांगितलं. ''उभं राहायलासुद्धा जागा नाहीये.'' त्यानं रस्त्याच्या पलीकडे असलेल्या आणखी एका पबकडे मानेनं इशारा केला. हा पब छोटा, एका खराब अवस्थेतल्या इमारतीत होता. वातावरण जरा जास्तच मोडकळीचं. स्मिथ म्हणाला, ''या पबमध्ये काय विशेष आहे ते पाहू या.''

मात्र या पबमध्येही काहीच विशेष नव्हतं. खेदपूर्वक पण ठामपणे स्मिथनं पुढचं दार बंद केलं आणि तो वळला.

''ओसंडून वाहतोय,'' त्यानं एकूण परिस्थिती विशद केली. ''त्याशिवाय, वेहरमॅटचे ऑफिसर आणि एनसीओ यांच्या दृष्टीनं अगदीच भिकारडा प्रकार. पण हा पुढचा पब आणखी रंगतदार दिसतोय, तुम्हाला काय वाटतं?''

प्रत्यक्षात त्याच्या सगळ्या सहकाऱ्यांमधल्या भेदक शांततेमुळे बाकीच्या पाच जणांना तसं काहीच वाटत नसल्याचं स्पष्ट झालं. तिसऱ्या पबच्या आकाराचा मुद्दा वगळता तो बराचसा स्मिथनं जे नुकतंच आधीच्या पबबद्दल मतप्रदर्शन केलं होतं, त्याप्रमाणे दिसत होता. या पबच्या नावाच्या पाटीच्या वरच्या बाजूला एक बर्फानं

झाकलेलं, वन्य हरणाचं लाकडी कोरीवकाम होतं.

स्मिथ तिथल्या पुढच्या दारापाशी असलेल्या अर्धा डझन पायऱ्या चढून गेला आणि त्यानं ते दार उघडलं. एकदम आवाजाचा धमाका त्याच्या दिशेनं आला, तेव्हा त्यानं डोळे मिचकावले. कानाच्या पडद्यांवर जणू काही जवळपास शारीरिक आघातच. आधीच्या दोन पब्जमधला गोंगाट प्रचंड होताच, पण या जागेतल्या गोंगाटाच्या तुलनेत आधीचा आवाजाचा कल्लोळ म्हणजे खूपच कमी... चर्चमधलं शांत वातावरण म्हणावा असा होता. बेसूर अॅकॉर्डियनच्या ताफ्याच्या वरच्या पट्टीतल्या साथीत जो काय आवाजाचा धूमधडाका होता, त्यावरून संपूर्ण रेजिमेंट संगीताच्या आविष्काराच्या मागे हात धुऊन लागलंय का काय, असं वाटत होतं. स्मिथनं आपल्या सहकाऱ्यांकडे दृष्टिक्षेप टाकला, मानेनंच इशारा केला आणि तो आत शिरला.

त्याच्या पाठोपाठ सगळे जण आत गेले. ख्रिस्तियनसेननं दारातच शेफरचा हात पकडल्यावर शेफर थांबला. ख्रिस्तियनसेननं त्याला विचारलं, "हा पब खच्चून भरलेला नाही, असं त्याला वाटतं?"

"या पबच्या लोकांनी बाकीच्या मंडळींना इतर पब्जमध्ये कोंबलं असलं पाहिजे." शेफरनं दुजोरा दिला.

चार

'झुम वाइल्डेन हर्श' पबमध्ये त्यांना जमिनीखाली कोंबावं, तसं कोंबण्यात आलेलं नसलं, तरी त्यांच्यावर तशी वेळ आली असती. खांद्याला खांदा लावून संगीताच्या तालावर हलणाऱ्या या पबमधल्या ग्राहकांनी काटकोनाऐवजी क्षितिजसमांतर अवस्था धारण केली असती, तर स्मिथच्या सहकाऱ्यांवर तशी वेळ खरोखरच आली असती. स्मिथचा विचार आपण इतकी माणसं एका बारमध्ये याआधी कधीच पाहिलेली नाहीत. इथं निदान चारशे माणसं तरी असणार. एवढ्या संख्येनं माणसं सामावून घ्यायची, तर साधारण आकाराची जागा असून चालणार नव्हतं आणि तशी ही जागा नव्हतीसुद्धा. ही जागा खरोखरच प्रचंड मोठी होती. शिवाय, ही जागा अतिशय प्राचीन म्हणावी अशीही होती.

या पबचं नॉटेड पाइन प्रकारचं फ्लोअर जीर्ण झालं होतं, भिंतींची अवस्थासुद्धा वेगळी नव्हती आणि धुरानं काळवंडलेल्या प्रचंड छपराच्या तुळया कोणत्याही क्षणी खाली कोसळण्याच्या बेतात असल्यासारख्या वाटत होत्या. इथंच मधोमध एक प्रचंड काळा, लाकडाच्या जळणावर चालणारा स्टोव्ह होता. हा स्टोव्ह इतक्या भयानक विचारांनी पेटून नेहमी पेटवण्यात आला होता की त्याचं वरचं घडीव लोखंडाचं कव्हर मंद लाल रंगात उजळलेलं. या कव्हरच्या थोडंसंच खाली असलेले सहा इंची, वीस फूट लांब, काळे इनॅमलचे स्टोव्ह पाइप्स, या जागेत विरुद्ध बाजूला असलेल्या उंचावरच्या जागेपर्यंत नेण्यात आले होते. सेन्ट्रल हीटिंगचा अतिशय परिणामकारक पण प्राथमिक अवस्थेतला प्रकार. या भल्यामोठ्या पबच्या जागेच्या तीन भिंतींलगतच्या तीन बाजू असलेल्या सेटीज म्हणजे अर्धे बूथच. ते ओकचे बूथ काळ, धूर आणि कित्येक शतकांचे अज्ञात ग्राहक यांच्यामुळे काळवंडलेले. प्रत्येक बूथला लाकडाच्या तुकड्यांभोवती वृत्तपत्रांची गुंडाळी करून ठेवण्यासाठी ठरावीक अंतरावर भोकं.

इथल्या फ्लोअरभर वीसएक टेबल्स विखुरलेली. या टेबल्सचे टॉप्स हॅन्ड-कट

वुडन आणि किमान तीन इंच जाडीचे. त्या टेबल्सभोवतीच्या खुर्च्यासुद्धा टेबल्सशी अगदी मिळत्याजुळत्या. या मोठ्या जागेचा मागचा बराचसा भाग एका भक्कम, ओकच्या लाकडाच्या बारनं व्यापून टाकला होता. या बारच्या एका टोकाला कॉफी-मशीन. त्या बारच्या पाठीमागे बहुधा कीचनकडे जाणारी हलती दारं... जो काही थोडा उजेड या पबच्या जागेत होता, तो छताला टांगलेल्या खूप काजळी धरलेल्या ऑइल लॅम्प्समुळे प्रत्येक दिव्याच्या वरच्या बाजूला छतावर पिढ्यान्‌पिढ्यांचे कोळशासारख्या काळ्या पडलेल्या लाकडाचे पट्टे.

स्मिथनं त्याचं लक्ष त्या जागेकडून तिथल्या ग्राहकांकडे वळवलं, लष्करी छावण्या अगदी मागील दारीच असल्यासारख्या उंच पर्वतराजीच्या भागातल्या गावात कोणालाही अपेक्षित असेल असं इथल्या गिऱ्हाइकांचं स्वरूप होतं. त्यातच एका कोपऱ्यात अगदी ठळकपणे लक्षात यावं असा स्थानिक मंडळींचा एक गट निश्चल, कोणतीही स्थूलता नसलेले, गरुडासारखे, उन्हाळा-हिवाळ्याच्या खुणा उमटलेले चेहरे अगदी संपूर्णपणे पर्वतपुत्र म्हणावेत असेच. त्यांच्या अंगावर बारीक एम्ब्रॉयडरी असलेली लेदर जॅकेट्स आणि टायरॉलिअन हॅट्स. त्यांच्यात फार संभाषण होत नव्हतं, ते शांतपणे पीत होते. तिथंच त्या विशाल रूमच्या मागच्या बाजूला आणखी एक छोटा घोळका होता. एक डझनभर साधारण अशी साधीसुधी माणसं. ते स्थानिक नक्कीच नव्हते. छोट्या श्नॅप्स ग्लासेसमधून ही माणसं घुटक्याघुटक्यानं पीत होती, पण पबमधली नव्वद टक्के गिऱ्हाइकं म्हणजे जर्मन आल्पेनकोरमधले सैनिक होते, त्यातले काही सैनिक बसलेले, तर आणखी बरेचसे उभे, मात्र सगळे सैनिक तिथं भरून राहिलेल्या संगीताच्या तालावर अगदी झोकून देऊन राहिले होते. त्यांच्यापैकी बहुतेक जण उत्साहानं त्यांच्या हातातल्या बिअरच्या बाटल्या हलवत होते. त्या संगीतामुळे निर्माण झालेल्या साश्रुपूर्ण, गतस्मृतीला जाग आणणाऱ्या भावरम्यतेच्या क्षणी, त्यांच्या हातातली बिअर त्यांच्या सहकाऱ्यांच्या युनिफॉर्म्सवर आणि फ्लोअरवर सांडतेय, याचं भान त्यांना आनंदात हरवून गेल्यामुळे नव्हतं. एकूण खाली सांडलेल्या बिअरचं प्रमाण चांगल्या जोरदार वादळी पावसाला साजेल असं.

बारच्या पाठीमागच्या बाजूला बारचा मालक बसलेला लक्षात येत होता. हा माणूस आकारानं प्रचंड आणि चांगला तीनएकशे पौंडी होता. त्याचा चेहरा वाटोळा, निर्विकार. बऱ्याच तरुणी बिअरच्या ग्लासेस आणि बाटल्यांनी ट्रे भरत राहण्यात गुंतलेल्या. आणखी काही तरुणी आजूबाजूला फिरत होत्या. बिअरचे मग्ज आणि ग्लासेस गोळा करत नाहीतर सर्व्ह करत. स्मिथला आपल्या दिशेनं येत असलेली एक तरुणी दृष्टीस पडली.

त्या तरुणीचंही त्याच्याकडे लक्ष गेलं नसतं, तरच नवल. खरंतर त्या तरुणीनं

तिथल्या प्रत्येकाचं लक्ष वेधून घेतलं नसतं, तरच नवल! पण प्रत्यक्षात त्यात काही नवल नव्हतं. तिच्या स्वतःच्या चेहऱ्याशिवाय कोणताही चेहरा तिला लाभला असता, तर तिनं कोणतीही मिस युरोप स्पर्धा जिंकली असती. तिचा चेहरा सुखद आणि गुबगुबीत असला, तरी बराचसा साधा होता, पण त्या आनंदानं हास्य प्रकट करणाऱ्या चेहऱ्यातला कोणत्याही आकर्षणाचा अभाव अन्य कुठेतरी जरा जास्त भरून निघाला होता. तिनं परिधान केलेला पोशाख भडक डर्नडल, टायरॉलिअन ब्लाउझ, तिची कंबर अवर-ग्लास श्रेणीपेक्षाही जास्त, तसंच मोठ्या गळ्याच्या ब्लाउझकडे तिचा असलेला कल उघड असा होता. एकूण हे प्रकरण स्थानिक ग्राहकांना आकर्षित करण्याच्या दृष्टीनंसुद्धा त्या बारमागच्या प्रचंड आकाराच्या बारमालकाला खूपच पैसा खर्च करावा लागला असला पाहिजे, असंच दिसत होतं. तिथं जमलेल्या सैनिकांचं खूपच लक्ष तिच्याकडे जात राहिलं होतं आणि त्यातल्या सगळ्यांचेच दृष्टिक्षेप इतके काही कौतुकाचे नव्हते. स्मिथला वाटलं, तिनं *आर्मर-प्लेटिंग* परिधान केलं नसतं, तर ती कायमचीच काळीनिळी पडली असती. ती स्मिथपाशी आली, तिनं आपले पिंगट केस मागे घेतले आणि ती हसली. तिच्या हसण्याइतकीच तिची ही अदा उन्मादक...

"कॅन आय हेल्प यू, सर?"

"डार्क बिअर, प्लीज," स्मिथ सौजन्यपूर्वक म्हणाला. "सिक्स."

"विथ प्लेजर, सर." असं म्हणून तिनं पुन्हा तिचं उन्मादक हास्य सादर केलं. या वेळी या उन्मादक हास्याला तिच्या अर्धवट कौतुकभरल्या, अर्धवट रेंगाळणाऱ्या निळ्या डोळ्यांची साथ होती. नंतर ती वळली आणि बारच्या दिशेनं पावलं टाकत गेली. तिच्या येण्या-जाण्याच्या, तशा हालचालींच्या पद्धतीला कडकपणे चालणं, पावलं टाकणंच म्हणायचं, तर शेफर तिच्या पाठमोऱ्या आकृतीकडे टक लावून पाहत राहिला, तेव्हा त्याच्या चेहऱ्यावर किंचितसे थक्क भाव होते, पाठोपाठ त्यानं स्मिथचा हात पकडला.

"आता मी मोण्टाना का सोडलं ते मला कळलं, बॉस." त्याच्या आवाजात काहीसे त्याच्या चेहऱ्यावरचेच थक्क भाव प्रकटलेले. "शेवटी मी मोण्टाना काही निव्वळ रणांगणासाठी सोडलेलं नाही."

"तू तुझ्या कामावर लक्ष केंद्रित केलेलं बरं, लेफ्टनंट." स्मिथनं त्या तरुणीकडे विचारमग्न होत पाहिलं, आपली हनुवटी त्यानं चोळली आणि तो सावकाश म्हणाला : "आपल्या जगात काय चाललंय, ते पोलीस प्रमुखापेक्षा बारमेड्सना जास्त माहीत असतं. आणि या युवतीला त्यापेक्षाही जास्त माहिती असल्यासारखं वाटावं अशी ती दिसतेय. होय, मी ते करेन."

"ते काय?" शेफरनं संशयानं विचारलं.

"तू तिच्या पलीकडच्या पोरीसाठी प्रयत्न कर.''

"मी पहिल्यांदा तिला पाहिलंय,'' शेफरनं व्याकूळ सुरात सांगितलं.

"तुला पुढच्या डान्सला संधी मिळेल.'' स्मिथनं आश्वासन दिलं. त्याच्या बोलण्यातला अवखळपणा त्याच्या चेहऱ्यावरच्या सावध भावामागे दडलेला. त्याचे डोळे सतत त्या सगळ्या पबकडे शोधक नजरेनं फिरत राहिलेले. "तुम्हाला तुमची ड्रिंक्स मिळाली, की आजूबाजूला पांगून राहा. कार्नेबी किंवा राइसमार्शल रोझमेयरचा कुठे काही उल्लेख कानावर पडतोय का ते पाहा.''

पाठोपाठ स्मिथला कोपऱ्यातल्या एका टेबलपाशी असलेली एक रिकामी खुर्ची दिसली. तो त्या खुर्चीवर जाऊन बसला, त्यानं तिथल्या एका बऱ्याच धुंद नजरेच्या आल्पेनकोरच्या कॅप्टनकडे पाहून सौजन्यपूर्वक मानेनं अभिवादन केलं, तो कॅप्टन दोन लेफ्टनंट्सबरोबर खूपच औदार्य दाखवत असल्यासारखा संभाषण करत होता. त्या कॅप्टननं किंचितशी ओळख दाखवण्यापलीकडे आपल्या अस्तित्वाची कसलीही जाणीव करून दिली नाही आणि स्मिथच्या समजुतीप्रमाणे तिथं असलेली अन्य कोणतीही व्यक्ती स्वत: त्याच्यामध्ये किंवा त्याच्या सहकाऱ्यांमध्ये किंचितसंही स्वारस्य दाखवत नव्हती. नेमकं जवळपास त्याचवेळी आणि त्याच टप्प्यावर ॲकॉर्डियननं आपली सुरावट संपवली, त्याबरोबर गाण्याचा आवाजही थांबला. नंतर दीर्घ सेकंदभर तिथं गाढ आणि स्मरणरंजनाला चालना देईल अशी शांतता पसरली. चारशे माणसं एकटीच त्या गाण्याच्या सुरावटीवर बराकीच्या गेटच्या दिव्यांच्या उजेडात... नंतर एकदम पुढच्या घटनांचे संकेत मिळाल्यासारखं त्या सगळ्या जागेत वेगवेगळ्या प्रकारचे आवाज ओसंडून वाहू लागले. बिअरचे अर्धवट संपलेले मग्ज हातात असलेली चारशे माणसं फार काळ भावनेत हरवलेल्या अवस्थेत राहू शकत नाहीत.

त्यानं ट्रेमध्ये सहा बिअरचे मग्ज घेऊन त्या तरुणीला परत येताना पाहिलं. ती आपल्याबद्दल विलक्षण कौतुक वाटणाऱ्यांना सरावलेल्या हातांनी दूर लोटत गर्दीतून वाट काढत राहिली होती. तिनं स्मिथच्या सहकाऱ्यांना ड्रिंक्स देताच सगळे जण कोणाच्या लक्षात येणार नाही, अशा पद्धतीनं पांगले आणि त्या पबच्या वेगवेगळ्या दिशांनी जायला लागले. त्या तरुणीनं आजूबाजूला पाहिलं, स्मिथला शोधलं, त्याच्याकडे पाहून ती चमकदार हसली, ती त्याच्या टेबलपाशी आली आणि तिनं बिअर त्याच्या समोर टेबलावर ठेवली. ती सरळ व्हायच्या आधीच स्मिथनं तिच्या कमरेभोवती हात घालून तिला आपल्या गुडघ्यांवर ओढलं. त्या टेबलच्या पलीकडच्याच जॅगर कॅप्टननं आपलं संभाषण बंद करून स्मिथकडे नापसंतीच्या नजरेनं रोखून पाहिलं, मात्र त्यानं काहीतरी बोलण्यासाठी तोंड उघडताच स्मिथनं त्याच्याकडे पाहून टाकलेला दटावणारा दृष्टिक्षेप पाहताच त्यानं आपल्या स्वत:चं जे काही चाललं

होतं, त्यात लक्ष घातलं आणि दुसरीकडे संभाषण सुरू केलं. स्मिथनं दुसऱ्या बाजूला पाहिलं, त्या तरुणीची कंबर त्यानं दाबली, तिच्या गुडघ्यांवर त्यानं थोपटलं आणि स्मित केलं. हे स्मित विजयी वाटावं अशी आशा त्याच्या मनात.

"या पर्वतराजीतल्या गुलाबाचं नाव काय म्हणायचं?" स्मिथच्या आवाजात किंचितशी घाईची झाक.

'हैदी.' तिनं उठण्याची धडपड केली, पण त्या धडपडण्यात तिचं मन नव्हतं. "प्लीज, मेजर. मला काम आहे."

"आपल्या देशाच्या सैनिकांची करमणूक करण्यापेक्षा दुसरं कुठलं महत्त्वाचं काम नसतं," हैदीनं निसटण्याचा प्रयत्न करू नये, म्हणून तिला घट्ट पकडून ठेवत त्यानं बिअरचा एक मोठा घुटका घेतला. नंतर त्यानं पुन्हा बोलायला सुरुवात केली. आता शांत बिअरचा मग अजूनही त्याच्या चेहऱ्यासमोर. "मी तुला एक गाणं म्हणून दाखवू?"

"कुठलं गाणं?" हैदीनं सावधपणे विचारलं. "मी अतोनात गाणी ऐकत असते."

"मी खरंतर गाण्यापेक्षा शीळ जास्त चांगली घालतो. ऐक." त्यानं शीळ घातली, अगदी मंदपणे... त्यानं एक सुरावट ऐकवत "तुला आवडलं?" असं विचारलं.

ते ऐकून हैदी ताठरली आणि त्याच्याकडे रोखून पाहत राहिली, पण लगेचच ती विसावली आणि त्याच्याकडे पाहून नखरेलपणे हसली.

"खूप छान आहे, मेजर. तुला सुंदर, गात्या गळ्याचीसुद्धा देणगी लाभलीय याची मला खात्री आहे."

स्मिथनं त्याची बिअर अस्थिरपणे दाण्‌कन आदळल्यावर टेबलच्या दुसऱ्या बाजूनं आणखीनच नापसंती पसरली. पाठोपाठ त्यानं ओठांवरचा फेस हातानं पुसला. हैदी त्याच्याकडे पाहून हसली. पण तिचे सावध डोळे प्रत्यक्षात हसत नव्हते.

स्मिथनं हात तोंडावर ठेवूनच तिला विचारलं : "बारपाशी असलेली माणसं? साधी माणसं आहेत? मागे वळून पाहू नकोस."

'गेस्टापो.' तिनं स्वत:ला सोडवून घेण्याचा आणखी एक निष्फळ प्रयत्न केला. "किल्ल्यातले."

"त्यातला एक ओठांच्या हालचालींचं वाचन करणारा आहे." स्मिथनं पुन्हा त्याची बिअर त्याच्या तोंडासमोर धरलेली. "मी सांगू शकतो. त्यांचं लक्ष आहे. पाच मिनिटांत तू तुझी रूम गाठ. मला चांगली थोबाडीत दे, जोरदार."

हैदीनं त्याच्याकडे गोंधळून पाहिलं, नंतर त्यानं तिला चांगला जोरात चिमटा काढला, तेव्हा वेदनेनं तिनं आवंढा गिळला. एकदम ती मागे झाली, तिचा उजवा

हात झपाट्यानं फिरला, त्याबरोबर तिनं स्मिथच्या थोबाडीत मारल्याचा आवाज त्या गर्दी असलेल्या पबमध्ये स्पष्टपणे ऐकू आला. गप्पांच्या गंभीर गजबजाटाला धारदारपणे छेदून जात... त्याबरोबर सगळे आवाज थांबले, बिअरचे मग्ज ओठांपाशी जाताजाता अर्ध्यावरच थांबले. त्या जागेतली प्रत्येक नजर प्रत्यक्ष अस्वस्थता निर्माण करणाऱ्या हश्यावर खिळेपर्यंत वळत राहिली. आता जवळपास चारशे जर्मन सैनिकांचा पूर्ण आणि एकमेव रोख होता, तो स्मिथवर. त्याला नेमकं हेच अपेक्षित होतं. आपल्याकडे लक्ष जाऊ नये, म्हणून चिंतातुर असलेली कुठलीही व्यक्ती कोणत्याही प्रकारे अनावश्यक लक्ष वेधून घेण्याचा किंचितसाही धोका पत्करण्यासाठी खरेतर काहीही करत नाही.

हैदी ताड्कन उभी राहिली, तिनं हळुवारपणे स्वत:ला जरा नीटनेटकं-स्वच्छ केलं, स्मिथनं आधी टेबलवर ठेवलेली नोट तिनं हिसकावून घेतल्यासारखी पकडली आणि तोऱ्यात तिथून निघून गेली. स्मिथचा चेहरा आधीच लाल होत चाललेला. चेहरा रागाने ताठरलेला आणि अस्वस्थ. तो टेबलपासून जायला निघाला तेव्हा जर्मन कॅप्टन समोर आला. तसं स्मिथ थांबला. जर्मन कॅप्टन आधीच त्याच्या टेबलपासून उठून तयारीत राहिला होता. हा कॅप्टन चांगला ऐटबाज, तरणाताठा होता. शिष्टाचार कसोशीनं पाळणारा आणि चोख! पण त्या विशिष्ट क्षणी बरीच बिअर पोटात आणि डोक्यात गेल्यानं चढण्याचा परिणाम झालेला. त्याच्या लाल-मंद नजरेखाली असलेली चमक त्याच्यातली आत्मप्रौढी आणि लुडबुडा ढोंगीपणा यांचं फुटकळ असं मिश्रण दाखवणारी.

"तुझं वागणं वेहरमार्टच्या अधिकाऱ्याला शोभणारं नाहीये," तो कॅप्टन मोठ्यानं म्हणाला.

यावर स्मिथनं ताबडतोब उत्तर दिलं नाही. त्याच्या चेहऱ्यावरच्या गोंधळमिश्रित रागाची जागा निर्विकार भेदक नजरेनं घेतली. तो पापणी न हलवता कॅप्टनच्या डोळ्यात इतका वेळ पाहत राहिला, की शेवटी कॅप्टननं नजर दुसरीकडे वळवली. स्मिथ बोलायला लागला, तेव्हा तो शेजारच्या टेबलवरसुद्धा ऐकू येऊ नये इतका शांत होता.

"हेर मेजर म्हणायचं मला, फालतू इसमा, माझ्याशी बोलताना." त्याचा सूर थंड. तसेच आता त्याचे डोळेसुद्धा. "मेजर बर्नड हिमलर, तू माझ्याबद्दल ऐकलंच असशील?"

एवढी माहिती दिल्यावर त्यानं अर्थपूर्ण असा एक विराम घेतला, तेव्हा तो तरुण कॅप्टन स्मिथच्या डोळ्यांसमोर अक्षरश: आक्रसत जावा तसा हिमलर म्हणजेच गेस्टापो यंत्रणेचा प्रमुख म्हणजे जर्मनीतला सगळ्यात भयप्रद माणूस होता. स्मिथ अशा हिमलरचा कुठलाही नातेवाईक असण्याची शक्यता होती. अगदी मुलगासुद्धा.

''उद्या सकाळी आठ वाजता मला भेट.'' स्मिथनं तुसडेपणानं सांगितलं. पाठोपाठ कॅप्टनच्या उत्तराची वाट न बघता तो तिथून झपाट्यानं निघून गेला. तो कॅप्टन खरोखरच फारच मवाळ झाला होता. त्यानं काहीही न बोलता मानेनं होकार दिला आणि तो त्रासून त्याच्या खुर्चीत कोसळला. स्मिथ दाराच्या दिशेनं पुढे गेला, तसा पुन्हा तिथला संभाषणाचा गोंगाट सुरू झाला. त्या दूरवरच्या लष्करी ठाण्यावर नेमण्यात आलेल्या सैनिकांसाठी बिअर पिणं, प्रचंड बिअर पिणं एवढाच विरंगुळा होता. त्यांच्या दृष्टीनं असे प्रसंग चट्‌कन विस्मरणातही जायचे.

स्मिथ दाराकडे निघालेला असताना शेफरपाशी किंचित थांबला आणि म्हणाला, ''मी त्याला चांगला धक्का दिलाय.''

''तुला हा प्रसंग वेगळ्या पद्धतीनंही हाताळता आला असता,'' शेफरनं दुजोरा दिला आणि नंतर उत्सुकतेनं विचारलं, ''तू त्याला काय म्हणालास तरी काय? म्हणजे त्या तरुण कॅप्टनला, मला म्हणायचंय.''

''मी हिमलरचा सुपुत्र असल्याचं त्याच्या निदर्शनास आणून दिलं.''

''म्हणजे गेस्टापोचा बॉस?'' शेफरनं अविश्वासानं विचारलं. ''बापरे, तू भलताच धोका पत्करलास.''

''मला हा धोका पत्करणं परवडलं नाही.'' स्मिथनं गूढपणे सांगितलं. ''मी जाऊन ऐशॉफ पबमध्ये प्रयत्न करावा म्हणतोय. बेटर लक देअर, मे बी. आलोच परत दहा मिनिटांत. कदाचित त्याआधीच.''

शेफर त्याच्या पाठमोऱ्या आकृतीकडे संदिग्धपणे पाहत असतानाच स्मिथ निघाला, त्याच्या दिशेनं येऊ पाहणाऱ्या कॅरॅसिओलाच्या दिशेनं त्यानं हातानंच 'नको' अशा अर्थी खूण केली आणि तो बाहेर पडला. त्यानं लाकडी बोर्डवॉकच्या बाजूनं काही पावलं टाकली, नंतर थांबून बर्फानं भरलेल्या रस्त्याच्या दोन्ही बाजूंना नजर टाकली. तो वळला आणि शांतपणे दुसऱ्या एक पबच्या बाजूनं समांतर जाणाऱ्या अरुंद गल्लीतून वरच्या बाजूला चालत गेला. तिथंच मागच्या बाजूला एक छोटी लाकडी झोपडी होती. स्मिथनं पुन्हा एकदा आपल्याकडे कोणाचं लक्ष नाही ना, याची खात्री करून घेतली आणि शांतपणे दार उघडलं.

''आठ वाजलेयत,'' त्यानं अंधारातच आवाज दिला. ''कम ऑन.''

पाठोपाठ कपड्यांची सळसळ झाली आणि मेरी दाराच्या पुढ्यात अवतरली. ती भयंकर कुडकुडत होती. कडाक्याच्या गारठ्यानं तिच्या चेहऱ्यावर निळी छटा पसरली होती. तिनं स्मिथकडे प्रश्नार्थक मुद्रेनं पाहिलं पण स्मिथनं काही न बोलता तिचा हात हातात घेतला आणि तिला पट्‌कन मागच्या दारापाशी नेलं. त्यांनी एका छोट्या हॉलवेमध्ये प्रवेश केला, इथं ऑइल लॅम्पचा मंद उजेड... ही जागा ओलांडत काही पायऱ्या चढून गेल्यावर दोघंजण एका कॉरिडॉरमधून जात उजवीकडच्या

दुसऱ्या दारापाशी थांबले. दोघांनीही पट्कन आत प्रवेश केला. स्मिथनं आपल्या पाठीमागे दार लावून घेतलं.

ही रूम छोटी होती, साधेपणानं सजवलेली, पण रंगीबेरंगी कॉटनचे मऊशार पडदे वगैरे आणि ड्रेसिंग-टेबलवरच्या टॉयलेट आर्टिकल्समुळे ही रूम उघडच एखाद्या स्त्रीची होती. मेरी बेडवर बसली. काहीतरी उबदारपणा पुन्हा अंगात यावा म्हणून तिनं स्वत:भोवतीच हातांची मिठी घातलेली. तिनं स्मिथकडे पाहिलं, तेव्हा तिच्या चेहऱ्यावर कसलेही कौतुकाचे भाव नव्हते.

"तुझा हा छोटासा खेळ तुला खूपच गमतीदार वाटतोय असं दिसतंय," ती कडवटपणे म्हणाली. "तुला सगळंच माहीताय असं दिसतंय, नाही का?"

"अंत:प्रेरणा," स्मिथनं स्पष्ट केलं. तो बेडजवळच्या मंदपणे जळणाऱ्या ऑइल लॅम्पवर झुकला आणि त्यानं ज्योत मोठी केली. नंतर त्यानं रूममध्ये आजूबाजूला झट्कन दृष्टिक्षेप टाकला, तेव्हा एका कोपऱ्यातल्या एक जीर्ण अशा लेदरच्या बॅगवर त्याची नजर स्थिरावली. त्यानं ती बॅग झपकन बेडपाशी आणली आणि त्या बॅगचं कव्हर उघडलं. त्या बॅगमध्ये बायकांचे कपडे होते. त्यानं मेरीला उभं केलं आणि सांगितलं : "आता वेळ घालवू नकोस. तुझे कपडे काढून टाक आणि मी तसं म्हणतो तेव्हा त्याचा अर्थ तुझे कपडे अगदी एकूण एक. नंतर त्यातला छान ड्रेस चढव. तुला पाहिजे ते सगळं त्यात मिळेल."

मेरीनं त्याच्याकडे रोखून पाहिलं. "ते कपडे? पण मला कशासाठी?"

"उगाच वाद घालू नकोस. लवकर!"

"अगदी लवकर," ती माघारीच्या सुरात म्हणाली. "निदान माझ्याकडे पाठ तरी कर."

"रिलॅक्स," स्मिथनं कंटाळून सांगितलं. "माझ्या डोक्यात इतर बऱ्याच गोष्टी आहेत." तो खिडकीपाशी गेला, तिथल्या रंगीबेरंगी कॉटनच्या पडद्यांच्या फटीतून तो बाहेर पाहत राहिला आणि पुढे म्हणाला : "आता, लवकर. स्टेनगॅडनहून येणाऱ्या बसमधून तू येणं अपेक्षित आहे. ती बस वीस मिनिटांत इथं पोहोचते. तुझ्या हातात ती बॅग असेल, त्या बॅगेत तुझे बाकीचे कपडे असतील. तुझं नाव आहे मारिया शेन्क, तू ड्युसेलडॉर्फहून आलीयस, इथं एका बारमध्ये काम करणाऱ्या एका तरुणीच्या नात्यातली तू बहीण आहेस. तुला टीबी झालाय आणि त्यामुळे फॅक्टरी जॉब सोडून देऊन तुझ्या प्रकृतीसाठी पर्वतभागात राहायला जाणं तुला भाग पडलंय. म्हणजेच तुला नवी नोकरी मिळालीय श्लॉस ॲडलरमध्ये. तुझी ओळख दाखवणारी कागदपत्रं, प्रवासासाठी लागणारे परवाने, ओळखी-संदर्भ आणि हे सगळं सिद्ध करणारे योग्य त्या पद्धतीनं पोस्टाचे शिक्के वगैरे असलेली पत्रं. हे सगळं त्या बॅगेतल्या हॅन्डबॅगेत आहे. तुला सगळं कळलंय असं वाटतंय?"

“मला मला वाटतं तसं,” तिनं संदिग्धपणे सांगितलं. “पण तू मला फक्त सांगितलं असतंस...”

“प्लीज!” स्मिथ अधीरपणे म्हणाला. “टाइम, गर्ल, टाइम! सगळं कळलं की नाही?”

“मारिया शेन्क. ड्युसेलडॉर्फ, फॅक्टरी, टीबी, नात्यातली बहीण इथं, स्टेनगॅडन यस. कळलंय सगळं.” एक निळा लोकरी ड्रेस डोक्यावरून ओढण्यासाठी ती बोलायची थांबली, तिनं तो ड्रेस जरा व्यवस्थित केला आणि आश्चर्य वाटून ती म्हणाली, “अगदी परफेक्ट फिट आहे! हा ड्रेस माझ्यासाठीच करून घेतलाय असं वाटावं.”

“हा ड्रेस तुझ्यासाठीच तयार केला होता.” स्मिथनं वळून तिच्याकडे निरखून पाहिलं. “३६-२६-३६ किंवा असंच काहीतरी. आम्ही तुझा फ्लॅट फोडला आणि नमुना म्हणून तुझा एक ड्रेस घेतला. अगदी व्यवस्थित सगळं. आमचं काम आहे ते असं आहे.”

“तुम्ही माझ्या फ्लॅटमध्ये अशी घुसखोरी केलीत?” तिनं हळुवारपणे विचारलं.

“एवढं मदतनिधी घेऊन बाहेर पडलेल्या निर्वासितासारखं वाटून घ्यायचं कारण नाही,” स्मिथनं तिला समंजसपणे सांगितलं. त्यानं कौतुकाच्या नजरेनं त्या ड्रेसकडे पाहिलं. “हा ड्रेस तुला चांगलाच दिसतोय.”

“मला तुझ्यासाठी काहीतरी करायला आवडेल,” ती भावुकपणे म्हणाली. तिच्या नजरेत तिच्या मनातला गोंधळ, संपूर्ण अजाणतेपणाचं प्रतिबिंब. “पण... पण हे कपडे तयार करण्यासाठी काही आठवडे तरी लागले असतील आणि ती कागदपत्रं !”

“पुरेसा वेळ,” स्मिथनं दुजोरा दिला. “आपल्या फोर्जरी सेक्शननं त्या कागदपत्रांच्या बाबतीत खूपच स्पेशल काम केलं. ते करावंच लागलं, तुला सिंहाच्या गुहेत शिरकाव करता यावा म्हणून.”

“आठवडे!” मेरी अविश्वासानं म्हणाली. “आठवडे! पण जनरल कार्नेबीचं विमान काल सकाळीच तर कोसळलं.” ती त्याच्याकडे रोखून पाहत राहिलेली. तिच्या चेहऱ्यावर पाठोपाठ गोंधळ, आरोप आणि शेवटी निखळ राग अशा छटा... “ते विमान कोसळेल हे तुला माहीत होतं?”

“पहिल्यांदाच अगदी बरोबर सांगितलंस तू, पोरी,” स्मिथ आनंदानं म्हणाला. त्यानं तिच्या पाठीवर प्रेमानं थाप मारली. “आम्ही तसं घडवून आणलं.”

“असं काही करू नका,” ती फटकारून म्हणाली. नंतर काळजीपूर्वक पुढे बोलत राहिली. तिचा चेहरा रागानं ताठरलेला. “खरोखरच विमान कोसळलं होतं?”

"त्याची अगदी हमीच. बव्हेरियन माउंटन रेस्क्यू पायलट्सच्या मुख्यालयाच्या विमानतळावर त्या विमानाचं क्रॅश-लॅन्डिंग झालं. ही जागा आहे ती म्हणजे ओबेरहॉसेन इथून पाच मैलांवर. योगायोग म्हणजे याच जागेपासून आपण निघणार आहोत, जाता जाता सांगायचं म्हणजे..."

"या जागेपासून आपण निघणार आहोत?" एकदम ती बोलायची थांबली. ती त्याच्याकडे एक दीर्घ क्षण पाहत राहिली, नंतर जवळपास निराशेनंच तिनं मान नकारार्थी हलवली. "पण आपण इकडे येत असताना प्लेनमध्ये तर तू त्या सगळ्यांना सांगताना मी ऐकलं, की ही मिशन अयशस्वी झाली किंवा पांगावं लागलं तर तुम्ही सगळे फ्रॉनफेल्ड संकेतस्थळ करणार म्हणून... स्विस सरहद्दीवर."

"तुला तसं माहीत होतं?" स्मिथच्या आवाजात किंचित स्वारस्य. "माझा गोंधळ होत असला पाहिजे. कसंही असो, आपलं विमान ओबेरहॉसेन विमानतळावर उतरलं, ते मशीनगनच्या बुलेट्सनं चाळण झालेल्या अवस्थेत. ब्रिटिश मशीनगन्सच्या बुलेट्सनं झालेली चाळण... पण शेवटी काय भोकं ती भोकं."

"म्हणजे एका अमेरिकन जनरलचं आयुष्य तुम्ही धोक्यात घालणार आणि सेकंड फ्रंटवरची सगळी विमानं."

"आणि त्यामुळेच तर श्लॉस ॲडलरमध्ये जाण्याची मला इतकी घाई आहे." स्मिथनं आपला घसा साफ केला. "त्याच्याकडून सगळी सीक्रेट्स त्यांना मिळण्याआधीच हालचाल करायची म्हणून नाही, तर तो अमेरिकन जनरल नाहीये आणि मला चंद्राच्या मागच्या बाजूबद्दल जितकी माहिती आहे, तितकीच माहिती त्याला सेकंड फ्रंटबद्दल आहे, हे जर्मन मंडळींनी शोधून काढायच्या आत तिथं पोहोचायचं म्हणून."

"काय! तो बनावट आहे?"

"जोन्सचं एक नाव." स्मिथनं मानेनं दुजोरा दिला. "कार्टराईट जोन्स. अमेरिकन ॲक्टर. अभिनेता म्हणून तो प्रत्यक्षात एक दुय्यम अभिनेता आहे, पण कार्नेबी म्हणून तो अगदी हुबेहूब शोभून दिसतो."

तिनं ज्या नजरेनं त्याच्याकडे पाहिलं, त्यात काहीसे भीतीचे भाव...

"तुम्ही एका निरपराध माणसाला..."

"तो बरंच काहीतरी मिळवतोय," स्मिथ मध्येच म्हणाला. "एका रात्रीसाठी पंचवीस हजार डॉलर्स. त्याची व्यावसायिक कारकीर्द अगदी शिगेला पोहोचलीय."

त्याचवेळी दारावर दोनदा टकटक झाली. स्मिथच्या हाताची झटपट हालचाल झाली. एकाएकी त्याच्या हातात गन, एक मौझर ऑटोमॅटिक अगदी रोखलेलं आणि झाडण्याचाच अवकाश असलेलं... आणखी एका चपळाईच्या हालचालीत

तो दाराच्या मागे एकदम शांतपणे उभा. मग एकदम ते झट्कन उघडत... त्याबरोबर हैदी आत आली, स्मिथनं तिच्यामागे दार लावून घेतलं.

"वेल, कझिन्स, हिअर वुई आर," त्यानं जाहीर केलं. "मेरी- आता मारिया - आणि हैदी... मी निघालो."

"तू निघालास!" मेरी मती गुंग होऊन म्हणाली. "पण... पण मग मी काय करायचं?"

"हैदी तुला सांगेल."

मेरीनं साशंकपणे त्या तरुणीकडे पाहिलं. "हैदी?" तिनं विचारलं.

"हैदी. बव्हेरियातली आपली १९४१ पासूनची टॉप सीक्रेट एजंट."

"आपली टॉप?" मेरीनं नकारार्थी मान हलवली. "माझा तर विश्वास बसत नाहीये."

"कोणाचाही विश्वास बसणार नाही." स्मिथनं कौतुकाच्या नजरेनं हैदीचा ओसंडून वाहणारा चार्म डोळ्यांखालून घातला. "बापरे, काय पण सोंग आणलंय!"

स्मिथनं सावध हातानं मागचं दार उघडलं, तो झट्कन बाहेर आला आणि जवळपास संपूर्ण काळोखात स्तब्ध उभा राहिला. प्रकाशाच्या स्तरात एकदम झालेल्या बदलाशी डोळे सरावावेत म्हणून त्याला वाटलं- पहिल्यांदा आपण पबमध्ये प्रवेश केला होता, त्या मानानं आता बर्फ जास्त पडतंय. वारा तर निश्चितच आणखी जोरदार झाला होता. गारठा बोचरा होता.

आपल्याकडे कोणाचंही लक्ष नाहीये, याची खात्री पटल्यावर स्मिथ डावीकडे वळला, दोन पावलं टाकली नाहीत, तोच त्यानं आपल्या तोंडून बाहेर पडू पाहणारे उद्गार दाबले, कारण तो कुठल्याशा दृष्टीस न पडलेल्या गोष्टीला अडखळला आणि बर्फात पडला. आजूबाजूला उभ्या असलेल्या कुठल्या व्यक्तीकडे चाकू-सुरा असला आणि त्या वापरण्याचा खुनशी विचार त्याच्या डोक्यात असला, तर त्या दृष्टीनं काळजी म्हणून बर्फात त्यानं तीनदा लोळण घेतली. नंतर मांजराच्या वेगानं आणि चपळाईनं तो उठला. त्याच्या एका हातात मौझर आणि दुसऱ्या हातात पेन्सिल-टॉर्च होता. त्यानं टॉर्च ऑन केला आणि ३६० अंशात एक गिरकी घेतली. तो एकटा होता.

तो एकटा होता, अपवाद तो ज्याला अडखळला होता त्या अस्ताव्यस्त देहाचा होता. एक आल्पेनकॉर सैनिक बर्फात पालथा पडला होता, त्याचं तोंड बर्फात- मृत्यूच्या त्या गठडी वळलेल्या निराकार अवस्थेत... त्याच्यातलं कुतूहल आता कायमचं विसावलेलं आणि तो पूर्णपणे निश्चल.

स्मिथ वाकला आणि तो मृतदेह पसरला होता तिथला बर्फातला मोठा लाल

डाग पाहण्यासाठी त्यानं तो बाजूला वळवला. स्मिथच्या हातातला पेन्सिल-टॉर्च किंचितसा त्या मृतदेहाच्या अंगातल्या पोशाखाच्या पुढच्या बाजूवर विसावला. तो पोशाख फाटलेला आणि रक्तात भिजलेला. पाठोपाठ टॉर्चचा झोत त्या व्यक्तीच्या चेहऱ्याच्या दिशेनं सरकला. स्मिथला विचारांच्या अभावातून येणाऱ्या रिक्तपणातून वाटलं, आता काही राहिलं नाही आणि त्यात सगळा दोष आपला आहे. ते त्याच्या चेहऱ्यावरही दिसतंय. टॉरन्स-स्मिदीचे आधीच निस्तेज आणि चैतन्य मावळलेले डोळे मृत्यूच्या दृष्टिहीन तिरस्काराच्या छटेत त्याच्या दिशेनं रोखलेले.

स्मिथ पुन्हा उभा राहिला, त्याचा चेहरा अलिप्त आणि अबोल. त्यानं अगदी आपल्यालगतच्या आजूबाजूला टॉर्च फिरवला. तिथं झटापट झाल्याच्या कुठल्याही खुणा नव्हत्या, पण झटापट झाली असली पाहिजे, असं दिसत होतं, कारण टॉरन्स-स्मिदीच्या पोशाखाची बटणं ओढली गेली होती आणि मोठी कॉलर फाटली होती. स्मिदीला इतक्या सहजपणे मरण आलं नव्हतं. टॉर्च तसाच हातात घेऊन स्मिथ सावकाश चालत त्या अरुंद गल्लीच्या तोंडापाशी गेला आणि नंतर तिथंच थांबला. तिथं पायाचे ठसे एकात एक मिसळलेले. पायाखाली रुळलेल्या बर्फावर रक्ताचे गडद डाग-झटापट करणारी माणसं ज्याच्याविरुद्ध खूप झोंबत घासली गेली होती, त्या तिथल्या गॅस्थसच्या लाकडी भिंतींवर उघड, गडद पट्टे... स्मिथनं टॉर्च बंद केला. त्यानं टॉर्च आणि गन दोन्ही लपवून ठेवले होते, त्या ठिकाणी पुन्हा ठेवून दिले आणि बाहेरच्या बाजूला रस्त्यावर पाऊल टाकलं. एका बाजूला झुम वाइल्डेन हर्श पब होता, तिथून पुन्हा गाण्याचा आवाज बाहेर येत होता. दुसऱ्या बाजूला एका पोस्ट ऑफिसच्या बाहेरच्या बाजूला प्रकाशानं चांगला उजळलेला टेलिफोन बूथ होता. या बूथमध्ये युनिफॉर्ममधली एक आकृती फोनवरून उत्साहानं बोलत होती स्मिथनं याआधी कधीही न पाहिलेला तो सगळा रस्ता प्रत्यक्षात पूर्णपणे निर्जन.

शेफर बारवर निष्काळजीपणे रेलून उभा होता. पूर्ण आणि निष्काळजी विसावलेपणाचं चित्रच जणू काही. मात्र त्याचा चेहरा विसंगत. त्याच्या चेहऱ्यावर कठोर आणि धक्का बसल्याचे भाव. तो त्याच्या बोटात एका सिगारेटचे रागानं तुकडेतुकडे करत राहिला होता.

'स्मिदी!' शेफरचा आवाज अगदी खालच्या पट्टीत आणि स्वरूप रागीट कुजबुजीचं. "स्मिदी असणं शक्य नाही! तुला खात्री आहे, बॉस?"

"मला खात्री आहे." स्मिथचा चेहरा अजूनही तसाच अलिप्त आणि भावशून्य. जवळपास त्याच्यातल्या भावना सगळ्या शोषून घेतल्यासारखा. "तुझ्या म्हणण्याप्रमाणे मी गेल्यानंतर तीन मिनिटांत तो घाईघाईनं इथून बाहेर पडला. म्हणजे तो माझ्या मागावर नव्हता. तर मग कोण होतं?"

"काहीच कल्पना नाही." शेफरनं सिगारेट अर्ध्यावरच मोडली आणि ती खाली फ्लोअरवर टाकली. "ही जागा ओसंडून वाहतेय. आणि इथं दुसरा दरवाजा आहे. माझा तर विश्वास बसत नाहीये. स्मिदी का? टॉरन्स-स्मिदीच का? तो आपल्यातला सगळ्यात डोकेबाज माणूस होता."

"त्यामुळेच त्याला संपवण्यात आलंय," स्मिथ उदासपणे म्हणाला. "आता काळजीपूर्वक ऐक. तुला सगळं माहिती करून द्यायची वेळ आलीय."

शेफरनं त्याच्याकडे स्थिरपणे पाहिलं आणि सांगितलं, "त्याहीपेक्षा जास्त."

स्मिथनं अगदी मंद आवाजात बोलायला सुरुवात केली अस्खलित आणि पूर्णपणे अलंकारिक जर्मनमध्ये... आपली पाठ बारच्या दुसऱ्या टोकाला असलेल्या गेस्टापो अधिकाऱ्यांकडे वळलेली राहील, याची काळजी घेत आणखी एक-दोन मिनिटांनी हैदी बारच्या मागे असलेल्या दारातून रूममध्ये परत आल्याचं त्यानं पाहिलं, पण तिनं त्याच्याकडे दुर्लक्ष केलं, तसंच त्यानं तिच्याकडे दुर्लक्ष केलं. त्यानंतर जवळपास लगेचच संभाषणांची गजबज हळूहळू कमी होत गेल्यावर त्यापाठोपाठ पूर्ण शांतता पसरली, त्यामुळे स्मिथ एकदम शांत झाला आणि शेकडो सैनिकांच्या नजरा ज्या दिशेनं वळल्या होत्या तिकडे त्याचीही नजर वळली. सगळे सैनिक पबच्या दाराच्या दिशेनं पाहत राहिलेले.

स्मिथला वाटलं- सगळ्या सैनिकांनी बहुतांशी संपूर्णपणे तिथल्या स्त्रीजातीपासून दुरावा पत्करला होता, त्यामुळे जी शांतता पसरली होती, त्यामागे कारण होतं– विशेषत: चांगलं कारण होतं– मेरी एलिसन पट्टा असलेला रेनकोट, डोक्यावर स्कार्फ आणि हातात एक जीर्ण सूटकेस अशा जामानिम्यात दारासमोर उभी होती. त्या जागेत पसरलेली शांतता गाढ होत चालल्यासारखी. उंच पर्वतराजीतल्या गॅस्थॉस पबमध्ये कुठल्याही वेळी एकट्यादुकट्या बायका दुर्मिळ असतात आणि त्यातही एकट्या सुंदर तरुणी तर संपूर्णत: अज्ञातच. काही क्षण मेरी तिथं संदिग्धपणे उभी राहिली, जणू आपल्या स्वागताबद्दल खात्री नसलेली किंवा काय करायचे हे उलगडत नसलेली. नंतर तिनं हातातली बॅग खाली टाकली आणि हैदी तिच्या दृष्टीस पडली, तेव्हा तिचा चेहरा उजळला. तिच्या चेहऱ्यावर आनंद पसरला, जणू काही हॉलिवूडच्या 'द ब्ल्यू एंजल' या चित्रपटातली मर्लिन डिट्रीच. स्मिथला उगाचच वाटलं, असा चेहरा आणि फिगर, त्यांच्या जोडीला इतकं अभिनयनैपुण्य म्हटल्यावर मेरी आपल्या दारापर्यंतची सोन्याची वाट हॉलिवूडच्या चालीनं चालत राहिली असती... त्या शांत जागेतून ती आणि हैदी एकमेकींच्या दिशेनं धावल्या आणि त्यांनी एकमेकींना आलिंगन दिलं.

"माय डिअर मारिया! माय डिअर मारिया!" हैदीच्या आवाजातला कंप लक्षात आल्यावर स्मिथला पुन्हा उगाचच वाटलं- सोन्याच्या दोन वाटा हॉलिवूडच्या

चालीनं चालण्यासाठी ठेवण्याचा सल्ला दिला, तर ते हॉलिवूडच्या दृष्टीनं उपकारक ठरलं असतं. ''शेवटी तू आलीस!''

''एवढ्या वर्षांनंतर!'' मेरीनं हैदीला आलिंगन देऊन पुन्हा तिचं चुंबन घेतलं. ''तुला भेटून इतकं छान वाटलं ना, कझिन हैदी! छान, छान, छान! अर्थातच मी आलेय. का येऊ नये?''

''वेल!'' हैदीनं आजूबाजूला अर्थपूर्ण नजर टाकून बोलताना आपली आवाजाची पट्टी खाली आणण्याचा कसलाही प्रयत्न केला नाही. ''इथलं सगळं जग फार धटिंगण माणसांचं आहे. तू सतत गन बाळगायला पाहिजेस. स्वत:ला शिकाऱ्यांची बटालियन समजतात... त्याचं चांगलंच नाव आहे!''

त्यावर सगळ्या सैनिकांमध्ये मोठा हशा उसळला आणि बहुतांशी एकदमच पुन्हा आधीची संवादांची गजबज सुरू झाली. हैदीनं मेरीच्या हातात हात घालून तिला बारच्या दुसऱ्या टोकाला उभ्या असलेल्या लष्करी नसलेल्या, साध्यासुध्या दिसणाऱ्या माणसांच्या छोट्या घोळक्याकडे नेलं. ती त्या घोळक्याच्या मध्यभागी असलेल्या एका माणसासमोर जाऊन थांबली. हा माणूस दाट वर्णाचा काटक, पीळदार आणि हुशार चेहऱ्याचा होता. तो खरोखरच चांगलाच रांगडाही दिसत होता. हैदीनं ओळख करून दिली...

''मारिया, हे कॅप्टन फॉन ब्रॉचिश. तो श्लॉस ॲडलरमध्ये काम करतो. कॅप्टन, माय कझिन, मारिया शेन्क.''

फॉन ब्रॉचिशनं किंचित अभिवादन केलं.

''अशी बहीण असल्यामुळे तू खरोखरच भाग्यवान आहेस, हैदी. आम्ही तुझी वाटच पाहत होतो, मिस शेन्क.'' त्यानं हसत पुढे सांगितलं. ''पण हैदी, तू मिस शेन्क इतकी सुंदर नाहीयेस.''

मेरीनं हसून प्रतिसाद दिला, तिच्या चेहऱ्यावर गोंधळाची छटा पसरली. ''तुम्ही माझी वाटच पाहत...''

''ते वाट पाहत होते,'' हैदी शुष्कपणे म्हणाली. ''आजूबाजूला काय चाललंय त्याची माहिती असणं हे तर कॅप्टनचं काम आहे.''

''मी इतका कोणीतरी दुष्ट असल्याचं वाटून देऊ नकोस, हैदी. मिस शेन्कना तू घाबरवून टाकशील.'' त्यानं आपल्या घड्याळाकडे नजर टाकली. ''पुढची केबल-कार दहा मिनिटांत निघतेय. मी मिस शेन्कबरोबर त्यांना सोबत...''

''मिस शेन्क आधी माझ्या रूमवर येणार आहे,'' हैदी ठामपणे म्हणाली. ''वॉश घेण्यासाठी आणि थोडं खाणं-पिणं करण्यासाठी. गारठ्यानं तिचा जीव निम्मा झालाय हे काय दिसत नाही?''

''तिचे दात कडकडतायत हे तर मला दिसतंच आहे,'' फॉन ब्रॉचिशनं

स्मितवदनानं मत प्रकट केलं. "मला वाटलं, मीच गेलेलं बरं. ठीक आहे, या केबल-कारनंतरच्या केबल-कारनं जाऊ तर मग."

"आणि मीसुद्धा तिच्याबरोबर जातेय," हैदीनं जाहीर केलं.

"तुम्ही दोघी?" फॉन ब्रॉचिशनं नकारार्थी मान हलवली आणि पुन्हा स्मित प्रकट केलं. फॉन ब्रॉचिश सतत हसत राहिलेला. "माय लकी नाइट."

"परवाने, प्रवासासंबंधी कागदपत्रे, ओळखपत्रे अणि इतर पत्रं तुझ्याकडे आहेत." हैदी म्हणाली. तिनं आपल्या टायराऊलिअन ब्लाउझमधून काही कागदपत्रं बाहेर काढली आणि ती मेरीकडे दिली. मेरी हैदीच्या रूममध्ये बेडवर तिच्या समोर बसली होती. "किल्ल्याचा नकाशा आणि सूचना. तुझं होमवर्क कर. आणि नंतर मला परत दे. मी ते घेऊन जाईन. एखादेवेळी तुझी झडतीसुद्धा घेतील- ती माणसं संशयी आहेत. आणि ते *श्नॅप्स* पिऊन घे. फॉन ब्रॉचिश पहिल्यांदा काय करेल तर ते म्हणजे तुझ्या श्वासोच्छ्वासाचाच वास घेईल. फक्त तपासून पाहण्यासाठी. तो सगळं तपासून पाहतो. तो तिथल्या माणसांमधला सगळ्यात जास्त संशयी स्वभावाचा माणूस आहे."

"मला तर तो खूपच छान माणूस वाटला," मेरी सौम्यपणे म्हणाली.

"तो खूप दुष्ट गेस्टापो ऑफिसर आहे," हैदीनं शुष्कपणे सांगितलं. हैदी बारकडे परतली, तेव्हा स्मिथ आणि शेफरला कॅरॅसिओला, थॉमस आणि ख्रिस्तियनसेन भेटले. सगळे जण त्यांचं पिणं आणि फुटकळ गप्पा मारणं यात निश्चिंतपणे गुंतलेले दिसत असले तरी त्यांच्या मंद आणि निकडीच्या सुरातून त्यांच्या मनातली चिंतातुरताच प्रकट होत होती... किंवा त्यांच्यापैकी काही जणांच्या मनातली...

"तुम्ही स्मिदीला पाहिलेलं नाही तर?" स्मिथनं शांतपणे विचारलं. "तुमच्यापैकी कोणीही त्याला जाताना पाहिलं नाही? त्याला मग एवढं कुठं जायचं असेल?"

या प्रश्नावर कोणीही काही उत्तर दिलं नाही, पण खांदे उडवण्यातून आणि चिंतातुर आठ्यांमधून जे उत्तर व्यक्त झालं, ते पुरेसं होतं. ख्रिस्तियनसेननं विचारलं, "मी जाऊन पाहू का?"

"मला तसं अजिबात वाटत नाही," स्मिथनं उत्तर दिलं. "आता कुठेही जाण्याच्या दृष्टीनं वेळ झालाय."

तोच 'झुम वाइल्डेन हर्श' या पबची दोन्ही दारं सताड उघडली आणि पाठोपाठ अर्धाएक डझन सैनिक पटापट त्या दारांमधून आत शिरत राहिले. सगळ्यांच्या खांद्याला मशीन-कार्बाइन्स, श्मेसर्स गन सगळे सज्ज... ते सैनिक भिंतीलगत पसरले आणि वाट पाहत राहिले. रोखलेल्या मशीन-कार्बाइन्स, बोटं ट्रिगरवर, त्यांचे डोळे अतिशय शांत आणि अतिशय सावध...

“ठीक, ठीक,” ख्रिस्तियनसेन पुटपुटला. “चांगलंच युद्ध म्हणायचं.”

त्याचवेळी वेहरमॅटचा एक कर्नल तिथं पावलं टाकत आला, तेव्हा लाकडी फ्लोअरवर त्याच्या पावलांची जी करकर होत गेली, त्यामुळे तिथली आकस्मिक आणि संपूर्ण शांतता भंग पावण्याऐवजी अधिक अधोरेखित झाली. त्या कर्नलनं थंडपणे आपल्या आजूबाजूला पाहिलं. त्याचवेळी त्या पबचा प्रचंड आकाराचा मालक बारच्या मागून लगबगीनं खुर्च्या ढकलत पुढे आला. त्याच्या वाटोळ्या चेहऱ्यावर चिंता आणि भीती स्पष्टपणे दिसत राहिलेली.

‘कर्नल वेसनर!’ बारमालकाच्या आवाजातली थरथर लक्षात यायला कान तिखट असण्याची आवश्यकता नव्हती. “काय झालं तरी?”

“तुझी त्यात काही चूक नाही,” कर्नलच्या या बोलण्यात दिलासा असला, तरी त्याच्या बोलण्याच्या सुराच्या मानानं तेवढंसुद्धा बरंच काही होतं. “पण तू देशाच्या शत्रूंना थारा देतोस.”

“देशाचे शत्रू.” काही सेकंदांतच मालकाचा चेहरा कल्पनेच्या पलीकडच्या लाल छटेपासून त्याहीपलीकडच्या करड्या अशा पांढऱ्याफटक छटेपर्यंत बदलत गेला. त्याचा आवाज आता आणखीनच थरथरत असलेला. “काय? मी? मी जोसेफ वॉर्टमन.”

“प्लीज.” कर्नलनं शांतता राहावी म्हणून हात उंचावला. “आम्ही स्टुटगार्टच्या लष्करी तुरुंगातून पलायन केलेल्या पाच आल्पेनकोर सैनिकांच्या शोधात आहोत. पलायन करताना त्यांनी दोन ऑफिसर्स आणि एक गार्डरूम सार्जंट्सना ठार मारलंय. ते याच दिशेनं निघाल्याची खबर आम्हाला मिळालीय.”

स्मिथ मानेनंच दुजोरा देऊन शेफरच्या कानात म्हणाला, “फारच हुशार. खरोखरच फार हुशार.”

“आता ऐका तर मग,” वेसनरनं झट्कन संभाषण पुढे नेलं. “ते लोक जर इथं असतील, तर लवकरच आमचे हात त्यांच्यापर्यंत पोहोचतील. ड्राफ्ट्स तेरा, चौदा आणि पंधराच्या इथं उपस्थित असलेल्या सीनिअर ऑफिसर्सनी पुढे यायचंय.” दोन मेजर आणि एक कॅप्टन पुढे येऊन त्याच्यासमोर अटेन्शनमध्ये थांबेपर्यंत कर्नल वेसनर थांबला. “ तुम्हाला तुमचे ऑफिसर्स आणि सगळे पाहून माहीत आहेत?”

तिन्ही अधिकाऱ्यांनी मानेनं दुजोरा दिला.

“ठीक तर मग. मला...”

“त्याची काही गरज नाहीये, कर्नल.” हैदी बारमागून वळसा घालून पुढे आली होती आणि आता कर्नल वेसनरसमोर उभी होती. तिचे हात आदरपूर्वक पाठीमागे घट्ट एकमेकात गुंफलेले “तुम्ही कुठल्या माणसाच्या मागावर आहात, तो मला माहीत आहे. त्या टोळीचा नायक.”

“आह!” कर्नल वेसनरच्या चेहऱ्यावर स्मित. “ही चार्मिंग.”

“हैदी. हेर कर्नल! श्लॉस ॲडलरमध्ये मी तुमच्यासाठी टेबलवर काम केलंय.”

वेसनरनं स्त्रीदाक्षिण्याच्या भावनेतून तिला अभिवादन केलं आणि प्रतिक्रिया व्यक्त केली. “त्यात विसरण्यासारखं काही नाही.”

“तो माणूस.” तिच्या चेहऱ्यावर प्रामाणिक तिरस्कार आणि कर्तव्यबुद्धी यांचं मिश्रण. हैदीनं स्मिथच्या दिशेनं नाट्यमय रीतीनं बोट रोखलं. “तोच माणूस, हेर कर्नल. त्यानं त्यानं मला चिमटा काढला!”

“माय डिअर हैदी!” कर्नल वेसनरच्या चेहऱ्यावर कौतुकाचं स्मित. “आम्ही मनात भलतेसलते विचार आणणाऱ्या प्रत्येक माणसाला जर...”

“तसं नाही, हेर कर्नल. जनरल कार्नेबी नावाच्या माणसाबद्दल मी काय ऐकलंय किंवा मला काय माहिती आहे, असं त्यानं मला विचारलं.”

“जनरल कार्नेबी!” कर्नल वेसनर आता हसत नव्हता. त्यानं स्मिथकडे पाहिलं, सैनिकांना त्याच्या जवळ जायची खूण केली आणि नंतर पुन्हा हैदीकडे पाहिलं. “तू काय सांगितलंस त्याला?”

“हेर कर्नल!” हैदी आत्मसन्मान दुखावल्याच्या भावनेनं ताठरल्यासारखी. “मला वाटतं, मी एक चांगली जर्मन आहे. श्लॉस ॲडलरमध्ये मला दिल्या जाणाऱ्या कामाची किंमतही मी ओळखते.” तिनं वळून रूमच्या पलीकडच्या बाजूच्या दिशेनं बोट केलं. “गेस्टापोचे कॅप्टन फॉन ब्रॉचिश माझ्यासाठी साक्ष देतील.”

“त्याची आवश्यकता नाही. आम्ही तुझं हे काम विसरणार नाही.” त्यानं तिच्या गालावर प्रेमानं थोपटलं, नंतर तो स्मिथच्या दिशेनं वळला. त्याच्या आवाजाचं तापमान आता शून्य अंशाच्याही खाली गेलेलं. “तुमचे साथीदार, सर आणि ताबडतोब.”

“ताबडतोब, माय डिअर कर्नल?” स्मिथनं हैदीकडे जो दृष्टिक्षेप टाकला, तो कर्नलच्या आवाजाइतकाच थंड होता. “नक्कीच नाही. आपल्या प्राधान्यक्रमाचं सगळं व्यवस्थित करून घेऊ. पहिल्यांदा तिची चांदीची तीस नाणी. नंतर आपलं काम.”

“तुम्ही मूर्खासारखं बोलताय,” कर्नल वेसनरनं तुच्छ उद्‌गार काढले. “हैदी ही एक खरी देशभक्त आहे.”

“ती नक्कीच तशी आहे,” स्मिथ कडवटपणे म्हणाला.

मेरीचा चेहरा निश्चल आणि त्यावर धक्का बसल्याचे भाव. हैदीच्या अंधारलेल्या रूमच्या फटीतून ती टक लावून पाहत राहिलेली. स्मिथ आणि त्याच्या चार

सहकाऱ्यांना 'झुम वाइल्डेन हर्श' पबच्या पुढच्या दारातून बाहेर नेऊन रस्त्यावरून नेलं जात होतं. रस्त्याच्या दुसऱ्या टोकाला पार्क केलेल्या बऱ्याच कमांड कार्सपर्यंत मोठ्या बंदोबस्तात सगळा लवाजमा चालला होता. धक्काबुक्की करत, कार्यक्षमतेनं, या कैद्यांना दोन कार्समध्ये कोंबण्यात आलं, इंजिनं सुरू झाली आणि एका मिनिटभरातच दोन्ही कार्स रस्त्यावरच्या एका वळणावरून दृष्टीआड झाल्या. नंतर मेरी जवळपास एक मिनिटभर बाहेर पडणाऱ्या बर्फाकडे काही न जाणवताच बघत तिथं उभी राहिली. तिनं पडदे जवळ ओढून घेतले आणि पुन्हा ती त्या अंधाऱ्या रूमकडे वळली.

ती कुजबुजली, "हे कसं काय घडलं?"

हैदीनं एक काडी पेटवून ऑइल लॅम्पची ज्योत प्रज्वलित केली.

"कोणास ठाऊक." हैदीनं खांदे उडवले. "कोणीतरी. कोणीतरी मला माहीत नसलेल्या माणसानं कर्नल वेसनरला खबर दिली. पण मी स्मिथच्या दिशेनं बोट दाखवलं."

मेरीनं तिच्याकडे रोखून पाहिलं. "तू तू"

"तो तसाही आणखी एका मिनिटभरात पकडला गेलाच असता. शेवटी ते सगळे परके होते. पण त्यामुळे आपले हात बळकट झालेयत. आपल्याबद्दल आता कोणी संशय घेणार नाही."

"कोणी संशय घेणार नाही!" मेरीनं तिच्याकडे अविश्वासानं पाहिलं आणि नंतर ती बहुतांशी भावनातिरेकानं म्हणाली, "पण आता पुढे जाण्यात काही अर्थ नाहीये."

"नाहीये असं वाटतं तुला?" हैदी विचारपूर्वक सांगत राहिली. "कसंही असो, मला मेजर स्मिथपेक्षा कर्नल वेसनरबद्दल जास्त वाईट वाटतं. आपला मेजर स्मिथ हा काय हुशार, हिकमती माणूस नाही आहे का? व्हाइटहॉलमधले आपले सीनिअर्स आपल्याला थापा मारतात का? तो इथं येत असल्याचं त्यांनी मला सांगितलं, त्यांनी मला सांगितलं- काळजी करू नकोस, त्याच्यावर पूर्णपणे विश्वास ठेव. हा माणूस कल्पनेच्या पलीकडचा हिकमती आहे, धाडसी आहे हेच त्यांचे नेमके शब्द होते. अतिशय अवघड, खडतर परिस्थितीतून तो स्वत:ला सोडवू शकतो. व्हाइटहॉलमधल्या माणसांची बोलण्याची पद्धत ही जरा गमतीशीर आहे. पण मी आधीच त्याच्यावर विश्वास ठेवतेय. तुझा नाही विश्वास?"

मेरीनं काही उत्तर दिलं नाही. ती फ्लोअरकडे पाहत राहिली, डोळ्यातच साठून राहिलेल्या अश्रूंनी तिचे डोळे चमकत राहिलेले. हैदीनं तिच्या दंडाला स्पर्श केला आणि हळुवारपणे विचारलं, "तुझं त्याच्यावर इतकं प्रेम आहे?"

मेरीनं शांतपणे होकारार्थी मान हलवली.

“आणि त्याचं तुझ्यावर प्रेम आहे?” हैदीनं विचारलं.

“मला नाही माहीत. मला खरंच माहीत नाही. तो या क्षेत्रात खूप काळ आहे. त्याला माहीत असलं तरी...” ती कडवटपणे म्हणाली. “तो बहुधा स्वतःलाही सांगणार नाही.”

हैदीनं तिच्याकडे पाहिलं, क्षणभर मान नकारार्थी हलवली आणि सांगितलं, “त्यांनी तुला कधीच पाठवायला नको होतं. तुला असं वाटतं तरी कसं?” पण मग बोलायचं थांबून तिनं पुन्हा डोकं नकारार्थी हलवून पुढे सांगितलं, “त्याला आता खूप उशीर झालाय. कम ऑन. आपण फॉन ब्रॉचिशला वाट पाहायला लावून चालणार नाही.”

“पण... पण तो जर आला नाही तर? तो जर निसटू शकला नाही, तर आणि तो निसटू शकणार तरी कसा?” तिनं बेडवर पसरलेल्या कागदपत्रांकडे निराशेनं खूण केली. सकाळी पहिल्यांदा या बनावट कागदपत्रांबद्दल ड्युसेलडॉर्फमध्ये ते चौकशी करणारच.

हैदी कोणताही विशेष भाव आवाजात न ठेवता म्हणाली, “तो तुला निराश करेल असं मला वाटत नाही, मेरी.”

“नाही,” मेरी उदासपणे म्हणाली. “तो मला निराश करेल, असं मलाही वाटत नाही.”

ती मोठी काळी मर्सिडिज कमांड कार, ‘ब्लॉ सी’ला समांतर असलेल्या बर्फानं खच्चून भरलेल्या रस्त्यावरून वेगानं जात राहिली होती. दाट आणि वेगानं भिरभिरणारं बर्फ खूप जोरदार हेडलाइट फोकसमधून पुन्हा विंडस्क्रीनकडे करड्या रंगाच्या छटेत येत राहिलेलं. विंडस्क्रीन वायपर्स त्या बर्फाला कसंबसं तोंड देत राहिलेले. ही एक महागडी कार होती आणि खूप सुखद अशी, पण पुढच्या सीटवर बसलेला शेफर किंवा मागच्या सीटवर बसलेल्या स्मिथला त्या सुखाचा कोणत्याही प्रकारे- मानसिक किंवा शारीरिक- सुखाचा अनुभव येत नव्हता. मानसिक पातळीवर अटळ अशा फायरिंग स्क्वाडची कडवट शक्यता आणि त्यांची मिशन योग्य त्या पद्धतीनं सुरू होण्याआधीच संपल्याची जाणीव होती, तर शारीरिक पातळीवर त्यांच्या सीटमध्ये त्यांची फारच कोंबून बसल्यासारखी अवस्था झाली होती. शेफरच्या डावी-उजवीकडे अनुक्रमे ड्रायव्हर आणि गार्ड होते, तर स्मिथ कर्नल वेसनर आणि गार्ड यांच्यामध्ये सापडला होता स्मिथ आणि शेफर, दोघांनाही बरगड्यांमध्ये खालच्या बाजूला वेदना जाणवत राहिलेली. श्मेसर मशीन-पिस्तूल धारण करणाऱ्या गार्डच्या हातातल्या गनची टोकं दोघांच्याही एका बाजूला ढोसत राहिलेली. अर्थातच त्याबद्दल कसलाही पश्चात्ताप त्या शस्त्रधारी गार्ड्सना नव्हता.

स्मिथनं अंदाज केला- आता त्यांची गाडी गाव आणि बराकींच्यामध्ये निम्म्या अंतरावर आणखी तीस सकंद उलटली, की ते बराकींच्या गेट्समधून पुढे जाणार होते फक्त तीस सेकंद- त्यापेक्षा जास्त सेकंद लागणार नव्हती.

''थांबव ही कार!'' स्मिथचा आवाज थंड, अधिकारवाणी असलेला... आणि त्यात धमकावण्याचा एक विचित्र अंत:प्रवाह. ''ताबडतोब! ऐकू येतंय का? मला विचार करणं आवश्यक आहे.''

कर्नल वेसनर एकदम चक्रावून जाऊन वळला आणि त्यानं त्याच्याकडे डोळे रोखून पाहिलं. स्मिथनं त्याच्याकडे पूर्णपणे दुर्लक्ष केलं. त्याच्या चेहऱ्यावर तीव्र असा संतापाचा-नापसंतीचा भाव एकवटलेला होता. त्याला राग नियंत्रणात ठेवणं अवघड झालेलं. संपूर्णपणे त्यानं तुसडेपणानं दिलेल्या सूचनांच्या अनादराचा विचारसुद्धा अशक्य असलेल्या माणसाचा चेहरा बंदिवास आणि मृत्यू यांच्या दिशेनं जाणाऱ्या माणसाचा तो चेहरा नक्कीच नव्हता. त्यावर वेसनर चाचरला, पण किंचितसंच. त्यानं ऑर्डर दिली तसं त्या मोठ्या कारचा वेग मंद व्हायला लागला.

''मूर्ख माणसा! थांब!'' स्मिथचा सूर रागानं थरथरणारा, खालच्या पट्टीतला आणि खडूस! इतका खालच्या पट्टीतला, की केवळ वेसनरलाच ऐकू यावा. ''तू जवळपास निश्चितपणे सगळ्याचा नाश ओढवून घेतला आहेस आणि वेसनर, उद्याच तू रेजिमेंटशिवाय असशील तुझ्या हाताखाली रेजिमेंट असेलच तर!''

एकाएकी कार रस्त्याच्या बाजूला झपकन वळली आणि थांबली. पुढे कमांड कारचे लाल टेल लाइट्स बर्फानं भरलेल्या अंधारात दिसेनासे झाले. वेसनर बेमुर्वतखोरपणे पण किंचित का होईना जाणवेल इतकीच रागाची थरथर असलेल्या आवाजात म्हणाला, ''तू बोलतोयस तरी कशाबद्दल?''

''तुला या अमेरिकन जनरल कार्नेबीबद्दल माहिती आहे?'' स्मिथचे डोळे रागानं आक्रसलेले. दात दिसत राहिलेले. त्याचा चेहरा आता वेसनरपासून सहा इंचांवर. ''कसं काय?'' त्यानं हे शब्द जवळजवळ थुंकल्यासारखेच उच्चारले.

''काल रात्री श्लॉस ॲडलरमध्ये मी जेवलो. मी''

स्मिथनं त्याच्याकडे पूर्णपणे अविश्वासानं पाहिलं.

''कर्नल पॉल क्रॅमरनं सांगितलं तुला? त्यानं प्रत्यक्ष तुला त्याच्याबद्दल सांगितलं?'' वेसनरनं शब्दही न उच्चारता मानेनं होकारार्थी मान हलवली. ''ॲडमिरल कॅनॅरिसचा चीफ ऑफ स्टाफ! आणि आता प्रत्येकाला सगळं माहीत आहे. बापरे, सगळ्यांचाच निकाल लागेल आता.'' त्यानं आपल्या तळव्यांच्या खालच्या बाजूनं आपले डोळे चोळले, पाठोपाठ थकल्यासारखे हात खाली मांड्यांवर घेतले, नंतर समोरच्या बाजूला शून्यात पाहिलं अगदी सावकाश. ''हा प्रकार भलताच मोठा होऊन बसलाय, माझ्या दृष्टीनंसुद्धा.'' स्मिथनं आपला पास बाहेर काढला आणि तो

वेसनरकडे दिला. त्यानं तो हातातल्या थरथरत्या टॉर्चच्या उजेडात पाहिला. "ताबडतोब बराकीकडे घे! मला ताबडतोब बर्लिनशी संपर्क साधला पाहिजे. माझ्या काकाला काय करायचं ते माहीत असेल."

"तुझा काका?" खूप प्रयत्नपूर्वक वाटावं असं वेसनरनं हातातल्या पासवरून वर पाहिलं : त्याच्या आवाजातही टॉर्चइतकीच थरथर " हेन्रिक हिमलर?"

"नाहीतर तुला कोण वाटतं?" स्मिथनं तोंडातून ज्वाळा बाहेर पडत असल्यासारखं विचारलं. "मिकी माउस?" त्यानं आपला आवाज आता अगदी मंद पुटपुटण्याच्या पातळीवर आणला. "त्याला भेटण्याचं अहोभाग्य तुला कधीही मिळालेलं नाही, याचा चांगला विश्वास मला आहे, कर्नल वेसनर." कसंही असलं तरी त्यानं वेसनरवर एक प्रदीर्घ आणि अजमावणारी नजर उपकार केल्यासारखी टाकली. त्यात कोणतीही उत्तेजनेची छटा नव्हती. नंतर तो वळला आणि त्यानं ड्रायव्हरला पाठीत जोरानं ढोसलं, तेव्हा त्यातही मार्दवाचा लवलेशही नव्हता. "बराकी- आणि लवकरात लवकर!"

कार पुढे वेगानं निघाली. भयानक अशा गेस्टापो प्रमुख हेन्रिक हिमलरच्या पुतण्यानं जे काही सांगितलं होतं, तेवढं ड्रायव्हरच्या दृष्टीनं पुरेसं होतं.

स्मिथनं बाजूला असलेल्या गार्डला आदेश दिला, " तुझी गन माझ्या बरगड्यांमधून काढून घे!"

रागानं त्यानं ती गन हिसकावून घेतली. त्या गार्डनंही हिमलरबद्दल ऐकलं होतं. त्यानं ती गन दुर्बळपणे हातची सोडून दिली. आणखी एका सेकंदानंतर त्या श्मेसर गनच्या दस्त्याचा तडाखा त्याच्या पोटात बसला, तसं तो तीव्र वेदनांनी कळवळून पुढे झुकला. आणखी एका सेकंदानंतर कर्नल वेसनर त्याच्या मर्सिडिजच्या खिडकीशी खिळून राहिलेला. श्मेसर गनचं तोंड त्याच्या उजव्या कानात...

स्मिथनं सांगितलं, "तुझ्या माणसांनी हालचाल केली तर तुझं मरण."

"ओके." शेफरचा पुढच्या सीटवरून आवाज. "त्यांच्या गन्स माझ्याकडे आहेत."

"कार थांबव." स्मिथनं ऑर्डर दिली.

कार एकदम थांबली. स्मिथला विंडस्क्रीनमधून बराकीच्या गार्डरूममधले दिवे दिसले आता केवळ दोनशे यार्ड अंतरावर त्यानं गनच्या टोकानं वेसनरला ढोसलं आणि पुन्हा ऑर्डर दिली "आउट!"

वेसनरचा चेहरा म्हणजे क्लेशकारक संतापाचा एक मुखवटा होता, पण चाचरण्याच्यासुद्धा दृष्टीने तो खूपच अनुभवी सैनिक होता.

"कारपासून तीन पावलं," स्मिथ म्हणाला. "तुमचे हात तुमच्या डोक्यामागे बांधलेले. शेफर, तुझी गन रोखलेली कर्नलच्या शेजारी बाहेर तू." शेवटी त्याच्या गनचं टोक ड्रायव्हरच्या मानेवर...

वीस सेकंदांनंतर शेफर त्या गाडीच्या ड्रायव्हरच्या जागी ते त्यांच्या दिशेनं निघालेले. त्यांनी तिघांना बर्फात तोंड खुपसून राहिलेल्या अवस्थेत तिथंच सोडलं. चौथा होता तो स्मिथच्या बाजूला बसवलेला गार्ड. तो अजूनही रस्त्याच्या बाजूला पोटात बसलेल्या तडाख्यानं पोट धरून झुकलेल्या अवस्थेत.

"एक स्पृहणीय कामगिरी, यंग हिमलरसाहेब." शेफरनं दाद दिली.

"मी इतका नशीबवान पुन्हा कधी नसेन," स्मिथनं सौम्यपणे सांगितलं. "बरॅक ओलांडून जाताना सावकाश, घाई न करता चल. तिथल्या पहारेकऱ्यांच्या डोक्यात उगाच भलत्यासलत्या कल्पना येऊ देऊन आपल्याला चालणार नाही."

तासाला वीस मैलांच्या धिम्या गतीनं त्यांनी मेन गेट्स ओलांडली आणि नंतर पुढची गेट्स. स्मिथला जे काही दिसलं होतं, त्याप्रमाणे सकृद्दर्शनी तरी कोणतीही टिप्पणी ओढवून न घेता कारच्या रेडिएटरवर असलेल्या तीन टोकं असलेल्या स्टारच्या मागेच एका छोटा तिरंगी बावटा फडफडत होता. हे कॅम्प कमांडंटचे एक वैयक्तिक असं प्रतीकात्मक निशाण होतं आणि कर्नल वेसनरच्या येण्या-जाण्याबाबत कोणीच प्रश्न विचारणार नव्हतं, असं गृहीत धरण्यात काही धोका नव्हता.

मुख्य गेटनंतर असलेल्या दुय्यम अशा गेट्सच्या पलीकडे अर्धाएक मैलभर असलेला रस्ता सरळ उत्तरेकडे गेला होता. या रस्त्याच्या डावीकडे 'ब्लॉ सी'च्या जलाशयाच्या दिशेनं खाली जाणारा एक शंभरफुटी उंच कडा होता, तर उजवीकडे पाइन वृक्षांची झाडी होती, ती पन्नास यार्डांपेक्षा जास्त रुंद नव्हती, त्याच्यालगत आणखी एका कड्याची उभी बाजू बर्फ आणि अंधारात हरवेपर्यंत वर झेपावणारी.

त्या सरळ जाणाऱ्या अर्ध्या मैलाच्या अखेरीस पुढे रस्ता उजवीकडे धारदार वळण घेऊन गेलेला. त्यापुढे 'ब्लॉ-सी'च्या काठाच्या बाजूनं असलेल्या भागाकडे जाणारा खळगा या धोकादायक वळणाला पांढरं कुंपण असल्यानं ते सर्वसाधारणपणे रात्रीच्या वेळी व्यवस्थित दृष्टीस पडलं असतं, पण आता या क्षणी सगळं व्यापून टाकणाऱ्या बर्फाच्या पार्श्वभूमीवर ते अदृश्य होतं. शेफरनं त्या वळणापाशी ब्रेक लावला. विचारमग्न भाव त्याच्या चेहऱ्यावर तरळल्यावर त्यानं ब्रेक पेडलवर आणखी दाब देऊन स्मिथकडे पाहिलं.

"उत्तम कल्पना." आता दाद देण्याची पाळी स्मिथची होती. "आम्ही अजूनही तुझा एजंट करू."

मर्सिडीज थांबली. स्मिथनं वेसनर आणि त्याच्या माणसांकडून ताब्यात घेतलेल्या गन्स आणि सगळी शस्त्रं गोळा केली आणि तो बाहेर पडला. शेफरनं ड्रायव्हरची खिडकी खाली घेतली, हॅन्डब्रेक सोडला, गिअर टाकला आणि कार पुढे जायला लागताच दारातून बाहेर उडी टाकली. खिडकीतून उजवा हात घालून शेफर चालत राहिला आणि नंतर कार वेग पकडायला लागली, तसं तो मर्सिडीजशेजारून जात

राहिला. त्याचा हात आता स्टिअरिंग व्हीलवर कड्याच्या टोकापासून वीस फुटांवर असताना त्यानं स्टिअरिंगला शेवटचा हात दिला, क्वाड्रंट हॅन्ड थ्रॉटलला झटका दिला आणि कारनं वेग पकडताच बाजूला उडी मारली. त्या लाकडी कुंपणाचं काहीही चालणं शक्य नव्हतं. त्या कुंपणाच्या चिरफळ्या उडवणारा तडाखा दिल्यावर झालेला आवाज इंजिनाच्या घरघराटात जेमतेमच ऐकू येईलसा. गाडी पहिल्या गिअरवर पाठोपाठ ती मर्सिडीज पुढ्याची असल्यासारखी कुंपणाच्या अडथळ्यातून पलीकडे कड्याच्या काठावरून झेपावली आणि दृष्टीआड झाली.

स्मिथ आणि शेफर कुंपणाच्या न मोडलेल्या भागाच्या सुरक्षिततेच्या बाजूपर्यंत पोहोचले आणि त्यांनी अगदी नेमक्या क्षणी कार पाहण्यासाठी खालच्या बाजूला नजर टाकली. कार आता उलट्या अवस्थेत आणि हेडलॅम्प अजूनही झगमगणारे. कार पाण्याच्या पृष्ठभागावर आदळली, तेव्हा विचित्र असा पसरट, स्फोटक आवाज झाला. एखाद्या दूरवर चाललेल्या बंदुकीच्या गोळीबारासारखा पाण्याचा एक स्तंभ आणि वैचित्र्यपूर्ण झगमगता फवारा कड्याच्या बाजूला अर्ध्यापर्यंत वर उसळला. तो ओसरल्यावर पाण्याखालच्या उजेडामुळे लगेच त्यांना बुडणारी कार ओळखता आली. हेडलॅम्प अजूनही उजळलेले. स्मिथ आणि शेफर दोघांनी एकमेकांकडे पाहिल्यावर स्मिथनं विचारपूर्वक डोक्यावरची पुढे पट्टी असलेली कॅप काढली आणि ती कड्याच्या टोकावरून भिरकावली. खूप जोरानं वाहणाऱ्या वाऱ्यानं ती कॅप कड्याच्या भिंतीवर आदळली, पण नंतर ती खाली गडगडत गेली आणि शेवटी खूप खालून येणाऱ्या प्रकाशामुळे सप्तरंगात चमकणाऱ्या, अजूनही पृष्ठभागावर येणाऱ्या बुडबुड्यांवर उलट्या अवस्थेत विसावली. नंतर तो प्रकाश मावळला.

"मग आपल्याला काय पर्वा?" शेफर कुंपणापासून सरळ झाला आणि त्यानं खांदे उडवले. "ती कार काही आपली नव्हती. मग आता पुन्हा गावाकडे?"

"ते शक्य नाही," स्मिथनं ठासून सांगितलं. "आणि मी ते गंभीरपणे सांगतोय अक्षरश:. कम ऑन. दुसऱ्या मार्गानं."

नुकतीच ताब्यात घेतलेली शस्त्रं पकडून दोघंही त्या वळणाभोवती कार ज्या दिशेनं प्रवास करत होती, त्या दिशेनं धावत गेले. सत्तर एक यार्ड त्यांनी पार केले नाहीत, तोच त्यांना कारच्या इंजिनाचा आवाज आला. चिरफळ्या उडालेल्या कुंपणाच्या दिशेनं प्रकाशझोत टाकणारे हलते दिवे त्यांना दिसले. काही सेकंदांनंतर स्मिथ आणि शेफर रस्त्याच्या बाजूला जाऊन पाइन वृक्षांच्या दाटीत लपले. ते सावकाश... मागच्या बाजूला, एक कमांड कार आणि दोन चिलखती कार्स मोडलेल्या कुंपणापाशी येऊन थांबल्या होत्या, त्या दिशेनं जात राहिले.

"तेच हेर कर्नल!" एक खांद्याला अडकवायची गन बरोबर असलेला आल्पेनकोर सार्जंट उत्साहानं त्या उंच कड्यावरून खाली डोकावला. "भलतेच फास्ट जात होते

बहुतेक, त्यांनी उशिरा पाहिलं किंवा त्यांना कधी दिसलंच नाही ब्लॉ सी इथं शंभर मीटर्सपेक्षा जास्त खोल आहे. हेर कर्नल, त्यांचा निकाल लागलाय.''

''ते गेले असतील किंवा नसतील. मी इतका सहजासहजी त्यांच्यावर विश्वास ठेवणार नाही.'' कर्नल वेसनरचा आवाज सगळीकडे स्पष्टपणे पसरला आणि त्यात कडवटपणा जाणवत होता. ''त्यांनी नाटक केलं असेल आणि मागे परतले असतील. आपल्या माणसांची एक पार्टी थेट तिथल्या पाइनच्या झाडीत कड्याच्या भिंतीपर्यंत पाठवा. पाच मीटरच्या जागेत. त्यांना टॉर्चचा उपयोग करू दे. आणखी एक पार्टी कारमधून उलटपावली कॅम्पच्या दिशेनं पाचशे मीटर जाऊ दे. तू त्यांच्याबरोबर जा, सार्जंट. पुन्हा कड्याच्या भिंतीच्या बाजूला पसरून राहा. त्यांना एकत्र येऊ दे. आणि झटपट.''

शेफरनं पाइन वृक्षाच्या खोडाआड असलेल्या आपल्या लपण्याच्या जागेतून विचारपूर्वक स्मिथकडे पाहिलं.

''मला एक मुद्दा मान्य करायचाय, बॉस. हे एकूण बहुधा आपण गावात तडक परत न गेल्यासारखंच आहे. चांगलंच धूर्त प्रकरण दिसतंय, नाही का?''

''आणि त्यामुळे मला काय फरक पडतो?'' स्मिथ पुटपुटला.

''ओके, ओके. हा मुद्दासुद्धा मी मंजूर करेन.''

पाच मिनिटं उलटली. सतत पडणाऱ्या बर्फाच्या मानानं पाइनच्या दाट पानांच्या फांद्यांमध्ये बर्फाचा कमी शिरकाव होता दोघांनाही त्यांच्यापासून जवळ असलेली ती माणसं दक्षिणेकडे सरकली, तेव्हा टॉर्चची मधूनच होणारी चमक स्पष्टपणे दिसत राहिली. पलायन केलेल्या दोन कैद्यांचा शोध घेत असताना त्या माणसांच्या टॉर्चचे प्रकाशझोत झाडांची खोडं आणि वाऱ्यानं पडलेल्या झाडांचा अंदाज घेत राहिलेले. कर्नल वेसनर जागच्या जागीच फेऱ्या मारत राहिलेला. सावकाश... त्याच्या कमांड कारच्या मागे विचारात बुडून गेल्याप्रमाणे त्याचं डोकं खाली झुकलं. अधूनमधून तो घड्याळाकडे पाहत राहिलेला. स्मिथनं पाहिलं, तर तो त्या कुंपणाच्या न मोडलेल्या भागापाशी गेला आणि तिथंच थांबला. 'ब्लॉ सी'च्या पृष्ठभागाकडे पाहत.

हळूहळू स्मिथ आणि शेफरना दबलेल्या बोलण्याचे दूरवरचे आवाज ऐकू येत गेले. आणखी एका मिनिटभरातच एक सार्जंट कमांड कारच्या हेडलॅम्पच्या उजेडात आला, कर्नल वेसनरजवळ जाऊन त्यानं सॅल्यूट केला.

''कुठे पायाचा ठसासुद्धा नाहीये, हेर कर्नल.'' सार्जंटनं सांगितलं.

त्याबरोबर वेसनर सरळ झाला आणि वळला.

''तसे ठसे मिळणार नाहीत,'' त्यानं उदासपणे सांगितलं. ''मी नुकतीच एक हॅट पाण्यावर तरंगताना पाहिलीय. इतक्या शूर माणसांचा फारच वाईट शेवट झालाय, सार्जंट. वाईट शेवट!''

पाच

केबल-कार किल्ल्याकडे जाणाऱ्या मोठ्या चढणीच्या सुरुवातीला असलेल्या खालच्या स्टेशनच्या बाहेर येऊन हळूहळू पुढे जात राहिली. मेरीला वाटलं- हा चढणीचा प्रवास अशक्य कोटीतला आहे धोकादायक... आणि अशक्य कोटीतली चढण पुढच्या खिडक्यांमधून पाहताना विरळपणे पडणाऱ्या बर्फातून पहिल्या पायलॉनची रूपरेखा तिला जेमतेम ठळकपणे ओळखता आली. दुसरे आणि तिसरे पायलॉन दिसत नव्हते, पण आकाशात अशक्य वाटावं इतक्या उंचावर लटकणाऱ्या लाइट्सच्या चमकत्या पुंजक्यामुळे त्यांना कुठे जायचं होतं ते पुरेशा स्पष्टपणे दिसत होतं. तिच्या मनात अंधूक विचार- याआधी माणसं तिथं इतक्या उंचावरच्या किल्ल्यावर पोहोचलेली आहेत, आपणही बहुधा पोहोचू. तिच्या जगाचा तळच गेल्यानंतर तिला जे वाटत होतं, त्यामुळे आपण वर किल्ल्यापर्यंत पोहोचू की नाही, याची तिला विशेष काळजी नव्हती.

ही केबल-कार म्हणजे एक बारा प्रवाशांचं वाहन होतं. बाहेरून लाल रंग असलेली आणि आतून दिव्यांच्या प्रकाशानं चांगली उजळलेली. आत केबल-कारमध्ये सीट्स नव्हत्या, फक्त दोन बाजूंना हातानं पकडायला कठडे होते. हे हातानं पकडण्यासाठी असलेले कठडे अतिशय आवश्यक होते, हे ताबडतोब आणि भीतीची जाणीव झाल्यामुळे उघड झालं. वारा आता अतिशय जोरदार होता, त्यामुळे लोअर स्टेशनच्या शेडमधून बाहेर पडल्यानंतर काही सेकंद उलटताच कार भीतिदायकरित्या हेलकावायला लागली.

दोन सैनिक आणि साधा नागरिक वाटणारा माणूस यांच्याशिवाय इतर प्रवासी केवळ होते, ते म्हणजे फॉन ब्रॉचिझ, मेरी आणि हैदी. हैदीच्या अंगावर आता साध्यासुध्या कपड्यांवर परिधान केलेला जाड वुलनचा कोट होता आणि कोसॅकची फर हॅट. फॉन ब्रॉचिझनं एका हातानं कठडा पकडलेला असताना मोकळा हात मेरीच्या खांद्यांभोवती ठेवलेला होता. त्यानं दिलासा दिल्यासारखे तिचे खांदे दाबले

आणि त्यानं तिच्याकडे पाहून स्मित केलं.

"भीती वाटतेय?" त्यानं विचारलं.

"नाही." ती तशी घाबरलीसुद्धा नव्हती, घाबरण्याच्या दृष्टीनं पुरेशा भावनाही तिच्या अंत:करणात राहिल्या नव्हत्या, पण कसलीही आशा म्हणून शिल्लक राहिलेली नसली, तरी ती एक व्यावसायिक असणं अपेक्षित होतं. "नाही, मी घाबरले नाहीये. मी प्रचंड भीतीनं ग्रासलेल्या अवस्थेत आहे. मला आधीच मळमळतंय. ही केबल कधी कोसळते का?"

"कधीही नाही." फॉन ब्रॉचिझ स्वत:च दिलासा होऊन राहिलेला. "तू फक्त माझा आधार घेऊन राहा, म्हणजे तू अगदी छान राहशील."

"ही संवादफेक तो माझ्यासमोर करायचा," हैदीनं थंडपणे सांगितलं.

" मॅडम," फॉन ब्रॉचिझनं संयमपूर्वक स्पष्टीकरण दिलं, "मला सर्वसाधारण स्तरापलीकडच्या देणग्या आहेत, पण अजून तिसरा हात मला वाढवणं शक्य झालेलं नाही. गेस्ट्स फर्स्ट."

हाताच्या आच्छादनाखाली सिगारेट ठेवून शेफर स्पष्टपणे दिसणाऱ्या टेलिफोन पोलच्या तळभागाला टेकला आणि मधल्या अंतराकडे त्यानं विचारपूर्वक नजर टाकली. त्याची ही झाकलेली सिगारेट आणि विचारमग्न मुद्रा या दोन्हीमागे कारण होतं. 'ब्लॉ सी'च्या काठालगत जाणाऱ्या रस्त्याच्या एका बाजूनं जाणाऱ्या पाइन झाडांच्या दाटीच्या काठाशी तो जिथं उभा होता, तिथून शंभर यार्डपेक्षा कमी अंतरावर त्याला सैनिक दिसत होते, त्यांच्या ओव्हरहेड लाइट्समुळे ते अगदी स्पष्टपणे प्रकाशमान दिसत होते, बराकीच्या गेट्सच्या आसपासच्या भागात ते झपाझप इकडेतिकडे करत होते. त्यांच्या मागच्या बाजूला प्रत्यक्ष बराकींच्याच बाह्याकृती अंधूक दिसत होत्या.

शेफरनं त्याची अवस्था बदलली आणि वरच्या बाजूला पाहिलं. बर्फ आता जवळपास गेलं होतं, चंद्र बाहेर पडण्याची भीती घालत होता. स्मिथची आकृती ओळखण्यात त्याला काही जड गेलं नाही. स्मिथचे पाय सगळ्यात खालच्या क्रॉस-बारभोवती सोडलेले...

स्मिथ हातातल्या चाकूचा उपयोग करण्यात गुंतलेला. हा चाकू म्हणजे विशेष बनावटीचा कमांडो चाकू होता. या चाकूच्या इतर वैशिष्ट्यांमध्ये एक अंतर्गत वायर-कटर होता. त्यानं काळजीपूर्वक आणि पद्धतशीरपणे वायर-कटर बाहेर काढला. आठ सलग फटक्यांत आठ सलग टेलिफोन वायरी खाली पडल्या. स्मिथनं त्याचा चाकू बंद करून तो खिशात टाकला, क्रॉस-बारपासून पाय मोकळे केले, हातांची पकड खांबाभोवती ठेवली आणि तो घसरून खाली येत जमिनीवर

टेकला. तो शेफरकडे पाहून हसला.

''अगदी छोट्या गोष्टींमुळेही काहीतरी लाभ होतात,'' तो म्हणाला.

''काही काळ तरी त्यांना थोपवून धरलं पाहिजे,'' शेफरनं दुजोरा दिला. पुन्हा एकदा त्यांनी त्यांच्या गन्स गोळा केल्या आणि ते पूर्वेकडे निघाले. बराकींच्या मागच्या बाजूलगत जाणाऱ्या पाइनच्या झाडीत दिसेनासे होत...

ती केबल-कार आणखीनच भयंकर पद्धतीनं हेलकावत राहिली. आता तिनं तिच्या प्रवासाच्या शेवटच्या, जवळजवळ उभ्या टप्प्यात प्रवेश केला होता. फॉन ब्रॉचिझचा हात अजूनही तिच्या खांद्यांवर... तिचा चेहरा कारच्या पुढच्या खिडक्यांना टेकलेला. मेरीनं वरच्या बाजूला सतत पडणाऱ्या बर्फासारख्या पांढऱ्या, उंच अशा झरोके असलेल्या किल्ल्याच्या तटबंदीकडे पाहिलं. ती वर पाहत असतानाच पुंजकेदार ढगांमध्ये फट पडली आणि तो सगळा परीकथेतला किल्ला चमकदार चांदण्यात न्हाऊन निघाला. तिच्या डोळ्यांमध्ये भीतीचा स्पर्श... तिनं ओठांवरून जीभ फिरवली आणि नकळत ती शहारली. फॉन ब्रॉचिझच्या बारीक नजरेतून यातलं काहीही सुटलं नाही. त्यानं तिच्या खांद्यांवर आणखी एकदा दिलासा देणारा दाब दिला. बहुधा त्या छोट्याशा प्रवासात दिलासा देण्याचा हा वीसावा तरी प्रसंग होता.

''काळजी करण्यासारखं काहीच नाही, मॅडम. सगळं ठीक होईल.''

''मलाही तसंच वाटतंय.'' तिचा आवाज म्हणजे जेमतेम कुजबुज

त्याच अनपेक्षित चांदण्यानं स्मिथ आणि शेफरना जवळजवळ पकडलंच. त्यांनी नुकतेच स्टेशन ट्रॅक्स ओलांडले होते आणि चंद्र एकदम बाहेर आला, तेव्हा ते चोरपावलांनी डावीकडच्या लगेज ऑफिसजवळून जात होते, पण ते अजूनही बाहेर येणाऱ्या स्टेशनच्या छताच्या सावलीत होते. त्यांनी पट्कन त्या सावल्यांमध्ये जाऊन त्या रेल्वेमार्गाच्या शेवटच्या बाजूला असलेल्या हायड्रॉलिक बंपर्सच्या पलीकडे ट्रॅक्सलगत बारकाईनं पाहिलं. आता पूर्ण दिवसाच्या उजेडात असल्याप्रमाणे सगळं रेखीव रंगांसह स्पष्ट दिसत होतं. पांढऱ्या पार्श्वभूमीवर कोरल्यासारखा लाल रंग. त्यांनी पाहिलं, तर एक केबल-कार लोअर स्टेशनच्या दिशेनं येत होती, तर दुसरी वरच्या स्टेशनच्या दिशेनं शेवटचे काही उभट फूट चढत वर जात राहिलेली. त्याहीपेक्षा वर श्लॉस ॲडलर किल्ल्याची लखलखीत बाह्याकृती चमकदार चंद्रप्रकाशात चकमकत होती.

''त्याचा उपयोग होतो,'' शेफर कडवटपणे म्हणाला, ''त्याचा खूपच उपयोग होतो.''

''आकाश अजूनही ढगांनी भरलेलं आहे,'' स्मिथ सौम्यपणे म्हणाला. तो त्या

डावीकडच्या लगेज ऑफिसच्या कीहोलपाशी वाकला, त्यानं आपल्याजवळच्या किल्ल्या काढल्या आणि त्या आत सरकवल्या. शेफर दार बंद करत स्मिथच्या मागोमाग आत गेला.

स्मिथनं तिथं ठेवलेल्या रकसॅक्स शोधल्या, नायलॉन रोपमधला एक भाग कापून घेतला आणि तो आपल्या कमरेभोवती गुंडाळला, त्यापाठोपाठ त्यानं काही हॅन्ड ग्रेनेड आणि प्लॅस्टिक स्फोटकं एका कॅनव्हास बॅगमध्ये भरून घेतली. शेफरनं त्याचा घसा संकोचपूर्वक साफ केला, तेव्हा त्यानं डोकं वर उंचावलं.

"बॉस?" शेफरचा हा प्रश्न खिडकीतून एक सावध दृष्टिक्षेप टाकत.

"उह्?"

" बॉस, कर्नल वेसनरला आतापर्यंत या सगळ्या आपल्या साठ्याच्या प्रकाराबद्दल बहुधा सगळं माहिती असेल, हे कधी तुला जाणवलंय? म्हणजे मला काय म्हणायचंय, की लवकरच आपल्याला कोणीतरी जोडीदार असतील."

"आपल्याला खरोखरच जोडीदार मिळण्याची शक्यता आहे," स्मिथनं मान्य केलं. "पण आपल्याला तसे जोडीदार न मिळते तरच नवल. म्हणून तर मी या नायलॉन रोपच्या मोठ्या वेटोळ्यातला एक तुकडा कापून घेतला आहे आणि त्यामुळेच तर मी स्फोटकं आणि ग्रेनेड फक्त माझ्या आणि तुझ्या रकसॅकमधून घेतोय. हे नायलॉन रोपचं वेटोळं खूपच मोठं आहे आणि आपल्या रकसॅक्समध्ये काय आहे, हे कोणालाही माहीत नाहीये. त्यामुळे काहीही नजरेतून सुटण्याची शक्यता नाही."

"पण तो रेडिओ?"

"आपण इथून ब्रॉडकास्ट केलं, तर ते करताना आपण एखादेवेळी पकडले जाऊ. आपण रेडिओ बरोबर घेतला आणि तो गेल्याचं त्यांना कळलं, तर 'ब्लॉ सी'च्या तळाशी असलेली कार रिकामी असल्याचं त्यांच्या लक्षात येईल. बरोबर?"

"बरंचसं."

"म्हणून मग आपण तडजोड करतोय. आपण तो हलवतोय, पण एखाद्या सुरक्षित ठिकाणाहून आपण ब्रॉडकास्ट केल्यानंतर आपण तो परत इथं ठेवतोय."

"सुरक्षित ठिकाणी म्हणजे, तुला काय म्हणायचंय?" शेफरनं विनवणीच्या सुरात विचारलं. त्याच्या गडद छटा असलेला उदास चेहऱ्यावर दुःख. "तसं तर बव्हेरियातच सुरक्षित ठिकाण नाहीये."

"तशी एक जागा आहे, वीस यार्डपेक्षासुद्धा कमी अंतरावर. ते शोधतील अशी अगदी शेवटची जागा." त्यानं शेफरच्या दिशेनं स्केलेटन किल्ल्या फेकल्या. "बव्हेरियन लेडीज क्लोकरूममध्ये कधी गेलायस?"

शेफरनं त्या किल्ल्या घेतल्या, स्मिथकडे रोखून पाहिलं, मान नकारार्थी

हलवली आणि नंतर तो तिथून बाहेर पडला. तो पट्कन रेल्वेमार्गाच्या दुसऱ्या टोकाच्या दिशेला गेला, त्याचा टॉर्च किंचितसा चालू-बंद होत राहिलेला. शेवटी त्याचा टॉर्च त्याला हव्या असलेल्या दारावर विसावला त्यावर पाटी होती- DAMEN

शेफरनं त्या पाटीकडे पाहिलं, ओठांवरून जीभ फिरवली, खांदे उडवले आणि तिथल्या कुलपावर काम करायला लागला.

त्या केबल-कारनं बऱ्याच परिश्रमांनंतर सावकाश तिच्या चढणीचे शेवटचे काही फूट पार केले आणि श्लॉस ॲडलरच्या हेडर स्टेशनच्या छताखाली ती शिरली. ती एक झटका देऊन थांबताच पुढचं दार उघडलं आणि आतले सगळे प्रवासी बाहेर पडले. हे हेडर स्टेशन श्लॉस ॲडलरच्या वायव्य तळावर बांधलेलं होतं. हेडर स्टेशनमधून बाहेर पडून ते एक उभ्या चढणीचा पंचवीस फुटी बोगदा चढून गेले. या बोगद्याला जाडजूड लोखंडी दारं होती आणि त्याच्या दोन्ही बाजूंना पहारेकरी उभे होते. वरच्या बाजूचं प्रवेशद्वार ओलांडून ते पटांगणात आले. या पटांगणाच्या प्रवेशाच्या ठिकाणी एक गजांचं, प्रचंड लोखंडी गेट होतं, तिथं सशस्त्र सैनिक आणि डॉबरमन पिन्चर्सचा भक्कम बंदोबस्त होता. प्रत्यक्ष पटांगणात काही डझन, पडदा नसलेल्या, अंतर्गत खिडक्यांमधून येणाऱ्या प्रकाशामुळे चांगला उजेड होता. त्या पटांगणाच्या अगदी मध्यभागी त्या दिवशी सकाळीच राइसमार्शल रोझमेयरला श्लॉस ॲडलरमध्ये घेऊन आलेलं हेलिकॉप्टर उभं होतं. त्यावर जाडजूड ताडपत्रीचं आच्छादन होतं. तूर्त बर्फ पडत नसल्यानं ते अनावश्यक होतं. तिथं एक जाड्याभरड्या कपड्यातली आकृती, बहुधा वैमानिक, एका छोट्या पण प्रखर आर्क-लॅम्पच्या मदतीनं हेलिकॉप्टरच्या इंजिनावर काम करत होती.

मेरी फॉन ब्रॉचिझकडे वळली आणि पश्चात्तापयुक्त स्मित तिच्या चेहऱ्यावर प्रकट झालं. फॉन ब्रॉचिझची खासगी मालकीच्या पट्टीतली पकड अजूनही तिच्या हातावर.

"एवढे सैनिक. इतकी माणसं आणि मला खात्री आहे, मला या कामुक, व्यभिचारी सैनिकी जगापासून सुटका करून घ्यायची असेल तर काय करावे लागेल?"

"सोपं आहे." मेरीच्या मनात फार रस नसल्यासारखा विचार- फॉन ब्रॉचिझचं स्मित खरोखरच मोहक आहे. "तू फक्त तुझ्या बेडरूमच्या खिडकीतून उडी टाक. थेट सरळ खाली शंभर मीटर आणि मुक्तीच मुक्ती!"

स्टेशनमधली लेडीज क्लोकरूम ही त्यामानानं काहीच धड नसलेली अशी फारच सामान्य जागा होती. कडक पाठ असलेली बाकं, खुर्च्या, डील टेबल्स आणि

खराब झालेलं लाकडी फ्लोअर असं फारच उदासवाणं फर्निचर होतं. मी मी म्हणणाऱ्या साधेपणाचा अंगीकार करणाऱ्यांनीसुद्धा या प्रकाराबद्दल नाराजी व्यक्त केली असती. या जागेतल्या सौंदर्याच्या प्रेरणेच्या अभावामुळे केवळ इंग्लंडमधल्याच या जागेच्या अवतारानं इथल्या जागेला मागे टाकलं असतं. काळ्या एनॅमलच्या स्टोव्हमध्ये केलेल्या फायरचे संपुष्टात येत चाललेले अवशेष मंदपणे जळत राहिले होते.

स्मिथ मध्ये ठेवलेल्या टेबलपाशी बसला होता. त्याच्या शेजारी रेडिओ कव्हर असलेल्या पेन्सिल- टॉर्चच्या उजेडात एका छोट्या बुकमध्ये पाहत एका छोट्या कागदावर तो काहीतरी लिहीत राहिला होता. त्यानं जे काही लिहिलं होतं, ते तपासलं, सरळ केलं आणि ते बुक शेफरला दिलं.

"ते जाळून टाक. एकेक पान."

"एकेक पान? सगळं?" शेफरच्या उदास चेहऱ्यावर आश्चर्य. "आता पुन्हा कधी तुला याची गरज भासणार नाही?"

स्मिथनं नकारार्थी मान हलवली आणि तो रेडिओचं हॅन्डल फिरवायला लागला.

व्हाइटहॉलमधल्या ऑपरेशन्स रूममधला फायर खूपच जास्त चांगला होता. पाइनच्या लाकडांचा. त्यातल्या तुकड्यांची छान कडकड आणि चांगल्या, मोठ्या आकाराच्या ज्वाळाही. या फायरच्या दोन्ही बाजूंना बसलेली दोन माणसं, बव्हेरियन आल्प्समधल्या फायरच्या विझत आलेल्या निखाऱ्यांशेजारी बसलेल्या दोन माणसांच्या मानानं कमी सावध होती. अॅडमिरल रोलॅण्ड आणि कर्नल वॅट-टर्नर दोघंही मोकळेपणानं डुलकी घेत राहिले होते. त्यांचे डोळे मिटलेले... दोघंही खरंतर झोपेच्याच अवस्थेत जास्त होते जागेपणापेक्षा; पण त्या रूमच्या दुसऱ्या टोकाला असलेल्या, साध्या नागरिकांपैकी एकाकडून चालवल्या जाणाऱ्या मोठ्या रिसीव्हरवर बराच काळ ज्याची प्रतीक्षा होती, अशी कॉल-साइन आल्याबरोबर दोघंही एकदम पूर्ण जागे झाले आणि जवळजवळ तत्क्षणी ताठ उभे राहिले. त्यांनी एकमेकांकडे पाहिलं. त्यांच्या सखोल आर्मचेअरमधून ते ताड्कन बाहेर पडले.

"ब्रॉड्सवर्ड कॉलिंग डॅनी बॉय." रेडिओवरचा आवाज बारीक पण स्पष्ट होता. "ब्रॉड्सवर्ड कॉलिंग डॅनी बॉय. यू हिअर मी? ओव्हर."

त्या ऑपरेटरनं त्याच्या मायक्रोफोनवर सांगितलं. "वुई हिअर यू. ओव्हर."

"कोड. रेडी? ओव्हर."

"रेडी. ओव्हर."

रोलॅण्ड आणि वॅट-टर्नर आता ऑपरेटरच्या खांद्यापाशी होते, त्यांचे डोळे आता त्याच्या पेन्सिलवर खिळलेले. त्यानं रेडिओवरून यायला लागलेल्या अक्षरांच्या

निरर्थक वाटणाऱ्या मिश्रणांचं तत्काळ लेखन करायला सुरुवात केली. तो मेसेज झट्कन तयार झाला तो असा : **टॉरन्स-स्मिदीचा खून. थॉमस, ख्रिस्तियनसेन आणि कॅरॅसिओला कैदेत.**

न ऐकलेल्या सिग्नलनं चालना मिळाल्यासारखं रोलॅण्ड आणि वॅट-टर्नरच्या नजरा वर झाल्या आणि परस्परांना भिडल्या. त्यांच्या चेहऱ्यावर ताण आणि उग्र भाव. त्यांच्या नजरा पुन्हा भराभर हलणाऱ्या पेन्सिलवर खिळलेल्या...

शेफर आणि मी मृत असल्याचा शत्रूंचा समज. तो मेसेज पुढे जात राहिला. **आणखी तासाभरात आत प्रवेश करतोय. आणखी नव्वद मिनिटांनंतर ट्रान्स्पोर्ट हजर राहील, अशी व्यवस्था करा.** ओव्हर.

ॲडमिरल रोलॅण्डनं तो मायक्रोफोन झट्कन ऑपरेटरकडून आपल्या हातात घेतला.

''ब्रॉड्सवर्ड! ब्रॉड्सवर्ड! मी कोण आहे माहीत आहे का?''

''मला तुम्ही कोण आहात, हे माहीत आहे, सर.''

''पुल आउट. ब्रॉड्सवर्ड. माघार घ्या. तुमचा जीव वाचवा. ओव्हर.''

यू - मस्ट - बी - जोकिंग.'' हे शब्द स्लो मोशनमध्ये उच्चारलेले... प्रत्येक शब्दामध्ये एक लक्षणीय विराम...

''यू हर्ड मी.'' रोलॅण्डचा आवाज जवळपास तेवढाच हळू आणि स्पष्ट ''यू हर्ड मी. दॅट वॉज ॲन ऑर्डर. ब्रॉड्सवर्ड.''

''मेरी आधीच आत पोहोचलीय. ओव्हर ॲन्ड आउट.''

पाठोपाठ ट्रान्सरिसीव्हर बंद झाला.

''तो रेडिओवरून गेलाय, सर,'' ऑपरेटरनं शांतपणे सांगितलं.

''तो गेलाय,'' रोलॅण्डनं यंत्रवत् पुनरुच्चार केला. ''डिअर गॉन, ही इज गॉन.''

कर्नल वॅट-टर्नर बाजूला झाला आणि फायरशेजारच्या आपल्या खुर्चीत धप्पकन बसला. त्याच्यासारख्या मोठ्या, धिप्पाड माणसाच्या मानानं तो खूपच आक्रसल्यासारखा आणि कोशात गेल्यासारखा, ॲडमिरल रोलॅण्ड त्याच्या समोरच्या खुर्चीत कोसळला. तेव्हा त्यानं ॲडमिरल रोलॅण्डकडे अलिप्तपणे पाहिलं.

''सगळा माझाच दोष आहे.'' कर्नलचा आवाज जेमतेम ऐकू येईल असा. ''सगळा माझाच दोष आहे.''

''आपल्याला जे करणं आवश्यक होतं, ते आपण केलं. सगळा आपला दोष आहे, कर्नल. ती माझी कल्पना होती.'' तो फायरकडे टक लावून पाहत राहिला. ''आता हे सगळं बाकी सगळ्यावर कडी म्हणून हे सगळं.''

''आपला सगळ्यात वाईट दिवस,'' वॅट-टर्नरनं जड आवाजात दुजोरा दिला. ''आजपर्यंतचा सगळ्यात वाईट दिवस. बहुतेक माझं वय जास्त झालंय.''

"बहुतेक आपल्या सगळ्यांचं जास्त वय झालंय." रोलॅण्डनं त्याच्या उजव्या तर्जनीनं त्याच्या डाव्या हाताची बोटं एकेक खाली करायला सुरुवात केली. "मुख्यालयाचा कमांडर-इन-चीफ, पोर्ट्समाउथ. सीक्रेट अलार्म उडवलेला. काहीही गहाळ नाही."

"काहीही नेण्यात आलेलं नाही," वॅट-टर्नरनं थकून मान्य केलं. "पण त्या व्हिजिल इमल्शन प्लेट्सवरून फोटोस्टॅटिक कॉपीज घेतल्या गेल्या आहेत, असं दिसतंय."

"दोन– साउदॅम्पटन. बार्ज-मूव्हमेंट डुप्लिकेट गहाळ आहे. तीन– प्लायमाउथ. नाविक दलाच्या मुख्यालयात टाइम-लॉक बंद पडलाय. याचा अर्थ काय ते आपल्याला माहीत नाही."

"आपण त्याबाबत तर्क बांधू शकतो."

"आपण तर्क बांधू शकतो. डोव्हर. मलबेरी हार्बर प्लॅन्सच्या एका सेक्शनची कॉपी गहाळ आहे. यामागे काही चूक आहे? निष्काळजीपणा? आपल्याला कधीच काही कळणार नाही. पाच– ब्रॅडलेच्या मुख्यालयात गार्ड सार्जंट बेपत्ता आहे. याचा अर्थ काहीही होऊ शकतो."

"याचा अर्थ काहीही होऊ शकतो. ओव्हरलॉर्ड्स ओमाहा किनाऱ्यासाठी असलेल्या सगळ्या तुकड्यांची हलवाहलव तिथं आहे."

"शेवटी सात ओएस रिपोर्ट्स आज आले आहेत. फ्रान्स, बेल्जियम, नेदरलँड्स. त्यापैकी चार उघड उघड सिद्ध होतील असे खोटे. बाकीचे तीन न पडताळता येण्यासारखे."

नंतर दीर्घ क्षणभर एक प्रकारची गाढ, पराभूत शांतता. शेवटी या शांततेचा भंग वॅट-टर्नरनं केला, "एकूण कुठे काही कधी शंका असेल, तर आता कुठलीच शंका नाहीये." तो वर न पाहता म्हणाला. त्याची नजर फायरकडे शून्यात खिळलेली. "जर्मन मंडळींनी जवळपास इथं संपूर्णपणे वेध घेतलाय आणि त्या जगात जवळपास आपल्याकडून कोणीही नाहीये. आणि आता हे स्मिथ आणि त्याची माणसं, म्हणतोय मी."

"स्मिथ आणि त्याची माणसं," रोलॅण्डनं पुनरुच्चार केला, " स्मिथ आणि त्याची माणसं. त्यांना आपण आता विसरून गेलो तरी चालेल."

वॅट-टर्नरनं त्याच्या आवाजाची पट्टी खाली घेतली. इतक्या हळू आवाजात, की रेडिओ ऑपरेटरलासुद्धा ऐकू येऊ नये...

"आणि ऑपरेशन ओव्हरलॉर्ड, सर?"

"ऑपरेशन ओव्हरलॉर्ड," रोलॅण्ड पुटपुटला. "यस, आपण आता तेही विसरलो तरी चालेल."

''हेरगिरी हे आधुनिक युद्धातलं प्रथम अस्त्र असतं,'' वॅट-टर्नर कडवटपणे म्हणाला, ''का कोणी याआधी हे म्हणून ठेवलंय?''

''हेरगिरी नाही आणि युद्ध नाही.'' ॲडमिरल रोलॅण्डनं इंटरकॉम बटण दाबलं. ''माझी कार तयार असू दे. येणार कर्नल? विमानतळावर?''

''त्यापेक्षाही बरंच पुढचं काहीतरी. तुमची परमिशन असेल तर, सर.''

''आपण त्याबाबत चर्चा केलीय.'' ॲडमिरल रोलॅन्डनं खांदे उडवले. ''तुला काय वाटतंय ते मी समजू शकतो. तुला तसंच वाटत असेल, तर आत्महत्या कर.''

''माझी तसली कसलीही इच्छा नाहीये.'' वॅट-टर्नर एका कपाटापर्यंत गेला आणि त्यानं एक स्टेनगन बाहेर काढली, रोलॅण्डकडे वळून त्यानं स्मित केलं, ''आपण शत्रूंचा सामना करू शकतो, सर.''

''खरोखरच तू तसं करशील.'' ॲडमिरलच्या चेहऱ्यावर प्रतिसादाचं स्मित नव्हतं.

***

''तो माणूस काय म्हणाला ते ऐकलंस?'' स्मिथनं ट्रान्समिटरचा स्विच बंद केला, त्याची एरियल खाली घेतली आणि शेफरकडे नजर टाकली. ''आता आपण माघार घेऊ शकतो.''

''आता माघार? आता माघार?'' शेफरचा संताप उफाळला. ''आपण माघार घेतली, तर बारा तासांच्या आत ते मेरीपर्यंत पोहोचतील, हे तुझ्या लक्षात येत नाही?'' मध्येच त्याचा अर्थपूर्ण विराम... स्मिथचं आपल्याकडे सगळं लक्ष असल्याची खात्री करून घेत. ''आणि एकदा त्यांनी मेरीला ताब्यात घेतलं, की आणखी दहा मिनिटांत ते हैदीपर्यंत पोहोचणारच.''

''लेफ्टनंट, तिकडे लक्ष देऊ नकोस,'' स्मिथ विरोध दर्शवत म्हणाला, ''तू तिला एकदाच पाहिलंयस, तेही पाच मिनिटांसाठी.''

''म्हणून काय झालं?'' शेफर खूपच भडकलेला दिसत होता. '' पॅरिस हेलेन ऑफ ट्रॉयला किती वेळ भेटला होता? ॲंटनी क्लिओपात्राला किती वरचेवर भेटला होता? रोमिओ किती वेळा...'' मध्येच तो थांबला आणि नंतर बेधडकपणे म्हणाला, ''आणि ती जर आपल्या स्वत:च्याच माणसांची हेरगिरी करणारी कोणीतरी विश्वासघातकी असेल, तर मला त्याची पर्वा नाही.''

''ती बर्मिंगहॅममध्ये लहानाची मोठी झालीय,'' स्मिथनं कंटाळून सांगितलं.

''त्याची कोणाला पर्वा आहे? मी कशाचीही मर्यादा घालून घेतलेली नाही. ती

अगदी ब्रिटिश असली तरी'' त्यानं मध्येच थांबून विचारलं, ''इंग्लिश?''

''कम ऑन.'' स्मिथ म्हणाला. ''हा रेडिओ परत जागेवर ठेवून देऊ. आपल्याला भेटायला येणारे लगेचसुद्धा येऊ शकतील.''

''आपण फार भुवया उंचावून चालणार नाही,'' शेफरनं मान्य केलं.

त्यांनी रेडिओ होता तसा पहिल्या जागेवर ठेवून दिला, 'लेफ्ट लगेज' ऑफिसला कुलूप लावलं, आणि स्टेशनमधून बाहेर पडण्याच्या मार्गाच्या दिशेनं जात असतानाच ट्रकची इंजिनं आणि सायरनचा मोठा आवाज यामुळे दोघंही एकदम थांबले. पाठोपाठ हेडलाइट्सच्या प्रकाशझोतानं स्टेशनच्या प्रवेशद्वाराचा भाग उजळला, त्याबरोबर दोघांनीही एका भिंतीला पाठ लावून त्यांना चुकवलं. तो पुढे असलेला ट्रक एकदम दहा यार्ड अंतरावर थांबला.

शेफरनं स्मिथकडे पाहिलं. ''सावधगिरीची पावलं?''

''खरोखरच, सावधगिरीची पावलं. बुकिंग ऑफिसच्या मागे.''

दोघंही चपळाईनं ट्रॅक्सलगत जात बुकिंग ऑफिसच्या मागच्या बाजूच्या दाट सावल्यांमध्ये लपले. तेवढ्यात 'ब्लॉ सी'च्या जवळ शोधकार्याचं नेतृत्व करणारा सार्जंट प्रवेशद्वारातून धावत आला. त्याच्या पाठोपाठ चार सैनिक होते, त्यांनी ते 'लेफ्ट लगेज' ऑफिस शोधलं, दाराच्या हॅन्डलशी खटपट केली, नंतर आपली मशीन-पिस्तुलं उलटी करून त्या कुलपावर तडाखे दिले, पण त्याचा काही उपयोग झाला नाही. त्यामुळे पुन्हा त्यांनी आपल्या गन्स उलट्या केल्या आणि कुलपावर गोळ्या घालून आत प्रवेश केला. त्यांच्या हातात टॉर्च... तो सार्जंट जवळपास एकदम दारात अवतरला.

''कॅप्टनला सांग. त्यांनी काही खोटं सांगितलं नाही. इंग्लंडच्या माणसांचं सामान सगळं इथं आहे!'' सार्जंटनं ऑर्डर देताच तिथल्या सैनिकांपैकी एक जण तिथून गेला. लगेच सार्जंटनं बाकीच्या तिघांना सांगितलं, ''चला. त्यांचं सगळं सामान बाहेर काढा आणि लावून ठेवा.''

''माझी कॉटन सॉक्सची होती ती शेवटची जोडीही गेली,'' त्यांच्या रकसॅक्स ते सैनिक घेऊन गेले, तेव्हा शेफर दुखवटा व्यक्त करत म्हणाला. ''टूथब्रशचा उल्लेख न केलेलाच बरा. शिवाय...''

स्मिथनं त्याचा हात पकडला, तसं शेफर बोलायचा थांबला. सार्जंटनं रेडिओ घेऊन जाणाऱ्या माणसाला थांबवलं होतं. सार्जंटनं रेडिओवर हात ठेवला आणि तो स्तब्ध उभा राहिला. तो तिथल्या छोट्या, हलत राहिलेल्या दिव्यांच्या अगदी खाली उभा होता. त्याच्या चेहऱ्यावरचे बदलते भाव स्पष्ट दिसत राहिलेले. आधी गोंधळ नंतर अविश्वास आणि नंतर पूर्ण धक्का बसल्यानंतर आलेली जाणीव.

''कॅप्टन!'' सार्जंट एकदम ओरडला. ''कॅप्टन.''

पाठोपाठ एक ऑफिसर स्टेशनच्या प्रवेशद्वारातून लगबगीनं आत आला.

"रेडिओ, कॅप्टन! हा तापलेला आहे! या रेडिओचा उपयोग इथंच आत स्टेशनमध्ये गेल्या पाच मिनिटांत झालाय."

"गेल्या पाच मिनिटांत! अशक्य!" त्यानं सार्जंटकडे रोखून पाहिलं. "एकच शक्यता."

"यस. हेर कॅप्टन. एकच शक्यता."

"स्टेशनला वेढा द्या," ऑफिसर ओरडला, "प्रत्येक रूमचा तपास करा."

"ओह, गॉड!" शेफर कुरकुरला. "आपल्याला एकटं सोडायला त्यांना काय प्रश्न आहे एवढा?"

"लवकर," स्मिथ हळूच म्हणाला. त्यानं शेफरचा हात पकडला आणि दोघंही काळ्या सावल्यांमधून लेडीज क्लोकरूम येईपर्यंत सावधपणे जात राहिले. आपल्या स्केलेटन किल्ल्यांचा आवाज होणार नाही, याची काळजी घेत स्मिथनं काही सेकंदांतच दार उघडलं. ते त्या रूममध्ये गेले आणि त्यांनी आपल्या मागे दार लावून घेतलं.

"माझ्यावरच्या मृत्युलेखात हा भाग शोभून दिसणार नाही," शेफर उदास सुरात म्हणाला. त्याच्या या हलक्याफुलक्या बोलण्यामागे लक्षात येईल अशी तणावाची कडा होती.

"काय शोभून दिसणार नाही?"

"त्याने अपर बव्हेरियामधल्या लेडीज टॉयलेटमध्ये देशासाठी प्राणार्पण केले. हा मुद्दा डोक्यात ठेवून कुठल्याही माणसाला आरआयपी कसं करता येईल? आपला बाहेरचा दोस्त काय म्हणतोय?"

"तू तुझी टकळी बंद ठेवलीस, तर आपल्याला ऐकू येईल."

"आणि मी जेव्हा प्रत्येक ठिकाणी म्हणतो, तेव्हा त्याचा अर्थ प्रत्येक ठिकाणी असाच असतो." तो जर्मन कॅप्टन बेस्ट परेड-ग्राउंड असल्याच्या थाटात त्याचे हुकूम जोरजोरानं ओरडून देत होता, "कुठलं दार कुलूप लावलेलं असेल, तर ते फोडून उघडा. तुम्हाला जर पुढच्या पाच मिनिटांत मरायचं नसेल. तर ही माणसं हिंसक आणि अतिशय धोकादायक आहेत, हे लक्षात ठेवा. त्यांच्याकडे नक्कीच पळवलेली श्मेसर मशीन-पिस्तुलं आहेत, याशिवाय त्यांची स्वतःची शस्त्रास्त्रं आहेत. त्यांना पकडायचा कोणताही प्रयत्न करू नका. दिसताक्षणी गोळ्या घाला आणि त्यांचा निकाल लावून टाका."

"तू ऐकलंस?" स्मिथनं विचारलं.

"मला तरी तसं वाटतंय." त्याचवेळी एक कानावर पडेल असा क्लिक

आवाज झाला, त्याबरोबर शेफरनं त्याचं मशीन-पिस्तुल रोखलं.

दोघंही अंधारात शेजारी उभं राहून शोधाशोधीचे आवाज ऐकत राहिले. कोणाचं तरी मोठ्यानं ओरडणं, लाकडावर होणारे रायफलींच्या दस्त्यांचे आघात, निकाल लावण्यात आलेल्या दारांच्या उडणाऱ्या चिरफाळ्या, कुठे एखादं दार बहुधा उघडण्याच्या पारंपरिक पद्धतीला दाद देत नसेल, तर मधूनच होणारा मशीनगनचा तेवढ्यापुरता गोळीबार... जवळच चाललेल्या शोधाशोधीचा आवाज आता खूपच जवळ येत चाललेला.

"ते तापत चाललेयत," शेफर कुरकुरला.

प्रत्यक्षात शेफरचा तापमानाचा अंदाज कमी पडला होता. त्याचं बोलून होत नाही, तोच एक हात बाहेर दाराच्या हॅन्डलवर पडला आणि त्यानं दार कमालीच्या जोरजोरानं खडखडवलं. स्मिथ आणि शेफरनं शांतपणे हालचाली करून भिंतीलगतच्या जागा पकडल्या, दाराच्या दोन्ही बाजूंना.

नंतर दाराचा खडखडाट थांबला. तोच बाहेरून जबरदस्त तडाखेबंद धडक बसल्यानं दार बिजागरींवर हादरलं. पाठोपाठ तसाच दुसरा दणका बसल्यानं कुलपाजवळच्या खांबातल्या लाकूडकामाच्या चिरफाळ्या उडायला लागल्या. 'आणखी दोन दणक्यांमध्ये या दाराचा निकाल लागेल, आणखी दोनच दणके...' स्मिथनं विचार केला.

"पण प्रत्यक्षात आणखी दणके बसले नाहीत."

दारापलीकडच्या आवाजात एकाएकी भीतियुक्त आश्चर्य आणि संतापाचं मिश्रण अवतरल्यासारखं. "तू कसला विचार करतोयस? तुला वाचता येत नाही का?" त्या आवाजाचा दुसऱ्याला प्रश्न.

"मला वाचता..." म्हणताना दुसरा आवाज एकदम मध्येच थांबला. पुन्हा जेव्हा तो सुरू झाला, तेव्हा त्यात बचावात्मक क्षमायाचना होती. त्या दारावर जर्मन अक्षरात 'लेडीज टॉयलेट' अशा स्वरूपाची अक्षरं होती. तेव्हा त्याच आवाजात पुन्हा संवाद, "तू जर रशियन आघाडीवर माझ्याइतकी वर्षं काढली असतीस तर!" दोन्ही माणसं शेवटी तिथून निघून गेली, तेव्हा त्यांचे आवाजही हवेत विरून गेले.

"आपल्यातल्या समान अँग्लो-सॅक्सन वारशाचा विजय असो!" शेफर जोरजोरानं पुटपुटला.

"तू कशाबद्दल बोलतोयस?" स्मिथनं विचारलं. त्यानं श्मेसरवरची आपली घट्ट पकड सोडली होती आणि आपल्या हातांचे तळवे ओलसर असल्याचं त्याच्या लक्षात आलं.

"ही शिष्टाचाराची आणि सभ्यतेची अस्थानी जाणीव भलतीच म्हणायची," शेफरनं स्पष्ट केलं.

"प्रत्यक्षात अस्थानी आणि स्वसंरक्षणाच्या नको इतक्या विकसित्त झालेल्या जाणिवेपासून दूरच." स्मिथ शुष्कपणे म्हणाला. "आपल्यासारख्या नामवंत किलर्सना शोधायला तू येशील का? विशेषत: आपल्याला शोधणाऱ्या पहिल्या माणसाची मशीनगनच्या गोळीबारानं चाळण होईल याची जाणीव असताना? तू स्वत: त्यांच्या जागी राहून पाहा. त्या माणसांना काय वाटत असेल असं तुला वाटतं! त्याची कल्पना करून पाहा. तुला कसं वाटेल?"

"मला फारच अस्वस्थ वाटेल," शेफरनं मोकळेपणानं सांगितलं.

"तसंच त्यांनाही वाटतं. त्यामुळे चौकशी न करण्यासाठी कोणतीही पटेल अशी सबब ते लगेच पकडतात. नुकताच आपला निरोप घेतलेल्या आपल्या दोन दोस्तांना आपण आत आहोत का नाही याची कसलीही कल्पना नाही, त्याहीपेक्षा म्हणजे त्यांना सगळ्यात कुठली गोष्ट नको असेल, तर ती म्हणजे आपल्याला शोधणं."

"तुझा तो प्राचीन मानसशास्त्राचा ज्ञानपुरवठा जरा बंद कर. या सगळ्याचा अर्थ एकच आहे, की शेफर सुरक्षित आहे. वाचलाय!"

"तुला तसंच ठाम वाटत असेल तर," स्मिथ तुटकपणानं म्हणाला, " तुझ्या डोळ्यांभोवती पट्टी बांधलेल्या अवस्थेतच राहण्याची तुझी लायकी आहे, असंच म्हटलं पाहिजे."

"आता याचा अर्थ?" शेफरनं ताठ होत विचारलं.

स्मिथनं संयमपूर्वक स्पष्ट करून सांगितलं, "या आपल्याला शोधायला येणाऱ्यांच्या जागी आपण आहोत, असं मानू पाहणारे केवळ तू आणि मी नाही आहोत. अगदी कॅप्टन आणि त्यापेक्षासुद्धा सार्जंटही असू शकतात. त्यानं किती झट्कन त्या रेडिओचा मुद्दा लक्षात घेतला, ते तू पाहिलंस. शेवटी कोणी ना कोणी तरी इकडे येणारच, हे बंद आणि कोणताही धक्का न लागलेलं दार पाहणारच, आकाशपाताळ एक करणारच आणि आपल्या काही माणसांना मरणोत्तर आयर्न क्रॉसचा सन्मान देऊ करण्यावर भर देणारच. माझ्या बोलण्याचा अर्थ हा, की शेफर अजून सुरक्षित नाहीये."

"तर मग आपण करायचं काय?" शेफरनं शांतपणे विचारलं. "आता मला हा प्रकार इतका गमतीशीर वाटत नाहीये."

"आपण त्यांचं लक्ष दुसरीकडे वळवायचं. या किल्ल्या आहेत- हा जुडगा. त्या कुलपाला किल्ली लाव आणि ती वळवण्याच्या दृष्टीनं तयार ठेव. आपण खूप वेगानं निघणार आहोत- अशी क्षमता असलेल्या सैनिकांच्या तुकड्यांना फार काळ मूर्खात काढता येत नाही."

त्यानं आपल्या नॅपसॅकमध्ये हात घातला, एक हॅन्ड ग्रेनेड बाहेर काढला,

क्लोकरूममधून तो वॉशरूममध्ये गेला. जवळपास संपूर्ण अंधारात मागच्या बाजूला असलेली खिडकी कुठे असेल, याचा अंदाज घेत तो त्या दिशेनं गेला. त्यानं काचेला नाक लावलं, पण त्याला काहीच दिसलं नाही. तेव्हा वॉशरूमची खिडकी नेहमीच गोठलेल्या बर्फानं झाकलेली असणार, हे लक्षात आल्यावर त्यानं हलकेच शिव्या हासडल्या. नंतर लॅच शोधून त्यानं सावकाश खिडकी सताड उघडली. पाठोपाठ कमालीची सावधगिरी बाळगत एका वेळी इंचाचा एक भाग म्हणता येईल इतकं सावकाश त्यानं खिडकीतून डोकं बाहेर काढलं.

अर्थात, तरीसुद्धा लगेच कोणी त्याचं डोकं उडवलं नाही. तिथं जवळच सैनिक होते, हे खरं होतं. सशस्त्र आणि सुसज्ज... पण ते सैनिक त्याच्या दिशेनं पाहत नव्हते. तिथं पाच सैनिक होते, ते बहुधा स्टेशनच्या प्रवेशद्वारापासून पंधरा यार्डांवर गोलाकार पसरले होते. त्यांच्या गन्स त्या प्रवेशद्वाराच्या दिशेनं रोखलेल्या. स्मिथच्या मनात विचार- आपल्या शिकारी निसटायला बघण्याची वाट पाहत.

लक्ष देण्यासारखी त्याहीपेक्षा एक गोष्ट होती, ती म्हणजे तो ज्या खिडकीपाशी उभा होता, तिच्यापासून काही फूट अंतरावर पार्क करून ठेवलेला एक रिकामा ट्रक. याच ट्रकच्या साइड-लाइट्समधून येणाऱ्या उजेडामुळे त्याला खिडकी शोधता आली होती. तो ट्रक पारंपरिक तत्त्वावर उभारलेला असेल, असा विचार करून स्मिथनं ग्रेनेड सज्ज केला, तीन अंक मोजले, नंतर तो ग्रेनेड ट्रकच्या मागच्या चाकांमागे त्यानं अलगद फेकला आणि स्वत: वॉशरूमच्या भिंतीच्या आडोशामागे लपून बसला.

नंतर दोन स्फोट झाले. ग्रेनेडचा आणि पाठोपाठ पेट्रोल टँकचा आणि हे स्फोट जवळपास इतके एकाच वेळी झाले, की शेवटी पट्कन ओळखता येऊ नयेत. वरच्या खिडकीच्या फुटलेल्या काचेचे तुकडे खाली त्याच्या डोक्यावर कोसळले आणि स्फोटाचा प्रचंड आवाज. तसंच स्फोटाच्या धक्क्याच्या लहरींपासून खूपच जवळ असल्यामुळे त्याच्या कानाच्या पडद्यावर भयंकर आघात झाल्याप्रमाणे परिणाम झाला. स्मिथनं त्यानं घडवून आणलेल्या हानीची पाहणी करण्याचा प्रयत्न केला नाही, त्यामागे तिथून ताबडतोब निघून जाण्याची निकड हेच कारण नव्हतं, तर बाहेर ट्रकचे अवशेष आता ज्वाळांचं रूप धारण करत चालले होते, ही उघड वस्तुस्थिती होती. शिवाय खिडकीच्या चौकटीच्या वर डोकं काढणं म्हणजे दिव्य अशा आत्महत्येचाच एक गतिमान प्रकार ठरला असता. अर्थात तसं करणं त्याला कोणत्याही परिस्थितीत शक्य झालं नसतं, कारण ट्रकमधून वाऱ्यानं उफाळणाऱ्या ज्वाळा आधीच वॉशरूमच्या फुटलेल्या खिडकीतून शिरकाव करायला लागल्या होत्या. हातांवर आणि गुडघ्यांवर रांगत स्मिथ वॉशरूमच्या फ्लोअरवरून क्लोकरूमपर्यंत येत राहिला. शेफरचा हात किल्ल्यांवर होता आणि दार किंचितसं उघडं होतं. स्मिथ

तिथं आला, तसं शेफरनं त्याच्याकडे पाहिलं.

"पळून जायचं, बॉस?" शेफरचा प्रश्न.

"पळून जायचं."

स्टेशनची रेल्वेमार्गाची बाजू अंदाजाप्रमाणे निर्मनुष्य होती : स्फोटाचं कारण शोधायला जे सैनिक आपोआपच धावत गेले नव्हते, ते स्फोट कुठेतरी पाठलाग मागे लागलेल्यांच्या सुटकेच्या प्रयत्नाशी किंवा प्रतिकाराशी संबंधित असल्याचं आपोआपच गृहीत धरणार होते. कसंही असलं, तरी परिणाम समाधानकारक होता.

रेल्वेमार्गालगत दोघंही धावत राहिले. ते टोकाला असलेल्या बंपर्सशी पोहोचेपर्यंत. नंतर त्याला वळसा घालून ते बाजूच्या विखुरलेल्या घरांच्या वस्तीत सुरक्षित पोहोचेपर्यंत धावत राहिले. ही वस्ती गावाच्या पूर्वेला असलेल्या टेकडीच्या बाजूला वर चढत गेली होती. दोघंही दम घ्यायला थांबले आणि ते ज्या मार्गानं आले होते, त्या दिशेनं त्यांनी नजर टाकली.

आता स्टेशननं पेट घेतला होता, ही आग अजूनही अगदी मोठ्या प्रमाणात नव्हती, पण ज्वाळा सहा ते आठ फूट उंचीच्या होत्या आणि काळा धूर रात्रीच्या आकाशात वर झेपावत होता. अर्थातच एव्हाना ती आग विझण्याच्या शक्यतेच्या पलीकडे गेली होती.

शेफर म्हणाला, "ती माणसं तितकीशी संतुष्ट राहणार नाहीत."

"मलाही तसंच वाटतंय."

"म्हणजे मला म्हणायचंय, की ते आता खरोखरच आपल्या मागे लागल्याशिवाय राहणार नाहीत. त्यांच्या सगळ्या शक्तीनिशी. वर किल्ल्यात त्यांच्यापाशी डॉबरमॅन पिन्चर्स कुत्री आहेत आणि कॅम्पमध्येही असणार, याबाबत माझ्या मनात अजिबात शंका नाही. ते फक्त ती कुत्री स्टेशनपर्यंत आणून आपल्या सामानाचा कुत्र्यांना वास दिल्यावर स्टेशनभोवती त्या कुत्र्यांना फिरवतील, ती कुत्री तो वास घेतील, की संपलं. ती कुत्री मग स्मिथ आणि शेफरला फाडून टाकणारच. आल्पेनकोर सैनिकांशी मी कितीही लढत देईन, पण डॉबरमॅन पिन्चर्सच्या बाबतीत मला मर्यादा आहेत, बॉस."

"तुला घोड्यांच्या पाठलागाची भीती वाटते असा माझा समज होता." स्मिथ सौम्यपणे म्हणाला.

"घोडे, डॉबरमॅन पिन्चर्स, नावं काहीही असोत, मला त्यांची भीती वाटते. या सगळ्यामागचा मुख्य मुद्दा म्हणजे त्यांना चार पाय असतात." त्यानं उदासपणे

जळत राहिलेल्या स्टेशनकडे पाहिलं.

स्मिथनं त्याला दिलासा दिला, "तुझ्या चार पायाच्या मित्रांना तुला तसदी द्यावीशी वाटण्याइतका काळ आपण इथं थांबणार नाही आहोत."

"थांबायचं नाही?" शेफरनं त्याच्याकडे संशयानं पाहिलं.

"किल्ला," स्मिथनं संयमपूर्वक सांगितलं. "आपण इथं आहोत, ते त्यासाठी. लक्षात आहे ना?"

"मी विसरलो नव्हतो." स्टेशनमधून उफाळलेल्या ज्वाळा आता तीस-चाळीस फूट उंचीच्या होत हवेत झेपावत चालल्या होत्या. तू एक फार उत्कृष्ट स्टेशन नष्ट केलंस. तुला याची कल्पना आहे?

"तूच म्हणशील तसं म्हणायचं तर," स्मिथनं शेफरला आठवण करून दिली. "मुख्य मुद्दा म्हणजे, हे स्टेशन आपलं नव्हतं. कम ऑन, आपल्याला एक कॉल करायचा, नंतर श्लॉस ॲडलर किल्ल्यात कोणत्या प्रकारचं स्वागत आपल्या पुढ्यात वाढून ठेवलंय, ते आपण पाहू."

नेमक्या त्याच क्षणी मेरी एलिसन नुकतंच श्लॉस ॲडलर किल्ल्यात काय प्रकारचं स्वागत होतं ते लक्षात घेत होती. तिच्या बाबतीत ते अजिबात तितकं सुखद नव्हतं. तिच्या बरोबर फॉन ब्रॅचिझ आणि हैदी होते. किल्ल्यातला भव्य हॉल, दगडी भिंती, दगडी पदपथ किंवा फ्लोअर, ओक लाकडाचं छत अशा सगळ्या गोष्टी नजरेत साठवत राहिली होती. त्याचवेळी त्या हॉलच्या एका टोकाला असलेल्या दरवाज्यातून एक तरुणी त्यांच्या दिशेनं आली. तिच्या व्यक्तिमत्त्वात उद्धटपणा होता, एक प्रकारचा अधिकार ती मिरवत होती : ती केवळ चालत नव्हती तर संचलन करत होती.

मात्र ती फार सुंदर तरुणी होती, हे मेरीला मान्य करावं लागलं... उफाड्याची, पिंगट केसांची, निळ्या डोळ्यांची आणि सुंदर अशी सगळी तिची वैशिष्ट्यं होती. थर्ड राइश साम्राज्याची ती एक पिन-अप गर्ल असण्याचीही शक्यता होती. त्या क्षणी, ते निळे डोळे अतिशय थंड होते.

"गुड इव्हनिंग, ॲन- मेरी," फॉन ब्रॅचिझनं अभिवादन केलं. मात्र, त्याच्या आवाजातला अनौपचारिकतेचा अभाव लक्षणीय होता. "ही नवी मुलगी, फ्रॉलीन मारिया शेन्क. मारिया, ही कर्नलची सेक्रेटरी– सगळ्या महिला कर्मचाऱ्यांची प्रमुख."

"तुला इथं यायला वेळ लागला, नाही शेन्क?" ॲन-मेरीचा आवाज मृदू, गोडवा असलेला, मंजुळ असला तरी त्या क्षणी तरी त्याचा उपयोग करण्याची

तसदी ती घेत नव्हती. ती हैदीकडे वळली आणि तिच्याकडे एक थंड दृष्टिक्षेप आपादमस्तक टाकला. "आणि तू कशासाठी आहेस? तुला वेटर म्हणून काम करू दिलं, कर्नलला कंपनी..."

"हैदी ही या तरुणीची चुलतबहीण आहे." फॉन ब्रॉचिझनं मध्येच तुटकपणे सांगितलं. "आणि तिला माझी परवानगी आहे." ॲन-मेरीनं तिच्या स्वतःच्या कामावर लक्ष केंद्रित करावं, ही त्याच्या बोलण्यातली थंड सूचकता स्पष्ट होती.

ॲन-मेरीनं त्याच्याकडे पाहून एक जळजळीत दृष्टिक्षेप टाकला, पण आपला मुद्दा लावून धरण्याचा प्रयत्न तिनं केला नाही. तसा प्रयत्न फार थोड्या लोकांनी केला असता, कारण फॉन ब्रॉचिझ ही व्यक्ती तशा जातकुळीची होती.

"शेन्क, इकडे आत ये," ॲन-मेरीनं मानेनंच बाजूच्या एका दरवाज्याच्या दिशेनं खूण केली. "मला काही प्रश्न तुला विचारायचे आहेत."

मेरीनं आधी हैदीकडे पाहिलं, नंतर फॉन ब्रॉचिझकडे दृष्टिक्षेप टाकला, तेव्हा त्यानं खांदे उडवले आणि सांगितलं, "नेहमीच्या पद्धतीची चौकशी आहे, फ्रॉलीन. मला वाटतं, तू चौकशीचा सोपस्कार पार पाडला पाहिजेस."

मेरी ॲन-मेरीच्या मागून त्या दारातून आत गेली. ते दार त्यांच्यामागे घट्ट बंद झालं. हैदी आणि फॉन ब्रॉचिझनं एकमेकांकडे पाहिलं. हैदीनं आपले ओठ दाबले आणि तिच्या चेहऱ्यावरून क्षणभर तरळलेले भाव, मेरी-ॲनच्या चेहऱ्यावर जे भाव होते, त्याच्याशी मिळतेजुळते होते. फॉन ब्रॉचिझनं खांदे उंच उचलणे, हाताचे तळवे वर करणे असे असाहाय्यता दर्शवणारे प्राचीन पद्धतीचे हातवारे केले.

नंतर अर्ध्या मिनिटातच फॉन ब्रॉचिझच्या असाहाय्य हावभावांमागचं कारण उघड झालं. त्या दारातून पहिल्यांदा उंच पट्टीतला आवाज आला, नंतर किंचितशी झटापट आणि पाठोपाठ वेदनेनं रडल्याचा आवाज. फॉन ब्रॉचिझनं हैदीकडे पाहून आणखी एक असाहाय्यता व्यक्त करणारा दृष्टिक्षेप टाकला, मात्र त्याचवेळी दुसरीकडे त्याच्या मागच्या बाजूला पावलांचा जड आवाज त्याला ऐकू आला. त्याच्या दिशेनं येणारा माणूस हा धिप्पाड, उन्हाळे-पावसाळे दर्शवणाऱ्या चेहऱ्याचा, मध्यमवयीन आणि साधा, लष्करी नसलेला पोशाख परिधान केलेला असा होता, पण तो युनिफॉर्ममध्ये नसला, तरी तो लष्करी अधिकारी असला पाहिजे, यापेक्षा अन्य कुठला विचार संभवणं शक्य नव्हतं. जाड, दाढीनं निळसर पडलेले गाल, भरदार गर्दन, बारीक कापलेले केस आणि भेदक निळे डोळे अशा वैशिष्ट्यांमुळे प्रत्यक्षात तो पहिल्या महायुद्धातला, घोडदळातला अधिकारी वाटत होता. फॉन ब्रॉचिझनं त्याला ज्या अगदी लक्षणीय अशा आदरपूर्वक पद्धतीनं अभिवादन केलं, त्यावरून तो दिसत असला, तरी तितका अवशेषरूप नव्हता, हे स्पष्ट होतं.

"गुड इव्हनिंग, कर्नल क्रॅमर."

''इव्हनिंग, कॅप्टन. इव्हनिंग, फ्राऊलीन.'' त्याचा आवाज अनपेक्षितरित्या सभ्य आणि सौजन्यपूर्ण होता. ''तुम्ही कशाच्या प्रतीक्षेत तर नाही?''

फॉन ब्रॉचिझ किंवा हैदी, दोघांपैकी कोणीही उत्तर देण्याआधीच ते दार उघडलं, ॲन-मेरी आणि मेरी बाहेर आल्या. मेरीला रूममध्ये ढकललं गेल्यासारखी दिसत होती. ॲन-मेरीचे गाल किंचित लाल आणि ती जोरानं श्वास घेत राहिलेली. मात्र अन्यथा तिचं सुंदर व्यक्तिमत्त्व! तसंच मेरीचे कपडे अस्ताव्यस्त झाले होते, केस विस्कटले होते. ती रडल्याचंही स्पष्ट दिसत होतं. तिच्या गालांवरून ओघळ उतरल्याचे डाग.

''आता तिच्याबद्दल आम्हाला प्रश्न असणार नाही,'' ॲन-मेरीनं समाधानपूर्वक जाहीर केलं. तिचं लक्ष क्रॅमरकडे गेलं, त्याबरोबर तिच्या सुरात झालेला बदल जाणवणारा ''नव्या कर्मचारी तरुणीचा इंटरव्ह्यू, कर्नल.''

''तुझ्या नेहमीच्याच अतिशय सक्षम अशा थाटात इंटरव्ह्यू झालेला दिसतोय,'' कर्नल क्रॅमरनं शुष्कपणे सांगितलं. त्यानं नकारार्थी मान हलवली. ''सन्माननीय तरुणींना त्यांची सक्तीनं झडती घेतली जाणं आणि त्यांची अंतर्वस्त्रं लंडनमध्ये पिकॅडलीमध्ये तयार झालीयत, का कुठल्या गॉर्की स्ट्रीटवर, हे चाचपून पाहण्यासाठी तपासली जाणं आवडत नाही, हे तू कधी लक्षात घेणार?''

''सुरक्षेसंबंधींची नियमावली,'' ॲन-मेरीनं बचावात्मक उत्तर दिलं.

''होय, होय,'' क्रॅमरचा आवाज तुटक. ''पण त्यासाठी इतर मार्ग आहेत.'' त्यानं वैतागून लक्ष दुसरीकडे वळवलं. महिला कर्मचाऱ्यांची नेमणूक हा काही जर्मन गुप्तचर यंत्रणेच्या उपप्रमुखाचा प्रश्न नव्हता. हैदी मेरीला तिचे कपडे व्यवस्थित करण्यासाठी मदत करत असताना कर्नल क्रॅमर फॉन ब्रॉचिझकडे गेला, ''आज रात्री गावात थोडीफार खळबळ उडाली?''

''आपल्याला काळजी करण्यासारखं काही नाही.'' फॉन ब्रॉचिझनं खांदे उडवले. ''सैन्यातून पलायन केलेल्यांचं प्रकरण आहे.''

''त्यामुळेच मी कर्नल वेसनरला सांगण्यासंबंधी कळवलं. मला वाटतं, आपले मित्र ब्रिटिश एजंट आहेत.''

''काय!''

''जनरल कार्नेबी इथं असताना तर मला अजिबात आश्चर्य वाटणार नाही,'' क्रॅमर निष्काळजीपणे म्हणाला. ''रिलॅक्स, कॅप्टन. संपलंय सगळं प्रकरण. त्यांच्यापैकी तिघंजण आणखी तासाभरात वर येतायत. तू नंतर माझ्यासमोर हजर राहा. तुला आपली ही भेट आजपर्यंतच्या भेटीतली सगळ्यात जास्त मनोरंजक आणि ... उद्‌बोधक वाटेल, याची मला खात्री आहे.''

''ते पाच जण होते, सर. त्यांना 'झुम वाइल्डेन हर्श'मध्ये अटक झाली, तेव्हा

मी तिथं होतो.''

''एकूण पाच जण होते,'' कर्नल क्रॅमरनं दुरुस्ती केली. ''आता नाही. त्यांच्यापैकी दोघंजण- प्रमुख आणि आणखी एक जण- 'ब्लॉ सी'मध्ये आहेत. त्यांनी एक कार पळवली आणि एका कड्यावरून कोसळले.''

क्रॅमर हे सांगत असताना मेरीची पाठ त्या दोघांकडे होती. ॲन-मेरीनं तिचा ड्रेस सरळ केला आणि ती ताठ झाली. तिचा चेहरा थकलेला. ॲन-मेरी वळली आणि तिनं मेरीची विलक्षण अशी निश्चल अवस्था पाहिल्यावर ती चौकसपणे तिच्या दिशेनं जाणार, तोच हैदीनं मेरीचा हात पकडला आणि ती पट्कन म्हणाली, ''माझी बहीण आजारी दिसतेय. मी तिला तिच्या रूममध्ये घेऊन जाऊ का?''

''ठीक आहे,'' ॲन-मेरीनं तुसडेपणानं उडवून लावल्यासारखा हात हलवून इशारा केला. ''तू इथं असताना जी रूम वापरतेस तीच रूम.''

ती रूम उदासवाणी, खूपच साधी, लिनोलियमनं आच्छादित होती. नीटनेटका लोखंडी बेड, खुर्ची, छोटं ड्रेसिंग टेबल, एक भिंतीला लटकवलेलं कपाट... बाकी तिथं काहीही नव्हतं. हैदीनं आपल्या मागे दार लावून घेतलं.

''तू ऐकलंस?'' मेरीनं शून्य वृत्तीनं विचारलं. तिचा चेहरासुद्धा तिच्या आवाजाइतकाच चैतन्यहीन..

''मी ऐकलं, पण माझा विश्वास नाहीये.''

''पण ते खोटं का बोलतील?''

''त्यांचा या बातमीवर विश्वास आहे.'' हैदीचा सूर अधीर. ''जवळपास फटकळ. तू आता त्याच्यावर प्रेम करणं आणि विचार करणं सुरू केलेलं थांबवलेलं बरं. हीच वेळ आहे. या जगातले मेजर स्मिथ असे कड्यावरून गाड्यांमधून कोसळत नाहीत.''

''बोलणं सोपं असतं, हैदी.''

''तसंच प्रयत्न सोडून देणंसुद्धा सोपं असतं. तो जिवंत आहे, यावर माझा विश्वास आहे. आणि तो जर जिवंत असला, इथं आला आणि तू त्याला मदत करायला नसशील, तर तेव्हा तो काय असेल, तुला कल्पना आहे?'' यावर मेरीनं काही उत्तर दिलं नाही, ती केवळ शून्य नजरेनं हैदीकडे पाहत राहिली. हैदीनं पुढे सांगितलं, ''तो प्राणाला मुकेल. तो प्राणाला मुकेल, कारण तू त्याच्याकडे दुर्लक्ष केलंस म्हणून. तो तुझ्याकडे असं दुर्लक्ष करेल?''

मेरीनं बधिरपणे मान नकारार्थी हलवली.

''तर मग आता लक्ष दे,'' असं म्हणून हैदीनं झटपट पुढच्या कामांकडे रोख वळवला. तिनं आधी आपल्या स्कर्टखालून आणि नंतर ब्लाउझच्या खालच्या बाजूकडून बाहेर काढलेल्या सात गोष्टी टेबलावर मांडल्या. तिनं सांगायला सुरुवात

केली, "या आपल्या कामाच्या गोष्टी. हे लिलिपुट पिस्तुल .२१ ऑटोमॅटिक, दोन स्पेअर मॅगॅझिन्स, दोऱ्याची गुंडाळी, लेड वेट, किल्ल्याचा नकाशा आणि सूचना." ती त्या रूमच्या एका कोपऱ्यात गेली, तिनं एक सैल फ्लोअर-बोर्ड काढला, त्या सगळ्या गोष्टी त्या बोर्डखाली ठेवल्या आणि पुन्हा तो बोर्ड जागेवर ठेवून दिला. "या गोष्टी इथं सुरक्षित असतील."

मेरी दीर्घ क्षणभर तिच्याकडे पाहत राहिली, नंतर जवळपास तासाभरात पहिल्यांदाच तिच्यातल्या चैतन्याची पहिली ठिणगी उडाली होती...

"तो बोर्ड सैल आहे, हे तुला माहीत होतं," ती सावकाश म्हणाली.

"अर्थातच. मीच तो सैल करून ठेवला, पंधरवड्यापूर्वी."

"तुला या सगळ्या घडामोडींबद्दल इतकं आधी माहीत होतं?"

"आणखी काही?" हैदीच्या चेहऱ्यावर स्मित. "गुड लक, कझिन."

हैदी निघून गेल्यावर मेरी बेडवर धप्पकन बसली आणि तशीच जागच्या जागी दहा मिनिटं निश्चल बसून राहिली, नंतर ती उठून खिडकीपाशी गेली. तिची खिडकी उत्तरेकडे उघडणारी होती... तिथून पायलॉन्सची रांग दिसत राहिलेली तसंच गावातले दिवे आणि त्यापलीकडे 'ब्लॉ सी'चं अंधारलेलं पाणी... पण त्या सगळ्या संपूर्ण दृश्यात उठून दिसत होतं, ते म्हणजे गावाच्या दुसऱ्या टोकाला असलेल्या कुठल्याशा जळत राहिलेल्या इमारतीतून येणाऱ्या काळ्या धुराचे उफाळत राहिलेले लोट आणि लाल होत उंचावणाऱ्या ज्वाळा. त्या भोवतीच्या शंभर यार्डांच्या परिसरात रात्रीचा आता दिवस झाला होता आणि ही आग हाताळायला स्थानिक अग्निशामक दल असतं, तरी त्या ज्वाळांच्या जवळपास जाणंसुद्धा त्यांना अशक्य झालं असतं, ती सगळी आग विझल्यावर तिथं मागे राहणार होतं, ते म्हणजे धुमसणारी राख. या दृश्याचा अर्थ काय असेल, असा विचार मेरीच्या मनात.

तिनं खिडकी उघडून बाहेर पाहिलं, पण सावधपणे. ती कितीही निराश मन:स्थितीत असली, तरी फार वाकून पाहण्याचा मोह तिला अजिबात झाला नाही. किल्ल्याच्या भिंती आणि ज्वालामुखीच्या बुचासारखा भाग म्हणजे उभेच्या उभे... जवळपास तीनशे फूट खाली गेले होते. तिला किंचितशी भोवळ आल्यासारखं वाटलं.

डावीकडे खाली एक केबल-कार किल्ल्याच्या हेडर स्टेशनमधून बाहेर पडली आणि खाली असलेल्या दरीच्या दिशेनं जायला लागली. हैदी त्या कारमध्ये होती, अर्धवट उघडलेल्या खिडकीतून बाहेर वाकत आणि बहुधा तिच्या दिशेनं हात करत पण मेरीचे डोळे पुन्हा एकदा अश्रूंनी भरून आले आणि तिला सगळं दिसेनासं झालं. तिनं खिडकी बंद केली, ती वळली आणि बेडवर तिनं एकदम अंग टाकलं. तिच्या मनात जॉन स्मिथबद्दल विचार आला. तो जिवंत असेल का मृत्युमुखी पडला असेल

आणि खाली दरीत जी आग उसळली होती, तिचं तरी महत्त्व काय...?

स्मिथ आणि शेफर त्या रस्त्याच्या पूर्वेला असलेली घरं, दुकानं आणि वेनस्टुबेन पबच्या मागच्या बाजूनं कडेकडेनं जात राहिले. शक्यतो काळ्या सावल्यांमध्ये राहत... आपण घेत असलेली सावधगिरी बरीचशी अनावश्यक असल्याचं स्मिथच्या लक्षात आलं. त्या रात्रीच्या आकर्षणाचं संशयातीत असं केंद्र होतं, ते म्हणजे आगीच्या भक्ष्यस्थानी पडत राहिलेलं स्टेशन. या स्टेशनकडे जाणारा रस्ता शेकडो सैनिक आणि गावकऱ्यांनी जाम झाला होता. स्मिथला वाटलं, हा सगळा आगीचा डोंब म्हणजे चांगलाच लक्षणीय ठरला असला पाहिजे, कारण आता त्यांना आग दिसत नसली आणि स्टेशनवरच्या आकाशात लालबुंद प्रकाशच केवळ दिसत असला, तरीही त्या ज्वाळांमधून होणारा मोठ्या कडकडाटाचा आवाज ऐकू येत होता. तीनशे यार्ड अंतरावरच्या ज्वाळा, तसंच वारासुद्धा चुकीच्या दिशेनं वाहत होता. एक वेगळं वळण म्हणूनसुद्धा हे यश दणदणीत होतं.

पाठोपाठ ते गावातल्या काही दगडी इमारतींपैकी एका इमारतीपाशी आले. ही इमारत म्हणजे एक मोठ्या कोठारासारखी जागा होती. या इमारतीच्या पाठीमागच्या बाजूला दोन दारं. मागच्या दारांच्या लगत असलेली मोकळी जागा वाहनांच्या भंगार डेपोसारखी दिसत होती. तिथं अर्धाएक डझन जुन्या कार्स आजूबाजूला पडून राहिलेल्या... त्यातल्या बहुतेक कार्सना टायर्स नव्हते. काही गंजलेली छोटी निरुपयोगी इंजिनं आणि रिकाम्या ऑइल ड्रम्सचं एक छोटं टेकाड त्यांनी या सगळ्या अवशेषांच्या ढिगाऱ्यामधून काळजीपूर्वक वाट काढली आणि ते त्या दारांपाशी आले.

शेफरनं स्केलेटन किल्ल्यांचा यशस्वी उपयोग करून दार उघडल्यावर पंधरा सेकंदांत दोघंही आत शिरले, त्यानं दार बंद केलं. दोघांचेही टॉर्च उजळलेले.

गॅरेजची एक बाजू लेथ किंवा या ना त्या प्रकारच्या मशीन टूल्सनं व्यापली होती. पण बाकी सगळा फ्लोअर वेगवेगळ्या वाहनांनी, बहुतांशी खूप जुन्या वाहनांनी भरून गेला होता. तिथल्या एका गोष्टीनं स्मिथचं लक्ष लगेचच वेधून घेतलं आणि ती गोष्ट म्हणजे डबल फ्रंट डोअर्सच्या लगेचच आत पार्क करून ठेवलेली मोठी, पिवळी बस. ही एक पर्वतराजीच्या भागातली, ठरावीक स्वरूपाची पोस्ट-बस होती. या बसला पर्वतमय प्रदेशातली हेअरपिन वळणं घेता यावीत म्हणून मागच्या बाजूला खूपच लांब असा ओव्हरहँग होता. या बसची मागची चाकं इतकी पुढे होती, की ती जवळपास बसच्या मध्यभागी होती. अशा प्रकारच्या पर्वतराजीतल्या पोस्ट-बसचं हिवाळ्यात जे सर्वसाधारण असतं, त्यानुसार चॅसिसच्या पुढच्या बाजूला बसवलेला भलामोठा, एका विशिष्ट कोनातला, बर्फ बाजूला ढकलणारा स्नो-प्लो होता. स्मिथनं शेफरकडे पाहिलं.

“आशेला जागा आहे, नाही का?” स्मिथनं विचारलं.

“आपण पुन्हा कधीतरी या ठिकाणी येऊ, असं वाटण्याइतक्या आशावादाच्या दृष्टीनं हा प्रकार फारच आशावर्धक होता. तुला माहीत आहे याबद्दल?”

“मी कोण आहे असं तुला वाटतं? बस शोधून काढणारा माणूस? अर्थातच मला हे माहीत होतं.”

स्मिथ बसमध्ये चढून ड्रायव्हरच्या सीटवर बसला. बसच्या किल्ल्या इग्निशनमध्ये तशाच होत्या. स्मिथनं स्विच चालू केला आणि फ्युएल गेज अर्ध्या भरलेल्या खुणेपर्यंत जाताना पाहिला. त्यानं हेडलॅम्प्सचा स्विच शोधून तोही चालू केला. सगळी उपकरणं व्यवस्थित चालू होती. त्यानं स्टार्टर बटण दाबलं आणि एकदम इंजीन सुरू झालं. स्मिथनं लगेचच ते बंद केलं. शेफर स्मिथकडे लक्षपूर्वक पाहत राहिला.

“हे असलं वाहन चालवण्यासाठी विशिष्ट असं पीएसव्ही लायसेन्स लागतं, हे तुला माहीत आहे असं वाटतंय, बॉस?”

“माझ्याकडे तसं लायसेन्स कुठेतरी आहे. सगळी स्फोटकं बसच्या मागच्या बाजूला ठेव. झटपट. हैदी पुढच्या कारनं पुन्हा खाली परत आली असेल.”

स्मिथ पुन्हा ड्रायव्हरच्या सीटमधून खाली उतरला, पुढच्या दारांपाशी गेला, दोन्ही दारांचे वरचे-खालचे बोल्ट्स काढले आणि दारांना हलकेच धक्का दिला. दारं इंचभर हलली आणि थांबली.

“पॅडलॉक करून ठेवलं,” स्मिथनं थोडक्यात सांगितलं.

शेफरनं बसच्या पुढच्या बाजूला असलेला भलामोठा स्टीलचा प्लो निरखून पाहिला आणि दुःखी अंत:करणानं डोकं नकारार्थी हलवलं.

“बिचारं पॅडलॉक,” त्यानं टिप्पणी व्यक्त केली.

आता बर्फ पडणं थांबलेलं असलं, तरी पश्चिमेकडून येणारा वारा खूपच जोरानं वाहात होता. गारठा अतिशय तीव्र होता. आकाशातून विखुरलेल्या काळ्या रंगांचे ढगच्या ढग वेगानं जात राहिले होते आणि ती सगळी दरी सतत कधी दाट सावल्यांनी झाकली जात होती, तर कधी चमकदार प्रकाशात न्हाऊन निघत होती, कारण चंद्र मधूनच झाकला जायचा, तर कधी ढगांमधल्या बदलत्या मोकळ्या जागेतून चमकायचा, पण त्या गावाच्या टोकाला कुठलाही पर्यायी प्रकाश किंवा छाया नव्हती. चंद्राचे पराकाष्ठेचे प्रयत्न निष्फळ ठरावेत, इतक्या रौद्र रूपात ते स्टेशन अजूनही जळत होतं.

एक केबल-कार हळूहळू दरीच्या दिशेनं येत होती. लोअर स्टेशनपासून ती आता शंभर यार्डांपेक्षाही कमी अंतरावर होती. जोरानं झोताच्या रूपात वाहणाऱ्या वाऱ्यामुळे ही केबल-कार रात्रीच्या आकाशात भयंकर हेलकावत राहिली होती. पण

आपल्या प्रवासाच्या अखेरच्या टप्प्यात येताना केबल-कारची गती चट्‌कन मंदावली आणि स्टेशनपाशी पोहोचताच ती गती पूर्णपणे लयाला गेली.

केबल-कार एकदम धक्का बसून खाड्‌कन थांबली. या प्रवासात हैदी एकटीच प्रवासी होती. ती केबल-कारमधून उतरली. ती जरा निस्तेज दिसत होती आणि ते समजण्यासारखं होतं. स्टेशनच्या मागच्या बाजूला असलेल्या पायऱ्यांवरून ती उतरली. ती जमिनीच्या पातळीवर उतरल्यावर जागेवरच एकदम थांबली, ते कुठलीशी सुरावट असलेली शीळ तिच्या कानावर पडली, म्हणून तिनं गिरकी घेऊन मागे पाहिलं आणि सावकाश दोन आकृतींच्या दिशेनं ती गेली. दोघांच्याही अंगावर पांढरे पोशाख होते. स्टेशनच्या एक बाजूला ते कसेबसे अंग चोरून लपून राहिलेले.

''या जगातले मेजर स्मिथ कड्यांवरून गाड्या नेऊन मरत नाहीत,'' ती शांतपणे म्हणाली. नंतर थांबून अचानक तिनं पुढे पावलं टाकली आणि दोघांनाही आलिंगन देऊन त्यांच्या गालाची चुंबनं घेतली. तिथं तुम्ही मला काळजीत टाकलं.

''तू अशीच काळजी करत असतेस,'' शेफर म्हणाला, ''तरीसुद्धा त्याच्याबद्दल काळजी करण्यासारखं काही नाही.''

हैदीनं त्या गावाच्या दुसऱ्या दिशेनं हात हलवला. खालच्या बाजूच्या उतारांवर असलेल्या केबल-कार स्टेशनहून त्यांना आगीचं दृश्य एवढं अंतर असलं, तरी चांगलंच दिसत होतं. ''याला तुम्ही जबाबदार आहात?'' तिनं विचारलं.

''ती एक चूक होती,'' स्मिथनं खुलासा केला.

''तुम्ही कुठल्या तरी करमणुकीच्या क्षेत्रात ऑडिशन द्यायला पाहिजे,'' हैदी शुष्कपणे म्हणाली. मग एकदम गंभीर होऊन तिनं सांगितलं, ''तुम्ही दोघंही जग सोडून गेला आहात असं मेरीला वाटत होतं.''

''वेसनरला तसं वाटत नाही,'' स्मिथनं सांगितलं. ''कड्यावरून खाली कोसळलेल्या कारमध्ये आम्ही नव्हतो. ते आमच्या मागावर आहेत.''

''त्यात आश्चर्य ते काय?'' ती पुटपुटली. ''नाहीतर त्या आगीचा आकार तुमच्या लक्षात आला नसता.'' ती मध्येच थांबून उदासपणे पुढे म्हणाली, ''तुमचा पाठलाग करणारी तेवढीच माणसं नाहीयेत. तुम्ही जनरल कार्नेबीच्या शोधात आलेले ब्रिटिश एजंट आहात.''

''फारच छान,'' स्मिथ विचारपूर्वक म्हणाला. ''नवल आहे, क्रेमरच्या शिंपल्यासारख्या कानात कुठल्या तरी छोट्या पक्ष्यानं काय कुजबुज केली असेल एवढी? तो खूप लांब पल्ल्याचा आवाज असलेला कोणीतरी आहे, असं मला वाटतं.''

''तू कशाबद्दल बोलतोयस?''

''काही नाही. हे काही महत्त्वाचं नाहीये.''

"हे महत्त्वाचं नाहीये! पण तुझ्या हे लक्षात येत नाही?" तिचा आवाज विनवणीचा, जवळपास फटकारणारा "तुम्ही जिवंत आहात, हे त्यांना माहीत आहे, किंवा कुठल्याही मिनिटाला ते माहीत होईल. तुम्ही कोण आहात, ते त्यांना माहीत आहे. ते वर तुमच्या प्रतीक्षेतच असतील."

"पण तुझं दुय्यम स्वरूपाच्या शीर्षकांकडे लक्ष नाहीये, माय डिअर हैदी," शेफरनं मध्येच सांगितलं. "त्यांनी प्रतीक्षेत राहण्याच्या प्रतीक्षेत आपणच आहोत, हे त्यांना माहिती नाहीये. निदान मी तरी तसा विचार करतोय."

"तू अंधारात शीळ घालतोयस, लेफ्टनंट. आणि शेवटची एक गोष्ट : तुमच्या मित्रांना आता कोणत्याही क्षणी किल्ल्यात आणलं जाणार आहे."

"चौकशीसाठी?" स्मिथनं विचारलं.

"त्यांना चहापाण्यासाठी बोलवलं आहे, असं मला वाटत नाही," ती बोचरेपणानं म्हणाली.

"चांगली गोष्ट आहे," स्मिथनं मानेनंच दुजोरा दिला. "आम्ही त्यांच्याबरोबर जाऊ."

"त्याच कारमधून?" या शब्दांमध्ये स्मिथच्या शहाणपणाबद्दल काही शंका नव्हत्या, पण या प्रश्नाचा सूर आणि भाव यात तशा शंका होत्या.

"त्या कारमधून नाही. त्या कारबरोबर." स्मिथनं घड्याळात पाहिलं. "सुल्झच्या गॅरेजमधली पोस्ट-बस. तिथं आणखी ऐंशी मिनिटांत पोहोच आणि हो बिअरच्या रिकाम्या बाटल्यांचे दोन क्रेट्स बरोबर घेऊन ये."

"दोन क्रेट्स ओह, ठीक आहे." तिनं सगळीच खात्री पटून मानेनंच इशारा केला. " तुम्ही दोघंही वेडे आहात."

"एकेका शब्दातून आणि हावभावातून सगळंच चमकतं," शेफरनं मान्य केलं. नंतर अचानक तो गंभीरपणे पुढे म्हणाला, "आमच्यासाठी प्रार्थना कर. तुला जर प्रार्थना माहिती नसतील, तर आम्हाला शुभेच्छा दे."

"प्लीज कम बॅक," हैदी म्हणाली. हे बोलताना तिच्या गळ्यात आवंढा... आणखी काही बोलायचं म्हणून... नंतर ती किंचित घोटाळली, पण एकदम वळली आणि रस्त्यावरून पुढच्या दिशेला लागली.

"भावी मिसेस शेफर जात आहेत," त्यानं सांगितलं. "फटकळ आणि नेटकी, बहुधा." त्यानं आपला विचार व्यक्त केला. "पण गंमत म्हणजे शेवटी ती रडकुंडीला आली होती, असं मला वाटलं."

"गेल्या अडीच वर्षांत ती ज्या परिस्थितीतून गेलीय, त्यातून तू गेला असतास, तर तूसुद्धा असाच आणि अश्रुपूर्ण राहिला असतास." स्मिथ रागवून म्हणाला.

"काय चाललंय, याची तिला आणखी माहिती असती, तर ती कमी फटकळ

आणि अश्रुपूर्ण राहिली असती,''

''प्रत्येकाला प्रत्येक गोष्ट समजावून सांगायला माझ्यापाशी वेळ नाहीये.''

''तुला तसं पुन्हा सांगायला काहीच प्रश्न नाहीये. चलाखीचे प्रयोग, बॉस. तुझ्यासाठी हाच शब्दप्रयोग योग्य आहे.''

स्मिथनं आपल्या घड्याळाकडे नजर टाकली. ''त्यांनी जरा घाई करावी, अशी परमेश्वराला माझी प्रार्थना आहे.''

''आता तुझंच मत कळू दे.'' शेफरनं मध्येच विराम घेऊन पुढे विचारलं. ''आपण जेव्हा इथून निघू, तेव्हा ती आपल्याबरोबर येतेय?''

''कोण आपल्याबरोबर येतंय?''

''हैदी, अर्थातच!''

''हैदी, अर्थातच. आपण ही कामगिरी यशस्वीरीत्या पार पाडली... आणि ही कामगिरी मेरीच्या माध्यमातूनच करू शकतो आणि मेरीची ओळख आपल्याला...''

''आणखी काही सांगू नकोस,'' तो त्या पाठमोऱ्या आकृतीकडे रोखून पाहत राहिला आणि मान हलवत म्हणाला, ''सॅव्हाय ग्रिल परिसरात ती म्हणजे एक अफलातून व्यक्तिमत्त्व असेल.''

सहा

सेकंदं सावकाश पुढे सरकली आणि त्यांची मिनिटं झाली, अशा पद्धतीनं जवळपास पंधरा मिनिटं पुढे सरकेपर्यंत एकेक मिनिट क्लेशकारक म्हणावं इतक्या मंद गतीनं पुढे जात राहिला. दरीवरून जात राहिलेल्या, खूप खाली असलेल्या, फाटल्यासारखं दिसणाऱ्या काळ्या ढगांमुळे तजेलदार चांदणं आणि त्याच्या दुसऱ्या टोकाचा संपूर्ण अंधार असे बदल वारंवार होत राहिले होते. गारठा इतका कमालीचा होता, की तो सावल्यांमध्ये दडी मारून बसलेल्या स्मिथ आणि शेफरच्या हाडांपर्यंत पोहोचला आणि तरीही ते वाट पाहत राहिले. ते वाट पाहत राहिले, कारण त्यांना वाट पाहणं भाग होतं. कोणीतरी जोडीदार असल्याशिवाय त्यांना श्लॉस ॲडलरपर्यंत पोहोचणं शक्य नव्हतं आणि ते जोडीदार बराच काळ येऊ घातले होते.

ते शांतपणे वाट पाहत राहिले. प्रत्येक जण आपल्या विचारांच्या विश्वात. एकट्या शेफरच्या मनात काय होतं, त्याचा स्मिथला कधीच अंदाज आला नाही. बहुधा तो लंडनच्या वेस्ट एंड भागातल्या अधिक ज्ञात असलेल्या खाणावळीच्या निवडीच्या दृष्टीनं चालणाऱ्या अमर्यादित धावपळीला प्रोत्साहन देणारा, म्हणूनच स्वत:कडे आनंदाने पाहत होता. स्मिथचे स्वत:चे विचार अधिक व्यवहारी होते. तो पूर्णपणे आपल्या नजीकच्या भविष्यकाळाचाच विचार करत होता. तो अतिशय तीव्र स्वरूपाच्या गारठ्यामुळे काळजीत पडत चालला होता आणि तेही अतिशय गंभीरपणे. किल्ल्याच्या दिशेनं त्यांना जो प्रवास करायचा होता, त्याची शक्यता या तीव्र थंडीच्या परिणामामुळे किती सुरक्षित राहील, यासंबंधी विचार त्याच्या मनात चाललेला. पाय कितीही आपटले आणि हात कितीही चोळले तरीही मिनिटागणीक बधिर करणारी थंडी त्यांच्यावरची पकड वाढवत चालली होती. दोघंही जे काय करणार होते, त्यासाठी शारीरिक शक्ती आणि चपळ प्रतिसादाची आवश्यकता होती. मात्र तो गोठून टाकणारा जीवघेणा गारठा झपाट्यानं दोघांनाही शोषत चालला होता. किल्ल्यात पोहोचण्याच्या शक्यतेबाबत कोणत्याही जाणकार बुकमेकरनं

त्यांना किती ऑड्स दिले असते, असा किंचितसा आणि उदास विचार त्याच्या मनात आला, पण तो पूर्ण व्हायच्या आतच त्यानं मनातून हद्दपारसुद्धा करून टाकला. अन्य कोणताही पर्याय समोर नसल्यामुळे टक्केवारीचा अंदाज बांधण्याला काही अर्थ नव्हता. शिवाय, लवकरच ते काय जे शोधून काढणार होते, दीर्घ काळ ज्याची वाट ते पाहत होते, ती सोबत आता जवळ आली होती.

पुन्हा एकदा चंद्रानं ढगांच्या फटीतून तोंड बाहेर काढताच सगळी दरी चांदण्यानं भरून गेली. त्याच वेळी आल्पेनकोरच्या दोन कमांड कार्स वेगानं त्या गावातल्या रस्त्यावरून धावत होत्या, त्यातल्या पुढच्या कारचा सायरन विव्हळत होता, तर हेडलॅम्प झगमगत होते. स्मिथ आणि शेफर दोघांनीही वर पाहिलं, नंतर परस्परांकडे पाहिलं आणि पाठोपाठ काहीही न बोलता मागे सरकून लोअर स्टेशनच्या पश्चिमेकडे असलेल्या सावल्यांमध्ये ते आणखी आत दबून राहिले. त्यांच्या श्मेसर मशीन-पिस्तुलांचे सेफ्टी कॅच त्यांनी पुढे सरकवून ठेवले, तेव्हा झालेले दोन धातूंचे आवाज साधारण वाटू नयेत इतके मोठे वाटले.

दोन्ही कार्स पायऱ्यांच्या खाली एकदम थांबल्या, तेव्हा इंजिनं थांबली आणि हेडलॅम्प्स बंद होऊन मावळले. त्या कार्समधून माणसं घाईघाईनं बाहेर पडली आणि स्टेशनच्या पायऱ्यांवरून एकामागून एक ते पट्कन रांगेत उभे राहिले. स्मिथनं ती माणसं मोजली, ती एकूण बारा होती. एक ऑफिसर, आठ गार्ड्स आणि कॅरॅसिओला, थॉमस आणि ख्रिस्तियनसेन. आठही गार्ड्सच्या गन्स सज्ज होत्या, प्रत्यक्षात तिन्ही कैद्यांचे हात त्यांच्या मागे बेड्यांमध्ये अडकवलेले असल्यानं एवढी दक्षता जरा अनावश्यक होती. त्यामुळे त्या गन्स कैद्यांचं संरक्षण करण्यासाठी नव्हत्या, तर स्मिथ आणि शेफरनं त्यांच्या सुटकेचा प्रयत्न केला, तर त्यासाठी होत्या. स्मिथच्या मनातल्या विचारांमध्ये वक्रता... त्याला वाटलं, आपलं आणि शेफरचं चांगलंच नाव होत राहिलं असलं पाहिजे, पण तरीसुद्धा ते दृश्य दिलासा देणारं- स्मिथच्या मनात विचार- आपल्या बव्हेरियातल्या उपस्थितीमागचं कारण जर्मन लोकांना माहीत असतं, तर त्यांना तीन कैद्यांच्या संरक्षणासाठी खेळण्यातली गन धारण करणारा कोणीही बरोबर ठेवून वर नेता आलं असतं आणि छळापासून मुक्त राहता आलं असतं, हेही माहीत असतं.

त्या बारा माणसांमधला शेवटचा माणूस लोअर स्टेशनमध्ये शिरला. स्मिथनं शेफरच्या हाताला स्पर्श केला. त्यांनी श्मेसर्स गन्स खांद्याला अडकवल्या. पाठोपाठ पट्कन आणि शांतपणे बर्फानं झाकलेल्या आणि खूपच उतरत्या छतावर प्रवेश केला. नंतर तितक्याच शांतपणे आणि विनासायास दोघंही सरपटत छताच्या पुढच्या काठाच्या बाजूला गेले. केबल-कार किल्ल्याच्या दिशेनं मोठ्या प्रवासाच्या सुरुवातीला बाहेर पडताना याच बाजूच्या खाली यायची. आपण भयंकर पद्धतीनं उघड्यावर

आहोत, याची स्मिथला कल्पना होती. स्नो-सूट असले किंवा नसले, खालून रस्त्यावरून जाणाऱ्या कोणत्याही साध्या माणसानं फक्त वर बघायची खोटी होती. अशा परिस्थितीत ते शत्रूंच्या हातात सापडणं निश्चित होतं. सुदैवानं तिथं कोणीही साधा माणूस नव्हता. जळणाऱ्या स्टेशनमुळे उपलब्ध असलेली फुकटची करमणूक प्रचंड गर्दी खेचत होती. त्याचवेळी केबल हलायला सुरुवात झाली, तेव्हा चंद्र ढगाआड लपला.

दोघंही केबल-कारची पुढची बाजू समोर येईपर्यंत थांबले, नंतर त्यांनी आपले पाय छताच्या कडेवरून खाली सोडले, केबल-कारची सस्पेन्शन ब्रॅकेट त्यांच्या खालून जायला लागेपर्यंत त्यांनी वाट पाहिली आणि पाठोपाठ केबलच्या दिशेनं ते झेपावले, छतापासून स्वत:ला पुढे ओढलं जाऊ देत नंतर ते केबलवर पडले आणि हळूच त्यांनी केबल-कारच्या छताला पायांचा स्पर्श होईपर्यंत स्वत:ला खाली घेतलं.

मेरी मंद दिवे असलेल्या, दगडी पदपथ असलेल्या पॅसेजमधून सावकाश जात होती. जाताना ती दारं मोजत होती. पाचव्या दाराबाहेर ती थांबली, त्या दाराला तिनं कान लावला, नंतर वाकून तिनं कीहोलमधून पाहिलं, शांतपणे दारावर टकटक केली आणि प्रतिसादासाठी वाट पाहत राहिली. त्या रूममध्ये कोणीही नव्हतं. पुन्हा तिनं दार आणखी जोरानं ठोठावलं, पण तोच परिणाम. तिनं दाराची मूठ फिरवली तर दाराला लॉक होतं. तिनं तिच्या छोट्या हॅन्डबॅगेतून स्केलेटन कीजचा एक जुडगा काढला. दार उघडताच ती पट्कन आत शिरली, नंतर दार बंद करून तिनं लाइटचा स्विच लावला.

ही रूम म्हणजे तिला जी रूम देण्यात आली होती, त्याचंच चांगलं सुधारित रूप होतं. तरीसुद्धा तशाच प्रकारचा लोखंडी बेड इथं होता. कारपेट सगळीकडे होतं, अभिमानास्पद अशा दोन हातांच्या खुर्च्या आणि आणखी एक छोटी खुर्ची होती, त्या खुर्चीवर उबेरलेफ्टनंटचा युनिफॉर्म, एक मोठा वॉर्डरोब, तसंच एक कप्प्यांचं छोटं टेबल होतं. त्या टेबलवर असलेल्या काचेवर होल्स्टर्ड बेल्ट, गन आणि दुर्बीण ठेवली होती.

मेरीनं दार लॉक केलं, किल्ली काढून घेतली, नंतर ती रूम ओलांडून तिनं लोअर सॅश विंडो उचलली आणि खाली पाहिलं. तिनं पाहिलं. तर ती बरोबर केबल-कारच्या हेडर स्टेशनच्या छताच्या वरच्या बाजूला होती. हे छत खूपच खाली उतरत जाणारं होतं, त्याची वरची कडा किल्ल्याच्या भिंतीतच बांधलेली होती. तिनं डोकं आत घेतलं, नंतर हॅन्डबॅगेतून एक रोपचा गुंडा काढला, त्याच्या एका बाजूला एक जड बोल्ट अडकवला होता, तो तिनं बेडवर ठेवला. पाठोपाठ तिनं दुर्बीण उचलली आणि खिडकीजवळच्या स्टेशनच्या दिशेनं रोख ठेवला. रात्रीच्या त्या झोंबणाऱ्या

वाऱ्यानं ती कुडकुडत होती. तिनं दुर्बिणीचा रोख जुळवला आणि नंतर लटकत्या केबल्सच्या रेषेतून खाली पाहिलं; त्याबरोबर तिच्या दृष्टीस पडलं– अंधूक दिसणारी पण निश्चित अशी केबल-कारची बसकी काळी बाह्याकृती. आता तळाच्या आणि मधल्या पायलॉन्सच्या अर्ध्या अंतरावर होती. आकाशाखाली उंचावरच्या आणि घोंघावणाऱ्या वाऱ्यामुळे ती थरकाप होईल अशी वेड्यासारखी हेलकावत होती.

स्मिथ आणि शेफर छतावर शरीर पसरून राहिले होते. सस्पेन्शन ब्रॅकेटला त्यांनी जिवाच्या करारानं घट्ट पकडून ठेवलं होतं, तेवढाच आधार त्यांना उपलब्ध होता. छतावर बर्फाच्या पांढऱ्या थराचं भरीव आवरण होतं. आपल्या पायांसाठी त्यांना आधार म्हणून कुठेच जागा सापडली नाही, परिणामत: त्यांच्या खाली असलेल्या केबल-कारच्या भयानक हेलकावण्यामुळे त्यांची शरीरं सगळ्या दिशांना कसलंच काही नियंत्रण नसल्याप्रमाणे घसरत राहिली. हात, दंड आणि खांद्यांवरचा निव्वळ शारीरिक ताण. स्मिथला आधी भीती वाटत होती, त्यापेक्षासुद्धा जास्त वाईट होता. त्याहीपेक्षा वाईट परिस्थिती अजून यायची होती.

शेफरनं डोकं वळवून खाली पाहिलं- हे दृश्य भोवळ आणणारं, चक्रावून टाकणारं आणि छातीत धडकी भरवणारं होतं. खाली संपूर्ण दरी पंचेचाळीस अंशाच्या कमानीत हेलकावे खात असल्यासारखं वाटत होतं. एका सेकंदाला तो दरीच्या पश्चिम उताराची झालर असल्यासारख्या पाइन वृक्षांच्या दाटीकडे पाहत होता, तर नंतर दरीचा सगळा तळभाग त्यांच्याखालून झर्रकन पुढे सरकायचा, आणखी पुढच्या सेकंदाला दरीच्या पूर्वेला पसरलेल्या पाइन वृक्षांच्या रांगेकडे तो रोखून पाहायचा. त्यानं डोकं वरच्या दिशेला उंचावलं, पण त्यामुळे काही सुधारणा जाणवली नाही. त्याच भोवळ आणणाऱ्या कमानीतून श्लॉस ॲडलरचे दिवे भयंकर पद्धतीनं हेलकावत होते. चाललेला हा सगळा प्रकार म्हणजे रोलर कोस्टर, बिग डीपर आणि रनवे फेरीज चक्राचं एक मिश्रण होतं. काही लक्षणीय अपवादांसह शेफरच्या मनात उदास विचार- कोस्टर, डीपर आणि फेरीज व्हीलच्या बाबतीत, त्यात बसणाऱ्यांना मशीनपासून मुक्ती मिळू नये, म्हणून सेफ्टी बेल्ट्स आणि इतर सुरक्षात्मक उपकरणं दिलेली असतात. केबल आणि सस्पेन्शन ब्रॅकेटमधून वारा आपलं उच्चारवातलं आणि एकाकी शोकगीत जोरानं आळवत होता. शेफरनं बाजूला पाहिलं, डोळे घट्ट मिटून घेतले आणि आपलं डोकं पसरलेल्या हातांमध्ये खाली घेतलं.

"अजूनही तुला घोडा म्हणजे जगातला वाहतुकीचा सगळ्यात वाईट प्रकार वाटतो?" स्मिथनं विचारलं. त्याचे ओठ शेफरच्या कानाशी... "आता माझं तसं काही म्हणणं नाहीये," शेफरनं आपली प्रतिक्रिया व्यक्त केली. नंतर आणखीनच

नैराश्यपूर्ण सुरात तो म्हणाला, ‘‘ओह, नो! पुन्हा नकोय आता!’’

पुन्हा एकदा चंद्र कोणतीही पूर्वसूचना न देता ढगांमधून बाहेर आला होता. स्मिथ आणि शेफर दोघंही चंद्राच्या त्या मलूल, थंड प्रकाशात न्हाऊन निघाले. त्यांच्या हातावरचा ताण कमी होईल, अशा क्षणाचा अंदाज घेत दोघांनीही आपली स्नो हूड्स डोक्यावरून ओढून घेतली आणि त्या छतावर आणखी चिकटून स्वत:ला सरळ ठेवण्याचा प्रयत्न जारी ठेवला.

***

श्लॉस ॲडलरमधून दोन व्यक्ती केबल-कारची जी काही वरच्या दिशेनं चाललेली विलक्षण प्रगती होती, ती निरखून पाहत राहिल्या होत्या. केबल-कार आता चंद्रप्रकाशानं तजेलदारपणे उजळून निघाली होती. मेरीच्या मोठ्या दुर्बिणीतून केबल-कारच्या छतावर पसरलेल्या दोन माणसांच्या स्पष्टपणे ओळखू येतील अशा आकृती दिसत होत्या. अर्ध्या मिनिटभर तिनं दुर्बीण त्या दोन आकृत्यांवर रोखून ठेवली, नंतर ती सावकाश वळली. तिचे डोळे विस्फारलेले. खरंतर ती जवळपास टक लावूनच पाहत होती. तिच्या चेहऱ्यावर कोणतेही भाव दिसत नव्हते. तिच्या डोक्यावर पन्नास फुटांवर एक पहारेकरी खांद्याला गन लावून तटबंदीवर पहारा देत होता, तो एकदम थांबला आणि त्यानं दरीतून वर सरकत येत असलेल्या केबल-कारकडे टक लावून पाहिलं, पण तो फार काळ असा टक लावून राहिला नाही, याचे कारण म्हणजे तो पहारेकरी आपादमस्तक तीव्र गारठ्यापासून संरक्षण मिळेल अशा पोशाखात स्वत:ला झाकून घेणारा असला, तरी तो तीव्र गारठ्यामुळे कुडकुडत होता. ही रात्र काही आळशीपणाच्या पातळीवरच्या कुठल्याही दर्शनासाठी नव्हती. त्यानं त्रयस्थपणे बाजूला पाहिलं आणि आपलं झटपट पहाऱ्याचं काम चालू ठेवलं.

मात्र केबल-कारच्या छतावर सगळ्यात उठून दिसणारा अभाव होता तो म्हणजे बेपर्वाईच्या गुणधर्माचा. केबल-कार आता शेवटच्या टप्प्यात होती. शेवटचा पायलॉन आणि किल्ल्याच्या हेडर स्टेशन यांच्या मधला भाग– स्मिथला वाटलं- लवकरच सत्याचा तो क्षण अवतरणार. आणखी एक मिनिटभरानं दोघंही दोनशे फूट खाली खडकावर आदळून मोडक्यातोडक्या अवस्थेत सापडण्याचीसुद्धा शक्यता होती.

त्यानं डोकं वरच्या बाजूला उंचावलं. थंडगार चंद्र आकाशातल्या मोकळ्या फटीतून अजूनही प्रवास करत असला, तरी मधूनच ढगांच्या आणखी पुढच्या दाटीच्या दिशेनं तो वेगानं जात होता. किल्ल्याची तटबंदी आता त्याच्या डोक्याच्या वरच्या बाजूला जवळपास उभीच्या उभी वाटत होती. याच तटबंदीच्या पायथ्याशी

हेडर स्टेशन होतं. कार आता तिच्या शेवटच्या टप्प्यात इतकी उभी चढण चढत होती, की प्रत्यक्ष या पर्वतावरच्या सगळ्यात उंचावरचा ज्वालामुखीच्या बुचाचा भाग आता चौदा यार्डांच्या अंतरावर होता. त्याची नजर त्या उंच भागावरून त्याच्या पायथ्याशी पोहोचेपर्यंत खाली फिरत राहिली. खाली उतारावर गस्त घालणारे पहारेकरी आणि त्यांचे डॉबरमॅन पिन्चर्स जेमतेम एखाद्या कीटकाच्या आकाराचे वाटत राहिलेले.

''शोभून दिसतं, नाही?'' शेफरनं अचानक विचारलं. ताणाच्या धारदार कडांमुळे त्याचा आवाज बसलेला त्याचा चेहरा ताणलेला आणि निराश. ''छान नाव आहे.''

''तू बोलतोयस तरी कशाबद्दल?'' स्मिथनं विचारलं.

''हैदी.''

''ओह, माय गॉड!'' स्मिथ झपाट्यानं जवळ येणाऱ्या हेडर स्टेशनकडे रोखून पाहत म्हणाला, ''तिचं नाव एथेल आहे.''

''ते मला सांगायची गरज नाही.'' शेफरनं आपण दुखावले आहोत, हे सांगण्याचा प्रयत्न केला, पण त्यात त्याला म्हणावं तितकं यश मिळालं नाही. स्मिथ वर पाहत होता. तिकडे त्यानं पाहिलं आणि दीर्घ क्षणानंतर अगदी सावकाश प्रतिक्रिया व्यक्त केली, ''बाप रे! तो भयंकर छताचा उतार!''

''मी तेच पाहतोय.'' स्मिथनं आपल्या चाकूच्या म्यानातून चाकू बाहेर काढला आणि सस्पेन्शन ब्रॅकेट पट्कन पकडलं. त्याचवेळी एक विशेष असा खूप जोरदार हेलकावा बसल्यामुळे त्याची दुसऱ्या हाताची पकड जवळजवळ निसटली होती. ''तुझा चाकू तयार ठेव. आणि तो हरवू नकोस.''

पाठोपाठ चंद्र ढगांच्या एका काळ्या पट्ट्याआड गेला, तेव्हा खालची सगळी दरी अंधारानं भरून गेली. नंतर केबल-कार हेडर स्टेशनच्या जवळ आली आणि हेलकाव्यांची गती खूपच मंदावली, तसं सावकाश आणि काळजीपूर्वक पद्धतीनं स्मिथ आणि शेफर दोघंही कारच्या दुसऱ्या टोकाच्या दिशेनं सरकायला लागले, दोघंही उत्साहानं पण चपळाईनं उठले. त्यांनी मोकळ्या हातानं केबल पकडली, त्याचवेळी दुसरीकडे घातकी स्वरूपाच्या बर्फाच्या आवरणावर जेवढी धोकादायक का होईना पकड घेता येईल, तेवढी मिळवण्याची धडपड त्यांनी केली.

कारची पुढची बाजू हेडर स्टेशनच्या छताच्या पुढच्या बाजूखालून पुढे सरकली. नंतर क्षणभरानं सस्पेन्शन ब्रॅकेटची बाजू आली, तेव्हा स्मिथनं पुढे आणि वरच्या दिशेनं झेप घेतली. स्वत:चं सगळं शरीर छतावर झोकून देत... त्याच्या उजव्या हाताचा तडाखा खालच्या दिशेनं झाला, तेव्हा चाकूचं पातं बर्फाचा थर भेदून त्याखालच्या लाकडात घट्ट रुतून बसलं. त्यानंतरच्या सेकंदभरातच शेफरही. स्मिथच्या शेजारी छतावर आलाकमानीच्या कोनात खाली झेपावणारा त्याचा चाकू

बरोबर त्याचा छताशी जेव्हा संपर्क आला त्याच क्षणी छताला भिडला.

मात्र त्याच्या चाकूचं पातं मुठीपाशी मोडलं. शेफरनं त्याची मूठ उघडली, ते पातं टाकून नखं जिवाच्या करारानं बर्फात रुतवली. त्याची हळूहळू सरकत राहिलेली नखं बर्फाच्या थरातून घुसत गेली, त्याला पकड मिळण्याच्या दृष्टीनं त्याचा काही उपयोग झाला नाही. त्यानं डावा हात तोंडापाशी नेऊन हातमोजा ओढून काढला आणि दोन्ही हात, जी काय ताकद होती, त्या सगळ्या ताकदीनिशी बर्फात खुपसले. त्यामुळे त्याचा वेग मंदावला, पण तो पुरेसा नव्हता. त्याच्या आधार शोधणाऱ्या पावलांना कसलाच आधार न मिळाल्यानं आपण आता छताच्या कडेवरून कोसळणार हे त्यानं ओळखलं. तसंच त्यानं जेव्हा पहिल्यांदा थांबण्याचा प्रयत्न केला तेव्हाच आपण कोसळून खाली पडलो, तर त्या ज्वालामुखीच्या बुचाच्या तळाशी अडीचशे फुटांवर एखाद्या खडकांच्या ढिगाऱ्यासारखी आपली अवस्था होईल, हेसुद्धा त्याला कळून चुकलं.

स्मिथ लोळण घेतल्यानं धापा टाकत राहिला होता. बरीच सेकंदं उलटल्यावर शेफर जिथं असायला पाहिजे होता, म्हणजेच त्याच्या शेजारी पसरलेल्या अवस्थेत, नसल्याचं त्याच्या लक्षात आलं. त्यानं वळून पाहिलं, तर शेफरच्या ताणलेल्या आणि जिवावर उदार झाल्याचे भाव असलेल्या चेहऱ्याची अस्पष्ट पांढरी आकृती त्याच्या दृष्टीस पडली. शेफरच्या आठ बोटांची नखं बर्फातून मार्ग काढत असल्याचं अस्पष्ट चित्र त्याला जाणवलं. त्याचं शरीर तोपर्यंत मांडीच्या मध्यापर्यंत छताच्या कडेवरून अजिबात खंड न पडता घसरलं होतं. त्याचवेळी त्याचा डावा हात खूप वेगानं आणि सगळ्या ताकदीनिशी झपाट्यानं खाली आला. अगदी त्या परिस्थितीतसुद्धा शेफरच्या उजव्या मनगटावर पकडीची असावी तशी पकड एकदम पडल्यावर शेफर वेदनेनं कळवळला.

नंतर काही सेकंद ते तसेच त्या उतरत्या छतावर हात-पाय पसरून निश्चलपणे पडून राहिले. दोघांचीही आयुष्यं स्मिथच्या चाकूच्या तिथल्या लाकडात घुसलेल्या एका छोट्या पात्यावर अवलंबून होती. नंतर शेफर, स्मिथच्या थरथरत्या डाव्या हातानं पुढे सरकायला आधार मिळाल्यावर हळूहळू वरच्या दिशेनं सरकायला लागला. तीस सेकंदांनंतर तो स्मिथच्या पातळीवर होता.

''माझ्याकडे आहे तो चाकू आहे, बर्फात कामाला येणारी कुऱ्हाड नाहीये,'' स्मिथनं रुक्षपणे सांगितलं. ''त्यानं फार काळ काम चालणार नाही. तुझ्याकडे दुसरा चाकू आहे का?''

शेफरनं नकारार्थी मान हलवली. तेवढ्या क्षणापुरतं कुठलंही संभाषण करणं त्याला शक्य नव्हतं.

''खडकांसाठी वापरतात तो मोठ्या आकाराचा खिळा?''

शेफरनं पुन्हा नकारार्थी मान हलवली.

"तुझा टॉर्च?"

शेफरनं या प्रश्नावर होकारार्थी मान हलवली. त्यानं आपल्या त्या अडचणीच्या ठरणाऱ्या स्नो-स्मॉक पोशाखात डावा हात सरकवून शेवटी थरथरत्या हातानं त्याचा टॉर्च बाहेर काढला.

"त्याचा तळभाग काढ," स्मिथनं सांगितलं. "तो तळभाग आणि बॅटरी टाकून दे." शेफरनं डावा हात, स्मिथनं त्याचा उजवा हात पकडला होता तिथं आणला, टॉर्चचा तळभाग आणि बॅटरी टाकून दिल्यावर राहिलेला रिकामा टॉर्चचा सिलिंडर बेस थोडा सपाट केला, आपली पकड पुन्हा घेतली आणि तो टॉर्च बर्फात खुपसला. खालच्या आणि स्वत:च्या दिशेनं त्यानं आपला उजवा हात हलवल्यावर स्मिथनं त्याची पकड सोडली. शेफर जिथं होता तिथंच राहिला. स्मिथनं स्मितवदनानं सांगितलं, "मला पकडण्याचा प्रयत्न कर."

शेफरनं स्मिथचं डावं मनगट पकडलं. स्मिथचा हात अजूनही सज्ज अवस्थेत पकडून राहिलेला. नंतर स्मिथनं चाकूच्या मुठीपासून हात काढून घेतला. शेफरच्या लाकडात घुसलेल्या टॉर्चची पकड भक्कम होती. पाठोपाठ आधी सावधपणे आणि नंतर वाढत्या आत्मविश्वासानं बर्फाच्या संरक्षक कवचातून धारदार पातं चालवून स्मिथनं त्या स्टेशनच्या लाकडी छतात चढण्याच्या दृष्टीनं हातानं पकड घेता येईल अशी एक सुरक्षित खाच तयार केली. नंतर तोच चाकू त्यानं शेफरकडे दिला. त्यानं स्नो-स्मॉक काढल्यावर आपल्या कमरेला बांधलेल्या रोपचे काही वेढे काढून त्यातलं मोकळं टोक शेफरच्या बेल्टला बांधलं. त्यानं विचारलं, चाकू आणि टॉर्चच्या मदतीनं आता पुढे जाता येईल असं वाटतंय?

"मी करू शकेन का?" असा उलट प्रश्न करून शेफरनं चाकू आणि टॉर्च, दोन्ही अजमावून पाहिलं, तसं स्मित त्याच्या चेहऱ्यावर झळकलं. अर्थात हे स्मित बऱ्याच प्रयासातून उमटलं असलं, तरी बऱ्याच काळानंतरचं हे पहिलं स्मित होतं. "मी ज्या परिस्थितीतून गेलोय, त्यानंतर कुठल्या माकडाला कधी कुठल्या नारळाच्या झाडावर चढताना तू पाहिलंयस?"

त्यांच्या डोक्यावर पन्नास फुटांवर मेरी खिडकीपासून बाजूला झाली आणि तिनं कप्प्यांच्या टेबलवर दुर्बीण ठेवली. तिचे हात थरथरत होते आणि दुर्बिणीच्या धातूचा काचेच्या टॉपवर चिपळ्यांसारखा आवाज झाला. ती पुन्हा खिडकीपाशी परत आली आणि तिनं वजन लावलेला रोप खाली सोडायला सुरुवात केली.

स्मिथ रोपच्या अखेरच्या टोकाला उतरत्या छताच्या शेवटच्या काही फुटांपर्यंत

पोहोचला, त्यानं शेफरचा हात पकडला, छताच्या सपाट अशा आतल्या भागावर तो ताठ उभा राहिला आणि त्यानं एकदम आपल्या कमरेभोवतीचा गाठी मारलेला बाकीचा रोप सोडवायला सुरुवात केली. शेफरनं एकूण तापमान गोठणबिंदूच्या खूप खाली असूनही उष्णतेच्या तडाख्यात सापडलेल्या माणसासारखा कपाळावरचा घाम पुसला.

"ब्रदर!" त्यानं आपलं कपाळ आणखी पुसलं... "मी तुझ्यावर कधी उपकार करू शकलो तर... म्हणजे तुला कारफेअर"

स्मिथ हसला, त्यानं त्याच्या खांद्यावर थोपटलं, लटकत राहिलेल्या रोपचं वजन असलेलं टोक पकडलं आणि वेगानं नायलॉन रोप त्या रोपपाशी वाकवला. त्यानं दोन हलकेच झटके दिल्यावर मेरीनं खिडकीतून ओढायला सुरुवात केली. तसं रोप वर जायला लागला. स्मिथनं रोप सुरक्षितपणे बांधल्याचा इशारा देणारे दोन प्रतिसादात्मक झटके वरून बसताच चढायला सुरुवात केली.

तो त्या खिडकीपर्यंतचं निम्मं अंतर चढून गेला असतानाच पुन्हा चंद्र ढगांआडून बाहेर आला. त्याच्या आल्पेनकोर युनिफॉर्ममध्ये तो किल्ल्याच्या पांढऱ्या, चमकदार भिंतीमध्ये पूर्णपणे मिसळून गेला होता. तो तिथंच हालचाल न करता लोंबकळत राहिला, कुठलीही हालचाल करण्याचं धाडस न करता आपल्या हालचालींनी कुठलंही शत्रूचं लक्ष ओढवून घेण्याच्या भीतीमुळे वर किंवा खाली पाहण्याचं धाडस न करता...

त्याच्यापासून खाली पंचवीस फुटांवर शेफरनं सावधपणे हेडर स्टेशनच्या छताच्या काठावरून पाहिलं, तर पहारेकरी आणि कुत्री अजूनही पायथ्याभोवतीच्या जागेत पहाऱ्याचं काम बजावत होती. त्यांनी वरच्या बाजूला एक सहज दृष्टिक्षेप टाकला असता, तरी स्मिथचा शोध लागणं अटळ होतं. त्याच वेळी कुठल्याशा भीतिदायक अशा अंतर्ज्ञानासारख्या जाणिवेमुळे शेफरनं एकदम वरच्या बाजूला पाहिलं आणि तो खरोखरच अतिशय निश्चल झाला. त्या पहारेकऱ्यानं किल्ल्याच्या तटबंदीच्या पहाऱ्याची आणखी एक फेरी पूर्ण केली, तो तटबंदीच्या भिंतीवर हात पसरून खाली दरीत पाहत उभा होता; बहुधा आगीच्या भक्ष्यस्थानी पडलेल्या स्टेशनच्या आता विझत चाललेल्या ज्वाळांकडे लक्ष देत. यावर शेफरनं उजव्या हातानं ल्यूगर पिस्तूल बाहेर काढलं. या पिस्तुलाच्या टोकाला मोठा, सच्छिद्र सायलेन्सर होता. पोलिसांपेक्षाही उत्कृष्ट अशा पद्धतीनं त्यानं ते पिस्तूल डाव्या मनगटापाशी ठेवलं.

आपण या माणसाला एकाच शॉटमध्ये मारू शकू, याबद्दल कसलाही संदेह त्याच्या मनात नव्हता. प्रश्न एकच होता- हे काम करायचा सर्वोत्कृष्ट क्षण कोणता? शक्यतांमधला तोल कसा अजमावायचा? त्या पहारेकऱ्याचं लक्ष शेफरकडे

जाईपर्यंत तो थांबला असता, तर शेफरनं त्याला मारण्यापूर्वी त्यानं सावध करण्यासाठी ओरडा केला असता किंवा तो कुठल्याशा आडोशाआड दडी मारून बसला असता. त्या पहारेकऱ्याला त्यानं शेफरकडे पाहण्यापूर्वीच उडवलं असतं, तर सुटका किंवा सावध करण्यासाठी ओरडा, कशाचाच काही प्रश्न राहिला नसता. पण तो माणूस तटबंदीवरून पुढच्या बाजूला कोसळत हेडर स्टेशनच्या छतावर पडून खाली दरीत पडला असता. खाली पहाऱ्याचं काम करणाऱ्या माणसांच्या आणि कुत्र्यांच्या अगदी जवळ... शेफरनं ठरवलं- मात्र ही जर-तर ची गोष्ट होती, अगदी प्रत्यक्षात येईल अशी शक्यता नव्हती. लूगर पिस्तुलाच्या गोळीच्या धक्कादायक परिणामामुळे बहुतांशी निश्चितपणे तो पहारेकरी मागच्या बाजूला पडला असता. शेफरनं तोपर्यंत कधीही मनात कसला संशय नसलेल्या, म्हटलं तर निरपराध माणसाला गोळीनं उडवलेलं नव्हतं, पण आता या क्षणी मात्र त्यानं ही कृती प्रत्यक्षात आणण्याच्या दृष्टीनं थंडपणे मानसिक तयारी केली. त्यानं त्या माणसाच्या छातीच्या हाडावर उजेड असलेल्या ठिकाणी नेम धरला आणि पिस्तुलाचा ट्रिगर खेचायला सुरुवात केली.

नेमका त्याच क्षणी चंद्र ढगांआड गेला.

ताबडतोब शेफरनं सावकाश आणि ताठरलेल्या अवस्थेतच गन खाली घेतली. शेफरनं पुन्हा एकदा कपाळावरचा घाम पुसला. या रात्री कपाळावरचा घाम पुसण्याचं काम पूर्णपणे पार न पडल्याचीच भावना त्याला होत होती.

स्मिथ त्या खिडकीपाशी पोहोचला, त्या खिडकीच्या चौकटीवर चढल्यावर त्यानं शेफरनं चढायला सुरुवात करायचा इशारा रोपला दोन झटके देत दिला आणि तो खिडकीतून रूममध्ये शिरला. रूममध्ये पूर्णपणे अंधार होता. त्या रूममधल्या लोखंडी बेडचा अंदाज त्यानं घेतला नाही, तोच त्या रोपला आधार म्हणून हा बेड खिडकीपाशी ओढून ठेवला होता. दोन हातांचा घट्ट विळखा त्याच्या मानेभोवती पडला. कोणीतरी त्याच्या कानात असंबद्धपणे पुटपुटायला सुरुवात केली.

"सावकाश, सावकाश," स्मिथनं विरोध दर्शवला. तो अजूनही भयंकर धापा टाकत होता आणि त्याला शक्य तेवढ्या हवेची गरज होती, पण त्यानं खाली वाकून तिचं चुंबन घेण्याइतकी ऊर्जा एकवटली. "त्याहीपेक्षा सांगायचं म्हणजे अव्यावसायिक वर्तन, पण या वेळी मी या अशा वर्तनाचा रिपोर्ट देणार नाही."

ती अजूनही त्याला बिलगलेली. आता शांत. नेमकं त्याच क्षणी शेफर खिडकीत अवतरला. खिडकीच्या चौकटीवर तो दमलेल्या अवस्थेत चढला आणि त्या लोखंडी बेडवर तो धाड्कन पसरला. त्याला खरोखरच खोल श्वास घेत राहावं लागत होतं. खूपच क्लेशांना-वेदनांना तोंड दिलेल्या माणसासारखा त्याचा बाज होता.

“या प्रकारात एलेव्हेटर्स नाहीत का?” त्यानं पृच्छा केली. त्याला एवढे शब्द बोलण्यासाठीसुद्धा दोनदा श्वास घ्यावा लागला.

“प्रशिक्षणाशी संबंध नसल्याचा परिणाम.” स्मिथनं कसलीच सहानुभूती न दाखवता हे उद्‌गार काढले. तो दारापाशी गेला आणि त्यानं लाइटचा स्विच चालू केला आणि तितक्याच तातडीनं तो स्विच ऑफ केला. “ते जाऊ दे. तो रोप आत ओढून घे, आणि पडदेही ओढ.”

“रोमन जहाजांमध्ये अशीच वागणूक मिळत असे,” शेफर कडवटपणे म्हणाला. पण त्यानं पुढच्या दहा सेकंदांत रोप आत घेतला होता आणि पडदे पुन्हा बंद झाले होते. स्मिथ तो बेड पुन्हा आधी होता त्या जागी ठेवत असतानाच शेफर नायलॉन रोप त्यांच्या कॅनव्हास बॅगमध्ये भरत राहिला. या बॅगेत स्नो-सूट, श्मेसर्स गनशिवाय काही हॅन्ड ग्रेनेड्स आणि प्लॅस्टिक स्फोटकेसुद्धा होती. त्यानं बॅगेच्या मानेभोवती दोरी बांधण्याचं काम संपवलं नाही, तोच कुलपात किल्ली खडखडली.

स्मिथनं मेरीला ती जिथं होती, तिथंच राहायला सांगितलं आणि स्वतः दारामागे उभं राहण्यासाठी तो पट्कन त्या दिशेनं गेला. शेफरसुद्धा त्याच्या म्हणण्याप्रमाणे तो कितीही थकून गेला असला, तरी मांजराचा वेग आणि शांततेच्या तत्त्वावर बेडच्या मागच्या बाजूला असलेल्या फ्लोअरवर चपळाईनं पसरला. ते दार उघडलं, पाठोपाठ एक तरुण उबेरलेफ्टनंट रूममध्ये आला आणि मेरीला पाहून जागीच थांबला. तिचा हात तिच्या तोंडापाशी. त्याच्या चेहऱ्यावर कमालीचं आश्चर्य. मात्र उघड्या दारापलीकडे त्यानं पावलं टाकली, तेव्हा त्या आश्चर्याच्या जागी लगेचच काहीतरी अपेक्षा चिकटलेलं अर्ध-स्मित. तेवढ्यात स्मिथच्या हाताचा तडाखा त्या तरुण ऑफिसरला बसताच तो जागीच शुद्ध हरपून कोसळला.

नंतर स्मिथनं मेरीनं दिलेले किल्ल्याचे नकाशे डोळ्यांखालून घातले, तर दुसरीकडे शेफरनं त्या उबेरलेफ्टनंटला नायलॉनच्या दोरीनं बांधलं, त्याच्या तोंडावर टेप चिकटवला आणि त्याला त्याचे पाय पोटाशी येतील अशा अवस्थेत कपाटाच्या तळाशी ढकलून दिलं. आणखी संरक्षक उपाय म्हणून त्यानं बेडची वरची बाजू दारापाशी चिकटवून ठेवली.

“तुझी तयारी झाली, की मीही तयार आहे, बॉस.”

“ते आता याक्षणीच. मला आता या परिसराची नेमकी कल्पना आली आहे. पहिल्यांदा डावीकडे, नंतर जिने उतरून गेलं, की डावीकडे तिसऱ्या रूमच्या दिशेनं तीच ती सोन्याची ड्रॉइंग-रूम इथंच कर्नल क्रॅमर दरबार भरवतो. मिन्स्ट्रल्स गॅलरीसह संपूर्ण.”

“मिन्स्ट्रल्स गॅलरी हा काय प्रकार आहे?” शेफरचा प्रश्न.

“मिन्स्ट्रल्ससाठी गॅलरी. नंतर पुढे उजवीकडून आपण पूर्व बाजूला जातो. तिथं

पुन्हा खाली, सेकंड लेफ्ट टेलिफोन एक्स्चेंज.''

''तिथं कशासाठी?'' शेफरनं विचारलं, ''आपण तर लाइन्स आधीच कट केल्या आहेत.''

''पण त्या लाइन्स इथलं जग आणि बराकी यांना जोडणाऱ्या लाइन्स नव्हत्या, आपण या लाइन्स कट केलेल्या नाहीत. त्यांनी आल्पेनकोरची रेजिमेंट शीळ घालून बोलवावी असं वाटतंय?'' त्यानं मेरीकडे वळून विचारलं, ''हेलिकॉप्टर अजूनही आहे इथं?''

''मी इथं पोहोचले तेव्हा होतं.''

'हेलिकॉप्टर?' शेफरनं त्याच्या मनातला गोंधळ प्रकट केला, ''हेलिकॉप्टरचं काय?''

''ते या हेलिकॉप्टरचा उपयोग कार्नेबीला इथून घेऊन जाण्यासाठीसुद्धा करू शकतात- आपण मोकाट बाहेर आहोत, या विचारानं ते अस्वस्थ असू शकतात- किंवा आपला मार्ग रोखण्यासाठीसुद्धा या हेलिकॉप्टरचा उपयोग जर्मन मंडळी करू शकतात.''

''आपण इथून निसटलोच तर.''

''बरोबर. हेलिकॉप्टर निकामी करण्याबाबत तुझं रेकॉर्ड कसं आहे, लेफ्टनंट शेफर? त्यांनी तुला पकडून लष्करात आणण्याआधी तू एक होतकरू रेसिंग ड्रायव्हर आणि एक खूपच सक्षम असा मेकॅनिक होतास, असं तुझ्याबद्दलच्या रिपोर्टमधून दिसतं.''

''मी स्वेच्छेनं आलो,'' शेफरनं सन्मानपूर्वक सांगितलं, ''सक्षमतेबद्दलच सांगायचं तर त्याबाबत मला कल्पना नाही. पण एक चार पौंडी हातोडा मिळाला, तर बुलडोझरपासून सायकलपर्यंत काहीही निकामी करेन.''

''आणि चार पौंडी हातोडा नसेल तर? हा काही बॉयलर उत्पादकांचा मेळावा नाहीये.''

''माझं कौशल्य वापरण्याबाबत माझी ख्याती आहे.''

स्मिथनं मेरीला विचारलं, ''या हेलिकॉप्टरची आपल्याला पाहणी कशी करता येईल?''

''फक्त पाच पावलांवर त्या बाजूला गेलं तरी ते दिसेल.'' तिनं दाराच्या दिशेनं अंगुलीनिर्देश केला. ''श्लॉस ॲडलरमधली प्रत्येक पॅसेज विंडो मुख्य पटांगणात उघडते.''

स्मिथनं दार उघडलं, नंतर पॅसेजमध्ये वर-खाली पाहिलं आणि लगेचच तो विरुद्ध बाजूला असलेल्या खिडकीच्या दिशेनं गेला. शेफरही त्याच्याबरोबर होता.

चंद्राच्या सतत येण्या-जाण्यामुळे श्लॉस ॲडलर किल्ल्याच्या पटांगणातल्या

प्रकाशाच्या स्थितीत कोणताही फरक पडला नव्हता. दोन भलेमोठे आर्क-लॅम्प्स खूप गज असलेल्या प्रवेशद्वाराच्या गेट्सपाशी जळत होते. असाच एक तिसरा लॅम्प पटांगणाच्या विरुद्ध बाजूला, किल्ल्यात उघडणाऱ्या मुख्य प्रवेशद्वाराच्या वर जळत होता. पटांगणाच्या पूर्व आणि पश्चिम भिंतींना दहाएक फूट उंचीवर चार वॉटरप्रूफ स्टॉर्म लॅम्प्स लटकवलेले होते. पूर्वेकडच्या आणि उत्तरेकडच्या डझनभर खिडक्यांमधून दिवे जळताना दिसत होते. मात्र यापेक्षाही सगळ्यात जास्त प्रकाश येत होता, तो हेलिकॉप्टरच्या वरच्या बाजूला तात्पुरत्या लावलेल्या एका आर्क-लॅम्पमधून. एका ताणलेल्या ताडपत्रीचं आच्छादन-संरक्षण या आर्क-लॅम्पला होतं. हिरव्या कपड्यांमधला आणि हाय-पीक कॅप घातलेला एक माणूस हेलिकॉप्टरवर काम करत होता. स्मिथनं शेफरच्या खांद्याला स्पर्श करताच ते पुन्हा रूममध्ये गेले. तिथं मेरी त्यांची वाट पाहात होती. रूममध्ये प्रवेश करताच त्यांनी पाठीमागे दार पुन्हा लावून घेतलं.

"एकूण हे ऑपरेशन फारच साधंसोपं- थेट दिसतंय," शेफरनं सांगितलं. "म्हणजे हे हेलिकॉप्टर पुन्हा उडणार नाही, अशी तजवीज करण्याचं ऑपरेशन. मी मेन गेट्सपर्यंत जायचं, तिथं पहाऱ्यावर असलेल्या चार गार्ड्सना खलास करायचं, तिथल्या चार डॉबरमॅन पिन्चर्सच्या मुंड्या पिरगळायच्या, इतर दोन तीन- सशस्त्र मंडळींना- त्या जागी सतत पहारा करतायत असं वाटावं अशा मंडळींना– उडवून द्यायचं, नंतर पलीकडच्या बाजूला बिअर पिण्यात मग्न आहेत असं वाटावं अशा वीसएक सैनिकांना हौतात्म्य प्रदान करायचं, नंतर हेलिकॉप्टरच्या इंजिनावर काम करणाऱ्या माणसाचा काटा काढायचा आणि मग ते हेलिकॉप्टर निकामी करायचं. शिवाय, निव्वळ हेलिकॉप्टर निकामी करणं, या कामातही विशेष काही नाही. नाही का?"

"आपण त्याबाबत काहीतरी विचार करू," स्मिथ दिलासा देत म्हणाला.

"तू कशाचा तरी विचार करतोयस, याची मला पूर्ण खात्री आहे." शेफर लहरीपणानं म्हणाला. "मला त्याचीच भीती वाटते."

"आपल्याला उशीर होतोय, आपल्याला याची आता काही गरज भासणार नाही."

स्मिथनं नकाशाची घडी केली आणि तो मेरीकडे दिला. नंतर तिनं तो नकाशा बॅगमध्ये ठेवला, तेव्हा त्याच्या कपाळावर आठ्या. त्यानं मेरीला सांगितलं, "तुला त्याची अधिक चांगली कल्पना आहे. ते लिलिपुट पिस्तूल- ते तुझ्याबरोबर ठेव, म्हणजे बॅगमध्ये नाही, तुझ्या कपड्यांमध्ये. इथं." असं म्हणून त्यानं कर्नल वेसनरकडून घेतलेलं माऊझर पिस्तूल तिच्याकडे दिलं. "हे पिस्तूल तुझ्या बॅगेत आहे. हे लिलिपुट तुझ्याबरोबर कपड्यांमध्ये ठेव."

"मी माझ्या रूममध्ये गेले की तसं करेन," तिनं जास्तच औपचारिकपणे सांगितलं.

''सगळे ते वाईट नजरेचे अमेरिकन लेफ्टनंट आजूबाजूला असताना...'' शेफर दुःखानं म्हणाला, ''माझ्यात आता आमूलाग्र परिवर्तन झालंय, याबद्दल खरोखरच मी परमेश्वराचे आभार मानतो.''

''त्याचं मन आता उदात्त गोष्टींमध्ये गुंतलंय,'' स्मिथनं स्पष्टीकरण केलं. ''त्यानं आपल्या घड्याळात नजर टाकली. आम्हाला तीस मिनिटं लागतील.''

पाठोपाठ दोघंही सावधपणे प्रवेशद्वारातून सटकले, नंतर त्यांनी झपाट्यानं आणि आत्मविश्वासानं पॅसेजमधून पावलं टाकली. त्यांची उपस्थिती दडवण्याचा कोणताही प्रयत्न त्यांनी केला नाही. श्मेसर्स गन, रोप, ग्रेनेड्स आणि स्फोटकं भरलेली बॅग स्मिथ एका हातात वागवत सहजपणे जात राहिलेला. हातात कागदांचा गठ्ठा असलेला एक चष्माधारी सैनिक आणि हातात भरलेला ट्रे घेऊन जाणारी एक तरुणी यांना त्यांनी मागे टाकलं. दोघांपैकी कोणीही त्यांच्याकडे लक्ष दिलं नाही. ते त्या पॅसेजच्या टोकाला उजवीकडे वळले, नंतर वर्तुळाकार पायऱ्यांपाशी पोहोचल्यावर पटांगणाच्या पातळीवर येईपर्यंत ते तीन मजले उतरून खाली आले. एका छोट्या पण रुंद पॅसेजच्या दोन्ही बाजूंना दारं. त्या पॅसेजमधून ते पटांगणाकडे नेणाऱ्या मुख्य द्वारापाशी आले.

स्मिथनं दार उघडलं आणि बाहेर पाहिलं. बाहेरचं दृश्य बहुतांशी शेफरनं कल्पनेनं वर्णन केल्याप्रमाणे होतं. एकूणच सगळ्यांच्याच चिंतामुक्तीच्या दृष्टीनं तिथं मोठ्या प्रमाणात सशस्त्र गार्ड्स आणि पोलीस डॉग्ज होते. कामाच्या पोशाखातला तो मेकॅनिक अजूनही हेलिकॉप्टरच्या इंजिनाचं काम करण्यात गुंतलेला. स्मिथनं शांतपणे ते दार बंद केलं आणि पॅसेजमधल्या अगदी जवळ असलेल्या उजवीकडच्या दाराकडे आपलं लक्ष वळवलं. त्या दाराला लॉक होतं. त्यानं शेफरला सांगितलं, ''पॅसेजच्या त्या बाजूला चांगलं लक्ष ठेव.''

शेफर त्या दिशेनं गेला. त्यानं आपली जागा पकडताच स्मिथनं आपल्या स्केलेटन किल्ल्या काढल्या. त्या किल्ल्यांपैकी तिसरी किल्ली लागली आणि दार उघडलं. त्यानं शेफरला परत यायला सांगितलं.

पुन्हा आपल्या मागे ते दार बंद आणि लॉक केल्यावर त्यांनी त्या रूममध्ये आजूबाजूला पाहिलं. या रूममधला प्रकाश मंद, पण त्यांच्या मनातल्या हेतूच्या दृष्टीनं पुरेसा. पटांगणातून मागे येणारा प्रकाश शटर नसलेल्या खिडकीतून उजळत होता. ही रूम म्हणजे किल्ल्यातलं अग्निशामक दलाचं मुख्यालय होतं, हे उघड होतं. भिंतींवर गुंडाळलेल्या होज पाइपचे ड्रम्स, ॲस्बेसटॉस सूट, हेल्मेट आणि कुऱ्हाडी होत्या. याशिवाय चाकं असलेले हॅन्डपंप्स, कार्बन डायऑक्साईडचे सिलिंडर्स तसंच ऑइल आणि विजेशी संबंधित आगी विझवण्यासाठी असलेले आणखी लहान आकार असलेले वेगवेगळे सिलिंडर्स यांनी तिथली बरीच जागा व्यापलेली होती.

"अगदी आदर्श अशी जागा आहे," स्मिथ पुटपुटला.

"यापेक्षा आणखी आदर्श जागा असू शकत नाही," शेफरनं दुजोरा दिला. "तू कशाबद्दल बोलतोयस?"

"आपण जर कोणाला इथं आणून सोडलं तर," स्मिथनं स्पष्ट केलं. "प्रत्यक्ष आग उफाळत नाही, तोपर्यंत असा माणूस उघडकीला येण्याची शक्यता नाही. मान्य? म्हणजे?" त्यानं शेफरच्या दंडाला धरून त्याला खिडकीपाशी नेलं. "त्या हेलिकॉप्टरवर काम करणारा माणूस तो तुझ्याच आकाराचा आहे, तुला नाही तसं वाटत?"

"मला तर काही लक्षात येत नाहीये," शेफरनं उत्तर दिलं. "तुझ्या मनातलं म्हणून जे काही माझ्या मनात आहे, तेच जर तुझ्या मनात असेल, तर मला त्याची माहितीसुद्धा करून घ्यायची नाहीये."

स्मिथनं शटर्स खाली ओढली, तो दारापर्यंत गेला आणि त्यानं ओव्हरहेड लाइट लावला.

"तुला आणखी काही चांगल्या कल्पना सुचतायत?"

"मला जरा वेळ दे," त्यानं तक्रार नोंदवली.

"आपल्यापाशी जे नाही ते मी तुला देऊ शकत नाही. तुझं जॅकेट काढ आणि तुझं लूगर पिस्तूल त्या दारावर रोखून राहा. मी आलोच एका मिनिटात परत."

स्मिथ आपल्या पाठीमागे दार लॉक न करता नुसतंच बंद करून बाहेर पडला. बाहेरच्या प्रवेशद्वारातून तो पुढे पटांगणातून काही पावलं गेला, नंतर हेलिकॉप्टरकडे जाणाऱ्या पायऱ्यांच्या तळाशी थांबून राहिला. त्यानं त्याच्या वरच्या बाजूला काम करणाऱ्या त्या माणसाकडे पाहिलं. तो एक उंच, सडपातळ माणूस होता आणि त्याचा चेहरा पातळ, हुशारी व्यक्त करणारा. या चेहऱ्यावर जरा उदास भाव... स्मिथनं विचार केला- आपण या गोठवून टाकणाऱ्या तापमानात ती धातूची हत्यारं घेऊन उघड्या हातांनी काम करत असतो, तर आपल्याही चेहऱ्यावर असेच उदास भाव असते.

"तूच पायलट ना?" स्मिथनं विचारलं.

"तुला तसं वाटत नाही?" मेकॅनिकच्या कामाच्या पोशाखातला माणूस कडवटपणे म्हणाला. त्यानं एक पाना खाली ठेवला आणि हातांवर फुंकर मारली. "टेम्पलहॉफमध्ये तिकडे या हेलिकॉप्टरसाठी माझ्यासाठी दोन मेकॅनिक्स काम करतात, एक जण स्वॅबियातला शेतावर काम करणारा आणि दुसरा हर्झमधला लोहाराचा मदतनीस आहे. मला स्वत:ला जिवंत ठेवायचं असल्यामुळे मी माझं मेकॅनिकचं काम स्वत: करतो. तुला काय हवंय?"

"मला काही नकोय. राईसमार्शल रोझमेयरचं काम आहे. फोन आहे."

“राईसमार्शल?” पायलट गोंधळलेला. “मी तर पंधरा मिनिटांपूर्वीच त्याच्याशी बोलत होतो.”

“आताच एक फोन आला बर्लिनहून चॅन्सलरीचा. काहीतरी अर्जंट दिसतंय.” स्मिथनं आपल्या आवाजात अधीरपणाचा काहीसा सूर मिसळला. “तू लवकरात लवकर गेलास तर बरं. त्या तिथल्या मुख्य दारातून नंतर उजवीकडे पहिल्या दाराकडे.”

पायलट खाली उतरला, तसं स्मिथ बाजूला उभा राहिला. त्यानं आजूबाजूला सहजपणे पाहिलं. एक गार्ड हातातल्या पट्ट्याला बांधलेल्या डॉबरमॅनसह वीसएक फूट अंतरावर उभा होता. मात्र त्याचं दोघांकडेही लक्ष नव्हतं. त्याचा थंडीनं निळसर पडलेला चेहरा त्याच्या वर घेतलेल्या कॉलरमध्ये खोलवर दडलेला. त्याचे हात त्याच्या मोठ्या कोटाच्या खिशात खुपसलेले आणि त्याचा गोठलेला श्वास हवेत बाहेर जडपणे तरंगत राहिलेला. तो गार्ड किरकोळ संशय घेण्यासाठी वेळ देण्याच्या दृष्टीनं स्वत:च्याच हालअपेष्टांकडे लक्ष केंद्रित करण्यातच खूप गुंतलेला होता. त्या पायलटच्या मागोमाग मोठ्या दारातून जायचं, म्हणून स्मिथ वळला. त्याचं लूगर पिस्तूल कोणाला कळणार नाही, अशा पद्धतीनं पिस्तुलाच्या कातडी बॅगेतून मोकळं करत आणि बॅरलपाशी पकडून ठेवत...

स्मिथच्या मनात आपल्या हातातल्या गनच्या दट्ट्याचा उपयोग करून त्या पायलटला लोळवण्याचा हेतू नव्हता, पण त्याच्यापुढे काही पर्याय नव्हता. पायलट बाजूच्या दारातून पुढे गेला नाही, तोच शेफरचं लूगर पिस्तूल चार फूट अंतरावरून आपल्या छातीवर रोखलेलं त्याला दिसलं, त्याबरोबर त्या पायलटचे खांदे उंचावले. स्मिथला माहिती होतं- पायलटची ही प्रतिक्रिया खूप प्राथमिक पातळीवरची होती, त्यात हिंसा किंवा प्रतिकार यापेक्षा मदतीसाठी आरडाओरडा करण्याचा हेतू जास्त होता. पायलट पुढच्या बाजूला झुकला, तसं शेफरनं त्याला खाली फ्लोअरवर घेतलं.

त्या बेशुद्ध पायलटच्या अंगावरचा पोशाख त्यांनी पट्कन झिप काढून मोकळा केला, त्याला बांधून त्याच्या तोंडात बोळा कोंबला आणि तिथंच एका कोपऱ्यात पडू दिलं. पायलटच्या अंगावरचा मेकॅनिकचा पोशाख शेफरला अजिबात बरोबर होत नव्हता, पण शेवटी असे मेकॅनिकचे पोशाख कोणीही झालं तरी क्वचितच नेमक्या मापाचे असतात. शेफरनं पायलटची हॅट आपल्या हॅटच्या जागी घातली आणि हॅटची पुढची खाली आलेली कड खाली डोळ्यांवर ओढून तो तिथून बाहेर पडला.

स्मिथनं स्विच ऑफ करून दिवा बंद केला, खिडकीचं शटर मोकळं केलं, खिडकीची खालची बाजू वर केली आणि लगूर गन हातात घेऊन तो उभा राहिला,

बाहेरून कोणाला दिसणार नाही अशा पद्धतीनं खिडकीच्या मागे अगदी पुरेशाच अंतरावर. शेफर आधीच हेलिकॉप्टरच्या पायऱ्या चढायला लागला होता. तो गार्ड आता पायऱ्यांच्या तळापासून काही फूट अंतरावर. आता त्याचे हात त्यानं खिशातून बाहेर काढले होते आणि हात उबदार ठेवण्याचा एक प्रयत्न म्हणून तो आपले हात खांद्यांवर आपटत राहिला होता.

त्यानंतर तीस सेकंद उलटल्यावर शेफर त्या पायऱ्यांवरून पुन्हा खाली उतरला, त्याच्या डाव्या हातात कुठलंसं उपकरण होतं. खाली आल्यावर त्यानं त्या उपकरणाची पाहणी करण्यासाठी ते वर उंचावलं, नंतर निराशेनं त्यानं मान नकारार्थी हलवली, आपला उजवा हात त्या अलिप्त गार्डला पुसटसं अभिवादन करण्यासाठी उंचावला आणि पुन्हा मुख्य दाराच्या दिशेनं निघाला. शेफर पुन्हा अग्निशामक दलाच्या रूमपर्यंत पोहोचेपर्यंत स्मिथनं खिडक्यांची शटर्स खाली घेतली होती आणि दिवा स्विच ऑन केला होता.

''भलतंच झटपट काम झालं,'' स्मिथनं दाद दिली.

''म्हटलंच आहे, भीतीसुद्धा प्रेरणा देते,'' शेफरनं तुच्छतापूर्वक सांगितलं. ''मी अस्वस्थ असतो, तेव्हा नेहमीच सगळं झटपट करतो. त्या हेलिकॉप्टरमधला हा दाताच्या आकाराचा पार्ट पाहिलास?'' त्यानं ते उपकरण निरखून पाहण्यासाठी उंचावलं, नंतर ते फ्लोअरवर पाडलं आणि आपल्या बुटाचा तळवा त्या उपकरणावर ठेवला. ''डिस्ट्रिब्यूटर कॅप म्हणतात या पार्टला. आणखी कुठला पार्ट बव्हेरियात त्यांच्याकडे नाहीये हे नक्की. या इंजिनाचा तर नक्कीच नाही. आता मला वाटतं, मी जाऊन टेलिफोन ऑपरेटरची भूमिका करावी, अशी तुझी अपेक्षा आहे.''

''नाही. आपल्याला तुझ्यातला अभिनयाचा सगळा स्टॅमिना असा पूर्णपणे संपवून टाकायचा नाहीये.''

''माझं काय?'' शेफरनं संशयपूर्ण प्रश्न विचारला. ''मला हे विधान म्हणजे जरा कुत्सित विनोदासारखं वाटतंय.''

''म्हणजे मला म्हणायचंय, तुझं अभिनयनैपुण्य. तुला आज रात्री आणखी एकच भूमिका करायचीय ती म्हणजे लेफ्टनंट शेफर, ओएसएस परदेशात असलेला एक अजाण अमेरिकन.''

''ती भूमिका काही तेवढी अवघड असणार नाही,'' शेफरनं कडवटपणे सांगितलं. त्यानं नुकताच उतरवून ठेवलेला तो मेकॅनिकचा पोशाख त्या बेशुद्ध पडलेल्या पायलटच्या अंगावर चढवला. ''रात्र भलतीच थंडगार आहे. असो, आता टेलिफोन एक्स्चेंज.''

''लवकरात लवकर. पण त्याआधी कार्नेबी-जोन्सबरोबर त्यांची किती प्रगती झालीय याची चाचपणी मला करायचीय. जरा तिकडे नजर टाकू या. ''

नंतर आणखी दोन मजले वर आणि मध्यवर्ती पॅसेजमध्ये मध्यभागी स्मिथ एका प्रवेशद्वारापाशी थांबला. त्यानं मानेनं खूण करताच शेफरनं हात पसरून लाइटचा स्विच ऑन केला. त्या पॅसेजच्या दोन्ही टोकांना असलेल्या लाइटच्या मंद उजेडाचा अपवाद वगळता, तो पॅसेज संपूर्णपणे अंधारात होता. स्मिथनं दाराच्या मुठीवर हलकेच हात ठेवला आणि शांतपणे, अलगद दार उघडलं. जेमतेम पंधरा इंच, त्यापेक्षा जास्त नाही. दोघंही चपळाईनं त्या अरुंद जागेतून पुढे सरकत राहिले. स्मिथनं चट्कन आणि हलकेच दार पुन्हा लावून घेतलं.

ही रूम- खरं म्हणजे एखाद्या प्रचंड चेंबरला रूम म्हणायचं तर- किमान सत्तर फूट लांब आणि तीस फूट रुंद असली पाहिजे, असं दोघांचं निरीक्षण झालं. या रूमचं एकदम दुसरं टोक तीन मोठ्या झुंबरांमुळे चांगल्या चमकदार आणि उत्साहपूर्ण उजेडानं उजळून निघालेलं. त्या मानानं स्मिथ आणि शेफर जिथं उभे होते, ती रूमची बाजू जवळपास अंधारात होती.

ते उभे होते, ते फ्लोअर नव्हतं, तर फ्लोअरपासून जवळपास डझनभर फूट वर असलेला एक प्लॅटफॉर्म होता. हा प्लॅटफॉर्म म्हणजे एक भलीमोठी आणि वैचित्र्यपूर्ण पद्धतीचं कोरीवकाम असलेली, ओक वृक्षाच्या लाकडाचा उपयोग करून उभारलेली मिन्स्ट्रल्स गॅलरी होती. ही गॅलरी त्या बाजूला तीस फूट रुंदीइतकी पूर्णपणे पसरलेली होती. त्याचप्रमाणे त्या रूमच्या दोन्ही लांबवर जाणाऱ्या बाजूंच्या एकचतुर्थांश तरी ही गॅलरी पुढे गेलेली होती. तिथं लाकडी बाकांच्या रांगा होत्या. दाराच्या एका बाजूला एक ऑर्गन होता, तो त्यांनी नुकताच ओलांडला होता. दाराच्या दुसऱ्या बाजूला ऑर्गन पाइप्सची रांग होती. ज्या कोणी ही जागा बांधली होती, त्याला ऑर्गन आणि क्वायर-सिंगिंग खूप आवडत होतं, असं दिसत होतं. किंवा निदान त्याला या गोष्टी आवडत असल्याचं वाटत तरी होतं. गॅलरीच्या पुढच्या बाजूच्या मध्यभागातून, मागच्या दाराच्या विरुद्ध बाजूला, खूप बारकाईनं शोभिवंत नक्षीकाम केलेले लाकडी कठडे असलेल्या पायऱ्या खालच्या दिशेनं गेल्या होत्या. ही जागा म्हणजे उघडच ती गोल्ड ड्राइंग रूम होती.

स्मिथला वाटलं- या जागेचं हे नाव अगदी समर्पक असं ठेवलं होतं. या जागेतलं सारं काही सोन्याचं, सोनेरी किंवा सोन्याचा मुलामा दिलेलं होतं. या भिंतीपासून त्या भिंतीपर्यंत गेलेला गालिचा रंगानं गडद सोनेरी होता, त्याच्या जाडीमुळे एखादं पोलर बिअर म्हणतात, त्या अस्वलालासुद्धा हेवा वाटून कसंसंच वाटलं असतं. तिथलं भारदस्त, वैचित्र्यपूर्ण फर्निचर सोन्याचा मुलामा दिलेलं होतं. त्यावर सर्प आणि वेगवेगळ्या प्राण्यांची डोकी, मोठे कोच आणि खुर्च्यासुद्धा मंद सोन्याची छटा असलेल्या. सुवर्णधाग्यांनी आच्छादित झुंबरंसुद्धा सोन्याचा मुलामा

दिलेली आणि तिथल्या भल्यामोठ्या पांढऱ्या आणि सोन्याचा मुलामा दिलेल्या फायरप्लेसमध्ये पाइन वृक्षाच्या लाकडाचे ओंडके कडकडत जळत राहिले होते. याच फायरप्लेसवर तितकाच मोठा पांढरा आणि सोन्याचा मुलामा दिलेला आरसा. तिथले मोठेच्या मोठे पडदे संमिश्र सोनं म्हणतात तशा प्रकारच्या सोन्याचे असण्याची शक्यता होती. तिथलं छत म्हणून असलेलं हाय ओक पॅनलिंग म्हणजे एक चूक होती. ते सारखंच अगदी हट्टानं ओकचं पॅनलिंग असल्यासारखंच वाटत राहिलेलं. बहुधा त्याला दिलेला सोन्याच्या रंगाचा थर उडाला होता. स्मिथच्या मनात विचार-एकूण केवळ कुठल्याशा वेड्या बव्हेरियन सम्राटानंच कल्पना करावी, त्यात राहणं तर दूरच, अशी ही रूम होती.

या सोनेरी रूममध्ये तीन माणसं मोठ्या फायरभोवती आरामात बसली होती. जे काही दिसत होते, त्यावरून डिनरनंतर कॉफी आणि ब्रँडी घेत खेळीमेळीच्या वातावरणात गप्पा चालल्यासारखे तिघंही वाटत होते. कॉफी आणि ब्रँडी त्यांना सर्व्ह करण्यात येत होती. हे सोनेरी ट्रॉलीतून सर्व्ह करणारी व्यक्ती होती अर्थातच ॲन-मेरी. ॲन मेरी तिथल्या पॅनलिंगप्रमाणेच निराशा करणारी. सोन्याच्या धाग्यांची गुंफण असलेला ड्रेस परिधान करण्याऐवजी तिनं एक मोठा, पांढरा सिल्कचा घट्ट गाउन घातला होता. अर्थात तिचा पिंगट वर्ण आणि बर्फाळ वातावरणामुळे बंदिस्त जगात जास्त राहण्यामुळे येणारा रंग... त्यामुळे कुठेतरी ऑपेराला जायच्या बेतात असल्यासारखी ती दिसत होती.

स्मिथकडे पाठ असलेला माणूस स्मिथनं याआधी कधीही पाहिला नव्हता, कारण बाकीची माणसं कोण होती, हे त्यानं ताबडतोब ओळखलं, मात्र तो माणूस कोण होता, हे त्याला माहीत होतं. हा माणूस होता- कर्नल पॉल क्रॅमर. जर्मन गुप्तचर यंत्रणेचा उपप्रमुख. ब्रिटनची गुप्तचर यंत्रणा एमआय-६ ने त्याचा उल्लेख जर्मन गुप्तचर यंत्रणेतला सगळ्यात उच्च पातळीवरचा बुद्धिमान आणि भीतिदायक मेंदू असा करून ठेवला होता. याच माणसावर जास्त लक्ष ठेवणं आवश्यक आहे, भीती वाटावी असा हा माणूस आहे, हे स्मिथ ओळखून होता. क्रॅमर कधीही एकदा केलेली चूक पुन्हा करत नाही आणि त्याहीपुढचं म्हणजे त्यानं पहिल्यांदा शेवटची चूक केव्हा केली, हेही कोणाला आठवत नाही, असं क्रॅमरबद्दल म्हटलं जायचं.

स्मिथनं पाहिलं, तर कर्नल क्रॅमरनं त्याच्या बाजूला असलेल्या नेपोलियन बॉटलमधून आणखी थोडी ब्रँडी ओतून घेतली, ती स्टर केली आणि पहिल्यांदा त्याच्या डावीकडे बसलेल्या माणसाकडे पाहिलं. हा माणूस उंच, वय होत चाललेला पण अजूनही चांगलं दिसणारा म्हणावं असा होता. त्यानं वेहरमार्टच्या राइसमार्शलचा युनिफॉर्म परिधान केला होता. त्या क्षणी त्याच्या चेहऱ्यावर फारच दुर्मुखलेले भाव होते. नंतर कर्नल क्रॅमरनं त्याच्या समोरच्या बाजूला बसलेल्या माणसाकडे पाहिलं.

काळे-करडे केस आणि खूपच उठावदार व्यक्तिमत्त्व असलेली ही व्यक्ती अमेरिकन सेनेच्या लेफ्टनंट जनरलपदाचा युनिफॉर्म परिधान केलेली. हाताशी कॉम्प्टोमीटर (प्राथमिक स्वरूपाचा कॅलक्युलेटर) नसल्यानं दोन जनरल व्यक्तींपैकी कोणाच्या युनिफॉर्मवर अधिक पदकं होती, हे सांगणं अवघड होतं.

क्रॅमरनं ब्रँडीचा घुटका घेतला आणि कंटाळलेल्या सुरात सांगितलं, ''तुम्ही माझ्यासाठी सगळ्या गोष्टी फार तापदायक करताय, जनरल कार्नेबी. अतिशय, अतिशय तापदायक.''

''माय डिअर क्रॅमर, ज्या काही अडचणी आहेत, त्या तुम्हीच निर्माण केलेल्या आहेत,'' कार्टराईट जोन्स सहजपणे म्हणाला. ''तुम्ही आणि जनरल रोझमेयर– तेही इथं आहेत– त्यात काहीही तापदायक नाही.'' त्यानं ॲन-मेरीकडे नजर वळवली आणि स्मितवदनानं तिला सांगितलं, ''माय डिअर, मला आणखी थोडी ब्रँडी हवीय. खरोखरच आमच्याकडे अशी काही कुठलीही व्यवस्था नाही. तुम्ही मंडळी तुमच्या पर्वतराजीच्या भागातल्या सुरक्षित जागेत कडेकोट बंदोबस्तात राहा किंवा राहू नका, आपली स्वत:ची काळजी कशी घ्यायची, हे तुम्हा लोकांना खरोखरच चांगलं माहीत आहे.''

मिन्स्ट्रल्स गॅलरीच्या मागच्या बाजूला असलेल्या अंधारात शेफरनं स्मिथला कोपरानं ढोसलं. ''कार्नेबी-जोन्सला नेपोलियन ब्रँडी ढोसून काय करायचंय तर मग?'' त्यानं खूपच खालच्या आवाजात रागीट पुटपुट केली. ''त्याचं अजून सगळं इतकं धडपणे कसं चालू दिलं जातंय?''

''श्श!'' स्मिथनं जे त्याला कोपरानं ढोसलं, त्यामागचं वजन आणि अधिकार, शेफरनं त्याला जे ढोसलं होतं, त्यापेक्षा कित्येक पटींनी जास्त होता.

ॲन-मेरीनं जोन्ससाठी आणखी थोडी ब्रँडी ओतली, तेव्हा जोन्सनं सस्मित वदनानं त्याबद्दल आभार मानले. जोन्सनं ग्लासमधल्या ब्रँडीचे आणखी काही घुटके घेतले, समाधानानं सुस्कारा टाकला आणि पुन्हा आपलं संभाषण सुरू केलं. ''का तुम्ही विसरलात जनरल रोझमेयर जर्मनीसुद्धा हेग करारावर स्वाक्षरी करणारा सहभागी देश आहे ते?''

''मी विसरलो नाहीये,'' रोझमेयरनं अस्वस्थपणे उत्तर दिलं. ''मला जर शक्य असतं... जनरल माझे हात बांधलेले आहेत. मला बर्लिनहून ऑर्डर्स आहेत.''

''बर्लिनला जे काही माहिती असण्याचा अधिकार आहे, ते तुम्ही बर्लिनला सांगू शकता,'' जोन्सनं सहजपणे सांगितलं. ''मी एक जनरल आहे. लेफ्टनंट जनरल जॉर्ज कार्नेबी, युनायटेड स्टेट्स आर्मी.''

''आणि सेकंड फ्रंटसाठी चीफ को-ऑर्डिनेटर ऑफ प्लॅनिंग,'' रोझमेयरनं पुन्हा दुर्मुखलेपणानं पुस्ती जोडली.

"सेकंड फ्रंट?" जोन्सनं कुतूहलानं विचारलं, "ते काय प्रकरण आहे?"

रोझमेयरनं जडपणानं आणि प्रामाणिक अशा गांभीर्यानं सांगितलं, "जनरल, मला जे करणं शक्य आहे, ते मी केलंय. तुम्ही माझ्यावर विश्वास ठेवला पाहिजे. छत्तीस तास मी बर्लिनला थोपवून धरलंय. निव्वळ तुम्हाला पकडण्याच्या वस्तुस्थितीमुळेसुद्धा दोस्त राष्ट्रांना त्यांच्या आक्रमणाच्या योजना बदलणं भाग पडेल, या मुद्द्यावर मी मन वळवलंय... हाय कमांडचं मन वळवलंय. पण हे पुरेसं नाहीये असं दिसतंय. आता शेवटचंच मी विचारतोय."

"मी काहीही अपेक्षा ठेवल्या नव्हत्या," रोझमेयरनं थकलेल्या सुरात कबूल केलं. "एखाद्या ज्येष्ठ लष्करी अधिकाऱ्याकडून मी कशाचीही अपेक्षा ठेवणार कशी? हे प्रकरण आता कर्नल क्रॅमरच्या हातात आहे."

जोन्सनं ब्रँडीचे आणखी घुटके घेतले आणि क्रॅमरकडे विचारपूर्वक पाहिलं. "कर्नल काही या बाबतही फार आनंदी दिसत नाहीयेत."

"मी आनंदी नाहीये," क्रॅमर म्हणाला, "पण आता हे प्रकरण माझ्या हातातलं राहिलेलं नाही. मलाही माझ्या ऑर्डर्स आहेत. ॲन-मेरी बाकीचं सगळं बघून घेईल."

"ही मोहक तरुणी?" जोन्सनं सौजन्यपूर्वक अविश्वास व्यक्त केला. थंब-स्क्रू म्हणून ओळखल्या जाणाऱ्या वेदनायंत्रावर- छळ उपकरणावर- हुकमत असणारी विलक्षण कलाकार?"

"नाही हायपोडर्मिक सिरिंज," क्रॅमरनं थोडक्यात सांगितलं, "ती एकेकाळी एक प्रशिक्षित नर्स होती." त्याचवेळी बेल वाजली. क्रॅमरनं त्याच्या शेजारचा फोन उचलला. "यस? आहे! त्यांची झडती घेण्यात आलीय? व्हेरी गुड. आत्ताच्या आता." त्यानं जोन्सकडे पाहिलं "वेल, वेल, वेल... आपल्याला काही मजेशीर मंडळींचा सहवास आता लाभणार आहे, जनरल. खरोखरच खूप मजेशीर. छत्रीधारी. तुझी सुटका करण्यासाठी आलेलं पथक. तुम्हाला एकमेकांना भेटण्यामुळे खूप आनंद वाटेल याची मला खात्री आहे."

"तू काय बोलतोयस, हेच माझ्या लक्षात येत नाहीये," जोन्स आळसटल्यासारखं म्हणाला.

"हे सुटकापथक आपण याआधी पाहिलंय," स्मिथनं पुटपुटत शेफरला सांगितलं. "लवकरच आपल्या जुन्या ओळखींना आपण उजाळा देणार आहोत. कम ऑन."

"काय? आता?" शेफरनं जोन्सच्या दिशेनं झट्कन अंगठ्यानं निर्देश केला. "जर्मन मंडळी त्याच्यावर काम सुरू करणार आहेत नेमक्या याच वेळी."

"तुला सामाजिक मुद्द्यांवर तितकीशी कल्पना नाहीये, लेफ्टनंट," स्मिथची कुजबुज. "ते लोक सुसंस्कृत आहेत. पहिल्यांदा ते ब्रँडी संपवतात. नंतर कामाला लागतात."

''म्हणजे मी म्हटलं तसं,'' शेफर दुःखपूर्ण सुरात म्हणाला, ''मी मोण्टानाचा आहे.''

स्मिथ आणि शेफर दोघंही जितक्या शांतपणे तिथून गेले, तितक्याच शांतपणे त्यांनी आपल्यामागे दार लावून घेतलं. कॉरिडॉरच्या दोन्ही टोकांना असलेल्या भीतिदायक वाटणाऱ्या प्रकाशात त्यांच्यासाठी प्रवेशद्वार मोकळं असल्याचं त्यांना दिसलं. स्मिथनं लाइट लावला. ते झपाझप पावलं टाकत पॅसेजमधून जात राहिले, नंतर एक जिना उतरून ते डावीकडे वळले आणि एका प्रवेशद्वारापाशी थांबले. त्यावर असलेल्या पाटीवर लिहिलं होतं- टेलिफोन एक्स्चेंज.

स्मिथनं कौतुकदर्शक डोकं हलवलं, दाराला कान लावला आणि एका गुडघ्यावर बसून कीहोलमधून पाहिलं. नंतर त्याच अवस्थेत राहून हळूच त्यानं हॅन्डल चाचपून पाहिलं. त्यामुळे स्मिथच्या हातून जो काही आवाज झाला, तो टेलिफोनवर बोलणाऱ्याच्या आवाजात दडपला गेला. ते दार लॉक केलेलं होतं. स्मिथनं सावकाश हॅन्डल सोडलं, ते सरळ केलं आणि मान नकारार्थी हलवली.

''फारच संशयी माणसं दिसतायत,'' शेफर तुसडेपणानं म्हणाला. ''स्केलेटन्स.''

''ऑपरेटरला आपले आवाज ऐकू येतील. पलीकडच्या दारापाशी जाऊ.''

पलीकडचं दार लावलेलं नव्हतं. स्मिथनं त्या दाराच्या हॅन्डलवर दाब द्यायच्या आतच ते दार उघडलं. त्या पलीकडची ती सगळी रूम पूर्ण अंधारात होती आणि रिकामी वाटत होती.

''एक सेकंद. तिथंच थांबा!'' एक थंड आवाज त्यांच्यामागून आला.

''*मोमेंट, बायट!* स्मिथ आणि शेफर दोघंही खूप झट्कन नाही तरी थोडेसे झट्कन वळले. त्यांच्यापासून काही फूट अंतरावर एक सैनिक उभा होता. त्याच्या हातातली गन रोखलेली. त्याची नजर संशयाला चालना मिळाल्यामुळे दोघांकडून स्मिथच्या हातातल्या किट-बॅगकडे वळत राहिली. स्मिथनं त्या सैनिकाकडे पाहिलं पाठोपाठ सूचकतेनं तर्जनी ओठांवर ठेवली.

''Dummkopf!'' स्मिथचा आवाज म्हणजे आवळून घेतलेल्या दातांमधून प्रकट झालेली मोठी कुजबुज होती. ''Silenz! Englander!''

तो अधीरपणे वळला आणि थोडंच उघडलेल्या प्रवेशद्वारातून त्यानं तणावग्रस्त नजर टाकली. पुन्हा एकदा त्यानं शांततेचा आदेश दिल्यासारखा हात उद्दाम अधिकारयुक्त वर केला. आणखी काही सेकंद पुढे सरकल्यावर तो सरळ झाला. त्याचे ओठ मुडपलेले. त्यानं शेफरकडे अर्थपूर्ण नजरेनं पाहिलं आणि तो किंचितसं एका बाजूला झाला. शेफरनं आपली जागा घेतली आणि त्या सैनिकाकडे रोखून पाहायला सुरुवात केली. स्मिथनं पाहिलं तर त्या सैनिकाच्या चेहऱ्यावरच्या संशयाची जागा आता कुतूहल घेत होतं. शेफरनं ताठ होऊन हळू आवाजात विचारलं,

"आपण आता करायचं काय?"

"मलाही माहीत नाही," स्मिथ चिंताग्रस्त कुजबुजीच्या सुरात म्हणाला. "कर्नल क्रॅमरनं त्यांना जिवंत पकडायला सांगितलंय. पण..."

"काय नेमका प्रकार आहे?" त्या सैनिकानं त्यांच्या इतक्याच खालच्या पट्टीत विचारलं. कर्नल क्रॅमरच्या उल्लेखानं त्याच्या मनातला होता-नव्हता तो संशय दूर झाला.

"तू अजूनही इथंच आहेस," स्मिथ चिडून म्हणाला, "ठीक आहे, गो ऑन. जरा नजर टाक. पण झट्कन!"

त्या सैनिकाचा चेहरा आणि डोळे तीव्र अशा कुतूहलानं चमकत राहिलेले. त्याच्या मनात भराभर प्रमोशन मिळण्याचीही स्वप्नं असण्याची शक्यता होती. तो पायांच्या टोकावर जोर देत पुढे सरकला, त्याचवेळी शेफर त्या सैनिकाला काय ते पाहू देण्यासाठी सौजन्यपूर्वक बाजूला सरकला, मात्र एकाच वेळी दोन लूगर्स पिस्तुलं त्याच्या दोन्ही कानशिलांना खुपसून टेकल्यानं त्यानं झट्कन लष्करी पुढाकाराचा थोडासा का होईना, काय जो विचार केला असेल, तो तितक्याच कार्यक्षमतेनं संपुष्टातही आला. नंतर त्याला रूममध्ये ढकलण्यात आलं, तो अडखळला. पुन्हा तोल सावरून तो वळला नाही, तोच दार बंद झालं होतं, लाइट लागला होता आणि दोन्ही पिस्तुलं त्याच्यावर रोखलेली.

"ही आमच्या गनवर तुला दिसतायत ती सायलेन्सर्स आहेत," स्मिथ शांतपणे म्हणाला, "अजिबात हिरोगिरी करायची नाही. आपल्या देशासाठी मरणं वेगळं आणि काहीही कारण नसताना निरुपयोगी तत्त्वावर मरणं वेगळं आणि अतिशय मूर्खपणाची गोष्ट असते असं मरणं म्हणजे, मान्य?"

त्या सैनिकानं दोघांकडे पाहिलं, त्यानं आपल्याला किती संधी आहे ते अजमावलं, नंतर आपल्याला काहीही संधी नाही, ही वस्तुस्थिती स्वीकारली आणि मानेनंच होकार दिला. शेफरनं तिथलाच एक दोर काढून त्या सैनिकाला सांगितलं, "तू भलताच उतावीळ असशील, पण तू मूर्ख नाहीयेस. तुझे हात पाठीमागे बांधलेले आहेत, तसाच गप पडून राहा."

स्मिथनं पाहिलं- ती रूम छोटी होती, तिथं लोखंडी कप्पे आणि फायलिंग कॅबिनेट्स होती. ही रूम म्हणजे ऑफिसचं रेकॉर्ड ठेवण्यासाठी असलेली एक प्रकारची स्टोअररूम होती. या दिशेनं कोणीही यायची शक्यता फार नव्हती आणि कसंही असलं, तरी त्यांना हीच शक्यता पकडून राहायचं होतं. शेफरनं त्या कैद्याच्या तोंडात बोळा कोंबला आणि त्याचे हात-पाय बांधून टाकेपर्यंत स्मिथ थांबला, नंतर स्मिथनं आपलं लूगर पिस्तूल बाजूला ठेवलं आणि त्या माणसाला त्या शेल्फ्सना आधार देणाऱ्या पोल्सपैकी दोन लोखंडी पोल्सना बांधून ठेवायला हातभार लावला.

पाठोपाठ तो खिडकीकडे वळला, खिडकीची खालची चौकट वर करून त्यानं बाहेर पाहिलं.

त्याच्या समोर उत्तरेकडे दरी पसरत गेली होती, अगदी हलकेच पडणाऱ्या बर्फातून त्या गावातले दिवे आणि आणि रेल्वे स्टेशनवर धुमसणारी आग-निखारे दिसत होते. स्मिथनं उजवीकडे पाहिलं. टेलिफोन एक्स्चेंजची प्रकाशमान खिडकी आता काही फूट अंतरावर होती. त्या खिडकीतून शिसाचं जाड आवरण असलेली केबल तितक्याच जाड वायरला जोडलेली. ही केबल किल्ल्याच्या भिंतीवरून खाली अंधारात गेली होती.

"ती केबल?" शेफर आता स्मिथच्या बाजूला.

"तीच. जरा रोप घेऊ या."

स्मिथनं दोन गाठी मारून पाय मोकळे केले, नंतर खिडकीच्या चौकटीवरून सरकत बाहेर जात तो खाली जात राहिला. ते हातांच्या पूर्ण लांबीपर्यंत. त्याचवेळी शेफर खिडकीच्या एका बाजूला. त्यानं तिथल्या शेल्फच्या आधाराभोवती दोराच्या गाठी मारल्या होत्या आणि स्वत: तो दोर पेलून उभा होता. स्मिथनं आपली चौकटीवरची पकड सोडली. स्मिथ दहा-बारा फूट खाली जाईपर्यंत शेफर दोराला झटके देत राहिला. नंतर मोकळा हात आणि दोन्ही पायांनी किल्ल्याच्या भिंतीपासून बचाव करण्यासाठी स्मिथ किल्ल्यालगत लंबकाच्या कमानीप्रमाणे स्वत: झोके घ्यायला लागला. शेफर वरून हातभार लावून स्मिथच्या झोक्यांना आणखी गती देत राहिलेला. पाचव्या झोक्याच्या वेळी त्यानं डाव्या हाताची बोटं त्या लेड केबल आणि वायरभोवती अडकवली. शेफरनं रोपवरचा ताण कमी केला, तेव्हा स्मिथनं दोन्ही हात केबलभोवती आणले आणि तो पट्कन काही फूट चढून जाऊन खिडकीपाशी पोहोचला. आपल्या हातातली केबल टेलिफोनची आहे, याची त्याला जवळपास खात्री होती, पण केवळ तेवढीच. त्याला उच्च दाबाचा वीजपुरवठा करणारी वायर आपल्या चाकूनं कापायची इच्छा नव्हती.

त्यानं त्या खिडकीच्या चौकटीवरून झटपट एक सावध नजर टाकली. तिथल्या टेलिफोन ऑपरेटरची त्याच्याकडे जवळपास पूर्णपणे पाठ... तो ऑपरेटर फोनवर उत्साहानं बोलत होता. स्मिथ आणखी सहा इंचांनी वर आला. तिथं त्यानं पाहिलं, त्यानं जी केबल पकडली होती, बरोबर त्याच जाडीची वाटणारी केबल स्कर्टिंग-बोर्डलगत एक्स्चेंजच्या मागे कुठे तरी गेली होती आणि त्यानंतर ती पुन्हा दिसत नव्हती. तो पुन्हा काही फूट खाली आला, त्यानं डाव्या हातानं केबल आणि वायर पकडली, त्याच्या चाकूचं टोक केबल आणि वायरच्या मध्ये काही इंच खाली खुपसलं आणि चाकू चालवायला सुरुवात केली. असा डझनभर वेळा त्यानं चाकू चालवला आणि त्यानंतर त्याचं काम संपलं.

त्यानं चाकू पुन्हा चाकूच्या म्यानात ठेवला, पुन्हा त्यानं स्वत:ला वरच्या बाजूला उंचावलं आणि खिडकीतून आत पाहिलं. तो ऑपरेटर अजूनही उत्साहानं काम करत होता, पण या वेळी तो बोलत नव्हता, तर एक्स्चेंजचं हॅन्डल जोरजोरानं फिरवण्यात गुंतला होता. काही सेकंद असे निष्फळ प्रयत्न केल्यावर त्यानं नाद सोडून दिला आणि डोकं गोंधळात सापडून हलवत स्विचबोर्डकडे नुसताच बघत राहिला. स्मिथनं शेफरला खूण केली, केबलवरची पकड सोडली आणि पुन्हा तो किल्ल्याच्या भिंतीच्या दिशेनं झेपावला.

मेरीनं तिच्या घड्याळात दहाव्यांदा तरी नजर टाकली. त्यापेक्षाही कमी मिनिटांत तिनं अस्वस्थपणे ओढत ठेवलेली अर्धी सिगारेट विझवली. आपल्या खुर्चीतून ती उठली, तिनं हॅन्डबॅग उघडली, त्या हॅन्डबॅगमधल्या मौझर पिस्तुलाचा सेफ्टी कॅच योग्य तसा आहे ना, हे तिनं चाचपून पाहिलं आणि रूमच्या दुसऱ्या बाजूला गेली. तिनं दाराचं हॅन्डल फिरवून ते उघडायला सुरुवात केली नाही, तोच बाहेरून टक्‌टक् झाली. ती थबकली, तिनं आपल्या हातातल्या बॅगकडे दृष्टिक्षेप टाकला आणि ती कुठे लपवता येईल म्हणून रूममध्ये आजूबाजूला घाबरून पाहिलं, पण काहीही व्यवस्थित ठेवण्याच्या दृष्टीनं तोपर्यंत उशीर झाला होता. एकदम दार उघडलं. पाठोपाठ आनंदी स्मित चेहऱ्यावर असलेला फॉन ब्रॉचिझ दारात उभा होता.

"आह, फ्रॉलीन!" त्यानं त्या बॅगेकडे पाहिलं आणि पुन्हा स्मित केलं. एकूण मी नशीबवान आहे म्हणायचं. "तू जिथं चाललीयस तिथपर्यंत तुला सोबत करायला वेळेवर आलो."

"मला सोबत..." ती मध्येच म्हणाली तिच्या चेहऱ्यावर स्मित. "माझ्या कामाचं विशेष काही नाही. ते काय केव्हाही होईल. तुला मला भेटायचंय, कॅप्टन?"

"साहजिकच."

"कशाबद्दल?"

"कशाबद्दल! कशाबद्दलही नाही, हेच. तू जर स्वत:ला काही म्हणणार नसशील, तर केवळ तुला भेटण्यासाठी. त्यात काही गुन्हा आहे? आम्ही कधीही कुठेही पाहिली नसेल, इतकी सुंदर तरुणी..." तो पुन्हा हसला आणि तिचा हात हातात घेतला. "कम, बव्हेरियन आदरातिथ्याचा छोटा आविष्कार. कॉफी."

"पण माझ्या कामाचं काय?" मेरी संदिग्धपणे म्हणाली, "मला कर्नलच्या सेक्रेटरीला भेटणं..."

"ते काम! तिला जरा वाट पाहू दे!" फॉन ब्रॉचिझच्या आवाजातला जिव्हाळ्याचा अभाव लक्षणीय होता. "आपल्याला बोलण्यासारख्या पुष्कळ गोष्टी आहेत."

“आपल्याला?” फॉन ब्रॉचिझच्या प्रभावी स्मिताला विरोध करणं, प्रतिसाद न देणं अवघड होतं. म्हणजे कुठल्या प्रकारच्या?

‘ड्युसेलडॉर्फ.’

‘ड्युसेलडॉर्फ?’

“अर्थातच! तेच माझंही मूळचं शहर आहे.”

“तुझंही शहर आहे!” ती पुन्हा हसली आणि तिनं त्याच्या दंडाला किंचितसा चिमटा काढला. “जग किती छोटं आहे. ही भेट तर फारच छान होईल.”

त्याच्या बरोबर पुढे जात असताना तिच्या मनात संदिग्ध विचार– एखादी व्यक्ती स्मित आणि स्मितच कशी करू शकते आणि आतून एखाद्या थडग्यासारखं थंड तिला कसं वाटू शकतं...?

सात

गेल्या पंधरा मिनिटांत दुसऱ्यांदा स्मिथ आणि शेफर गोल्ड रूमच्या मिन्स्ट्रल्स गॅलरीच्या बाहेरच्या प्रवेशद्वारापाशी थांबले. त्यांनी पॅसेजमधला लाइट लावला, ते किंचित थांबले, कानोसा घेत राहिले आणि नंतर शांतपणे आत शिरले. तरीसुद्धा या वेळी स्मिथ जवळपास बंद असलेल्या दाराच्या फटीतून आत शिरला आणि त्यानं पुन्हा लाइट लावला. हे दार पुन्हा वापरण्याचा विचार त्याच्या मनात नव्हता. त्या रात्री किंवा अन्य कुठल्याही रात्रीशिवाय, त्याला कुठल्या भुवया उंचावलेल्या नको होत्या. कितीही, अगदी किंचितसुद्धा भुवया उंचावायला नको होत्या. सगळ्या शक्य त्या धोक्यांमध्ये अस्तित्व टिकवून राहणं हाच असीम आणि एकमेव सावध विचार समोर होता. काही वेळा ती शक्यता अगदी दूरवरची वाटत असली, तरी या वेळी स्मिथ आणि शेफर, मिन्स्ट्रल्स गॅलरीच्या मागच्या बाजूला थांबून राहिले. दोघंही गोल्ड रूमच्या फ्लोअरकडे नेणाऱ्या रुंद जिन्याच्या वरच्या बाजूपाशी येईपर्यंत सावकाश पुढच्या बाजूला सरकले आणि नंतर तिथल्या पुढच्या, ओक वृक्षाच्या लाकडापासून तयार केलेल्या बाकावर बसले. त्या गॅलरीच्या पॅसेजकडे जाणाऱ्या मार्गाच्या दोन्ही बाजूंना एकेक बाक होता. दोघं अजूनही दाट अंधारात झाकून राहिले होते, खालून पूर्णपणे अदृश्य राहत...

स्मिथच्या मनात विचार- या रात्री कर्नल क्रॅमरच्या विशेष बनावटीच्या नेपोलियन ब्रँडीच्या साठ्यावर निश्चितच घाला पडतोय असं म्हटलं पाहिजे. आता कर्नल, राइसमार्शल रोझमेयर, जोन्स आणि ॲन-मेरी यांच्यात आणखी तिघांची भर पडली होती. कॅरॅसिओला, थॉमस आणि ख्रिस्तियनसेन... शेवटच्या तिघांच्या हातात आता बेड्या नव्हत्या आणि त्यांच्यावर कडक पहारा नव्हता. याउलट, आता कोणत्याही पहारेकऱ्याचा मागमूस नव्हता. तिघेही जण अगदी चांगले विसावून तिथल्या सोन्याचे धागे असलेल्या आच्छादनानं झाकलेल्या कोचांवर शेजारी-शेजारी बसले होते. तिघांच्याही हातात ब्रँडीनं भरलेले ग्लासेस होते आणि तेही चांगले मोठ्या

आकाराचे होते. अगदी ॲन-मेरीच्या हातातसुद्धा आता ब्रँडीचा ग्लास होता.

क्रॅमरनं कोचावर बसलेल्या तिघांच्या दिशेनं ग्लास उंचावला.

"तुमच्या आरोग्यासाठी, जंटलमेन, तुमच्या अतिशय उत्तम आरोग्यासाठी." तो राईसमार्शलच्या दिशेनं वळला. "युरोपमधल्या सर्वोत्कृष्ट शिलेदारांपैकी तिघंजण, सर."

"मला वाटतं, त्यांची आवश्यकता आहे," रोझमेयरनं अलिप्त नापसंती दर्शवत सांगितलं. "निदान त्यांचं धैर्य वादातीत आहे. युवर हेल्थ, जंटलमेन."

"युवर हेल्थ, जंटलमेन," जोन्स कडवटपणे म्हणाला. त्यानं आपल्या खुर्चीत पुढे झुकत आपला ग्लास फायरमध्ये भिरकावला. त्याबरोबर तो ग्लास फुटला आणि त्यातून बाहेर पडलेली ब्रँडी पेटली. तसं क्षणभर ज्वाळा उफाळत उंचावल्या. "मी डबल एजंट्सच्या आरोग्यासाठी पितो ते असं."

शेफर पॅसेजकडे जाणाऱ्या मार्गात पुढे झुकला आणि कुजबुजला, "त्याला ॲक्टिंगचं तितकंसं काही नाही, असं तू म्हणाल्यासारखं वाटलं."

"याआधी कोणीही त्याला एका रात्रीसाठी पंचवीस हजार डॉलर्स मोजले नाहीत," स्मिथ उपरोधिकपणे म्हणाला.

"अरे, अरे, जनरल. बेस्ट व्हेनेशियन ग्लास." क्रॅमरनं नापसंतीदर्शक डोकं हलवलं आणि हसत सांगितलं, "पण तुमच्या रागाचा पारा चढणं समजण्यासारखं आहे. तुमची सुटका करायला आलेली एवढी पराक्रमी मंडळी वेगळ्या वळणाची असल्याचं समजणं म्हणजे "

'डबल एजंट्स!' जोन्सनं तिरस्काराच्या भरात हे शब्द थुंकल्यासारखे उच्चारले.

क्रॅमर सहिष्णु वृत्ती दर्शवत पुन्हा हसला आणि कोचावर बसलेल्या तिघांकडे वळला.

"आणि तुमची रिटर्न ट्रिप, जंटलमेन? तुमच्या या प्रवासासारखंच या ट्रिपचं व्यवस्थितपणे नियोजन करण्यात आलंय?"

"त्या तोंड बंद ठेवणाऱ्या आणि बरंच काहीतरी असणाऱ्या माणसानं या एका मुद्द्यावर आम्हाला सांगितलं." कॅरॅसिओलानं काहीशा कडवटपणानं सांगितलं. "एक मॉस्क्विटो बॉम्बर आम्हाला न्यायला येणार आहे. स्वित्झर्लंडमध्ये फ्रॉएनफेल्डच्या उत्तरेला असलेल्या सॅलेन नावाच्या एका छोट्या गावात. सॅलेनच्या उत्तरेला एक छोटा नागरी विमानतळ आहे."

शेफर पुन्हा पॅसेजमध्ये झुकला आणि कौतुकमिश्रित कुजबुजला, "तू चांगलाच भीतिदायक थापाड्या आहेस."

"अच्छा, सॅलेन आहे तर," क्रॅमर बोलत होता, "आम्हाला त्याबद्दल सगळं माहीत आहे. स्विस मंडळी त्यांच्या सोयीचं असतं, तेव्हा चुकीच्या दिशेला

बघण्यात तरबेज आहेत. पण आमच्या स्वत:च्या अशा काही कारणांसाठी त्याला फार विरोध न करणं आम्हाला सोईस्कर वाटतं. तरीसुद्धा लंडनला एक छोटा मेसेज. न्यायची वेळ ठरवा आणि त्यासारखं काहीतरी. नंतर एक हेलिकॉप्टर बॉर्डरच्या दिशेनं येणार चालण्यापेक्षाही किती सोपं, जंटलमेन ऱ्हाईन नदी ओलांडायला एक रबरी होडी आणि नंतर एक छोटा फेरफटका. तुम्ही सगळे व्हाइटहॉलमध्ये जाणार. जनरल कार्नेबीची उचलबांगडी बर्लिनला झाल्याचं कळवणार तुम्हाला पत्ता लागायच्या आधी.''

''पुन्हा लंडनमध्ये?'' थॉमसनं आपल्या मुद्द्यावर मंद भर देत डोकं नकारार्थी हलवलं. ''अजिबात नाही, कर्नल. स्मिथ आणि तो अमेरिकन मोकाट सुटलेले असताना? खरं काय चाललंय हे कळल्यावर काय होईल? ते असेच मोकाट राहिले तर काय होणार? दोघंही मोकाट राहिले तर काय होईल? त्यांनी लंडनला मेसेज पाठवला तर काय होईल...''

''तू आम्हाला काय समजतोस?'' क्रॅमर थकलेल्या सुरात म्हणाला, ''तू अर्थातच तुमच्या लीडरच्या दु:खद, दुर्दैवी निधनाची बातमी लंडनला कळवशील. रेल्वे स्टेशनवरच्या त्या लेफ्ट लगेज ऑफिसमध्ये आम्हाला तो गरम राहिलेला रेडिओ सेट मिळताच आम्ही बराकीतली ब्लडहाऊंड कुत्री तिथं सोडली. तो सेट हॅन्डल करणारा तुमचा दुर्मिळ हिरा असलेला मेजर स्मिथच शेवटचा होता आणि त्यामुळे त्यानं फारच स्पष्ट माग सोडला. कुत्र्यांनी गावाच्या पूर्वेच्या बाजूनं गॅरेजपर्यंत त्याचा माग काढला आणि त्यानंतर केबल-कारच्या लोअर स्टेशनपर्यंत.''

''केबल-कार?'' थॉमसच्या मनात उघडच अविश्वास.

''केबल-कार. आपला हा मेजर स्मिथ एकतर भलताच अविचारानं धाडस करणारा तरी आहे किंवा मग अतिशय धोकादायक माणूस आहे. त्याच्याबद्दल मला काहीच माहीत नाही, हेही इथं सांगितलं पाहिजे. नंतर लोअर स्टेशनपाशी कुत्र्यांनी माग गमावला, ती पुढे सरकली नाहीत. त्यामुळे पाठलाग करणाऱ्या तुकड्यांनी कुत्र्यांच्या मदतीनं स्टेशनला वेढा दिला आणि नंतर कुत्र्यांना प्रत्यक्ष केबल-कारमध्ये सोडलं. पण नंतर माग काही लागला नाही. आमची शिकार हवेत कुठेतरी विरून गेल्यासारखं झालं.''

''नेमकं याचवेळी शोधपथकापैकी एकाला अगदी नामी कल्पना सुचली. अगदी तसंच सांगायचं, तर ज्या हवेत विरून गेले ते दोघेजण, ती हवाच तपासून पाहण्यासाठी तो वर चढला आणि लोअर स्टेशनचं छत त्यानं तपासून पाहिलं. आश्चर्य म्हणजे तिथल्या बर्फात त्या दोन माणसांच्या स्पष्ट खुणा आढळल्या. दोघंही तिथं वरच्या बाजूला होते. त्यानंतर प्रत्यक्ष केबल-कारचंच छत तपासणं ही केवळ एक तर्कशुद्ध विचारांची पायरी होती आणि नक्कीच.''

"ते दोघंही आत आले आहेत!" ख्रिस्तियनसेन उद्‌गारला.

"आणि पुन्हा बाहेर पडणार नाहीत." कर्नल क्रॅमर आपल्या खुर्चीमध्ये आरामशीरपणे विसावला. "घाबरू नका, जंटलमेन. बाहेर पडण्याचा प्रत्येक मार्ग रोखण्यात आलाय अगदी हेडर स्टेशनसकट. आम्ही बाहेरच्या बाजूचे गार्ड दुपटीनं वाढवले आहेत आणि बाकीच्यांनी नुकताच सगळ्या फ्लोअरवर त्यांचा तपास करायला सुरुवात केलीय."

मिन्स्टल्स गॅलरीच्या अंधारात स्मिथ आणि शेफरनं एकमेकांकडे विचारमग्न दृष्टिक्षेप टाकले.

"कमाल आहे," थॉमस अस्वस्थपणे म्हणाला, "तो एक हिकमती शिलेदार आहे."

क्रॅमरनं हात उंचावला.

"फक्त पंधरा मिनिटं. मला तशी खात्री आहे." त्यानं आपलं लक्ष जोन्सकडे वळवलं. "मला आता, जनरल, तुमच्या बाबतीत फार पुढचा विचार करण्याचं नाटक मी करत नाही, पण आपण आता तुमच्या औषधपाण्याकडे वळायचं?"

जोन्सनं कॅरॅसिओलाने, ख्रिस्तियनसेन आणि थॉमस यांच्याकडे एक जळजळीत दृष्टिक्षेप टाकला आणि अतिशय सावकाश पण स्पष्ट आवाजात त्यांच्याकडे पाहून उद्‌गारला, "यू ब्लडी स्वाइन!"

"मी जरा माझी तत्त्वं बाजूला ठेवतो, जनरल कार्नेबी," रोझमेयर अस्वस्थपणे म्हणाला, "पण आपण जरा बळाच्या वापराशिवाय..."

"तत्त्वं? तुम्ही मला भलताच कंटाळा आणताय!" जोन्स उभा राहिला आणि त्यानं घशातून एक प्रकारचा दबता, घुसमटल्यासारखा आवाज काढला. "तुम्ही खड्ड्यात जा सगळे! हेग करार! तत्त्व! ऑफिसर्स ॲन्ड जंटलमेन ऑफ द थर्ड ब्लडी राईश!" त्यानं आपलं युनिफॉर्म जॅकेट ओढून काढलं, एक बाही गुंडाळली आणि तो पुन्हा बसला.

नंतर किंचित काळ, अस्वस्थ शांतता... पाठोपाठ क्रॅमरनं ॲन-मेरीला मानेनं खूण केल्यावर तिनं आपला ग्लास खाली ठेवला आणि ती गोल्ड ड्रॉइंग रूमपासून अंतरावर असलेल्या एका दाराच्या दिशेनं गेली. ॲन-मेरीला किंचितसंही अस्वस्थ वाटत नव्हतं, हे सगळ्याच उपस्थितांना अगदी उघडच जाणवलं. तिच्या चेहऱ्यावरचं अर्धस्मित म्हणजे रोझमेयर आणि क्रॅमरच्या उपस्थितीत स्वत:ला झेपेल अशा सुखद अपेक्षेच्या जवळपास जाईल असं होतं.

स्मिथ आणि शेफरनं एकमेकांकडे पाहिलं, आता त्यांचे दृष्टिक्षेप विचारमग्न नव्हते, तर आपल्याला काय करायचंय हे माहीत असलेल्या आणि ते करण्यासाठी बांधील असलेल्या माणसांचे दृष्टिक्षेप होते. दोघंही सावधपणे, आवाज न करता

जिथं बसले होते, त्या बाकांवरून उठून शांतपणे उभे राहिले, त्यांनी खांद्याला लटकवलेल्या श्मेसर्स मशीन-पिस्तूल जमिनीशी समांतर राहतील, अशा पद्धतीनं सरसावल्या, नंतर दोघंही सावकाश जिन्यावरून खाली जात राहिले... एकमेकांमध्ये अंतर ठेवून, पण कठड्यांच्या शक्य तेवढं जवळ राहत चालताना आवाज होण्याचा धोका कमीत कमी ठेवत.

ते हळूहळू निम्म्यानं खाली गेले होते. दोघंही गॅलरीच्या दाट अंधारातून बाहेर पडणार, तोच ॲन-मेरीनं त्या रूममध्ये प्रवेश केला. तिच्या हातात एक छोटा स्टेनलेस स्टीलचा ट्रे होता, त्या ट्रेमध्ये एक काचेचं अरुंद तोंडाचं, चोच असलेलं पात्र - बीकर - होतं. त्याचप्रमाणे कुठलसं रंगहीन द्रव असलेली कुपी होती आणि एक इंजेक्शनची सिरिंज. तिनं तो ट्रे जोन्सच्या जवळच असलेल्या एका साध्या-छोट्या टेबलवर ठेवला आणि ती कुपी अरुंद बीकरमध्ये मोकळी केली.

स्मिथ आणि शेफर दोघंही जिन्याच्या तळाशी पोहोचले होते आणि आता फायरप्लेसभोवती बसलेल्या त्या माणसांच्या दिशेनं सरकत होते. पाठोपाठ ते सावल्यांमधून पूर्णपणे बाहेर आले आणि कोणीही डोकं वळवायची तसदी घेतली असती, तर पूर्णपणे त्यांच्या दृष्टिपथात आले असते. मात्र कोणीही डोकं वळवायची तसदी घेतली नाही, त्या ड्रॉइंग-रूममध्ये बसलेला प्रत्येक माणूस त्याच्या समोरच्या दृश्यात गुंतला होता. ॲन-मेरीनं काळजीपूर्वक इंजेक्शनची सिरिंज भरली आणि ती बारकाईनं पाहण्यासाठी उजेडात उंच धरली तेव्हा सगळीच उपस्थित माणसं, ऐच्छिक किंवा अनैच्छिक आकर्षणाच्या वेगवेगळ्या प्रमाणात तिकडे पाहत राहिली. स्मिथ आणि शेफर दोघंही पुढे सरकत राहिले तिथल्या सोनेरी गालिच्याच्या विलासी जाडीत त्यांच्या पावलांचा आवाज अजिबात होत नव्हता.

सावधपणे आणि व्यावसायिकपणे पण अजूनही चेहऱ्यावर पुसटसं स्मित बाळगत ॲन-मेरीनं मद्यार्कात भिजवलेला कापसाचा बोळा जोन्सच्या हातावर फिरवला. उपस्थित प्रेक्षक नकळत आपल्या खुर्च्यांमध्ये पुढे झुकलेले असतानाच ॲन-मेरीनं जोन्सचं मनगट एका हातात घेतलं आणि दुसऱ्या हातात इंजेक्शनची सुई. तिला पाहिजे होती ती शीर सापडताच कापसाचा बोळा तिनं फिरवला होता, त्या भागावर तिच्या हातातली इंजेक्शनची सुई रेंगाळत राहिली.

"इतक्या छान स्कोपोलॅमाईनचा केवळ अपव्यय होतोय, माय डिअर," स्मिथ म्हणाला, "तुला त्याच्याकडून काहीही मिळणार नाही."

त्याबरोबर क्षणभर थिजलेली आणि अविश्वसनीय अशी स्तब्धता. ती इंजेक्शनची सुई आवाज न करता फ्लोअरवर पडली, पाठोपाठ तिथला प्रत्येक जण दोघांच्या पुढे येणाऱ्या आकृत्यांकडे पाहण्यासाठी वळून नजर रोखून राहिला. कार्बाइन्स सावकाश एका बाजूकडून दुसरीकडे हलत राहिल्या. अपेक्षेप्रमाणेच सगळ्यांच्या आधी भानावर

येऊन कृती केली, ती कर्नल क्रॅमरनंच. लगेचच जवळपास अगदी मंद गतीनं त्याचा हात त्याच्या खुर्चीशेजारच्या एका तावदानावरच्या बटणाकडे सरकायला लागला.

"ते बटण, कर्नल," स्मिथ सहजपणे संभाषण करावं तसं म्हणाला.

त्याबरोबर सावकाश पण नाइलाजानं क्रॅमरचा हात बटणापासून मागे आला.

"खरंतर दुसऱ्या बाजूनं विचार करायचा तर," स्मिथ तसाच मित्रत्वाच्या सुरात बोलत राहिला. "का नाही? अगदी अवश्य बटणाचा उपयोग कर, तुला तसंच वाटत असेल तर."

क्रॅमरनं त्याच्याकडे डोळे बारीक करत गोंधळमिश्रित संशयानं पाहिलं.

"तुझ्या लक्षात येईल, कर्नल," स्मिथ स्पष्टीकरण देत पुढे सांगत राहिला, "की माझी गन तुझ्यावर रोखलेली नाहीये. ती त्यांच्यावर रोखलेली आहे," असं म्हणत त्यानं कॅरॅसिओला, थॉमस आणि ख्रिस्तियनसेन यांच्या दिशेनं पाठोपाठ गन रोखत ठेवली. त्यापाठोपाठ स्मिथ एकदम वळला आणि त्यानं आपल्या हातातल्या गनच्या तोंडाचा दणका शेफरच्या बरगडीत दिला. "ती गन खाली टाक! ताबडतोब!"

"गन खाली टाकू?" शेफरनं त्याच्याकडे धक्का बसून आणि गोंधळयुक्त-भीतियुक्त आश्चर्य व्यक्त करत म्हटलं, "तुला झालं तरी काय?"

शेफरचं बोलणं पूर्ण व्हायच्या आत स्मिथ झपकन पुढे झेपावला आणि आपल्या गनवरची पकड न बदलता त्यानं बॅरल एकदम वर उचलून दट्ट्याचा तडाखा शेफरच्या पोटावर दिला. त्याबरोबर शेफर वेदनांनी कळवळला, दोन्ही हात बरगड्यांच्या वर दाबून तो पुढे झुकला, नंतर काही सेकंद उलटल्यावर उघडच खूप वेदनांना तोंड देत हळूहळू सरळ व्हायला लागला. स्मिथकडे जळजळीत नजर टाकत असतानाच त्याच्या काळ्याशार डोळ्यांत संतापाची आग... त्यानं आपल्या खांद्यावरून श्मेसर गनचा पट्टा झटकला, त्याबरोबर ती गन खाली कारपेटवर पडली.

"तिथं बस," स्मिथनं गनच्या नळीनं रोझमेयरची खुर्ची आणि पकडून आणलेले तिघंजण ज्या कोचावर बसले होते, यांच्यामध्ये निम्म्या अंतरावर असलेल्या एका खुर्चीच्या दिशेनं खूण केली.

शेफरनं हळू आवाजात, कळवळून स्मिथला उद्देशून शिव्या घातल्या...

"सगळे जण तेच तर म्हणतात. तू तर मुळातच परका आहेस." स्मिथच्या आवाजातल्या तुच्छतेची जागा आता धमकीनं घेतली. "त्या खुर्चीवर बसायचं, शेफर."

शेफर मुश्किलीनं त्या खुर्चीत बसला. एकीकडे छातीच्या खाली मध्यभागी चोळत. "मी जर मागे राहिलो..."

"तू जर राहिलास, तर तू काहीही करणार नाहीस," स्मिथनं तिरस्कारानं

सांगितलं. "तुझ्याच शैलीत सांगायचं, तर तू एक ठोंब्या आहेस आणि तोही फारच दुय्यम दर्जाचा." एवढं बोलून तो स्वत: कर्नल क्रॅमरच्या शेजारी आरामात विसावला. "एक साधासुधा अमेरिकन आहे तो." त्यानं बेफिकीरपणे स्पष्टीकरण केलं. "त्याला बरोबर घेतलं होतं, ते कोणीतरी माहीतगार असला की एकूण नाट्यात जिवंतपणा, जान येते म्हणून."

"आय सी," क्रॅमर म्हणाला. प्रत्यक्षात तसं काही नसल्याचंच क्रॅमरकडे पाहता दिसून येत होतं. तो संदिग्धपणे पुढे म्हणाला, "आपण जरा स्पष्टीकरण घेतलं..."

स्मिथनं त्याला शांत राहण्याची खूण हातानंच त्याच्याकडे दुर्लक्ष करत केली. "सगळं योग्य त्या वेळेत होईल, माय डिअर क्रॅमर, सगळं योग्य त्या वेळेत होईल. म्हणजे मी म्हणत होतो तसं, माय डिअर ॲन-मेरी."

"तिचं नाव ॲन-मेरी आहे हे तुला कसं माहीत?"

स्मिथनं गूढ स्मित करत त्याच्याकडे पूर्णपणे दुर्लक्ष केलं आणि आपलं कथन पुढे चालू ठेवलं, "मी म्हणत होतो ते हे, की स्कोपोलॅमाईन म्हणजे निव्वळ वेळेचा अपव्यय आहे. स्कोपोलॅमाईन काय करणार, त्याची तुला कल्पना आहेच. स्कोपोलॅमाईन करणार ती एकच गोष्ट आणि ती म्हणजे आपल्या इथल्या मित्राबद्दलचं सत्य त्यातून उघड होणार आणि सत्य हे आहे मित्रांनो, की प्रत्यक्षात तो लेफ्टनंट जनरल जॉर्ज कार्नेबी, चीफ को-ऑर्डिनेटर ऑफ प्लॅनिंग फॉर द सेकंड फ्रंट अजिबात नाहीये. तो आहे एक कार्टराईट जोन्स नावाचा वेगळाच माणूस. एक अमेरिकन ॲक्टर जनरल कार्नेबीचा तोतया म्हणून काम करण्यासाठी, त्याचं सोंग आणण्यासाठी त्याला बरोब्बर पंचवीस हजार डॉलर्सचं मानधन मोजण्यात आलंय." स्मिथनं जोन्सकडे पाहून त्याला मान लववून अभिवादन केलं. "अभिनंदन, मि. जोन्स तुमच्या उत्कृष्ट अभिनयाबद्दल. अर्थात तुम्हाला युद्धाचा बाकी काळ यातनातळावर काढावा लागणार आहे, ही खरोखरच दुर्दैवाची आणि खेदकारक बाब आहे."

स्मिथचं सांगून संपताच क्रॅमर आणि रोझमेयर एकदम उठून उभे राहिले, बाकीची मंडळीही कोचावर एकदमच पुढच्या बाजूला झुकलेली. त्यांच्या चेहऱ्यावर जवळपास तसेच अविश्वासाचे भाव. कार्टराईट जोन्स या भूतलावरचा परग्रहावरचा पहिला पाहुणा असता, तरीही त्याच्यामुळे इतकी अविश्वसनीयतेच्या पातळीवरची भीतीनं गाळण कोणाचीच उडाली नसती.

"वेल, वेल, वेल," स्मिथ उत्सुकतेनं म्हणाला. "सरप्राइज, सरप्राइज, सरप्राइज." त्यानं क्रॅमरच्या खांद्यावर थापटी मारत कॅरॅसिओला, थॉमस आणि ख्रिस्तियनसेनच्या दिशेनं बोट करत पुढे विचारलं, "हे विचित्र आहे, असंच तू म्हणशील क्रॅमर? त्यांना तुझ्याइतकंच आश्चर्य वाटलेलं दिसतंय?"

जोन्सनं जेमतेम कुजबुजीच्या आवाजात विचारलं, "हे काय, हे काय चाललंय

तुम्ही कोण आहात, सर?''

''रात्रीच्या वेळात टपकलेला एक अनोळखी माणूस,'' स्मिथनं हातानं त्याचा प्रश्न उडवून लावला. ''जाता जाता असाच डोकावलो, असंही तू म्हणू शकतोस. दोस्त राष्ट्र तुला एखादेवेळी युद्ध संपल्यावर पंचवीस हजार डॉलर्स मोजतीलसुद्धा. तरीसुद्धा मी काही त्यावर तेवढा विश्वास ठेवत नाही. आंतरराष्ट्रीय कायद्यानुसार साध्या माणसाच्या कपड्यांमधल्या शत्रूच्या सैनिकाला गोळी घालायची तुला परवानगी असली, तर त्या शत्रूच्या सैनिकालाही तेवढीच परवानगी असते.'' स्मिथनं आपलं शरीर पसरलं आणि सभ्यपणाचे संकेत पाळून हात तोंडावर नेत एक जांभई दाबली. ''आणि आता, ॲन-मेरी तुझ्या परवानगीनं, माय डिअर क्रेमर मला नेपोलियन ब्रँडीचा एक ग्लास मिळेल का? केबल-कारच्या छताला चिकटून राहण्यामुळे माझ्या रक्ताभिसरणावर जरा दुष्परिणाम झालाय.''

स्मिथच्या या विनंतीवर ॲन-मेरी थबकली, तिनं क्रॅमर आणि रोझमेयरकडे पाहिलं. त्यांच्याकडून उत्तेजन किंवा नकार कसलीही प्रतिक्रिया न आल्यानं तिनं खांदे उडवले, ब्रँडीचा एक ग्लास तयार केला आणि तो स्मिथच्या हातात दिला. स्मिथनं दाद दिल्याप्रमाणे त्या ब्रँडीचा वास घेतला, त्यातल्या थोड्या ब्रँडीचा आस्वाद घेतला आणि पुन्हा एकदा जोन्सला अभिवादन केलं.

''अभिनंदन, सर. तुम्ही खरोखरच रसिक आहात.'' त्यानं पुन्हा ब्रँडीचे घुटके घेतले, नंतर तो क्रॅमरकडे वळून म्हणाला, ''थर्ड राईशच्या शत्रूंसाठी इतकी उत्कृष्ट दारू तुम्ही वाया घालवताय हा विचारसुद्धा अजब वाटतो.''

''त्याचं ऐकू नका, कर्नल क्रॅमर, त्याचं ऐकू नका!'' कॅरॅसिओला जोरानं ओरडला. ''तो खोटारडा आहे! तो केवळ प्रयत्न करतोय.''

स्मिथनं त्याची गन कॅरॅसिओलाच्या छातीवर टेकवली आणि सौम्यपणे त्याला ऐकवलं, ''शांत राहा, अन्यथा मी तुला शांत करेन, तू एक विश्वासघातकी आहेस. तुला तुझी संधी मिळेल. नंतर कोण खोटारडेपणा करतोय हे आपण पाहू.'' नंतर आपली गन खाली गुडघ्यावर घेऊन तो थकलेल्या आवाजात म्हणाला, ''कर्नल क्रॅमर, सगळा वेळ या लबाड त्रिकूटावर गन रोखून राहणं आणि काहीतरी बडबड करणं ही काही माझी कल्पना नाहीये. तुझ्यापाशी विश्वास ठेवता येईल असा गार्ड आहे का? म्हणजे नंतर काही बोलणार नाही असा गार्ड?''

आता एका कॅफेमध्ये रूपांतरित करण्यात आलेलं श्लॉस ॲडलरमधलं शस्त्रागार हे बरंचसं किल्ल्याच्या बाकी भागासारखंच होतं. कुठल्याशा मध्ययुगीन स्वप्नातून किंवा दु:स्वप्नातून बाहेर पडल्यासारखं कोणत्याही व्यक्तीची अभिरुची आणि कल जे काही असेल, त्याप्रमाणे ही एक मोठी, लाकडी तावदानं असलेली, दगडी

फ्लोअर असलेली रूम होती. इथल्या तुळया धुरानं काळवंडलेल्या, प्रचंड अशा आणि विशेष बनावटीच्या भिंतीवर प्राचीन आणि गंजलेले चिलखती पोशाख आणि सर्व प्रकारची शस्त्रं शिवाय अनेक शस्त्र-चिन्हं होती; त्यापैकी काही अगदी अस्सल असण्याचीसुद्धा शक्यता होती. या शिवाय भिंतीलगत तीन बाजू असलेली मोठी आसनव्यवस्था- तसंच धर्मगुरूंच्या मठातली असतात तशी वरची बाजू पाषाणाची असलेली अर्धा डझन टेबल्स त्यांच्या बाजूनं प्रचंड ओक लाकडाची बाकं, त्या रूमच्या कमी आसाशी समांतर अशा छतांपासून आलेल्या लोखंडी साखळ्यांना टांगलेले ऑइल लॅम्प्स मंद जळत होते, त्यामुळे त्या शस्त्रागारातलं वातावरण जवळिकीचं किंवा संकटाचं. तिथं प्रवेश केल्यावर एखाद्याचा मूड असेल तसं... या वातावरणाचा आपल्यावर परिणाम होण्यासंबंधी मेरीच्या मनात कसलीही शंका नव्हती. तिची नजर शस्त्रागारातून नुकतंच बाहेर पडणाऱ्या खूप शस्त्रास्त्रांनी सज्ज असलेल्या आणि मोठे बूट घातलेल्या माणसांचा मागोवा घेत राहिली होती. नंतर पुन्हा तिची नजर तिथं एका कोपऱ्यात तिच्या शेजारी बसलेल्या फॉन ब्रॉचिझकडे वळली.

"वेल, मी तुला काय सांगितलं होतं?" फॉन ब्रॉचिझनं मोकळेपणानं विचारलं. "वातावरणाला साजेशी कॉफी?"

मेरीला वाटलं, वातावरणाला साजेशा कॉफीची चव विषासारखी वाटेल. तिनं त्याला विचारलं, "त्या माणसांना काय हवं होतं? ते कोणाच्या तरी शोधात असल्यासारखे वाटले."

"त्यांना विसर. तू फॉन ब्रॉचिझवर लक्ष केंद्रित कर."

"पण तू त्यांच्याशी बोललास. त्यांना काय हवं होतं?"

"किल्ल्यात हेर असल्याचं त्यांचं म्हणणं आहे!" फॉन ब्रॉचिझनं त्याचं डोकं मागे घेतलं, तो हसला आणि त्यानं हात पसरले. "श्लॉस अॅडलरमध्ये हेर आहेत याची कल्पना कर! गेस्टापोंचं हेडक्वार्टर्स! हवेतूनच तरंगत आले असले पाहिजेत! इथलं मिलिटरी कमांडंट कुचकामी आहे. दर आठवड्याला त्याला हेर निघाल्यासारखं वाटत असतं. तर मी ड्युसेलडॉर्फबद्दल काय बोलत होतो?" त्याचं लक्ष तिच्या रिकाम्या कपाकडे गेलं, तेव्हा तो बोलायचा थांबला. "सॉरी, माय डिअर फ्रॉलीन. कम, मोअर कॉफी."

"नको, खरं म्हणजे. मला जायला हवं."

फॉन ब्रॉचिझ पुन्हा हसला. त्यानं आपला हात तिच्या हातावर ठेवला.

"कुठे जायचंय? श्लॉस अॅडलरमध्ये जायला कुठे जागा नाहीये. नॉन्सेन्स नॉन्सेन्स." त्यानं खुर्चीतच वळून ऑर्डर दिली. "फ्रॉलीन, आणखी दोन कॉफी. आणि या वेळी श्नॅप्स."

तो ऑर्डर देत असताना मेरीनं पट्‌कन आपल्या घड्याळाकडे पाहिलं आणि क्षणिक निराशेचे भाव तिच्या चेहऱ्यावर प्रकट झाले. मात्र फॉन ब्रॉचिझ वळला तेव्हा ती त्याच्याकडे पाहून मधुर हास्य करत होती. ती म्हणाली, ''तू ड्युसेलडॉर्फबद्दल बोलत होतास.''

गोल्ड ड्रॉइंग रूममधल्या उपस्थितांमध्ये आता आणखी एका माणसाची भर पडली होती. हा माणूस म्हणजे एक उंच, थंड चेहऱ्याचा आणि भावशून्य नजरेचा सार्जंट होता. त्याच्या सशक्त आणि अतिशय सक्षम दिसणाऱ्या हातांमध्ये कार्बाइन-लाइट ऑटोमॅटिक रायफल- होती. तो कॅरॅसिओला, थॉमस आणि ख्रिस्तियनसेन ज्या कोचावर बसले होते, त्या कोचामागे उभा होता. मधूनच शेफरच्या दिशेनं बाजूला टाकलेले दृष्टिक्षेप सोडले, तर त्याचं संपूर्ण लक्ष तिघांवर होतं. त्याच्या बाबतीत विलक्षण क्षमतेचा विश्वास देणारं एक वलय होतं.

''आता आणखीनच सुसंस्कृत अशी व्यवस्था,'' स्मिथ कौतुकानं म्हणाला. तो आपली गन फ्लोअरवरच राहू देत कप्पे असलेल्या टेबलवरच्या ब्रँडीच्या बाटलीकडे वळला, त्यानं स्वत:साठी आणखी एक ड्रिंक तयार करून घेतलं आणि पुन्हा फायरप्लेसपाशी येऊन आपला ग्लास बाजूच्या एका फळीवर ठेवला.

''आपलं काम करायला केवळ काही मिनिटं पुरतील,'' स्मिथ सौम्य आणि अनिष्टसूचक आवाजात म्हणाला, ''ॲन-मेरी स्कोपोलॅमाईनच्या तीन कॅप्सूल्स घेऊन ये.'' त्याचं तिच्याकडे पाहून स्मित. ''आणि तुला इंजेक्शनची सुई घेऊन यायची आठवण करून द्यायची काही मला आवश्यकता वाटत नाही.''

'कर्नल क्रॅमर!' कॅरॅसिओला निराशेच्या भरात म्हणाला. ''हा वेडेपणा आहे! तू काय परवानगी...''

'गार्ड!' स्मिथचा आवाज निर्दय. ''तो माणूस पुन्हा बोलला, तर त्याला शांत कर!''

त्या गार्डनं त्याच्या कार्बाईनचं तोंड कॅरॅसिओलाच्या पाठीत जोरानं खुपसलं. कॅरॅसिओला त्यामुळे धुमसत गप्प बसला. त्याच्या मुठी पांढऱ्याफटक पडेपर्यंत आवळून घेतलेल्या.

''राईसमार्शल रोझमेयर आणि कर्नल क्रॅमर म्हणजे तुला कोण वाटतात?'' स्मिथनं धारदारपणे विचारलं. ''चट्‌कन फसेल असा मूर्ख? छोटी पोरं? तुझ्या लायकीचे वेडपट लोक? अशा प्रकारचं वेडेपणाच्या पातळीवरचं सोंग आणून तुला निसटून जाता येईल असं वाटतं तुला? मी माझे स्वत:चे पुरावे शाबीत केले आणि तुझे दावे पोकळ ठरवल्यानंतर स्कोपोलॅमाईनचा उपयोग करण्यात येईल. ॲन-मेरी?''

अॅन-मेरी चेहऱ्यावर स्मित प्रकट करत तिथून गेली. स्कोपोलॅमाईनची तीन इंजेक्शन्स देण्याची संधी तिला काही रोज रात्री मिळत नव्हती. नंतर स्मिथनं पुन्हा तिच्या नावानं पुकारलं, तसं ती थांबून वळली. तिच्या भुवया प्रश्नार्थक उंचावलेल्या.

''जरा थांब, फ्रॉलीन.'' स्मिथ हातात ब्रँडीचा ग्लास ठेवून मधल्याच कुठल्या तरी अंतरावर रोखून पाहत होता. त्याच्याकडे पाहणाऱ्यांना त्याच्या चेहऱ्यावर एक मंद स्मित प्रकट होताना दिसलं. हे स्मित अर्थातच आणखी कुठल्या तरी नव्या कल्पनेची सूचना देणारं आणि त्याला खूपच आनंद झालाय असं दर्शवणारं होतं. स्मिथनं सौम्यपणे सांगितलं, ''आणि माय डिअर, तीन नोटबुक्स आणशील?''

''तीन नोटबुक्स?'' कर्नल क्रॅमरचा सूर तटस्थ, त्याचे डोळे सावध. ''तीन कॅप्सूल्स? पण तुझ्या बोलण्यातून तर राईश सत्तेचे चार शत्रू इथं आहेत, असं जाणवत होतं.''

''खरा संबंध आहे तो केवळ तीन शत्रूंचा,'' स्मिथनं कंटाळायुक्त शांतपणे सांगितलं. ''हा अमेरिकन?'' अर्थात स्मिथनं शेफरकडे दृष्टिक्षेप टाकायचीसुद्धा तसदी घेतली नव्हती किंवा आपल्या आवाजात त्याच्याबद्दल तुच्छता किंचितसुद्धा डोकावू दिली नव्हती, यातूनही शेफरबद्दलचं त्याचं मत स्पष्टपणे व्यक्त झालं होतं. ''हा या आठवड्याचा कुठला दिवस आहे, हेसुद्धा त्याला माहीत नाहीये. आता मुद्द्याकडे वळू.'' त्यानं तिथल्या एका छोट्या नक्षीदार पेटीतून एक सिगार घेतला, तो पेटवला आणि आणखी थोड्या ब्रँडीचे घुटके घेतले. ''आता सगळं व्यवस्थितपणे हाताळू आणि आधी माझे पुरावे सिद्ध करून घेऊ. सुरुवातीला काही गोष्टी निदर्शनास आणणाऱ्या मुद्द्यांचा विचार करू आणि नंतर पुराव्यांचा. अगदी सर्वोत्कृष्ट न्यायालयीन पद्धतीनं.

''पहिला मुद्दा म्हणजे मी या गार्डला का बोलवलं आणि माझी स्वत:ची गन खाली का ठेवली?'' बोलता बोलता तो मध्येच थांबला आणि उपरोधिकपणे बोलू लागला, ''अर्थातच! कारण माझ्या आड येणाऱ्या गोष्टी मला स्वत:लाच वाढवायच्या होत्या. दुसरा मुद्दा, आज खूप आधीच संध्याकाळी मी कर्नल वेसनर आणि त्याच्या माणसांना, ती माझ्या दयेवर अवलंबून असूनही का उडवून दिलं नाही? तर त्याचं कारण म्हणजे या आगओक्या अमेरिकन तरुणाला एक-सदस्य फायरिंग स्क्वाड होण्यापासून थांबवण्यात काही अडचणी होत्या. तो भयंकर आक्रमक होता.''

''मी सांगतो का ते,'' कॅरॅसिओलानं दुष्टपणे सांगितलं. ''कारण गोळीबाराचा आवाज ऐकू येईल हे तुला माहीत होतं.''

कॅरॅसिओलाच्या या बोलण्यावर स्मिथनं उसासा टाकला, त्यानं आपल्या जॅकेटचं फ्लॅप उचललं, त्यातून एक ऑटोमॅटिक गन बाहेर काढली आणि ट्रिगर खेचून गोळी झाडली. कॅरॅसिओलाच्या खांद्यापासून काही इंच अंतरावर कोचावर

गनची गोळी धडकल्याच्या आवाजानं प्रत्यक्ष त्या ऑटोमॅटिक लूगर गनचा गोळी बाहेर पडतानाचा आवाज पूर्णपणे झाकला गेला. पाठोपाठ स्मिथनं निष्काळजीपणे ती शांत झालेली लूगर गन जवळच्याच एका रिकाम्या खुर्चीत फेकली आणि कॅरॅसिओलाकडे पाहून तो चेष्टेखोरपणे हसला.

"माझ्याकडे ही गन होती, हे तुला माहीत नव्हतं, नाही का? मी कर्नल वेसनरला गोळी घातली नाही, कारण एक जर्मन दुसऱ्या जर्मन माणसाला ठार मारत नाही."

"तू जर्मन आहेस?" क्रॅमरचे डोळे अजूनही सावध होते, पण बोलण्याचा सूर बहुधा, आता किंचित का होईना कमी अस्वस्थतेच्या पातळीवरचा होता.

"जोहानन शिमट, आपल्या सेवेत हजर आहे." स्मिथनं हे वाक्य थोडं वाकून अभिवादन करत आणि बुटांचे तळवे जुळवत सादर केलं. "ब्लॅक वॉच बटालियनचा कॅप्टन जॉन स्मिथ."

"तुझ्या बोलण्याच्या ढंगावरून तू -हाईनलॅन्डचा तर नाहीस?"

'हैडलबर्ग.'

"ते तर माझं होम टाउन आहे."

"असं?" स्मिथ उत्सुकतेनं हसला. "तर मग आपल्यात एक समान मित्र आहे."

क्षणभरच क्रॅमरच्या नजरेत दूरस्थ भाव अवतरला. तो सौम्यपणे आणि वरकरणी एकदम असंबद्धपणे म्हणाला, "शार्लमेनचे स्तंभ."

"आह, त्या प्राचीन फ्राइडरिशबोच्या पटांगणातलं कारंजं." स्मिथ स्मरणरंजनाच्या पातळीवरून म्हणाला. त्यानं क्रॅमरकडे दृष्टिक्षेप टाकला आणि त्या स्मरणरंजनाची जागा खोट्या, खिन्न अशा तंबीनं घेतली. "माय डिअर कर्नल, तुझं हे काय चाललंय? आता पुन्हा आपल्या न्यायालयीन प्रक्रियेला सुरुवात करू या का? तिसरा मुद्दा मला वाटतं, मी हा हेतुपुरस्सर कारच्या अपघाताचा बनाव का घडवून आणला? कारण मी मेलो आहे असं वाटेपर्यंत ही तीन खोटारडी माणसं बाहेर मोकळ्यावर येण्याचं धाडस करणार नाहीत, हे मला माहीत होतं. कसंही असो, मी जर खोटारडा, भोंदू असतो, तर सगळा खेळ संपलाय हे माहीत असताना पुन्हा परत आलो असतो का? कसंही असो, कशासाठी परत यायचं?" त्यानं कंटाळायुक्त स्मित केलं आणि जोन्सच्या दिशेनं मानेनंच खूण केली. "आणखी एका तोतयाची सुटका करण्यासाठी?"

यावर क्रॅमर विचारपूर्वक म्हणाला, "आता इथल्या आमच्या तिघा मित्रांना काय म्हणायचंय, ते ऐकायच्या दृष्टीनं माझ्या विचारांची सुरुवात झालीय, असं मला जाहीर केलंच पाहिजे."

“मला काय सांगायचंय ते मी आता तुला सांगतो,” ख्रिस्तियनसेन एकदम उठला, त्याचं गार्डच्या गनकडे दुर्लक्ष. त्याच्या आवाजात संतापानं थरथर. “तो तुला फसवतोय, तो आपल्या सगळ्यांची फसवणूक करतोय. तो एक नंबरचा खोटारडा आहे आणि तू तुझ्या डोळ्यांवर कातडं ओढून घेतलंयस. हे न कळण्याइतका तू मूर्ख आहेस? सुरुवातीपासून शेवटपर्यंत हे सगळं असत्यजाल.”

क्रॅमरनं हात उंचावला. त्याचे डोळे निरुत्साहवर्धक, बोलण्याचा सूर थंड. “तू तुझ्या स्वत:च्या तोंडानंच तुझं संकट ओढवून घेतोयस. या ऑफिसरनं आतापर्यंत केलेलं प्रत्येक विधान हे सिद्ध होईल, असं सत्य आहे. सार्जंट हार्टमॅन.” क्रॅमरनं कार्बाइन हातात घेतलेल्या गार्डला पुकारलं. “या माणसांपैकी कोणीही पुन्हा तोंड उघडलं, तर त्यांना कायमचं गप्प न बसवता तात्पुरतं शांत ठेवता येईल?”

यावर सार्जंट हार्टमॅननं आपल्या पोशाखातून एक छोटा लेदरनं विणलेला दंडुका काढला आणि त्याची चामड्याची वादी आपल्या मनगटाभोवती अडकवली.

“हेर कर्नल, मी तुमच्या म्हणण्याप्रमाणे करू शकतो, हे तुम्हाला माहीत आहे.”

“गुड. कॅप्टन श्मिट, तुझी पुढची हकिकत चालू दे.”

“थँक यू. मी माझी हकिकत संपवली नव्हती.” स्मिथला आणखी एकदा ब्रँडी स्वत:साठी ओतून घ्यावी असं वाटलं. आनंद साजरा करण्यासाठी किंवा ख्रिस्तियनसेनच्या छातीवर पदक लटकवण्यासाठी क्रॅमरच्या कवचातली बारीक फट इतक्या अचूकपणे उघडी पाडण्याबद्दल अजाणतेपणानं असलं, तरी एक जखमी बौद्धिक पोकळपणा एका हुशार माणसाचा व्यावसायिकतेचा अभिमान दुखावलेला. ज्यांनी त्याला आधीच फसवलं होतं, त्यांच्यापैकीच एकाकडून फसवलं जाण्याच्या क्षमतेचं या हुशार माणसाला स्मरण करून दिलं जाणं- “त्याच उत्कृष्ट अशा कारणासाठी मी केबल-कारच्या छतावरून इथं आलो- मी इथं असल्याचं आणि जिवंत असल्याचं त्यांना माहीत असतं, तर ते कधीच इथं आले नसते. बाकी जाता जाता म्हणून सांगतो, क्रॅमर, कोणीतरी आत असल्याशिवाय आणि रोपची मदत मिळाल्याशिवाय हेडर स्टेशनच्या छतावरून कोणालाही श्लॉस ॲडलरमध्ये प्रवेश करणं अशक्य आहे, हे तुला कधी जाणवलं नाही?”

“बाप रे!” क्रॅमरच्या चुका करण्याच्या क्षमतेची आठवण ख्रिस्तियनसेनच्या पाठोपाठ इतक्या लगेच झाल्यानं स्मिथच्या या प्रश्नानं क्रॅमरचा आत्मविश्वास वाईट म्हणावा इतका हादरला. “मला कधीच असं वाटलं नाही.”

‘फॉन ब्रॉचिझ,’ स्मिथ निष्काळजीपणानं म्हणाला. “त्याला थेट बर्लिनहून ऑर्डर्स होत्या.” त्यानं आपला ग्लास बाजूच्या फळीवर ठेवला, नंतर तो पावलं टाकत तिघा हेरांसमोर येऊन उभा राहिला. “आता सांगा मला, जोन्स तोतया

असल्याचं मला कसं कळलं? तो तोतया आहे हे तुम्हाला का माहीत नव्हतं? आणि मी जो कोणी असल्याचं सांगतोय, ते मी नसतो, तर मग मी इथं काय करतोय तरी काय? तुम्हालाच ते सगळं स्पष्ट करून सांगावंसं वाटेल एखादेवेळी.''

त्या तिघांनी त्याच्याकडे अशुभसूचक शांततेच्या वातावरणात पाहिलं.

''बहुधा ते स्पष्टीकरण देतील,'' क्रॅमर जोरदारपणे म्हणाला. तो स्मिथपाशी येऊन त्याच्या शेजारी उभा राहिला. विचित्र अशा भावशून्य नजरेनं तिघांकडे रोखून पाहत. कोणत्याही रागाच्या आविष्काराऐवजी ही नजर अधिक अस्वस्थ करणारी होती. नंतर आणखी आणि प्रदीर्घ शांततेचा भंग करत त्यानं सांगितलं, ''कर्नल शिमट, हा प्रकार फार पुढे गेलाय.''

''अजून नाही.''

''मला आणखी कशाची आवश्यकता नाही,'' क्रॅमरनं आपला मुद्दा लावून धरला.

''मी तुला पुरावे सादर करण्याचं आश्वासन दिलं होतं. मी आतापर्यंत सांगितलं ते केवळ काही विशिष्ट परिस्थिती दर्शवणारे मुद्दे होते. आता डेप्युटी चीफ ऑफ जर्मन सीक्रेट सर्व्हिसचं समाधान होईल असा पुरावा आणि हा पुरावा तीन भागांमध्ये आहे यस ऑर नो कर्नल क्रॅमर, प्लीज मला उत्तर दे. ब्रिटनमधल्या आमच्या सगळ्यात उच्चपदस्थ असलेल्या वरिष्ठ अधिकाऱ्याचं नाव तुला माहीत आहे. का नाही?'' क्रॅमरनं नकारार्थी मान हलवली. ''मग आपण या तिघांनाच विचारलं तर?''

कोचावर बसलेल्या तिघांनीही एकमेकांकडे पाहिलं आणि नंतर स्मिथकडे त्यांनी पाहिलं, तेही मूकपणे. थॉमसनं कोरड्या ओठांवरून जीभ फिरवली. त्याची ही हालचाल क्रॅमरकडून अजिबात दुर्लक्षित राहिली नाही. पाठोपाठ स्मिथनं आपल्या पोशाखाच्या खिशातून एक छोटी वही काढली, त्या वहीचा रबर बॅन्ड काढला, त्यातलं मधलं पान फाडलं, नंतर तो रबर बॅन्ड पुन्हा त्या वहीवर लावून टाकला आणि ती छोटी वही पुन्हा खिशात ठेवली. त्यानं त्या कागदावर काहीतरी लिहिलं आणि तो कागद क्रॅमरकडे दिला. क्रॅमरनं त्या कागदाकडे पाहून मानेनं खूण केली. त्यावर स्मिथनं तो कागद त्याच्याकडून घेतला आणि फायरपाशी जाऊन तो जाळून टाकला.

''आता,'' स्मिथ म्हणाला, ''तुमच्याकडे इथं श्लॉस अॅडलरमध्ये मध्य युरोपमधला सगळ्यात शक्तिशाली रेडिओ ट्रान्समीटर आहे.''

''तू कल्पनेच्या पलीकडचा चांगला माहीतगार माणूस आहेस, कॅप्टन शिमट,'' क्रॅमरची वक्रोक्ती.

''स्मिथ. मी स्मिथ म्हणून जगतो. मी स्मिथ म्हणून श्वास घेतो. मी आहे

स्मिथ. आता उत्तर इटलीतल्या फिल्डमार्शल केसरलिंगच्या मुख्यालयाला रेडिओ-टेलिफोन कॉल लाव. त्याच्या चीफ ऑफ मिलिटरी इंटलिजन्सशी बोलायचंय म्हणून.''

क्रॅमरनं विचारलं, ''तू ज्याचा उल्लेख केलास तो समान मित्र?''

''हैडलबर्ग विद्यापीठाचा माजी विद्यार्थी,'' स्मिथनं मानेनं दुजोरा दिला. 'कर्नल विल्हेम विल्नर.' तो हसला आणि पुढे म्हणाला, 'विली-विली.'

''तुला माहीताय ते? तसं असेल तर त्याला कॉल करण्याची गरजच भासणार नाही.''

''तू कॉल करावास अशी ॲडमिरल कॅनॅरिसची अपेक्षा असेल.''

''म्हणजे तुझी माझ्या चीफशीसुद्धा ओळख आहे?'' क्रॅमरच्या आवाजात आणखीनच मऊपणा.

''माझी तुझ्या चीफशीसुद्धा ओळख आहे, असं मी सांगावं, अशी विनवणी माझा आत्मसन्मान मला करते, पण सभ्यता आणि सत्य, तसं मी कबूल करू नये, म्हणून मला भाग पाडते.'' स्मिथ मवाळपणानं म्हणाला. ''मी फक्त त्याच्यासाठी काम करतो.''

''माझी आधीच खात्री पटलीय, अगदी कसलीही शंका म्हणून आता राहिलेली नाही,'' रोझमेयरनं जाहीर केलं. ''पण तो सांगतोय तसं कर, कर्नल.''

क्रॅमरनं त्याला जसं सांगण्यात आलं होतं, तसं केलं. त्यानं रेडिओ रूमला कॉल लावला, नंतर फोन ठेवून तो शांतपणे वाट पाहत राहिला. स्मिथ त्याच्या खुर्चीत मागे टेकून बसला, त्याच्या एका हातात ब्रँडी, तर दुसऱ्या हातात सिगार. मूर्तिमंत निवांत... आत्मविश्वास... शेफर आणि त्याच्या शेजारी कोचावर बसलेले तिघंजण निवांत होते, का त्यांच्यात आत्मविश्वास होता, हे काही प्रकट होत नव्हतं. त्यांच्या मागे उभा असलेला गार्ड त्याच्या ताब्यातल्या या चार कैद्यांकडे आशेनं पाहत राहिला होता. जसं काही त्याचं हात चालवण्यातलं कौशल्य दाखवायला तो उतावीळ झाला होता. रोझमेयर किंवा जोन्स, दोघांच्या मनात काही विचार चाललेले असले, तरी ते विचार पृष्ठभागावर आले नाहीत. ॲन-मेरीला काय चाललंय, हे काहीच कळत नसल्यानं ती संदिग्धावस्थेत ताटकळत राहिलेली. तिच्या चेहऱ्यावर अजूनही अपेक्षेला चिकटलेलं अधांतरी स्मित. एवढ्या प्रतीक्षेच्या काळात काही हालचाल करणारी तीच एकमेव व्यक्ती होती, तेसुद्धा स्मिथनं तिच्या दिशेनं बोटानं खूण करून आपला ब्रँडीचा रिकामा ग्लास दाखवला म्हणून त्यानं त्या वातावरणात इतकं वर्चस्व प्रस्थापित केलं होतं, की तिनं त्याची न उच्चारलेली आज्ञा अजिबात न घोटाळता पाळली आणि ब्रँडी अगदी सढळ हस्ते आणून त्याच्या बाजूला असलेल्या टेबलावर विजयी स्मिताची जोड देत ठेवली. स्मिथनंही विजयी

स्मितानं तिला प्रतिसाद दिला, पण त्या काही अंतच नाहीये असं वाटायला लावणाऱ्या प्रतीक्षेच्या काळात कोणीही बोललं नाही... एकदासुद्धा नाही.

तेवढ्यात फोनची बेल वाजली.

क्रॅमरनं फोन उचलला आणि सुरुवातीच्या थोड्या प्राथमिक संभाषणानंतर तो थेट बोलू लागला, "कर्नल विल्हेम विल्नर. माय डिअर फ्रेंड, विली-विली. तू कसा आहेस?" शिष्टाचाराची प्रारंभीची औपचारिकता पूर्ण होताच क्रॅमरनं सांगितलं, "आमच्याबरोबर एक एजंट आहे, तो तुझ्या ओळखीचा असल्याचा त्याचा दावा आहे. अंऽ त्याचं नाव आहे कॅप्टन जॉन स्मिथ. तू कधी त्याचं... ओह् तू ओळखतोस तर त्याला? गुड, गुड!" मध्येच थांबत त्यानं पुन्हा बोलताना विचारलं, "तू जरा त्याचं वर्णन करशील?"

पाठोपाठ त्याच्या या प्रश्नाच्या उत्तरादाखल जी माहिती त्याच्या कानावर पडत राहिली, ती तो लक्षपूर्वक ऐकत राहिला. स्मिथकडे पाहत त्याचवेळी रिसीव्हरवर एक आवाज... अचानक त्यानं स्मिथला खूण केल्यावर तो उठला आणि क्रॅमर बसला होता, त्या दिशेनं गेला.

"तुझा डावा हात," क्रॅमरनं स्मिथला सांगितलं आणि त्याचा डावा हात हातात घेतला. नंतर त्यानं फोनवर सांगितलं, "यस, करंगळीचा वरचा भाग जागेवर नाहीये आणि उजव्या हाताचं काय?" हा प्रश्न क्रॅमरनं उच्चारताच स्मिथनं त्याला क्रॅमरनं काही न सांगताच उजवा हात उघडा केला. "यस, यस, दोन समांतर खुणा आहेत त्यांच्यात तीन सेंटीमीटरचं अंतर आहे काय ते? तो विश्वासघातकी आहे असं त्याला सांगायचं?"

"आणि त्याला सांग, तो एक पथभ्रष्ट माणूस आहे," स्मिथनं सस्मित सांगितलं.

"आणि तू एक पथभ्रष्ट माणूस आहेस." क्रॅमर फोनवरून म्हणाला. "चेंबरर्टेन, तुझ्या म्हणण्याप्रमाणे आहे! थँक यू, थँक यू. गुड-बाय, माय ओल्ड फ्रेंड." त्यानं रिसीव्हर ठेवून दिला.

"आम्ही दोघंही फ्रेंच वाइनला सगळ्यात जास्त प्राधान्य देतो," स्मिथनं दिलगिरीच्या सुरात स्पष्टीकरण दिलं.

"भूमध्य समुद्राच्या पट्ट्यातला आमचा सगळ्यात आघाडीचा डबल एजंट," क्रॅमर नवल व्यक्त करत म्हणाला, "आणि मी आजतागायत कधीही तुझं नाव ऐकलं नाहीये."

"त्यामुळेच तो जे काही आहे ते आहे," रोझमेयरनं शुष्कपणे टिप्पणी केली.

"मी एवढ्या काळात नशीबवान राहिलो आहे." स्मिथनं खांदे उडवले, नंतर त्यानं झट्कन विचारलं, "तर मग आता माझ्या पुराव्यांबद्दल?"

"निर्दोष," क्रॅमर म्हणाला, "माय गॉड, सगळे पुरावे अगदी भक्कम आहेत."

स्मिथनं कठोरपणे मुद्द्याला हात घातला. "आता आपल्या मित्रांच्या पुराव्यांबद्दल. तुम्हाला माहीत आहेच, ख्रिस्तियनसेन, थॉमस आणि कॅरॅसिओला... म्हणजेच खरे ख्रिस्तियनसेन, थॉमस आणि कॅरॅसिओला त्यांचं काम करत असताना..."

"तू बोलतोयस तरी कशाबद्दल?" ख्रिस्तियनसेन ओरडला. तो उभा राहिला होता, त्याचा चेहरा अनावर रागानं फुललेला खरा! ख्रिस्तियनसेन त्याचवेळी त्यांच्या मागे उभ्या राहिलेल्या सार्जंट हार्टमॅननं त्याचा चामड्याचा दंडुका उगारला आणि ख्रिस्तियनसेनच्या कानामागे दंडुक्याचा दणका दिला, त्याबरोबर ख्रिस्तियनसेननं डोळे वर केले आणि तो फ्लोअरवर कोसळला.

त्याला आधी सावधगिरीचा इशारा देण्यात आला होता, क्रॅमर उग्रपणे म्हणाला. "सार्जंट, तू त्याला फार जोरानं मारलं नाहीस ना?"

"एक दोन-मिनिटांचा दणका," हार्टमॅननं दिलासा देत सांगितलं.

"गुड. माय डिअर श्मिट, मला वाटतं, तुला आता कसलाही खंड न पडू देता तुझं काम सुरू करता येईल."

'स्मिथ,' स्मिथनं क्रॅमरच्या बोलण्यात दुरुस्ती केली. "मी जे सांगत होतो ते असं, की आपले खरे एजंट ब्रिटिशांच्या हेरगिरीविरोधी जाळ्यासाठी काम करत असतानाच केवळ फ्रान्स आणि अन्य देशांमधल्या ब्रिटिश हेरांच्या जाळ्यात जर्मन गुप्तचर यंत्रणेची खोलवर घुसखोरी करण्यापुरतेच जबाबदार राहिले नाहीत, तर प्रत्यक्ष इंग्लंडमध्ये त्यांनी हेरांची एक उत्कृष्ट साखळी उभारली आहे. ॲडमिरल कॅनॅरिसना चांगलं माहीत आहे, त्याप्रमाणे सगळ्यात यशस्वी अशी हेरांची साखळी."

"तो काही माझा प्रांत नाहीये," क्रॅमरनं सांगितलं, "पण अर्थातच मला त्याची कल्पना आहे."

स्मिथ थंडपणे म्हणाला, "आता तुम्ही खोटारड्या तोतयांनो, त्या टेबलपाशी बसा तिथं. सार्जंट, त्या फ्लोअरवर पडलेल्या माणसाला जरा हात दे. तो भानावर येतोय असं दिसतंय."

कॅरॅसिओला आणि थॉमस, दोघंही गोंधळलेल्या आणि काही लक्षात येत नसल्यासारख्या चेहऱ्यांनी टेबलापाशी येऊन बसले. त्यांच्या पाठोपाठ खूपच हादरलेला आणि मरगळलेला ख्रिस्तियनसेनसुद्धा. तो सार्जंट त्याच्यापाशी काही क्षण रेंगाळला. तो पुन्हा खुर्चीतून खाली पडत नाहीये ना, याची खात्री करून घेण्यासाठी नंतर तीन पावलं मागे जाऊन पुन्हा त्यानं आपली कार्बाइन रोखून सगळ्यांवर नजर ठेवण्याचं काम चालू ठेवलं.

स्मिथनं टेबलाच्या दुसऱ्या बाजूनं, ॲन-मेरीनं आणलेल्या छोट्या नोटबुक्स त्या तिघांसमोर भिरकावल्या. नंतर त्यानं आपल्या खिशातून स्वतःची इलेस्टिकचा बॅन्ड

असलेली नोटबुक बाहेर काढली आणि क्रॅमरशेजारच्या छोट्या टेबलवर ठेवली.

"ते जर त्यांचे दावे आहेत त्याप्रमाणे असतील," स्मिथनं शांतपणे सांगितलं, "तर आपल्या माणसांनी युरोपच्या मुख्य भागात ज्यांना मागे टाकलंय अशा ब्रिटिश एजंट्सचे आणि इंग्लंडमधल्या आपल्या एजंट्सचे संबंधित पत्ते आणि नावं लिहून देण्याची क्षमता त्यांच्यात आहे असा विचार करणं, माय डिअर क्रॅमर, अगदी योग्य आणि वाजवी ठरेल, होय की नाही?" त्याचा एक अर्थपूर्ण विराम. आणि नंतर त्यांनी लिहून दिलेल्या याद्या माझ्या नोटबुकमधल्या मूळच्या याद्यांशी ताडून पाहायच्या.

"खरोखरच अशा प्रकारे पडताळून पाहिलं, तर सगळंच स्पष्ट होईल." क्रॅमर संथपणे म्हणाला. एकाच फटक्यात पुरावा. "माय डिअर कॅप्टर शिमिट अं स्मिथ फारच उत्कृष्ट." त्याच्या चेहऱ्यावर स्मित जवळपास म्लान. "या रात्री माझं तितकंसं चालत नाहीये. पण मला सांग, कॅप्टन." त्यानं त्याच्या बाजूला असलेल्या बॅन्ड असलेल्या नोटबुकला स्पर्श करत विचारलं, "ही एजंट्सची यादी तू तुझ्याबरोबर सतत बाळगतोस. पण त्यामुळे आपल्या सगळ्या नियमांचा भंग होत नाही का?"

"अर्थातच नियमांचा भंग होतो. पण ज्यांनी नियम केलेले असतात, त्यांच्याकडून ते मोडले जाऊ शकतात. त्याच्या परवानगीशिवाय असं धाडस मी करू शकेन असं वाटतं तुला? अॅडमिरल वॉल्टर कॅनॅरिस आता या घटकेला त्याच्या बर्लिनच्या ऑफिसमध्ये असेल." स्मिथनं मानेनंच फोनकडे खूण केली.

"तू मला समजतोस तरी काय?" क्रॅमरच्या चेहऱ्यावर स्मित. तो टेबलापाशी बसलेल्या तिघांकडे वळून म्हणाला, "तुम्ही ऐकलंच आहे सगळं."

"या सगळ्यात भयंकर गफलत होतेय." कॅरॅसिओलानं निराशादर्शक वक्तव्य केलं.

"खरोखरच आहे तसं," क्रॅमर थंडपणे मध्येच बोलला.

"स्मिथच्या सद्हेतूबद्दल माझ्या मनात शंका नाहीये," कॅरॅसिओला आता जवळजवळ कळवळून म्हणाला. "आता तर यापुढे नाहीच. पण काहीतरी मोठी गफलत, चूक होतेय."

"तुम्हीच ती चूक केलीयत," स्मिथ तुसडेपणानं म्हणाला.

"लिहा," क्रॅमरनं हुकूम सोडला. 'सार्जंट हार्टमॅन.'

सार्जंट हार्टमॅन काही पावलं पुढे सरसावला. त्याचा चामड्याचा दंडुका सज्ज ठेवत. पाठोपाठ तिघांनीही डोकी खाली घातली आणि ते लिहू लागले.

आठ

शस्त्रागार आता जवळजवळ निर्मनुष्य झालं होतं. थोड्या वेळापूर्वीच दोन सार्जंट्स इथं आले होते, कॉफी टेबल्समधून आणि भोवती फिरत त्यांनी निदान वीसएक कुरकुरणाऱ्या माणसांना निश्चित असं नाव नसलेल्या कामांसाठी आपल्या बरोबर नेलं होतं. निश्चित असं नाव नसलेली कामं म्हणजे कुठली, त्याचा विचार करायची मेरीला गरज नव्हती. तिनं गुपचूप आपल्या घड्याळाकडे पाहिलं. किमान वीस वेळा तरी तिनं असं घड्याळाकडे पाहिलं होतं. नंतर तिनं आपलं कपाळ थकल्यासारखं चोळलं, पाठोपाठ ती उठली आणि तिनं फॉन ब्रॉचिझकडे पाहून निस्तेज स्मित केलं.

"मला इतकं वाईट वाटतंय, कॅप्टन. मला आता जायलाच पाहिजे. खरोखरच मला जायला पाहिजे. अतिशय भयंकर डोकेदुखीनं मी बेजार झाले आहे."

"आय ॲम सॉरी, माय डिअर मारिया." त्याच्या नेहमीच्या सवयीच्या स्मिताची जागा आता अस्वस्थ पश्चात्तापानं घेतली होती. "तू मला आधीच सांगायला हवं होतंस. तुझी तब्येत अजिबात चांगली दिसत नाहीये. जर्मनीपासूनचा लांबचा प्रवास, त्यानंतर हे सगळं..."

"मला याची सवय नाहीये," मेरी पश्चात्तापदग्ध होऊन म्हणाली, "मी जरा झोपले म्हणजे माझं सगळं ताळ्यावर येईल."

अर्थातच. कम, माय डिअर, मी तुझ्या रूमपर्यंत तुला सोबत करतो.

"नको, नको!" आपण आपला नकार अनावश्यक म्हणावं इतक्या जोरानं दिलाय हे ओळखून मेरीनं पुन्हा स्मित केलं आणि त्याच्या हाताला स्पर्श केला. "मी ठीक होईन. खरंच."

कॅप्टन फॉन ब्रॉचिझला काय सगळ्यात चांगलं असतं ते कळतं. त्याचा चेहरा गंभीर पण मैत्रीपूर्ण होता, आवाजात अधिकारवाणी होती, पण त्यातला सुप्त सूर विनोदाचा होता आणि त्याला काही उत्तर नसल्याची जाणीव मेरीला होती. मी मनापासून हे सांगतोय. चल.

त्यानं तिचा हात संरक्षक भावनेनं आपल्या हाताखाली घेतला आणि तिला घेऊन शस्त्रागारातून तो बाहेर पडला.

हातात हात घालून दोघंही शस्त्रागार-कम-कॅफेपासून जाणाऱ्या पॅसेजमधून चालत किल्ल्याच्या मध्यवर्ती भागाच्या दिशेनं निघाले. पॅसेजचा मार्ग जाताना ते इथून गेले होते, त्यामानानं आता पूर्ण निर्मनुष्य होता. मेरीनं या वस्तुस्थितीवर टिप्पणी केली.

''झाडूवरून कुठल्यातरी चेटकिणी किल्ल्यात शिरल्या आहेत.'' त्यावर फॉन ब्रॉचिझ हसला. ''किल्ल्याच्या कमांडंटनं त्यांना अजून पकडलं नाहीये, पण त्यांना आणखी काही वर्षं दिली, तरी काही पत्ता लागणार नाही. आपल्या समोर शस्त्रागारातून बाहेर काढलेली माणसं बिचारी आता बहुधा वळचणींमध्ये आणि ध्वजस्तंभापाशी शोधाशोध करत असतील. अलीकडे हेर मंडळी कुठे लपतील, काही सांगता येत नाही.''

''तू या शक्यतेकडे चांगलंच हलक्याफुलक्या दृष्टिकोनातून पाहतोस, असं दिसतंय,'' मेरीनं आपला विचार नोंदवला.

''मी एक गेस्टापो ऑफिसर आहे. मला माझं डोकं वापरायचे पैसे आणि प्रशिक्षण मिळालेलं असतं, अतिरेकी कल्पनाविलासाला तिथं थारा नसतो,'' तो तुटकपणे म्हणाला, नंतर त्यानं तिचा हात दाबला आणि दिलगिरी व्यक्त केली. ''सॉरी, माझ्या बोलण्याचा सूर दुसऱ्या कोणावर तरी रोखलेला होता, तुझ्याशी त्याचा काही संबंध नाही.'' मध्येच त्यानं बोलणं थांबवून एका खिडकीतून मधल्या मैदानाकडे पाहिलं आणि विचार व्यक्त केला, ''हा प्रकार विचित्र दिसतोय.''

''काय विचित्र आहे?''

''ते हेलिकॉप्टर तिथं...'' फॉन ब्रॉचिझ विचारमग्न होत म्हणाला, ''लष्कराच्या नियमांप्रमाणे हाय कमांडची हेलिकॉप्टर्स नेहमी जय्यत तयारीत ठेवली पाहिजेत, असा संकेत असतो. पण या हेलिकॉप्टरच्या इंजिनाच्या कव्हरचा एक भाग बाजूला काढलाय आणि त्यावर पसरलेली ताडपत्री जागेवर आहे. त्याला काही जय्यत तयारी म्हणता येणार नाही, नाही का?''

''मला वाटतं, इतर कुठल्याही यंत्रांप्रमाणे हेलिकॉप्टरचीसुद्धा वेळोवेळी दुरुस्ती होणं आवश्यक असतं.'' एकाएकी तिचा घसा कोरडा पडला होता. आपल्याला फॉन ब्रॉचिझनं इतकं घट्ट धरू नये, असे विचार तिच्या मनात. तिच्या छातीच्या ठोक्यांचा वाढता वेग त्याच्या लक्षात येणं साहजिक होतं. ''त्यात इतकं विशेष काय आहे?'' तिनं विचारलं.

''विशेष असं आहे, की आपण पहिल्यांदा जवळपास अर्ध्या तासापूर्वी इथून गेलो तेव्हा या मशीनवर कोणीही काम करत नव्हतं.'' फॉन ब्रॉचिझनं खुलासा केला.

"राईसमार्शलच्या वैयक्तिक पायलटनं असं काम अर्ध्यावर सोडून कुठेतरी बाजूला जाणं, हा प्रकार कधी ऐकिवात नाही."

"त्या पायलटनं मशीनचा कुठलातरी भाग आत नेऊन बंदिस्त जागेत तो दुरुस्त करणं हा प्रकारही ऐकिवात नाहीये?" मेरीनं गोड आवाजात विचारलं, "किंवा आज रात्री तू थर्मामीटर पाहिला नाहीयेस?"

"मीसुद्धा तो म्हातारा कमांडंट आणि त्याच्या त्या चेटकिणींच्या मागावर असणाऱ्या माणसांइतकाच खराब होत चाललोय," फॉन ब्रॉचिझनं खिन्नपणे सांगितलं. तो नकारार्थी मान हलवत पुढे निघाला. "माझ्या व्यवसायात फार काळ असण्याचे जे धोके असतात, त्याचं एक भयानक उदाहरण तुला तुझ्यासमोर दिसतंय : त्याचं उघड उत्तर आमच्यासारख्या मुत्सद्दी आणि कावेबाज बुद्धिमंतांच्या दृष्टीनं फार उघड असतं. आज रात्री उशिरानं मला त्याची आठवण ठेवली पाहिजे."

"तू तुझ्या या बुद्धिमान मनाला आज रात्री पुन्हा ताण देणार आहेस?" मेरीनं हलक्याफुलक्या सुरात पुन्हा विचारलं.

तिथं खरं म्हणजे. दोघंही एका शोभिवंत दारावरून पुढे गेले, तेव्हा फॉन ब्रॉचिझनं मानेनं स्वत:च्याच विचाराला दुजोरा दिला. गोल्ड ड्रॉइंग रूम. त्यानं आपल्या घड्याळाकडे नजर टाकली. "वीस मिनिटं! इतक्या लवकर! तुझ्या मोहक कंपनीत एवढाच वेळ, फ्रॉलीन!"

"थँक यू, काइंड सर. तुम्हाला अपॉइन्टमेन्ट आहे?" तिचं काळीज पुन्हा मूळच्या जुन्या युक्त्या लढवण्यात गुंतलेलं.

संगीताच्या आस्वादात एक संध्याकाळ. "गेस्टापोंच्या आयुष्याच्याही नाजूक बाजू असतात. आम्ही एक नाइटिंगेलचं गाणं ऐकण्याचा आनंद घेणार आहोत." त्यानं आपल्या पावलांचा वेग वाढवला. सॉरी, फ्रॉलीन. पण मला एक-दोन रिपोर्ट्स तयार करायचे आहेत, ते आताच एकदम आठवलं."

"सॉरी, तुमच्या कामापासून तुम्हाला माझ्यामुळे दूर राहावं लागलं असेल तर, कॅप्टन." तिनं वरवर गांभीर्याचा आव आणत दिलगिरी व्यक्त केली. तिच्या मनात एकदम विचारांची गर्दी... त्याला किती माहिती असेल, त्याला किती संशय येतोय, त्यानं एकाएकी कोणती पावलं टाकायचा निर्णय घेतलाय? या जगातल्या फॉन ब्रॉचिझना कुठल्या तरी गोष्टी काही अशा एकाएकी आठवत नाहीत आणि त्याचं उत्कृष्ट कारण म्हणजे मुळात अशी माणसं कधीच काही विसरत नाहीत.

"हा आनंद एकेरी वाहतुकीसारखा होता," फॉन ब्रॉचिझनं स्त्री-दाक्षिण्याच्या पातळीवरून आपला विरोध नोंदवला. "माझा आणि केवळ माझा एकट्याचाच आनंद." तो तिच्या बेडरूमच्या दाराबाहेर थांबला, त्यानं तिचा हात हातात घेतला आणि स्मित प्रकट केलं. "गुडनाईट, माय डिअर मारिया. तू खरोखरच एक

एकमेवाद्वितीय अशी मोहक तरुणी आहेस.''

''गुडनाइट!'' तिनं त्याच्या स्मितास प्रतिस्मित प्रकट केलं. ''अॅन्ड थँक यू.''

''आपण खरोखरच एकमेकांची आणखी चांगली ओळख करून घेतली पाहिजे,'' फॉन ब्रॉचिझनं निरोपाचं वाक्य सादर केलं. त्यानं तिचं दार उघडलं, तिला अभिवादन केलं, तिच्या हाताचं चुंबन घेतलं, नंतर तिच्या पाठीमागे दरवाजा हळूच बंद केला आणि विचारमग्न होत हनुवटीवरून हात फिरवत स्वत:शीच पुटपुटला, ''खूप खूप चांगली, माय डिअर मारिया, खरोखरच खूप खूप चांगली!''

कॅरॅसिओला, थॉमस आणि ख्रिस्तियनसेन आपापल्या नोटबुकवर झुकलेले आणि जोरजोरानं लिहीत राहिलेले. निदान त्यांच्यापैकी दोघं तरी. ख्रिस्तियनसेनला त्याच्या डोक्यावर बसलेल्या दणक्यातून अजून म्हणावी तेवढी सुधारणा जाणवत नव्हती, त्यामुळे तो लिहिताना अडखळत होता. क्रॅमर एका बाजूला स्मिथबरोबर उभा होता आणि त्याच्याबरोबर हलक्या सुरात बोलत राहिलेला. तो त्या तिघांकडे उत्सुकतेनं आणि काहीशा अस्वस्थतेत पाहत राहिला होता.

''त्यांना कुठून तरी खूपच प्रेरणा मिळतेय असं दिसतंय,'' तो काळजीपूर्वक म्हणाला.

''उघड्या थडग्याचं दृश्य नेहमीच विचारांना चालना देणारं असतं,'' स्मिथनं उपहासपूर्वक आपला विचार व्यक्त केला.

''माझ्या काही लक्षात येत नाहीये, असं मला वाटतंय.''

''ही माणसं आतापासून आणखी पंधरा मिनिटांनंतर काय-कशी असतील, हे तुम्हाला माहीत आहे?'' स्मिथनं विचारलं.

''मी थकून गेलोय,'' क्रॅमरनं सांगितलं, ''तो तसा वाटत होतासुद्धा. प्लीज, शब्दच्छल करू नका, कॅप्टन श्मिट.''

''स्मिथ. आणखी पंधरा मिनिटांत ते मेलेले असतील. आणि त्यांना त्याची कल्पना आहे. ते जगण्यासाठी त्या जादा मिनिटांकरिता जिवावर उदार होऊन झगडतायत. ज्यांच्यापाशी आहे तेवढा कमी वेळ असतो तेव्हा एखादं मिनिट म्हणजेसुद्धा अनंतकाळामधून हिसकावून घेतलेलं बक्षीस असतं. किंवा पार गळ्यापर्यंत बुडालेल्या जुगाऱ्याची शेवटची निराश अशी चाल; तुला पाहिजे ते समज.''

''तुझं संभाषण फारच काव्यात्म होतं, कॅप्टन,'' क्रॅमर कुरकुरला. नंतर जवळपास एक मिनिटभर त्यानं येरझारे घातले. आता तो टेबलापाशी बसलेल्या माणसांकडे दृष्टिक्षेप टाकण्याची तसदी घेत नव्हता. नंतर तो थांबला आणि एकदम स्मिथच्या थेट समोर बसला. ऑल राईट, त्यानं थकलेल्या सुरात सांगायला सुरुवात केली, ''मी बराच काळ द्वंद्वातून जातोय. मी गोंधळलोय हेही कबूल करतो. पुष्कळ

झालं. पण शेवटी या सगळ्यामागे आहे तरी काय, हे तरी कळू दे?''

''माय डिअर क्रॅमर, खऱ्या प्रतिभावंत, हुशार माणसाचा साधेपणा. ॲडमिरल रोलॅण्ड, एमआय-६ चा प्रमुख. आणि तो खरोखरच असा प्रतिभावंत आहे, त्याबाबत गल्लत करण्यासारखं काही नाही.''

''एकूण, तो भलताच अलौकिक बुद्धिमत्ता असलेली व्यक्ती.'' क्रॅमर अधीरपणे म्हणाला, ''असं?''

''कॅरॅसिओला, थॉमस आणि ख्रिस्तियनसेन या तिघांनाही तीन आठवड्यांपूर्वीच पकडलं होतं. आता तुला माहीतच आहे, त्यांचा संबंध केवळ वायव्य युरोपशी होता, इथं त्यांची काही माहिती नव्हती.''

''लौकिकाच्या दृष्टीनं होती.''

''यस, यस. पण तेवढंच.'' ॲडमिरल रोलॅण्डनं असा विचार केला, की चांगली माहिती मिळालेल्या तीन माणसांनी आमच्या तीन पकडण्यात आलेल्या माणसांचे तोतये म्हणून काम केलं आणि अगदी योग्य अशा कारणासाठी त्यांना इथं पाठवलं, तर ते कोणीतरी विशेष माणसं म्हणून इथं राहतील, सन्माननीय पाहुणे म्हणूनही राहतील आणि तुमच्याकडून पूर्णपणे स्वीकारले जातील. आणि अर्थातच एकदा तुमच्याकडून ते स्वीकारले गेले, की त्यांना पूर्ण सुरक्षा आणि संरक्षणाच्या वातावरणात श्लॉस ॲडलरमधून काम करता येईल.

''आणि?''

''वेल, तुझ्या लक्षात येत नाही?'' आता अधीर व्हायची पाळी स्मिथची होती. ''रोलॅण्डला माहीत होतं, जनरल कार्नेबीला...'' मध्येच थांबून त्यानं कपाळावर आठ्या घालून कार्नेबी-जोन्सकडे नजर टाकली... ''किंवा जनरल कार्नेबीच्या तोतयाची भूमिका करणाऱ्या या माणसाला इथं आणलं, तर जर्मन लष्करातला त्याच्या विरुद्ध असलेला अधिकारी त्याची चौकशी करायला इथं पाठवला जाईल.'' स्मिथ हसला. ''अगदी ब्रिटनमध्येसुद्धा असंच सूत्र असतं. कोणीतरी यायची वाट न पाहता स्वत: पुढे होऊन भेटायचं लष्कर गेस्टापोला आदेश देतं, त्या उलट कधी घडत नाही.''

''चालू ठेव, चालू ठेव!''

''जनरल कार्नेबी जितका आपल्याला निरुपयोगी, तितकाच दोस्त राष्ट्रांच्या दृष्टीनं वेहरमार्ट चीफ ऑफ स्टाफ, राईसमार्शल ज्युलियस रोझमेयर हाही निरुपयोगीच.''

''राईसमार्शल!'' क्रॅमर धक्कायुक्त कुजबुजीच्या आवाजात बोलला. त्याची नजर रूममधून रोझमेयरच्या दिशेनं... किडनॅप!

''तुझे विश्वासू अनमोल एजंट!'' स्मिथ भडकून म्हणाला, ''आणि ही माणसं सहीसलामत निसटली असती.''

''माय गॉड! बापरे! हा प्रकार भयानक आहे!''

"आहे की नाही?" स्मिथनं विचारलं, "आहे की नाही निव्वळ भयानक?"

क्रॅमर एकदम स्मिथपासून बाजूला झाला. रूम ओलांडून तो रोझमेयरपाशी गेला आणि त्याच्याशेजारी खुर्चीवर बसला. बहुधा दोन मिनिटं ते खालच्या पट्टीत बोलत बसले. मधूनच स्मिथच्या दिशेनं दृष्टिक्षेप टाकत स्मिथला दिसत होतं... क्रॅमरच बरंचसं बोलत होता आणि त्याला प्रतिसाद द्यायचं तेवढं काम रसेझमेयर करत राहिलेला. स्मिथच्या मनात विचार... क्रॅमर सगळं फारच चांगल्या पद्धतीनं मांडत असला पाहिजे. उत्सुकता, गोंधळल्याचे भाव, आश्चर्य आणि रोझमेयरच्या चेहऱ्यावर शेवटी प्रकट झालेल्या धक्कायुक्त जाणिवेच्या, पाठोपाठ प्रकट होणारी भावाभिव्यक्ती इतकी स्पष्ट होती, की त्यापुढे छापील आकृतीसुद्धा फिकी पडली असती. काही सेकंदांच्या शांततेनंतर दोघंही उठले आणि स्मिथ उभा होता तिथं आले. स्मिथनं पाहिलं, राईसमार्शल त्याच्या सर्वसाधारण मुद्रेच्या मानानं थोडा निस्तेज वाटत होता आणि तो जेव्हा बोलू लागला, तेव्हा त्याच्या आवाजातला किंचित कंप लक्षात यायला कुठल्या संवेदनशील कानांची आवश्यकता नव्हती किंवा कल्पनाशक्तीचीसुद्धा!

राईसमार्शल म्हणाला, "ही कथा अविश्वसनीय अशी आहे, कॅप्टन स्मिथ. अविश्वसनीय पण अटळ. तशी ती असणारच. सगळे विखुरलेले तुकडे एकत्र आणून पाहता सगळ्या वस्तुस्थितीचा विचार होईल, असं एकमेव स्पष्टीकरण. त्याचा हसण्याचा प्रयत्न. हे रूपक बदलून सांगायचं, तर मला हे सांगायलाच हवं, की या गोंधळात टाकणाऱ्या सांकेतिक लिपीतली तीच खरी अदृश्य मेख आहे, हे विचारात घेणं म्हणजे खरोखरच लक्षणीय धक्का आहे. कॅप्टन स्मिथ, मी अनंतकाळ तुमचा ऋणी राहणार आहे."

"जर्मनी अनंतकाळ तुझ्या ऋणात राहणार आहे," क्रॅमर म्हणाला, "तू जर्मनीची मोठीच सेवा बजावली आहेस. आम्ही हे कधीच विसरणार नाही. मला खात्री आहे, फ्यूरर जातीनं स्वत: त्याच्या प्रशंसेचं काहीतरी प्रतीक देऊन तुझा सन्मान करण्याचा विचार करेल."

"तुम्ही फारच उदार अंत:करणाचे आहात, जंटलमेन," स्मिथनं खूपच मंद आवाजात सांगितलं. "खरंतर माझं कर्तव्य बजावण्याचं बक्षीस मला पुरेसं आहे." नंतर तो पुसटसं हसला. बहुधा आपला फ्यूरर मला दोन-तीन आठवड्यांची रजा देईल. या रात्री जे काही मला जाणवतंय, त्यामुळे माझं डोकं काही जसं होतं तसं राहिलेलं नाही. पण आता जंटलमेन, तुम्ही मला जरा वेळ दिलात, तर... माझं सध्याचं हातातलं काम अजून पूर्ण झालेलं नाही."

तो बाजूला झाला आणि हातात ब्रँडीचा ग्लास घेऊन टेबलवर झुकलेल्या तिघा माणसांच्या मागच्या बाजूला सावकाश येरझाऱ्या घालत राहिला. वेळोवेळी तो त्यातल्या एखाद्या नोटबुककडे नजर टाकायचा आणि थकलेल्या उपहासाच्या छटेत

स्मित करायचा. तिथं लिहीत बसलेल्या तिघांचा अपवाद वगळता त्याचं स्मित किंवा त्या स्मिताची अर्थपूर्णता त्या रूममधल्या सगळ्यांच्या लक्षात येणारी. तो थॉमसच्या मागे थांबला, त्यानं डोकं अविश्वासानं हलवलं आणि उद्गारला, ''माय गॉड!''

''आता हा प्रकार संपवून टाकू!'' रोझमेयरनं अधीरपणानं विनंती केली.

''राईसमार्शल, इफ यू प्लीज, आता एकदाचं कडवटपणाच्या अखेरच्या टप्प्यावर पडदा पडेपर्यंत हा खेळ खेळूच या.

''त्याची कारणं आहेत, तुझ्यापाशी तुझी अशी?

''अगदी निश्चितपणे.''

फॉन ब्रॉचिझ चपळाईनं पण घाईगडबड न करता मेरीच्या रूमपासून बाजूला गेला. त्याच्या पायांचा आवाज कॉरिडॉरमधल्या दगडी पॅसेजमध्ये फटकत घुमत राहिलेला. एकदा त्या कॉरिडॉरच्या कोपऱ्यावर वळल्याबरोबर तो धावत सुटला.

त्यानं पटांगणात पोहोचताच हेलिकॉप्टरच्या दिशेनं धाव धेतली. तिथं कोणीही नव्हतं. पट्कन तो काही पायऱ्या चढून वर गेला आणि त्यानं हेलिकॉप्टरच्या घुमटामधून कॉकपिटमध्ये डोकावून पाहिलं. पुन्हा तो खाली आला आणि त्यानं अगदी जवळ असलेल्या गार्डला हाक मारली. तो लगबगीनं त्याच्या दिशेनं आला. त्याच्या मागून एक साखळीला बांधलेला डॉबरमॅन कुत्रा येत राहिलेला...

''झट्कन,'' फॉन ब्रॉचिझनं फटकारलं, ''तू पायलटला पाहिलंस का?''

''नाही, हेर मेजर.'' गार्डनं अस्वस्थपणे उत्तर दिलं. तो गार्ड वयस्क माणूस होता. त्याच्या सर्व्हिसचा उमेदीचा टप्पा उलटून पुन्हा बराच काळ उलटला होता आणि गेस्टापोच्या जगाची भीतीच त्याच्या मनात जास्त होती. ''बऱ्याच वेळात पाहिलं नाही.''

''बराच वेळ पाहिलं नाही म्हणजे?'' फॉन ब्रॉचिझचा प्रश्न.

''खरं सांगायचं तर मला माहीत नाहीये.'' त्या गार्डनं घाईघाईनं पुस्ती जोडली. ''अर्धा तास. त्यापेक्षाही जास्त वेळ. पाऊणतास तरी झाला, हेर मेजर.''

''छे!,'' फॉन ब्रॉचिझनं यावर शिव्यांचा वर्षाव केला. ''एवढा वेळ...? मला एक सांग, पायलट कुठलं दुरुस्तीचं काम करत असेल, तर ते काम करायला तो कुठल्या जागेचा वर्कशॉपसारखा उपयोग करतो का?''

''यस, सर.'' तो गार्ड काहीतरी ठोस माहिती देऊन आपलं कर्तव्य बजावायला उत्सुक होता. ''ते तिथलं दार, सर. जुनं धान्याचं कोठार.''

''तो आता तिथं आहे का?''

''मला माहीत नाही, हेर मेजर.''

''तुला माहिती पाहिजे,'' फॉन ब्रॉचिझ थंडपणे म्हणाला, ''तुझे डोळे सताड

उघडे ठेवणं हे तुझं काम आहे. चल, तिथं नुसता उभा राहू नकोस, चल! जा आणि त्याला शोधून काढ!''

तो वयस्क गार्ड धडपडत तिथून गेला, तेव्हा फॉन ब्रॉचिझनं त्या वयस्क सैनिकाच्या बाबतीत असलेल्या अधीरपणामुळे रागानं मान हलवली. नंतर त्यानं पटांगण ओलांडून गेटपाशी असलेल्या गार्डकडे चौकशी केली, तिथले तिघंही गार्ड्स म्हणजे धट्टेकट्टे, कार्यक्षम आणि तरणेबांड स्टॉर्म ट्रपर या विशेष लष्करी पथकातले होते. पॅट्रोलिंगचं काम करणाऱ्या गार्डच्या मानानं हे गार्ड्स त्यांच्या नजरेतून काही सुटणार नाही, असा विश्वास वाटावा असे होते. त्यांच्याकडूनही फॉन ब्रॉचिझला तसंच नकारात्मक उत्तर मिळालं.

तो पुन्हा ढांगा टाकत हेलिकॉप्टरच्या दिशेनं जात असताना मध्येच त्यानं जुन्या धान्याच्या कोठारातून बाहेर धावत येणाऱ्या वयस्क गार्डला हटकलं.

''तिथं कोणीही नाहीये, हेर मेजर.'' तो गार्ड थोड्या धापा टाकत होता आणि आपल्याला फारच वाईट बातमी द्यावी लागण्याच्या शक्यतेची भीती त्याच्या मनात होती. ''ते कोठार रिकामं आहे.''

''ते तसं असणारच,'' फॉन ब्रॉचिझनं मानेनं दुजोरा दिला. त्यानं त्या गार्डच्या खांद्यावर थापटून सस्मित मुद्रेनं त्याला दिलासा दिला, ''तुझी काही चूक नाही, मित्रा. तू चांगलं लक्ष ठेवतोयस.''

जवळपास घाई न करता आता मुख्य प्रवेशद्वाराच्या दिशेनं जाताना त्यानं मास्टर कीजचा एक सेट बाहेर काढला. त्यानं पहिलंच दार उघडल्याबरोबर त्याला हवं होतं ते सापडलं. तिथं पायलट खाली पडून राहिला होता, तो अजून बेशुद्ध होता. ती चुराडा करण्यात आलेली डिस्ट्रिब्यूटर कॅप त्याच्या शेजारीच पडली होती. त्याचा दुरुस्तीच्या कामाचा ढगळा पोशाख त्याच्या अंगावर पडला होता. ती डिस्ट्रिब्यूटर कॅप कशी काढून घेण्यात आली होती, त्याचं मूक पण संपूर्णपणे समाधानकारक स्पष्टीकरण फार शोधाशोध न करताही मिळालं होतं. फॉन ब्रॉचिझनं तिथल्या भिंतीवरच्या एका मोठ्या रॅकमधला टॉर्च काढून त्या पायलटच्या हाता-पायाभोवतीचे फास काढून त्याला मोकळं केलं, त्याच्या तोंडातला बोळा काढला आणि दार सताड उघडं ठेवून त्याला तिथंच पडलेल्या अवस्थेत सोडलं. बाहेरचा पॅसेज चांगला वर्दळ असलेला होता आणि कोणीतरी लवकरच तिथून जाणार होतंच.

फॉन ब्रॉचिझ लगेच धावतपळत जिने चढून बेडरूम्सकडे जाणाऱ्या पॅसेजमध्ये आला. तिथं जरा वेग मंदावून तो सहजपणे पावलं टाकत रेंगाळत मेरीच्या बेडरूमपलीकडे गेला आणि पलीकडे पाचव्या दारापाशी थांबला. त्यानं आपल्या मास्टर कीज वापरून आत प्रवेश केला. आत गेल्यावर त्यानं स्विच ऑन करून

लाइट लावला. रूम ओलांडून त्यानं खिडकीची खालची बाजू वर उचलली. चौकटीवरचा जवळपास सगळा बर्फ उडाला आहे किंवा अस्ताव्यस्त झाला आहे, हे पाहून मानेनंच त्यानं सगळा प्रकार लक्षात आल्यासारखं केलं. नंतर तो आणखी पुढे झुकला, आपला टॉर्च लावून त्यानं खालच्या दिशेनं प्रकाशझोत सोडला. केबल-कारच्या हेडर स्टेशनचं छत थेट खाली पन्नास फुटांवर होतं. तिथल्या बर्फातल्या खुणा आणि पावलांचे ठसे सगळी कथा स्पष्टपणे सांगत राहिलेले...

फॉन ब्रॅचिझ सरळ झाला, वॉर्डरोबच्या दारालगत असलेल्या लोखंडी बेडच्या विचित्र अवस्थेकडे त्यानं नजर टाकली आणि त्यानं बेड बाजूला ओढला. तेवढ्यात त्यानं वॉर्डरोबचं दार एकदम सताड उघडल्याचं पाहिलं. त्या वॉर्डरोबमधून एक हात-पाय बांधलेली, तोंडात बोळा कोंबलेली आकृती गडगडत फ्लोअरवर कोसळली. भुवईसुद्धा न उंचावता हा सगळा प्रकार अपेक्षित असाच होता. त्या बांधलेल्या माणसाच्या कण्हण्याच्या खोलीमुळे तो शुद्धीवर येत असल्याचं उघड होतं. फॉन ब्रॅचिझनं त्याचे बंध कापले, त्याच्या तोंडातला बोळा काढला आणि त्याला तिथंच सोडलं. अर्थात ते तरुण ओबेरलेफ्टनंट्स कण्हत शुद्धीवर येताना डोकं सावरू पाहत असले तरी त्याचे हात धरून राहण्यापेक्षा इतर निकडीच्या बऱ्याच गोष्टी फॉन ब्रॅचिझचं लक्ष वेधू पाहत होत्या.

तो मेरीच्या रूमबाहेर थांबला. त्यानं आपला कान दाराला लावला आणि कानोसा घेतला. कसलाही आवाज नव्हता. पाठोपाठ त्यानं की-होलला डोळा लावला आणि आत पाहिलं. आत लाइट नव्हता. त्यानं दारावर टकूटक् केली. तरीही काही उत्तर नव्हतं. त्यानं आपल्या मास्टर कीजचा उपयोग करून आत प्रवेश केला. तिथं मेरीचा पत्ता नव्हता.

"वेल, वेल, वेल, फॉन ब्रॅचिझ पुटपुटला. खरोखरच अतिशय मनोरंजक होत चाललंय सगळं."

"संपलं?" स्मिथनं विचारलं.

थॉमसनं मानेनंच होकार दिला, ख्रिस्तियनसेन आणि कॅरॅसिओला भडकले, पण तिघंही जण मागे टेकून बसले होते आणि खरंतर तिघंही संपल्याचं उघड होतं. स्मिथ त्यांच्या मागून त्यांच्यापाशी गेला, नंतर त्या नोटबुक्स घेण्यासाठी त्यानं त्यांच्यामागून त्यांच्या खांद्यावरून हात पुढे केला. त्यानं रूममधून पलीकडे जात त्या नोटबुक्स क्रॅमरच्या खुर्चीशेजारी असलेल्या छोट्या टेबलावर ठेवल्या.

"सत्याचा हाच तो क्षण," स्मिथ शांतपणे म्हणाला, "एक वहीसुद्धा पुरेशी होईल."

क्रॅमर प्रत्यक्षात फारसा उत्साही नसूनही त्यानं अगदी वरची वही उचलली

आणि ती वाचायला सुरुवात केली. हळूहळू त्यानं त्यातली पानं चाळायला सुरुवात केली. दरम्यान स्मिथनं आपला ग्लास संपवला आणि तो अलिप्तपणे रेंगाळत रूमच्या पलीकडच्या बाजूला असलेल्या साइडबोर्डवर असलेल्या मोठ्या नक्षीदार बाटलीच्या दिशेनं गेला. त्यानं थोडी ब्रँडी ओतली. पुन्हा काळजीपूर्वक बाटलीचं झाकण लावलं, नंतर काही निरुद्देश पावलं टाकली आणि थांबला. तो कार्बाईन हातात घेतलेल्या गार्डपासून दोन फुटांहूनही कमी अंतरावर होता.

त्यानं ब्रँडीचे घुटके घेतले आणि तो क्रॅमरला म्हणाला, ''पुरेसं आहे.''

त्यावर क्रॅमरनं मानेनं दुजोरा दिला.

''आता माझ्या मूळ नोटबुकमधल्या यादीशी त्या पडताळून पाहा.''

क्रॅमरनं मानेनंच दुजोरा दिला, ''तू म्हणतोयस तसं, सत्याचा क्षण.''

त्यानं नोटबुक उचलली, त्या नोटबुकवरचा रबर बॅन्ड काढला आणि कव्हर उघडलं. त्या नोटबुकमधलं पहिलं पान कोरं होतं, तसंच पुढचंही कोरं होतं. त्याही पुढचं कोरं होतं. आठ्या घालत, गोंधळून क्रॅमरनं नजर उचलून रूममध्ये पलीकडे असलेल्या स्मिथकडे पाहिलं.

स्मिथच्या हातातला ब्रँडीचा ग्लास खाली पडत असताना स्वत: स्मिथनं जबरदस्त झपाट्यानं हालचाल करून आपल्या उजव्या हाताचा तडाखा गार्डच्या मानेवर दिला. त्याबरोबर तो गार्ड त्याच्यावर पूल कोसळून पडावा, तसा कोसळला. त्याच्या पडण्याच्या हादऱ्यानं साइडबोर्डवरचे ग्लास किणकिणले.

क्रॅमरच्या समोरचा तो केवळ जाणिवेचा अंधार असल्यासारखा क्षण नाहीसा झाला. त्याच्या चेहऱ्यावर संपूर्ण जाणिवेचं कडवट दु:ख पसरलं. त्याचा हात अलार्म बटणाच्या दिशेनं सरकू लागला.

''अहं! बझरचं बटण दाबायचं नाही गड्या!'' ज्या तडाख्यानं गार्डला खाली लोळवलं होतं, त्या तडाख्यामुळे शेफरच्या आवाजात धक्क्यापेक्षा झोंबरी निकड जास्त होती. त्यानं आपली श्मेसर गन ताब्यात घेण्यासाठी फ्लोअरवर सूर मारून पूर्ण शरीर झोकून दिलं होतं. आता ती गन क्रॅमरच्या छातीवर अगदी स्थिरपणे थेट रोखलेली. त्या रात्री दुसऱ्यांदा क्रॅमरचा हात अलार्म बटणापासून बाजूला झाला.

स्मिथनं गार्डची गन उचलली, तो रूममध्ये पलीकडे गेला आणि त्या कार्बाइनऐवजी त्यानं आपलं सायलेन्सर असलेलं ल्यूगर पिस्तूल हातात घेतलं. शेफर गन अजूनही क्रॅमरवर रोखलेली असतानाच स्वत: फ्लोअरवरून उठला आणि त्यानं स्मिथकडे जळजळीत नजर टाकली.

''एक दुय्यम दर्जाचा कुचकामी माणूस,'' शेफरनं तिरस्कारपूर्ण उद्‌गार काढले. ''एक साधाभोळा अमेरिकन. हे तुझे उद्‌गार आहेत माझ्याबद्दलचे. मला आठवड्यातला कुठला दिवस आहे, हेसुद्धा माहिती नाही! हे तुझे उद्‌गार आहेत माझ्याबद्दलचे.''

“त्या क्षणी जो काही आवश्यक होता, त्यात मला तेवढाच विचार करता आला,” स्मिथनं दिलगिरी व्यक्त केली.

“त्यामुळेच हा प्रकार आणखीनच वाईट झाला,” शेफरनं तक्रार नोंदवली. “आणि मला दस्त्यानं मारताना इतकं वास्तववादी पातळीवरून मारणं काय आवश्यक होतं?”

“कथानकात विशेष रंग भरण्यासाठी ती योजना होती. तू कशाबद्दल एवढी तक्रार करतोयस?” त्याचा उपयोग झाला. तो क्रॅमरच्या टेबलपाशी गेला, त्यानं त्या तीन नोटबुक्स उचलल्या आणि आपल्या पोशाखात ठेवून बटण लावून त्या सुरक्षित राहतील अशा ठेवल्या. तो शेफरला म्हणाला, “त्यांच्यामध्ये त्यांनी काहीही विसरायला नको होतं. चला, निघायची वेळ झाली. रेडी, मि. जोन्स?”

“आणि लवकर निघायला हवं,” शेफरनं पुस्ती जोडली. “आपल्याला स्ट्रीटकार पकडायचीय. वेल तसं म्हटलं तर केबल-कार.”

“माझ्या दृष्टीनं सगळंच कल्पनेच्या पलीकडचं आहे,” जोन्स पूर्णपणे मतिगुंग झालेला दिसत होता. तो खरोखरच अगदी तसाच दिसत होता की ॲक्टिंग? “माय गॉड, मला ॲक्टिंगबद्दल खरोखरच काही माहिती नाहीये.”

“तुला फक्त एवढंच हवंय?” क्रॅमर आता पूर्णपणे नियंत्रणात आलेला शांत, स्थिर, संपूर्णपणे व्यावसायिक. “त्या वह्या? केवळ त्या वह्या तुला हव्या आहेत?”

“वेल, म्हटलं तर तेवढंच, बरीचशी छान नावं आणि पत्ते. एमआय- ६च्या लोकांना झोपताना काहीतरी वाचायला छान स्टोरी लागते.”

“आय सी,” क्रॅमरनं मानेनंच आपल्याला सगळं समजल्याचं दर्शवलं. “म्हणजे अर्थातच ही माणसं त्यांचा जो दावा आहे, तशीच आहेत तर?”

“ही माणसं बरेच आठवडे संशयाच्या सावलीत आहेत. अतिशय अमूल्य स्वरूपाची विशेषीकृत माहिती बाहेर जात होती आणि खोटी- संपूर्णतः कुचकामी - माहिती आमच्याकडे येत होती. त्या माणसांकडून चालवल्या जाणाऱ्या एक-दोन किंवा जास्त डिपार्टमेंट्सना नेमकी माहितीची गळती आणि खोट्या माहितीचे मार्ग लक्षात घ्यायला दोन महिने काम करावं लागलं. पण आम्हाला ते त्यांच्याबद्दल कधीही सिद्ध करता येणार नाही, हे आम्हाला माहीत होतं. या प्रकरणात खरंच एकापेक्षा जास्त विश्वासघातकी, गद्दार माणसं होती, याचीही आम्हाला खात्री नव्हती आणि ते कोण असतील, याचीसुद्धा कल्पना नव्हती. कसंही असलं तरी, त्यांचे देशातले आणि परदेशातले संबंध शोधल्याशिवाय ते सिद्ध करणं निरुपयोगी ठरणार होतं. त्यामुळे- आम्ही- ही चाल रचली.”

“म्हणजे तुला म्हणायचंय, तू ही चाल रचलीस, कॅप्टन स्मिथ,” रोझमेयरची टिपण्णी.

"त्याला आता काय अर्थ आहे?" स्मिथनं बेफिकीरपणे विचारलं.

"खरं आहे. त्याला काही अर्थ नाहीच. पण आणखी कशाला तरी अर्थ आहे." रोझमेयरच्या चेहऱ्यावर क्षीण स्मित. तुला फक्त या नोटबुक्स हव्या आहेत का, असं कर्नल क्रॅमरनं तुला विचारल्यावर तू म्हणालास, बहुतांशी. त्यातून बहुधा आणखी काहीतरी हवं असल्याचं सूचित होतं. एकूणच एका दगडात दोन पक्षी मारण्याचा तुझा विचार आहे, म्हणजेच मलाही तुमच्याबरोबर येण्याचं आमंत्रण आहे?"

"तुमचा त्यावर विश्वास असेल तर, राईसमार्शल रोझमेयर," स्मिथ रोखठोकपणे म्हणाला, "तुझ्याकडची सूत्रं तू दुसऱ्या कोणाकडे तरी द्यायची वेळ झाली आहे. मला तुझे हात-पाय बांधून तुला माझ्या खांद्यावर घेऊन आल्प्सची पर्वतराजी ओलांडायची नाहीये. मी तुला नेऊ शकतो, ते केवळ एकाच पद्धतीनं आणि ती पद्धत म्हणजे गन तुझ्यावर रोखून देशाशी असलेल्या निष्ठेपुढे स्वत:च्या संरक्षणाचा काहीही विचार न करणाऱ्या तुझ्यासारख्या सन्माननीय माणसावर आणि तुला उठून आमच्याबरोबर ये नाहीतर गोळीनं तुला उडवलं जाईल असं सांगितलं, तर तू तुझ्या खुर्चीत बसून राहशील, याबाबत या रूममधलं कोणीही शंका घेणार नाही. त्यामुळे आपल्याला निघणं भाग आहे."

"तू जितका तर्कशुद्ध आहेस तितकाच दिलदारही आहेस." रोझमेयरच्या चेहऱ्यावर स्मित... एक किंचितसं, कडवट स्मित. काही मिनिटांपूर्वी अगदी याच विषयावर आपण चर्चा करत होतो, तेव्हा तर्कशास्त्र जरा मला लक्षणीय पद्धतीनं जाणवायला हवं होतं."

"बहुधा त्याचा अर्थ ते तसं जाणवलं नाही हाच आहे," स्मिथची टिप्पणी.

"पण कर्नल विल्नर?" क्रॅमरनं विचारलं. "फिल्डमार्शल कैसरलिंगचा गुप्तचर खात्याचा प्रमुख... तो तर नक्कीच."

"बाकीचं सगळं सोपं आहे. विली-विली काही आमच्या पेरोलवर नाहीये. आपला विश्वास आहे, म्हणून त्यानं जे सांगितलं, ते अगदी तंतोतंत सत्य आहे. मी इटलीतला टॉप डबल एजंट आहे, असं तो मानतो. मी त्याला जवळपास दोन वर्षं निरुपयोगी, खोटी आणि जुनीपानी माहिती देतोय. त्याला तसं सांग, सांगशील?"

"म्हणजे एक प्रकारचा ट्रिपल एजंट, बरोबर?" शेफर पुढे संयत स्पष्टीकरणाच्या सुरात म्हणाला, "म्हणजे डबल एजंटपेक्षा भारी."

"हैडलबर्ग?" क्रॅमरनं विचारलं.

"दोन वर्षं तिथल्या विद्यापीठात. सौजन्य- फॉरेन ऑफिस."

क्रॅमरनं नकारार्थी मान हलवली. "मला अजूनही लक्षात येत नाहीये..."

"सॉरी. आम्ही आता निघतोय."

"खरंतर, आम्ही निघालोय." शेफर म्हणाला. "बाकी सगळं श्रीयुत पिम्पर्नेल शेफर यांच्या युद्धकाळानंतरच्या आठवणी असलेल्या पुस्तकात वाच..."

त्याचवेळी धाड्कन दार सताड उघडल्यानं शेफर बोलायचा थांबला. मेरी दारात खिळल्यासारखी उभी होती. तिच्या हातातलं मौजर पिस्तूल अगदी स्थिर. तिनं ते पिस्तूल सुटकेचा सुस्कारा टाकून खाली पडू दिलं.

"इथं पोहोचायला तुला बराच वेळ लागला, नाही का?" स्मिथनं कडक आवाजात विचारलं. "आम्हाला तुझ्याबद्दल काळजी वाटायला लागली होती."

"आय ॲम सॉरी. मला निघता आलं नाही सहजपणे, फॉन ब्रॅचिझ..."

"त्यात विचित्र असं काहीच नाही, यंग लेडी," शेफरनं उजव्या हाताची एक आकर्षक हालचाल केली आणि सांगितलं, "शेफर इथंच होता."

"आज रात्री इथं आलेली तरुणी!" क्रॅमर कुजबुजला. तो किंचितसा मतिगुंग झालेला दिसला. "म्हणजे त्या दुसऱ्या तरुणीची बहीण वगैरे..."

"बाकी काहीही नाही." स्मिथ म्हणाला, "गेला बराच काळ विली-विलीला खूश ठेवण्याच्या कामात तीच मला मदत करत आली आहे. आणि रात्री आमच्यासाठी दार उघडणारीसुद्धा तीच आहे."

'बॉस,' शेफरनं दु:ख व्यक्त करत सांगितलं, "माझ्यासाठी जरा तुला घाई करायला लावू."

"मी त्याच मुद्द्यावर येतोय आता," स्मिथ रोझमेयरकडे पाहून हसला. "तुझं बरोबर होतं, मला काही केवळ नोटबुक्सच नको होत्या. तुझं बरोबर होतं, मला कोणी तरी माणसं बरोबर हवी होती. पण राईसमार्शल, मला हवी असलेली माणसं तुझ्यासारखी नाहीत. ती माणसं कातडीबचाऊ आणि सन्मानाची कसलीही जाणीव नसलेली, बेशरम आहेत. आणि त्यामुळे ती बरोबर येतील." त्याची गन कॅरॅसिओला, थॉमस आणि ख्रिस्तियनसेन यांच्या दिशेनं फिरली. "ताबडतोब उठून उभे राहा, तुम्ही तिघं. तुम्ही आमच्याबरोबर येताय."

"आपल्याबरोबर येत आहेत?" शेफरनं विश्वासानं विचारलं. "इंग्लंडला?"

"विश्वासघात, गद्दारीच्या खटल्यात उभं राहण्यासाठी. सरकारी वकील म्हणून राहणं हा माझ्या कामाचा भाग नाहीये. किती शेकडो आणि हजारो माणसांना त्यांच्या आयुष्याची किंमत मोजावी लागली असेल या माणसांमुळे ते परमेश्वरालाच माहीत. टॉरन्स-स्मिदी आणि सार्जंट हॅरॉडसुद्धा त्यात आलेच." त्यानं कॅरॅसिओलाकडे पाहिलं. त्याची नजर अतिशय थंड. "मला कधीच कळणार नाही, पण तुझंच सगळं डोकं होतं. तूच हॅरॉडला पर्वतराजीच्या भागात तिकडे ठार मारलंस. ते रेडिओ कोड-बुक तुझ्या हाताला लागलं असतं, तर तू दक्षिण जर्मनीतल्या आमच्या नेटवर्कमध्ये खिंडार पाडलं असतंस. त्यामुळे बराच फरक पडला असता, कारण आमच्या

इथल्या नेटवर्कमध्ये आजपर्यंत कोणी शिरकाव केलेला नाही. ते रेडिओ-कोडबुक म्हणजे एक सापळा होता, तो उघडला नाही. तूच स्मिदीचाही निकाल लावलास. रात्री मी पबमधून बाहेर पडल्यावर दोनएक मिनिटांनी तू माझ्यापाठोपाठ बाहेर पडलास. स्मिदीनं तुझा पाठलाग केला, पण तो त्या माणसाचा मुकाबला करू शकला नाही.''

''गन्स खाली टाका,'' फॉन ब्रॉचिझचा आवाज शांत, थंड आणि धाक असलेला. दरवाजा अजिबात आवाज न करता उघडल्यानं कोणाच्याही ते लक्षात आलं नव्हतं किंवा कोणीही काही ऐकलेलं नव्हतं. तो त्या जागेत थोडासाच आत आला होता. मेरीपासून चार फूट अंतरावर त्याच्या उजव्या हातात एक छोटं ऑटोमॅटिक पिस्तूल स्मिथ झपकन वळला. त्याचं ल्यूगर पिस्तूल दाराच्या दिशेनं रोखलेलं. एका सेकंदाच्या घातकी अशा अंशापुरताच तो थबकला, कारण मेरी जवळजवळ थेट फॉन ब्रॉचिझच्याच मार्गात होती. फॉन ब्रॉचिझच्या संध्याकाळच्या वेळातल्या आधीच्या स्त्रीदाक्षिण्याची जागा आता नव्या परिस्थितीच्या थंड व्यावसायिक मूल्यमापनानं घेतली होती. त्याला आता काही रोखू शकणार नव्हतं. तेवढ्यात अचानक धारदार असा कट्‌कन आवाज झाला. फॉन ब्रॉचिझच्या पिस्तुलाची गोळी मेरीच्या बाहीतून कोपराच्या थोडंसंच वरून पुढे गेली, पाठोपाठ स्मिथ आपला रक्तबंबाळ हात पकडत वेदनेनं कळवळला आणि आपलं ल्यूगर कुठल्याशा फर्निचरवर आदळल्याचं त्यानं ऐकलं. मेरीनं वळण्याचा प्रयत्न केला, पण फॉन ब्रॉचिझ अतिशय चपळ आणि ताकदवान होता. त्यानं पुढे उडी मारली, आपल्या हाताची पकड तिच्याभोवती घातली आणि गन असलेल्या तिच्या हाताचं मनगट पकडलं. लगेचच त्यानं स्वत:ची गन तिच्या खांद्यावर घुसवली. मेरीनं सुटका करून घेण्यासाठी धडपड केली फॉन ब्रॉचिझनं तिचं मनगट पिरगळलं, ती वेदनेनं कळवळली. शेवटी तिचा हात मोकळा झाला आणि गन खाली फ्लोअरवर पडली. फॉन ब्रॉचिझला जसं काही यातलं काहीच लक्षात येत नव्हतं. त्याचा अजिबात न लवणारा उजवा डोळा- मेरीच्या मागे दिसेल असा त्याच्या शरीराचा तेवढाच भाग होता- त्याच्या हातातल्या ऑटोमॅटिक पिस्तुलालगत...!

शेफरनं आपली गन खाली टाकली.

''तू तुझं पिस्तूल चालवण्याचा प्रयत्न करायला नको होतास,'' फॉन ब्रॉचिझ स्मिथला म्हणाला. ''अगदीच मूर्खपणाची गोष्ट. तू ज्या परिस्थितीत आहेस, त्या परिस्थितीत मी अगदी अशीच मूर्खपणाची पावलं टाकली असती.'' त्यानं क्रेमरकडे पाहिलं. ''उशीर झाल्याबद्दल सॉरी, हेर कर्नल. पण मला वाटलं, ही तरुणी फारच चिंतातुर आणि अस्वस्थ होती. तिला तिची जन्मभूमी असलेल्या ड्युसेलडॉर्फबद्दल चांगली मौलिक माहिती आहे आणि ती खोटारडेपणा करत असताना कोणाला

आपला हात धरू द्यायचा नसतो, हेसुद्धा तिला माहीत नाही. ती बऱ्याचदा थापाच मारत असते.'' त्यानं मेरीला मोकळं केलं आणि तिला अर्धं आपल्याकडे वळवलं. आणि तिच्याकडे पाहत हसत म्हणाला, ''तुझा हातसुद्धा किती सुंदर आहे, माय डिअर! पण नाडीच्या ठोक्यांमध्ये भलतेच अफलातून वाढते- घसरते बदल होतायत.''

''तू काय बोलतोयस, हे मला माहीत नाही आणि त्याची मला पर्वा नाही.'' क्रॅमरनं एक मोठा सुस्कारा टाकला आणि मोकळेपणाच्या भावनेनं तो सैल झाला. ''वेल डन, माय बॉय, वेल डन. माय गॉड! आणखी एखादं मिनिट...'' तो सुस्कारा टाकून उठला, दुसऱ्या बाजूला शेफरपर्यंत गेला आणि ब्रॉचिझच्या गनच्या फायरच्या मार्गाबाहेर सावधपणे राहत शेफरनं काही शस्त्र लपवलं आहे का, त्याची खात्री करून घेण्यासाठी त्याची झडती घेतली, पण त्याला काही सापडलं नाही. स्मिथचीसुद्धा त्यानं झडती घेतली, पण त्यातूनही काही निष्पन्न झालं नाही. क्रॅमरनं एक पांढरा रुमाल स्मिथच्या जखमेतून जे रक्त वाहत होतं, ते रोखण्याकरिता त्यावर बांधण्यासाठी स्मिथला दिला. क्रॅमरनं मेरीकडे पाहिलं आणि तो थबकला. ''ती किती चांगली असू शकते, याची तर मला काही कल्पना नाही, पण मला वाटतं, ॲन-मेरी?''

''निश्चितच, हेर कर्नल. मला अगदी मनापासून ही सेवा बजावायला आवडेल. आमची आधी भेट झालीय आणि तिला माझ्या पद्धती चांगल्या माहीत आहेत. नाही का, माय डिअर?'' कोणत्याही सुंदर आर्यन जर्मन व्यक्तीलाच जमेल असं जवळपास लांडग्यासारखं स्मित प्रकट करत ॲन-मेरी मेरीपाशी गेली आणि तिनं तिच्या चेहऱ्यावर जोरदार तडाखा दिला. मेरी वेदनेनं कळवळली, मागच्या बाजूला धडपडत भिंतीवर आदळली आणि तिथंच अंग चोरून राहिली. तिच्या निस्तेज चेहऱ्यात तिचे डोळे विस्फारलेले. हाताचे तळवे भिंतीचा आधार घेण्यासाठी भिंतीवर दाबलेले... तिच्या तोंडाच्या कोपऱ्यातून रक्ताचा बारीकसा ओघळ येत राहिलेला...

'ॲन-मेरी!' क्रॅमरच्या चेहऱ्यावर विरोध आणि तिटकारा. ''या असल्या हलकट, भुक्कड हेरांना कसं हाताळायचं, हे मला चांगलं माहीत आहे!'' ती मेरीकडे वळली आणि म्हणाली, ''मी कसे रिझल्ट्स मिळवते ते बघायला त्यांना आवडत नाही, असं मला वाटतं. हे पाहा आता!''

तिनं मेरीला तिचे केस धरून पकडलं आणि तिला बाजूच्या दाराच्या दिशेनं ओढलं. लगेच तिनं ते दार उघडलं आणि तिला अतिशय जोरानं आतल्या बाजूला ढकललं. मेरीचं शरीर आत फ्लोअरवर आदळण्याचा आणि तिनं आणखी एकदा वेदनांनी हादरल्याचा आवाज एकदमच आला. ॲन-मेरीनं तिच्या पाठीमागे दार बंद केलं.

पुढची दहा-एक सेकंदं तडाख्यांचे आणि वेदनांनी विव्हळण्याचे आवाज ऐकू येत राहिले. फॉन ब्रॉचिझनं आपल्या गनच्या इशाऱ्यानं स्मिथ आणि शेफरला मागे

सरकायला सांगितलं. नंतर तो स्वत: पुढे झाला आणि एका मोठ्या हाताच्या खुर्चीच्या एका बाजूला तो रेलून बसला. त्या दरवाज्याआडून येत असलेले झटापटीचे आवाज ऐकून तो दचकला आणि शुष्कपणे क्रॅमरला म्हणाला, ''मला कसंही असलं तरी वाटतं, त्या तरुणीनं मीच तिची झडती घ्यायला प्राधान्य दिलं असतं. शेवटी खोट्या सभ्यतेला मर्यादा असते.''

''मला वाटतं, ॲन-मेरी काही वेळा तिच्या उत्साहाच्या झटक्यांमध्ये वाहावत जाते,'' क्रॅमरनं आपलं मत नोंदवलं. त्याचं तोंड नापसंतीदर्शक सुरकुतलेलं.

''काही वेळा?'' फॉन ब्रॉचिझ पुन्हा दचकल्यासारखा झाला, कारण या वेळी त्या बंद दारातून आणखी तीव्र पट्टीतले आवाज प्रकट झाले. भिंतीवर शरीर आदळल्याचा आवाज... पुन्हा वेदनेनं कळवळून किंकाळी... नंतर कण्हत हुंदके देत असल्याचा आवाज... नंतर शांतता... ''नेहमी, विशेषत: दुसरी पोरगी तिच्याइतकी तरुण आणि सुंदर असते तेव्हा!''

''सगळं संपलंय आता,'' क्रॅमरनं उसासा टाकला. ''सगळं आता संपलंय. त्यानं स्मिथ आणि शेफरकडे पाहिलं. आधी आपण त्या हाताची काळजी घेऊ, नंतर श्लॉस ॲडलरबद्दल सांगायची एक गोष्ट म्हणजे, इथं अंधारकोठड्यांचा काही तुटवडा नाहीये. तेवढ्यात तो बोलायचा थांबला, त्याचे डोळे किंचित का होईना विस्फारले. ते त्याच्या खाली झुकणाऱ्या खांद्यासारखेच. त्यानं काळजीपूर्वक फॉन ब्रॉचिझला सांगितलं, ''गमावण्याच्या दृष्टीनं तू अतिशयच चांगला माणूस आहेस, कॅप्टन. आपण एकूण चुकीच्या व्यक्तीच्या दिशेनं आपली सहानुभूती गमावत होतो. तिथं एक गन रोखलेली आहे तुझ्यापासून चार फूट अंतरावर तुझ्या पाठीच्या मध्यभागावर रोखलीय गन.''

फॉन ब्रॉचिझचा गन धरलेला हात असाहाय्यपणे त्याच्या मांडीवर. त्यानं सावकाश बाजूला वळून पाहिलं आणि खांद्यावरून मागे पाहिलं. खरोखरच त्याच्या पाठीच्या मध्यभागाच्या दिशेनं एक गन रोखलेली होती. ती गन होती लिलिपुट २१ ऑटोमॅटिक आणि ती गन हातात धरणारा हात मनाचा तोल ढासळून टाकेल इतका स्थिर होता. त्यामागचे गडद काळे डोळे स्थिर आणि अगदी सावध. तिच्या ओठाला झालेल्या जखमेतून रक्ताचा अगदी छोटा ओघळ वाहत होता. केसही बरेच विस्कटलेले. मेरी कपड्यांच्या दृष्टीनंही विलक्षण अशी अस्ताव्यस्त वाटत राहिलेली...

''आपल्या मुलींना ज्युडो शिकण्यासाठी उत्तेजन देणं हे प्रत्येक पालकाचं कर्तव्य आहे,'' शेफरनं तोऱ्यात आपलं मत व्यक्त केलं. त्यानं फॉन ब्रॉचिझच्या प्रतिकारशून्य हातातून गन घेतली, स्वत:ची श्मेसर ताब्यात घेतली, नंतर मुख्य दरवाज्याकडे जाऊन त्यानं ते लॉक करून टाकलं. ''फारच मंडळी खुशाल दारावर टक्‌टक् करण्याची तसदी न घेता आत घुसतायत,'' असा खुलासा जाहीर करून

परत येत असताना त्यानं त्या रूमच्या उघड्या दारातून पाहिलं आणि शीळ घालत, हसत तो मेरीला म्हणाला, ''हे काम चांगलं आहे. माझे विचार आणखी कोणावर तरी खिळलेले आहेत. तुला मनाचं संतुलन नीट ठेवता येत नसेल, तर मला तुझ्याशी विवाहित होण्याचा विचार करता येणार नाही. तिथं एक नेहमीची औषधोपचारासाठी जागा आहे, तिथं तुला शक्य तितकं मेजरच्या हाताची मलमपट्टी कर. मी त्यांच्याकडे लक्ष ठेवतो.'' त्यानं श्मेसर वर उचलली आणि जवळपास परमानंदाच्या भावनेनं तो हसून म्हणाला, ''ओह, ब्रदर, त्यांच्याकडे मी लक्ष ठेवायचं तरी कसं?''

पण तो त्यांच्यावर नजर ठेवून राहिला. ज्या छोट्या रूममध्ये ॲन-मेरीचं नुकतंच वॉटर्लू झालं होतं, तिथं स्मिथच्या जखमी हातावर मेरी उपचार करत असताना शेफरनं आपल्या ताब्यातल्या सहा कैद्यांना एका भल्यामोठ्या कोचावर बसण्यासाठी पिटाळलं आणि स्वत: फायरप्लेसभोवती मोर्चा पकडला. नंतर त्यानं स्वत:साठी थोडी ब्रँडी ओतून घेतली, ती सावकाश घुटक्या-घुटक्यांनी तो पीत राहिला आणि अधूनमधून त्या कैद्यांकडे पाहून त्यांना दिलासा देईल, असं हास्य तो सतत सादर करत राहिला, मात्र त्याच्या हसण्याला प्रतिसाद म्हणून कैद्यांपैकी कोणी हसण्याचं मनावर घेत नव्हतं. शेफर कितीही बेफिकीर आणि हलकीफुलकी थट्टामस्करी करत असला, तरी त्याच्या हातातल्या श्मेसर गनसंबंधीचा थंड, काळजाचा ठोका चुकवणाऱ्या हिकमतीच्या संकेताची भीती-धाक निर्माण करणारं वलयच त्याच्याभोवती नव्हतं, तर गरज पडल्यास सेकंदभरही न थबकता तो त्याच्या गनचा ट्रिगर खेचेल आणि खेचत राहील अशी एक स्पष्ट सूचकता कुठेतरी त्याच्यामध्ये होती. शिवाय श्मेसर मशीन-पिस्तुलाच्या चुकीच्या बाजूला असण्यामुळे नात्यांमधल्या सहज अनौपचारिकतेचा तितकासा विचार होत नसतो.

थोड्या वेळातच स्मिथ आणि मेरी बाजूच्या रूममधून बाहेर आले. मेरीच्या हातात एक कापडानं झाकलेला ट्रे... स्मिथ फिकुटलेला दिसत होता. त्याचा उजवा हात खूपच जाड बँडेजमध्ये. शेफरनं त्याच्या हाताकडे पाहून मेरीच्या दिशेनं भुवया प्रश्नार्थक उंचावल्या.

''परिस्थिती चांगली नाहीये,'' ती स्वत:च जरा निस्तेज वाटत होती. ''अंगठा आणि अंगठ्याजवळचं बोटं, दोन्हीचा भुगा पडलाय. मला शक्य तेवढं मलमपट्टी करून मी बँडेज बांधलंय पण हे काम सर्जनचं आहे, असंच माझं मत आहे.''

''मेरीच्या प्रथमोपचाराला तोंड देऊन मी सहीसलामत राहिलो तर, स्मिथनं तात्त्विकपणे सांगितलं. ''मी कशालाही तोंड देऊन सहीसलामत राहीन. आपल्याला इथं एक तातडीच्या स्वरूपाची छोटी समस्या आहे. असं म्हणून त्यानं आपल्या पोशाखावर थापटलं. ''ही नावं आणि पत्ते. आपण त्यांना इंग्लंडमध्ये नेऊन

सोडेपर्यंत आणखी एक-दोन तास तरी लागतील आणि या माणसांना गोळा करेपर्यंत नंतरचे एक-दोन तास.'' त्यानं कोचावर बसलेल्या माणसांकडे पाहिलं. ''तुम्ही त्यांच्यापर्यंत त्यापेक्षा कमी वेळात जाऊ शकता आणि त्यांना सावधही करू शकता. म्हणजेच काही तासांसाठी तुमच्या शांततेबाबत आम्हाला खात्री करून घेतली पाहिजे.''

''त्याची खात्री आपण कायमचीच करून घेऊ शकतो, बॉस,'' शेफरनं निष्काळजीपणानं सांगितलं.

''त्याची काही आवश्यकता नसेल. तू म्हणालास तसं, इथं एक नेहमीसाठी छोटी डिस्पेन्सरी आहे.'' त्यानं बाटल्या आणि इंजेक्शनच्या सिरिंज दाखवण्यासाठी ट्रेवरचं कापड काढलं. त्यानं एक बाटली डाव्या हातात उचलली आणि जाहीर केलं, ''नेम्ब्युटल. तुम्हाला जरासुद्धा टोचलेलं कळणार नाही.''

क्रॅमरनं त्याच्याकडे रोखून पाहिलं. ''नेम्ब्युटल? मी विचारसुद्धा करू शकत नाही.''

स्मिथनं भलतंच ठामपणाच्या सुरात सांगितलं, ''तू विचारसुद्धा केला नाहीस, तर तू मरशील.''

नऊ

स्मिथ 'रेडिओ रूम' अशी पाटी असलेल्या दाराच्या बाहेर थांबला. त्यानं बरोबर आणलेल्या तिघा भडकलेल्या चेहऱ्याच्या कैद्यांकडे पाहून सांगितलं, ''कोणाला काही इशारा देण्याचा किंवा धोक्याचा अलार्म देण्याचा विचारसुद्धा करू नका. तुम्हाला इंग्लंडला परत नेण्याचा विचार मी तितकासा इमानदारीत करत नाहीये. लेफ्टनंट शेफर, मला वाटतं, आपण या माणसांना आणखी पुतळ्यांसारखं निश्चल करू शकतो.''

''अवश्य करू शकतो,'' शेफरनं दुजोरा दिला. तो त्यानुसार तिन्ही माणसांच्या मागच्या बाजूला गेला, त्यानं त्यांच्या पोशाखातल्या ट्यूनिकची वरची बटणं ओढून काढली आणि ती ट्यूनिक पाठीमागून ओढून काढली. त्यांच्या बाह्या त्यांच्या कोपरापाशी येईपर्यंत... नंतर तो सौम्य स्वरात म्हणाला, ''त्यामुळे थोडा वेळ त्यांचे हात तसदी घेण्यातून मोकळे राहतील.''

''पण त्यांच्या पायाच्या बाबतीत तसं राहणार नाही, ते मोकळे राहतील. त्यांना तुझ्याजवळ येऊ देऊ नकोस.'' स्मिथनं मेरीला सांगितलं. ''त्यांना गमावण्यासारखं आता काहीच नाहीये. लेफ्टनंट, तू तयार झालास की लगेच.''

''आता तयार आहे.'' म्हणत शेफरनं काळजीपूर्वक, शांतपणे रेडिओ रूमचं दार अलगद उघडलं. ही रूम मोठी, प्रकाशानं चांगली उजळलेली पण अतिशय थंड आणि निरुत्साह आणणारी अशी होती. तिथल्या फर्निचरचे दोन मुख्य प्रकार म्हणजे दुसऱ्या टोकाच्या भिंतीपाशी असलेल्या खिडकीजवळचं एक प्रचंड टेबल आणि त्या टेबलावरचा चकाकत्या धातूचा तेवढाच भलामोठा ट्रान्सिव्हर. या शिवाय, दोन खुर्च्या आणि एका फायलिंग कॅबिनेटशिवाय त्या रूममध्ये बाकी काहीही नव्हतं. अगदी फ्लोअरच्या फळ्या झाकण्यासाठी एखादा गालिचासुद्धा नव्हता.

बहुधा त्या गालिच्याच्या अभावानंच त्यांना दगा दिला. शेफर अलगद पावलं टाकत रूम ओलांडत तिथल्या ऑपरेटरच्या दिशेनं जात असताना निम्मा वेळ त्या

ऑपरेटरची पाठ शेफरकडे होती. ऑपरेटर सिगारेट ओढत आरामात, आपल्याच नादात त्याच्या भल्यामोठ्या मशीनमधून येणारं कुठलंसं मंद ऑस्ट्रियन संगीत ऐकण्याच्या नादात गुंतलेला होता. अचानक फ्लोअरच्या फळ्यांच्या कुरकुरीच्या मंद आवाजानं म्हणा किंवा केवळ कुठल्याशा सावधगिरीच्या सूचना देणाऱ्या अज्ञात जाणिवेमुळे तो सावध झाला. बसलेल्या जागेतून एकदम वळून तो उभा राहिला. त्याच्या उजव्या पायाची अवस्था बदलत एकाएकी धोक्याच्या इशाऱ्याच्या बेलचा प्रचंड कर्कश घणघणाट बाहेरच्या पॅसेजमधून घुमायला लागला. त्याबरोबर शेफर पुढे झेपावला, त्याच्या हातातली श्मेसर हेलकावली, पाठोपाठ तो ऑपरेटर भेलकांडत त्याच्या ट्रान्सिव्हरवरच कोसळला आणि लगेच बेशुद्धावस्थेत खाली घसरत फ्लोअरवर पडला. पण शेफरला फार उशीर झाला होता. ती बेल वाजत कर्कश घणघणत राहिली आणि त्या घणघणण्याचा आवाज तसाच होत राहिला.

"मला अगदी याचीच गरज आहे!" स्मिथनं कडवटपणे संवादफेक केली. "मला अगदी अशाच अनुकूल वातावरणाची गरज आहे!" तो रेडिओ रूमच्या दारातून बाहेर पॅसेजमध्ये गेला. त्यानं काही फूट अंतरावर असलेल्या अलार्म बेलचं काचेचं कपाट शोधून काढलं आणि आपल्या श्मेसर गनच्या दस्त्यानं त्यावर घणाघाती प्रहार केला. त्याबरोबर काचांचे तुकडे-तुकडे खळखळत खाली फ्लोअरवर पडले आणि त्या बेलचा कर्कश घणघणाट पाठोपाठ अचानक थांबला.

"आत!" स्मिथनं रेडिओ रूमच्या मोकळ्या दाराच्या दिशेनं इशारा केला. "सगळ्यांनी आत जायचंय. पट्कन!" त्यानं सगळ्यांना आतल्या बाजूला नेलं, आजूबाजूला पाहिलं आणि उजवीकडे जाणारं बाजूचं एक दार पाहिल्याबरोबर त्यानं मेरीला सांगितलं, "लवकर! तिथं काय आहे? शेफर!"

"आपण आता किल्ला लढवू," शेफर पुटपुटत पलीकडे गेला आणि रेडिओ रूमच्या दारापाशी त्यानं मोर्चा धरला. त्यानं प्रतिक्रिया व्यक्त केली. "आपण या सगळ्याशिवाय राहू शकलो असतो, बॉस."

"या जगात आपण बऱ्याच गोष्टींशिवाय राहू शकतो." स्मिथनं थकलेल्या आवाजात सांगितलं. त्यानं मेरीकडे पाहून प्रश्नार्थक मुद्रा केली. "वेल?"

"रेडिओ स्पेअर्ससाठी स्टोअरेज रूम्स आहेत असं दिसतंय."

"तू आणि जोन्स त्या तिघांना घेऊन तिथं जा. त्यांना जोर आला, तर त्यांच्यावर पिस्तुलाचा प्रयोग करून टाक."

जोन्सनं आपल्या हातात उत्साहानं धरलेल्या गनकडे पाहिलं आणि सांगितलं, "मी लष्करी नाहीये, सर."

"माझ्याकडेही तुला सांगण्यासारखी एक बातमी आहे," स्मिथनं त्याला ऐकवलं. "मीसुद्धा लष्करी माणूस नाहीये."

तो घाईघाईनं ट्रान्सिव्हरपाशी पोहोचला, तिथं बसला आणि तिथल्या वेगवेगळ्या डायल्स. मुठी अणि स्विचचं गोंधळात टाकणारं जंजाळ यांचं निरीक्षण करण्यात गुंतलेला. नंतर पुढची वीस सेकंद तो तिथंच बसून राहिला.

शेफरनं दारातूनच विचारलं, ''ते मशीन कसं काम करतं, काही कल्पना आहे, बॉस?''

''हा प्रश्न विचारण्यासाठी ही वेळ मोठी छान आहे.'' स्मिथनं टिप्पणी केली. ''आपण लवकरच शोधून काढू, नाही का?'' त्यानं सेंड करण्यासाठी असलेला त्या मशीनचा स्विच चालू केला, पाठोपाठ अल्ट्रा शॉर्ट वेव्ह बॅन्ड निवडून ट्रान्समिट करण्यासाठी फ्रिक्वेन्सी जुळवली. त्यानं आणखी एक स्विच चालू केला आणि मायक्रोफोन उचलला.

''ब्रॉड्सवर्ड कॉलिंग डॅनी बॉय,'' स्मिथनं सुरुवात केली. ''ब्रॉड्सवर्ड कॉलिंग डॅनी बॉय. कॅन यू हिअर मी? कॅन यू हिअर मी?''

मात्र कोणीही त्याचं काही ऐकलं नाही किंवा त्याचं काही ऐकल्याची चिन्हं दिसली नाहीत. स्मिथनं ट्रान्समिटिंग फ्रिक्वेन्सी बदलली आणि पुन्हा प्रयत्न केला नंतर पुन्हा एकदा आणि पुन्हा सहाव्या किंवा सातव्या प्रयत्नानंतर स्मिथ दचकला. दारातून गन झाडल्याचा आवाज आला होता. स्मिथनं मागे वळून पाहिलं, तर शेफर फ्लोअरवर पूर्ण पसरलेला. त्याच्या श्मेसर गनच्या-मशीन पिस्तोलच्या नळीतून धूर रेंगाळत येत राहिलेला.

''आपल्याकडे पाहुणे येतायत, बॉस,'' शेफर दिलगिरीच्या सुरात म्हणाला. ''मला काही झालेलं नाहीये, पण त्यांच्या मेंदूला चालना मिळेल अशी सुरुवात मी नक्कीच केली.''

''ब्रॉड्सवर्ड कॉलिंग डॅनी बॉय,'' स्मिथनं लगबगीनं, पिच्छा पुरवत पुन्हा प्रयत्न सुरू केले. ''बापरे, त्यांच्याकडून काही उत्तर का येत नाहीये?''

''ते सैनिक स्वत:ची चाळण उडवून घेतल्याशिवाय पॅसेजचा कोपरा ओलांडून येऊ शकणार नाहीत.'' शेफर फ्लोअरवरच्या त्याच्या क्षितिजसमांतर अशा पण अवघडलेल्या अवस्थेत असतानाच आरामात म्हणाला. ''मी त्यांना ख्रिसमसपर्यंत रोखून धरू शकतो. घाईचा मुद्दा येतो कुठे?''

''ब्रॉड्सवर्ड कॉलिंग डॅनी बॉय, ब्रॉड्सवर्ड कॉलिंग डॅनी बॉय,कोणालातरी इलेक्ट्रिसिटी तोडायला किती वेळ लागेल असं तुला वाटतं?''

''छे! काय झालं तरी काय या डॅनी बॉयला?'' शेफरनं कळकळीनं विचारलं. ''तू उत्तर का देत नाहीस? तू उत्तर का देत नाहीस?''

''डॅनी बॉय कॉलिंग ब्रॉड्सवर्ड.'' रेडिओवरचा आवाज शांत, मोठा आणि स्पष्ट... अगदी शेजारच्या दारातून आल्यासारखा वाटावा, असं इतका कोणत्याही

अडथळ्यांपासून मुक्त...

"वन अवर, डॅनी बॉय," स्मिथनं मध्येच सांगितलं. "वन अवर. अंडरस्टुड? ओव्हर."

"अंडरस्टुड. यू हॅव इट, ब्रॉड्सवर्ड?" आवाज नि:संशयपणे ॲडमिरल रोलॅण्डचा अतिशय स्पष्ट.

"आय हॅव इट," स्मिथनं प्रतिसाद दिला. "आय हॅव इट ऑल."

"ऑल सिन्स आर फरगिव्हन. मदर मॅक्री कमिंग टु मीट यू. लीव्हिंग नाऊ."

पाठोपाठ आणखी एकदा आवाजाचा धडधडाट झाला. शेफरच्या श्मेसरमधून आणखी एक फैर झाडली गेली होती. ॲडमिरल रोलॅण्डचा आवाज रेडिओवर आला, "कसला आवाज आला?"

"खरखर," स्मिथनं खुलासा केला. त्यानं स्विच ऑफ करण्याची तसदी घेतली नाही. तीन पावलं मागे जाऊन त्यानं आपल्या गनमधून दोन सेकंदांचा गोळीबार केला, हातातल्या गनला बसणाऱ्या झटक्यानं त्याच्या जखमी हाताला धक्का बसल्यानं त्याचा चेहरा वेदनेनं कळवळला. आता त्या विशिष्ट रेडिओचा उपयोग कोणी करणार नव्हतं. त्यानं शेफरकडे झट्‌कन नजर टाकली, पण तेवढीच ओझरती. शेफरचा चेहरा शांत आणि काळजीमुक्त. जगात अशी काही मंडळी असतात, की ज्यांना मदतीच्या भावनेचे चार शब्द, उत्तेजन आणि दिलासा यांची आवश्यकता असू शकते. शेफर अशा माणसांमधला नव्हता. स्मिथ झट्‌कन खिडकीच्या दिशेनं सरकला आणि डाव्या हातानं त्यानं खिडकीची खालची चौकट वर उचलली.

आत्ता या घटकेला चंद्र गूढ पद्धतीनं वाहणाऱ्या ढगांआड जवळजवळ झाकला गेला होता. खाली दरीमध्ये अर्धवट दिसणाऱ्या, झाकल्यासारख्या, निराकार वाटणाऱ्या जगावर प्रकाशाची अगदी मंद झाक उतरलेली... पुन्हा एकदा बर्फ पडायला सुरुवात झालेली. हवासुद्धा थंडीच्या कमालीच्या तीव्रतेमुळे ताण आणणारी, निसटती... बेभरवशाची. एकूणच हाडांनासुद्धा बोचणारी-झोंबणारी... थेट उत्तर ध्रुवावरून आल्यासारखी... थंडी. रूममधून वाहणारा बर्फगार वारासुद्धा या गारठून टाकणाऱ्या वातावरणाला साजेसा.

स्मिथनं ओळखलं, आपण किल्ल्याच्या पूर्व बाजूला आहोत. ही बाजू केबल-कारच्या हेडर स्टेशनपासून लांब होती. त्या पर्वताच्या टोकाच्या तळाचा भाग अंधारानं इतका खोलवर व्यापून टाकला होता, की तिथं खालच्या बाजूला गार्ड आणि डॉबरमॅन कुत्री पहारा देतायत का नाही, याची खात्री देणं अशक्य होतं. त्यातही सध्याच्या घटकेला तरून जाण्याच्या हेतूचा विचार करता, त्या खालच्या बाजूच्या पहाऱ्याचा वगैरे विचार करण्यालासुद्धा काही अर्थ नव्हता. स्मिथनं खिडकीतून

लक्ष काढून घेतलं. आपल्या किटबॅगमधून नायलॉन रोप काढला, त्याचं एक टोक रेडिओ टेबलाच्या एका लोखंडी पायाला नीट घट्ट बांधलं, नंतर बाकीचा रोप त्यानं रात्रीच्या अंधारात खिडकीतून बाहेर फेकून दिला आणि खिडकीच्या चौकटीवर आणि त्याखाली दोन-तीन फुटांपर्यंतचा गोठलेल्या बर्फाचा थर डाव्या हातानं त्यानं अस्ताव्यस्त, विखरून टाकला. स्मिथला वाटलं- या चौकटीवरून नुकतीच बरीच वर्दळ होऊन गेल्याचं ताबडतोब दृष्टीस न पडणारा महाभाग विलक्षणच म्हणायला हवा. त्याच्या मनात अंधूक विचार आला- तो नायलॉन रोप जमिनीपर्यंत पोहोचला की नाही कोणास ठाऊक, पण हा विचारसुद्धा त्यानं जितक्या वेगानं डोक्यात आला तितक्याच वेगानं झटकून टाकला. कारण पुन्हा एकच- त्याला खरं म्हणजे काही अर्थ नव्हता.

स्मिथ पाठोपाठ रूम ओलांडत शेफर जिथं दरवाजात हात-पाय पसरून पालथा पडला होता, तिथं येऊन पोहोचला. त्या दाराची किल्ली दाराच्या आतल्या बाजूला होती आणि कुलूपसुद्धा. श्लॉस अॅडलरमधल्या सगळ्याच गोष्टी प्रचंड प्रमाणात होत्या, तसंच असल्याचं स्मिथनं अतिशय समाधानानं पाहिलं. त्यानं शेफरला सूचना दिली, "दरवाजा बंद करायची वेळ आली आहे."

"जरा त्यांनी पुन्हा थोबाड दाखवेपर्यंत थांबू या." नंतर त्यांची आणखी थरथराट करू या." शेफरनं सूचना केला, "तिथं त्या कोपऱ्यापाशी शेवटच्या सैनिकानं डोकावल्याला दोनएक मिनिटं झालीयत. पुन्हा कुठला सैनिक डोकावला, तर शेफर पुन्हा गोळ्या झाडेल आणि त्यामुळे आपल्याला आणखी दोनएक मिनिटांचा जादा वेळ मिळेल. त्या रोपच्या मदतीनं खाली उतरण्याची संकल्पना प्रत्यक्षात उतरवण्याच्या दृष्टीनं आणि निसटून जाण्याच्या दृष्टीनं तेवढा वेळ पुरेसा आहे."

"मी त्याचा विचार करायला हवा होता," स्मिथच्या या प्रतिक्रियेपाठोपाठ खूपच गारठून टाकणारा बर्फगार वाऱ्याचा झोत रूममध्ये उघड्या खिडकीतून उघड्या दरवाज्यापर्यंत सगळीकडे पोहोचला. त्याबरोबर स्मिथ कुडकुडला. "बापरे, हवा भलतीच झोंबणारी, जीवघेणी आहे!"

"तुझं रक्त बरंच गेलं म्हणून," शेफरनं झट्कन लक्षात आणून दिलं आणि नंतर पुस्ती जोडली, काहीशा कठोरपणे- "आणि तू जी काही ब्रँडी ढोसलीस तिथं त्यामुळे."

तो एकदम बोलायचं थांबून अगदी निश्चल अवस्थेत पडून राहिला. आपल्या श्मेसर गनच्या अगदी जवळून पाहण्यासाठी डोकं किंचित खाली घेत लगेचच शेफरनं सांगितलं, "मला तुझा टॉर्च दे, बॉस."

"काय प्रकार आहे?" स्मिथ कुजबुजला. त्यानं आपल्या हातातला टॉर्च शेफरकडे दिला.

"दक्षतेचा भाग," शेफर पुटपुटला. त्यानं टॉर्च लावला आणि तो खाली फ्लोअरवर ठेवला. नंतर तो टॉर्च स्वत:पासून जितका लांब ढकलता येईल, तितका ढकलला. शेफरनं खुलासा केला, "मी जर त्या जर्मन सैनिकांच्या जागी असतो, तर मी गुप्ततासुद्धा बाळगली असती. पॅसेजच्या कोपऱ्यापाशी एक स्टिक डोकावतीय आणि त्या स्टिकला एक आरसा लावलेला आहे. त्यांना बरोबर कोनात नेम धरता येत नाहीये, इतकंच."

स्मिथनं सावधपणे दाराच्या चौकटीच्या बाजूनं डोकावून पाहिलं. अगदी नेमकं! ती स्टिक आणि त्यावर लागलेला मिरर काढून घेतल्यामुळे दृष्टीआड व्हायच्या वेळीच बहुधा नेमकी जुळवाजुळव करण्याच्या हेतूनं काही सेकंदातच ती स्टिक पुन्हा अवतरली. या वेळी तो आरसा जवळपास पंचेचाळीस अंशाच्या कोनात, मात्र शेफरच्या श्मेसर गननं धूमधडाक्यात आग ओकून धडधडाट करताच तो आरसा आणि स्टिक एकमेकांपासून अलग झाले. पाठोपाठ चपळाईनं शेफर उभा राहिला आणि पॅसेज उजळून टाकणाऱ्या एकुलत्या एका ओव्हरहेड लाइटवर काळजीपूर्वक नेम धरला आणि त्यानं गोळी झाडली. आता त्या पॅसेजमध्ये जो काही प्रकाश येत होता, तो फ्लोअरवरच्या केवळ टॉर्चमधून. त्या टॉर्चच्या उजेडात रेडिओ रूमच्या दारात काय चाललंय, हे पॅसेजच्या दुसऱ्या टोकाला असलेल्या जर्मन सैनिकांपासून केवळ चांगलं लपूनच राहणार नव्हतं, तर ते रेडिओ रूमचं दार उघडं आहे का बंद आहे, हेसुद्धा ठरवणं अवघड होणार होतं.

स्मिथ आणि शेफर पुन्हा रेडिओ रूमकडे परतले. त्यांनी आपल्यामागे दरवाजा आवाज न करता लावून घेतला... तशा आणि तेवढ्याच आवाज न करण्याच्या तत्त्वावर दरवाज्याच्या कुलपात किल्ली फिरवून ते लॉक केलं. शेफरनं आपल्या श्मेसर गनचा उपयोग करून ती किल्ली व्यवस्थित वाकवली. कुलपाच्या खोबणीत ती किल्ली चांगली घट्ट अडकून राहावी म्हणून!

नंतर ते वाट पाहत राहिले. पाठोपाठ दोन मिनिटं पुढे सरकली, नंतर एकाएकी पॅसेजच्या दुसऱ्या टोकाला खूप चढलेल्या पट्टीतले आवाज त्यांना ऐकू आले, त्यापाठोपाठ जवळपास एकदम पॅसेजमधून जड बुटांचे आवाज येत राहिले. त्याबरोबर ते दारापासून दूर झाले, रेडिओ स्पेअर्स रूममध्ये शिरले. या रूममध्ये प्रकाशाची अगदी हलकी छटा यावी, म्हणून दारामध्ये केवळ पुरेशी तेवढीच फट ठेवत स्मिथ अगदी हलक्या आवाजात म्हणाला, "मेरी, तू आणि मेरी जोन्स थॉमसवर लक्ष ठेवा. त्याच्या एकेका कानशिलावर एकेक गन." त्यानं ख्रिस्तियनसेनला स्वत:च्या ताब्यात घेतलं, त्याला गुडघ्यावर राहायला भाग पाडलं आणि आपली गन त्याच्या मानेत खुपसली. शेफरनं कॅरॅसिओला एका भिंतीत रेटलं, आपल्या श्मेसरच्या नळीचं तोंड त्याच्या दातावर चांगलं दाबून धरलं. शेफरच्या चेहऱ्यावर मोकळं

हास्य. जवळपास संपूर्ण अशा अंधारात त्याचे दात मंदपणे चमकत राहिलेले. त्या छोट्या रूममधली शांतता अगदी संपूर्ण- परिपूर्ण अशीच.

रेडिओ रूमच्या बाहेर दाखल झालेल्या अर्धाएक डझन जर्मन सैनिकांचं, किल्ल्याच्या पटांगणात फॉन ब्रॉचिझनं ज्या वयस्क गार्डची चौकशी केली होती, त्याच्याशी कुठेही साम्य नव्हतं. ते आल्पेनकोर पथकाचे चांगले आघाडीचे सैनिक होते, निर्दयपणे प्रशिक्षण देण्यात आलेली निर्दय माणसं. दरवाज्याचं लॉक किंवा हॅन्डलला हात घालण्यासंबंधी कोणतीही हालचाल कोणीच केली नाही : कोणताही धोका स्वत: न पत्करता त्यांनी ज्या यांत्रिक कार्यक्षमतेचं प्रात्यक्षिक तो दरवाजा उघडण्याबाबत दाखवलं, ते म्हणजे अगदी याच स्वरूपाचे प्रसंग हाताळण्याच्या उत्तम सरावानं घोटलेल्या पद्धतीचा परिणाम होता, हे उघड होतं.

त्या तुकडीचा प्रमुख असलेल्या उबेरलेफ्टनंटनं इशारा करताच एक सैनिक पुढे सरसावला आणि त्यानं दोन तिरक्या फटक्यात आपल्या गनचं मॅगझिन त्या दारातून मोकळं केलं. लगेच दुसऱ्या सैनिकानं त्याच्या गननं त्या दरवाज्यात नीटनेटकं वर्तुळ पडेल अशी व्यवस्था केली. नंतर त्यानं गन उलटी करून दस्त्यानं त्या लाकडातल्या वर्तुळाला दणका दिला. त्यानंतर तिसऱ्या सैनिकानं दोन ग्रेनेड्स तयार केले आणि ते दाराला पडलेल्या भोकातून बरोबर आत सोडले. त्याच्या मागून आलेल्या चौथ्या सैनिकानं लॉकवरच गोळ्या झाडल्या. लगेचच आत टाकलेल्या ग्रेनेडचे दोन बद्‌कन-दबत्या आवाजाचे स्फोट जवळपास एकाच वेळी झाले. लगेचच दाराला पडलेल्या त्या वर्तुळाकार भोकातून धूर बाहेर यायला लागला.

त्याबरोबर दरवाज्यावर लाथ मारून सगळे सैनिक मुसंडी मारून आत घुसले. आता कोणतीही काळजी घेण्याची गरज नव्हती... त्या छोट्या जागेतच जी कोण माणसं होती, ती ग्रेनेडच्या दोन स्फोटांमुळे एव्हाना ठार व्हायला हवी होती. क्षणभर तिथं गोंधळ आणि द्विधा मन:स्थितीचं वातावरण होतं. उघड्या खिडकीतून एकदम थंडगार वाऱ्याचा जोरदार झोत आत शिरल्यामुळे त्या स्फोटानं पसरलेला निळा, असह्य चुरचुर निर्माण करणारा धूर काही प्रमाणात तरी दूर होईपर्यंत त्या पाठोपाठ उबेरलेफ्टनंटनं त्या वाऱ्याच्या झोताच्या उगमस्थानाचा शोध आपल्या हातातल्या छोट्या टॉर्चनं घेतला. तो त्या खिडकीपाशी धावत गेला आणि पाहिलं, तर तिथं खिडकीच्या चौकटीवरून रोप दिसला. तो चाचपून पाहिल्यावर त्यानं खिडकीबाहेर डोकावून पाहिलं, आता डोळ्यांतून पाणी येणारे डोळे चोळले आणि टॉर्चच्या झोताचा मागोवा घेत खाली डोकावून पाहिलं. टॉर्चचा तो झोत एकूणच पर्वताच्या त्या वरच्या भागाच्या जेमतेम अर्ध्यापर्यंत पोहोचला. काहीच दिसत नव्हतं. आपल्या मोकळ्या हातानं त्यानं रोप पकडला आणि खूप जोर लावून त्या रोपला हिसडा

दिला. रोपला काहीच वजन नसल्यामुळे काही फरक पडण्याचं कारण नव्हतं. एक क्षणभर त्यानं प्रकाशाचा झोत खिडकीच्या चौकटीवरच्या विखुरलेल्या, अस्ताव्यस्त बर्फावर टाकला आणि लगोलग तो पुन्हा रूमकडे वळला.

त्यानं मोठ्यानं ओरडून सांगितलं, ''ते पळून गेलेयत. ते आधीच पोहोचलेयत खाली! लवकर, तो सगळ्यात जवळ असलेला फोन!''

''चला, सुटलो!'' शेफर धावत सुटलेल्या पावलांचा आवाज ऐकत राहिला. नंतर झट्कन त्यानं कॅरॅसिओलाच्या दातावर रोखलेली श्मेसर गनची नळी काढून घेतली, त्याच्या चेहऱ्यावर कौतुकाचं स्मित ''दॅट वॉज ए गुड बॉय,'' म्हणत त्यानं गन पुन्हा कॅरॅसिओलाच्या पाठीत खुपसली आणि तो स्मिथच्या पाठोपाठ त्या उद्ध्वस्त रेडिओ रूममध्ये गेला आणि विचारमग्न होत म्हणाला, ''खाली बर्फात कोणाच्याही पायाचे ठसे नाहीयेत, हे कळायला त्यांना फार वेळ लागणार नाहीये.''

''तो रोप आता नाहीसा झालाय, हे शोधायला तर त्यांना त्यापेक्षाही कमी वेळ लागेल,'' असं म्हणत स्मिथनं उजव्या हाताच्या तीव्र वेदनांकडे दुर्लक्ष करत तो रोप खिडकीतून ओढून वर खेचला. आपल्याला त्याची गरज भासणार आहे. त्याचप्रमाणे आपल्याला जरा लक्ष दुसरीकडे वळवण्याचीसुद्धा गरज आहे.

''माझं मन दुसरीकडे वळलंय, तितकं पुरेसं आहे.'' शेफरनं आपली प्रतिक्रिया व्यक्त केली.

''चार-पाच प्लॅस्टिक स्फोटकं घे, प्रत्येकाच्या वातीच्या लांबीला धरून असलेली जोडणी वेगळी असू दे. कॉरिडॉरलगतच्या रूम्समध्ये ती स्फोटकं लावून टाक.''

''लक्ष दुसरीकडे वळवण्याची तयारी आता सुरू होत आहे,'' असं म्हणत शेफरनं किट-बॅगमधून काही प्लॅस्टिक स्फोटकं काढली, सावकाश पेटणाऱ्या आरडीएक्स वाती वेगवेगळ्या लांबीच्या कापून घेतल्या, त्यावर रासायनिक ज्वालाग्राही इग्नायटर लावले आणि सांगितलं, ''हे काम झालंय असंच समज.'' एवढे सोपस्कार झाल्यावर तो तिथून निघाला.

त्याच्या समोर आलेल्या पहिल्या तीन रूम्स लॉक असल्यानं त्यानं आपला वेळ किंवा आपल्या सायलेन्सर लावलेल्या लूगर पिस्तुलातला दारूगोळा ती दारं उघडण्यात वाया घालवला नाही. पण त्यापुढच्या पाच रूम्सना मात्र लॉक नव्हतं. त्यातल्या पहिल्या तीन रूम्स म्हणजे सगळ्या बेडरूम्स होत्या. त्यानं ती स्फोटकं एका फ्रूट बाउलमध्ये, नंतर पलीकडे एका ऑफिसरच्या कॅपखाली आणि एका उशीखाली ठेवली. चौथी रूम म्हणजे एक बाथरूम होती, तिथं एका डब्ल्यूसीच्या मागे आणि पाचवी रूम एक स्टोअर रूम होती, तिथं एका शेल्फवर असलेल्या खूपच ज्वालाग्राही वाटणाऱ्या पुठ्ठ्याच्या खोक्याशेजारी स्फोटक ठेवलं.

दरम्यान स्मिथनं बाकीच्यांना अजूनही धुरानं भरलेल्या, डोळ्यातून पाणी काढणाऱ्या,

घशात खवखवणाऱ्या रेडिओ रूममधल्या वातावरणातून त्या मानानं शुद्ध हवा असलेल्या पलीकडच्या पॅसेजच्या बाजूला नेलं होतं. स्मिथ शेफर परतण्याची वाट पाहत असतानाच एकाएकी तिथल्या आग विझवण्याच्या सामानाकडे लक्ष जाण्यामुळे त्याचा चेहरा विचारमग्न झाला. तिथं आग विझवण्याच्या सामानात एक मोठा कार्बनडाय ऑक्साईडचा आग विझवणारा एक्स्टिंग्विशर, वाळूच्या बादल्या आणि एक अग्निशामक दलाच्या कर्मचाऱ्याची कुऱ्हाड हे सगळं सामान पॅसेजच्या भिंतींपाशी असलेल्या एक कमी उंचीच्या प्लॅटफॉर्मवर होतं.

"तुझं लक्ष कुठे आहे, मेजर स्मिथ," मेरीच्या डोळ्यात लाल छटा आणि डोळ्यातल्या पाण्याच्या रेषा उमटलेला चेहरा कागदासारखा पांढरा. "तू म्हणालास, लक्ष दुसरीकडे वळवायचं म्हणून. माझ्याही डोक्यात असाच विचार होता आणि मी म्हणजे केवळ मी."

स्मिथनं तिच्याकडे पाहून अर्धस्मित केलं. त्याच्या हाताच्या जखमेमुळे ज्या प्रकारे वेदना होत होत्या, त्यामुळे बाकी अर्धस्मित करणं आपल्याला परवडणारं नाही, असं त्याला वाटलं. त्यानं त्या छोट्या प्लॅटफॉर्मच्या बाजूला असलेल्या दाराचं हॅन्डल चाचपून पाहिलं. त्या दारावर पाटी होती– 'रेकॉर्ड्स ऑफिस' असं हे दार उघडंच लॉक केलेलं होतं. त्यानं डाव्या हातात आपलं लूगर पिस्तूल घेतलं, ते लॉकवर ठेवलं, ट्रीगर दाबला आणि लगेच तो आत रूममध्ये गेला.

ही रूम निश्चितच रेकॉर्ड्स ऑफिससारखी दिसत होती. या रूममध्ये शेल्फची गर्दी होती आणि त्यातल्या फाइल्स आणि कागदांचा ढीग थेट छतापर्यंत गेलेला. स्मिथ तिथल्या खिडकीपर्यंत गेला. बाहेरून येणाऱ्या थंड वाऱ्याचा झोत वाढावा, म्हणून त्यानं ती खिडकी आणखी सताड उघडली. नंतर कागदांचा मोठा ढिगारा रूममध्ये पसरला आणि त्यावर एक काडी पेटवून टाकली, त्याबरोबर त्या कागदांनी पेट घेतला आणि काही सेकंदांतच त्या आगीच्या ज्वाळा कित्येक फूट उंच भडकत गेल्या.

"तू हे विसरलास बहुतेक, नाही का?" शेफर आपली कामगिरी उरकून परतला होता. त्याच्या हातात एक कार्बनडाय ऑक्साईडचा सिलिंडर होता. तो खिडकीपाशी गेला. खिडकीतून काहीतरी खाली टाकताना "डोकं सांभाळा" वगैरेसारखी पारंपरिक हाळी दिलेली बरी.

त्या उघड्या खिडकीतून तो सिलिंडर क्षणार्धात अदृश्य झाला. तोपर्यंत त्या रूमनं इतका भयंकर पेट घेतला होता, की शेफरला पुन्हा दारापर्यंत जाणं अवघड होऊन बसलं. तो धडपडत बाहेर पडला, तेव्हा त्याचे कपडे आणि केसांना त्या आगीची झळ बसली आणि चेहरा धुरानं काळवंडला. पाठोपाठ श्लॉस ॲडलरच्या तळाशी कुठेतरी खूपच आणीबाणीची परिस्थिती असल्यासारखी एक गंभीर आवाज

असलेली बेल घणघणायला लागली... "आता पुढचा कार्यक्रम कुठला?" शेफरनं काहीसं निराशेच्या सुरात विचारलं, "फायर ब्रिगेड?"

"जवळपास तसंच," स्मिथ कडवटपणे म्हणाला. "छे!, मला आधीच त्याची काळजी का घ्यावीशी वाटली नाही? आता आपण कुठे आहोत, हे त्यांना माहीत आहे."

"इंडिकेटरला जोडलेलं हीट-सेन्सिंग उपकरण?"

"दुसरं काय? कम ऑन."

ते कैद्यांना मध्यवर्ती पॅसेजमधून आपल्यापुढे पिटाळत पळत राहिले. लगेच मध्यवर्ती जिन्याच्या पायऱ्यांवरून खाली उतरले आणि पुढच्या जिन्याच्या दिशेनं जात असतानाच त्यांना किल्ल्याच्या पटांगणातून धावत येत असलेल्या सैनिकांच्या बुटांचा खडखडाट आणि आवाजांचा गलका ऐकू आला.

"लवकर! तिथं मागच्या बाजूला!" स्मिथनं एका पडद्यामागे असलेल्या मोठ्या कोनाड्यासारख्या जागेच्या दिशेनं खूण केली. "भराभर! पटापट! अरे बापरे, मी काहीतरी महत्त्वाचं विसरलोच!" म्हणत तो वळला आणि जिथून आला होता त्या दिशेनं पुन्हा धावत गेला...

"आता हा गेला तरी कुठे? " असं बोलत असतानाच शेफर मध्येच थांबला, कारण जवळ येत असलेले सैनिक आता जवळपास त्यांच्या वरच्या बाजूला असल्याचं त्यानं ओळखलं. त्यानं ताबडतोब श्मेसर गनच्या नळीचं टोक आपल्या जवळच्या कैद्याला कळवळायला लागावं, इतकं त्याच्या शरीरात खुपसलं आणि त्याला वळवलं. "पट्कन या कोनाड्यात घुसायचं, फास्ट." त्या पडद्यामागच्या मंद उजेडात त्यानं आपल्या मशीन-पिस्तोलऐवजी सायलेन्सर लावलेलं लूगर पिस्तूल हातात घेतलं. "त्या पडद्यांना हात लावायचा विचारसुद्धा करू नका. त्या बेलचा जो काही घणघणाट होतोय, त्या आवाजात तुम्ही मरतानाचं त्यांना काही ऐकू येणार नाही. "

कोणीही त्या पडद्यांना हात लावला नाही. धापा टाकणारे, मोठे बूट घातलेले सैनिक त्यांच्यापासून काही फूट अंतरावरून पुढे गेले. पुढच्या जिन्यापर्यंत ते सैनिक भयंकर आवाज करत गेले. स्मिथ आणि त्याच्याबरोबरचे सगळे जण हाच जिना नुकतेच उतरले होते. नंतर एकाएकी बुटांचा आवाज थांबला. त्यानंतर झालेल्या आरडाओरड्यातून त्या सैनिकांना आग दिसली होती, हे उघड होतं आणि आपल्याला केवढी मोठी कामगिरी हाताळायची आहे, हे अचानक, पहिल्यांदाच त्यांच्या लक्षात आलं होतं.

"इमर्जन्सी! सार्जंट, त्या फोनवरून कळव लगेच!" हा आवाज त्या रेडिओ-रूममध्ये शिरकाव करणाऱ्यांचं नेतृत्व करणाऱ्या उबेरलेफ्टनंटचा होता. "अग्निशामक

दलाची दुप्पट माणसं! पाइप, आणखी कार्बनडाय ऑक्साईडचे सिलिंडर्स कर्नल क्रॅमर आहे तरी कुठे? कॉर्पोरल, ताबडतोब कर्नल क्रॅमरला शोधून काढ.''

त्या कॉर्पोरलनं काही उत्तर दिलं नाही, त्या जिन्यावरून तो जे काही धाड्धाड आवाज करत निघून गेला, तेच पुरेसं उत्तर होतं. तो त्या कोनाड्याजवळून पुढे गेला आणि पुढच्या जिन्यावरून धावत गेला. हळूहळू धोक्याचा इशारा देणाऱ्या बेलच्या लोखंडी घणघणाटात त्याच्या बुटांचा आवाज हरवत गेला. शेफरनं पडद्यांमधल्या फटीतून डोकावण्याचा धोका पत्करला, पण त्याचवेळी स्मिथ धावतच तिथं येऊन पोहोचला.

''तू होतास तरी कुठे?'' शेफरचा आवाज खालच्या पट्टीत आणि खडूस.

''कम ऑन, कम ऑन! इथून बाहेर पडायचंय लवकर!'' स्मिथनं लगबगीनं सांगितलं. ''नाही, जोन्स, त्या जिन्यावरून नाही. तुला अख्ख्या आल्पेनकोरच्या रेजिमेंटचं स्वागत करायचंय? वेस्ट विंगलगतच्या पॅसेजजवळून आपण बाजूच्या जिन्यातून जायचं लवकर, पटापट. ही जागा म्हणजे आता काही सेकंदांत वर्दळीच्या रस्त्यासारखी होईल.''

शेफर स्मिथशेजारून पॅसेजमधून धाड्धाड धावत जात असतानाच खूपच चिंतातुरतेतून आलेल्या खडूस सुरात त्यानं स्मिथला विचारलं, त्या प्रश्नात अर्जिजीसुद्धा. ''तू होतास तरी कुठे?''

''टेलिफोन एक्स्चेंजशेजारच्या रूममध्ये आपण बांधून सोडून दिलेला माणूस रेकॉर्ड ऑफिसबरोबर त्याच्या वरच्या बाजूला आहे. मला एकदम आठवलं, मी त्याच्या हाता-पायांभोवती बांधलेली दोरी कापून त्याला मोकळं केलं आणि ओढत बाहेर पॅसेजमध्ये आणून टाकलं. तो बिचारा आगीत जळून खाक झाला असता.''

''तू हे पुण्य जोडलंस तर?'' शेफरनं नवलाईनं विचारलं. ''एकूण तू कल्पनेच्या पलीकडच्या फुटकळ अशा गोष्टींचासुद्धा विचार करतोस, नाही?''

''तो एक दृष्टिकोनाचा भाग आहे. तिकडे त्या पॅसेजमध्ये पडून राहिलेल्या आपल्या मित्राला तुझ्या भावनांमध्ये सहभागी होता येणार नाही. आता या पायऱ्यांवरून खाली जायचं आणि नंतर एकदम सरळ मेरी, तुला दरवाजा माहिती आहे.''

मेरीला दरवाजा माहीत होता. त्या जिन्याच्या पंधरा पावलांवर ती थांबली. स्मिथनं डावीकडच्या पॅसेजच्या खिडकीतून एक दृष्टिक्षेप टाकला. किल्ल्याच्या ईशान्येकडच्या टॉवरमधल्या खिडक्या आणि किल्ल्याच्या भिंतीतल्या तोफेच्या खिडक्यांमधून धूर आणि ज्वाळा दिसायला लागलेल्या. खाली पटांगणात डझनएक सैनिक धावाधाव करत राहिलेले... मात्र त्यांच्यापैकी बहुतेकांसमोर कुठलीही दिशा किंवा उद्देश याबाबत फार काही जाणीव असल्यासारखं दिसत नव्हतं. तिथला एक माणूस धावत नव्हता. तो होता कामाच्या पोशाखातला हेलिकॉप्टरचा पायलट. तो

खरोखरच खूपच निश्चल उभा होता. इंजिनावर झुकलेला स्मिथ पाहत असतानाच तो हळूच सरळ झाला त्यानं उजवा हात उंचावून त्या जळणाऱ्या टॉवरच्या दिशेनं हाताची मूठ हलवली.

स्मिथ बाजूला झाला आणि मेरीला म्हणाला, "नक्की हीच रूम आहे? आपण ज्या खिडकीतून आत आलो, तिच्यापासून दोन मजले खालची?"

मेरीनं मानेनं दुजोरा दिला. "प्रश्नच नाही. हीच ती रूम आहे."

स्मिथनं त्या रूमच्या दरवाज्याचं हॅन्डल चाचपून पाहिलं. रूम लॉक केलेली होती. ही वेळ स्केलेटन किल्ल्या आणि तत्सम कौशल्याच्या प्रदर्शनाची नव्हती. त्यानं आपल्या लूगर पिस्तुलाची नळी कुलपावर टेकवली.

त्या उबेरलेफ्टनंटनं कर्नल क्रॅमरला शोधायला पाठवलेल्या कॉर्पोरलला अशाच समस्येचा सामना करावा लागला. त्यानं गोल्ड ड्रॉइंग रूमचं हॅन्डल फिरवून पाहिलं, पण स्मिथनं सगळ्यांबरोबर शेवटी तिथून निघताना शेफरनं ते दार लॉक केलं होतं आणि विचारपूर्वक किल्ली आपल्याला सोईस्कर वाटलेल्या पॅसेजच्या खिडकीतून बाहेर फेकून दिली होती. कॉर्पोरलनं आधी आदरपूर्वक दारावर टकटक केली. पण कसलाही प्रतिसाद आतून मिळाला नाही. नंतर त्यानं मोठ्यानं टक्टक् केली, तरीही काहीच प्रतिसाद नव्हता. त्यानं हॅन्डल दाबलं आणि आपल्या खांद्याच्या ताकदीचा प्रयोग करून पाहिला, पण खांदा दुखावण्यापलीकडे त्यातून काही निष्पन्न झालं नाही. त्याहीपुढचा पर्याय म्हणून त्यानं आपल्या श्मेसर गनच्या दस्त्यानं लॉकच्या जागेवर जोरानं दणका दिला, पण श्लॉस ॲडलरच्या उभारणीच्या कामात योगदान दिलेल्या सुतारांना आपल्यावरच्या जबाबदारीची पूर्ण जाणीव होती; परिणामतः त्याचा भक्कमपणा दांडगा होता. पाठोपाठ थबकून शेवटी त्यानं आपलं मशीन-पिस्तोल बाहेर काढून त्या लॉकमधून गोळीबार केला. त्या की-होलच्या थेट मार्गात कुठल्या तरी खुर्चीत कर्नल क्रॅमर झोपलेला असू नये, अशी प्रार्थना करत.

अर्थात आतल्या बाजूला कर्नल क्रॅमर झोपलेला असला, तरी तो त्या की-होलच्या थेट मार्गात कुठेही जवळपाससुद्धा नव्हता. तो गोल्ड कार्पेटवर पसरलेला होता आणि त्याच्या डोक्याखाली आस्थेवाईकपणे ठेवलेली उशी होती. कॉर्पोरल सावकाश त्या ड्रॉइंग-रूममध्ये शिरला. त्याच्या भुवया कमालीच्या उंचावलेल्या आणि चेहरा धक्कायुक्त अविश्वासानं जवळपास हरवलेला. राईसमार्शल रोझमेयर कर्नल क्रॅमरच्याच शेजारी पसरला होता. फॉन ब्रॉचिझ आणि एक सार्जंट एका हाताच्या खुर्चीत अस्ताव्यस्त होते. त्यांची डोकी त्यांच्या खांद्यांवर हेलकावत राहिलेली, तर दुसरीकडे ॲन-मेरी फारच अस्ताव्यस्त आणि काहीशी जखमा झालेली. ती एका सोन्याच्या धाग्यांच्या कोचावर झोपलेली.

मती गुंग झालेल्या माणसाप्रमाणे अजूनही पूर्णपणे आकलन न झालेल्याच अवस्थेत कॉर्पोरल क्रॅमरपाशी आला, तो त्याच्यापाशी गुडघ्यांवर बसला आणि नंतर खांद्याला धरून त्यानं कर्नलला जोरजोरानं हलवलं, आधी काहीशा आदरानं आणि नंतर वाढत्या वेगानं. काही वेळानं कर्नलच्या खांद्याला धरून त्याला रात्रभर आपण हलवलं तरी त्यातून काही निष्पन्न होणार नाही, हे त्याला कळून चुकलं.

नंतर तर्कविसंगतपणे आणि पहिल्यांदाच त्याच्या लक्षात आलं... सगळ्यांच्या अंगावरची जॅकेट्स काढून घेतलेली होती, तसंच ॲन-मेरीसकट प्रत्येकाची डावी बाही कोपरापर्यंत वर गुंडाळलेली होती. त्यानं हळूच ड्रॉइंग-रूममध्ये आजूबाजूला नजर टाकली आणि बाटल्या, चंचुपात्र आणि इंजेक्शनच्या सिरिंजचा ट्रे पाहिल्यावर तो आणखीनच मती गुंग झाल्यासारखा. नंतर अगदी सावकाश कॉर्पोरलच्या चेहऱ्यावर धक्कायुक्त अज्ञानाची जागा तेवढ्याच धक्कायुक्त जाणिवेनं घेतली. त्या पाठोपाठ तो ऑलिम्पिकच्या शंभर मीटर्स धावण्याच्या शर्यतीच्या अंतिम फेरीतला विजेता म्हणून आशास्थान असलेल्या धावपटूनं धावावं तसं जिवाच्या आकांतानं धावत सुटला.

शेफरनं नायलॉन रोप लोखंडी बेडच्या वरच्या टोकाला बांधला, त्या गाठीचा भक्कमपणा अजमावून पाहिला, खिडकीची खालची बाजू वर उचलली, तो रोप खिडकीतून खाली फेकला आणि त्यानं अस्वस्थपणे खाली दरीत डोकावून पाहिलं. त्या गावाच्या अगदी दुसऱ्या टोकाला एक धगधगता, लाल प्रकाश, एकेकाळच्या रेल्वे स्टेशनची जागा व्यापून टाकणाऱ्या धुमसत्या निखाऱ्यांचं अस्तित्व दाखवत राहिलेला... गावातले दिवे स्पष्टपणे लुकलुकणारे... तो जिथं उभा होता, तिथपासून लगेच खाली आणि उजवीकडे, पहारा देत असलेले चार गार्ड्स आणि तितकेच डॉबरमॅन होते. क्रॅमरनं "बाहेरच्या गार्ड्सची संख्या दुप्पट करण्यात आली आहे." असं उगाच सांगितलं नव्हतं... शेफरनं ज्या सहजपणे त्या गार्ड्सना नजरेनं टिपलं होतं, ते कशामुळे, हे शेफरनं डोकं वळवून विरळपणे पडणाऱ्या बर्फातून आकाशाकडे पाहिलं तेव्हा लगेच त्याला लक्षात येण्यासारखं वाटलं. ढगांच्या एका काळ्या दाटीआडून चंद्र नुकताच बाहेर डोकावला होता आणि रित्या आकाशाच्या एका मोठ्या पट्ट्यातून तो निरुत्साहवर्धक पद्धतीनं प्रवास करत चालला होता. अगदी चांदण्यासुद्धा दिसत राहिलेल्या...!

"मला आपण तिथं काहीसं डोळ्यात भरू असं वाटणार आहे, बॉस," शेफरनं तक्रारीच्या सुरात सांगितलं. "शिवाय तिथं खाली लांडग्यांचा कळप मोकाट सुटलाय."

"त्यांच्यापाशी या खिडकीवर रोखलेल्या सर्चलाइटचा कितीही ताफा असला,

तरी त्यामुळे काही फरक पडणार नाही,'' स्मिथनं तुटकपणे सांगितलं. ''आता नाही. आपल्यापुढे दुसरा पर्याय नाहीये. लवकर!''

शेफरनं स्मिथच्या या बोलण्याला जरा उदासपणे दुजोरा दिला. खिडकीतून तो काळजीपूर्वक पुढे सरकला, त्यानं रोप पकडला आणि त्याचवेळी किल्ल्याच्या पूर्व बाजूकडून स्फोटाचा काहीसा दबता आवाज आला, तेव्हा क्षणभर थांबला.

''नंबर एक,'' शेफरनं समाधानानं सांगितलं. ''फ्रूट बाउलमधल्या स्फोटकाचा स्फोट एकदाचा झाला.'' त्यानं चिंतातुर होत पुढे पुस्ती जोडली, ''हा स्फोट जिथं झाला, त्यापलीकडेच असलेल्या टॉयलेटचा वापर कोणी त्या वेळी करत नसलं म्हणजे झालं.''

स्मिथनं कुठलीतरी झटपट टिप्पणी करण्यासाठी तोंड उघडलं, पण शेफर खिडकीतून खालच्या दिशेनं निघून गेला होता. फक्त पंधरा फूट खाली आणि तो केबल-कारच्या हेडर स्टेशनच्या छतावर उभा होता. आता स्मिथ जरा अवघडून खिडकीच्या चौकटीवर आला, त्यानं रोप आपल्या उजव्या हाताभोवती गुंडाळला, डाव्या हातावर सगळा ताण घेतला आणि मेरीकडे पाहिलं. तिनं त्याच्याकडे पाहून उत्तेजन देणारं स्मित केलं, पण तिनं आपलं लक्ष मानेमागे हात बांधलेल्या, भिंतीकडे तोंड करून रांगेनं उभ्या राहिलेल्या तीन कैद्यांकडे वळवलं, तेव्हा तिच्या मुद्रेत उत्साहवर्धक काही नव्हतं. कार्नेबी-जोन्सही त्या तिघांवर लक्ष ठेवून होता, पण त्याच्या बाबतीत त्यानं गनसुद्धा अशी धरली होती, की जणू काही कुठल्याही क्षणी ती उलट्या दिशेनं रोख वळवून त्याला चावणारच होती.

शेफरच्या पाठोपाठ स्मिथ हेडर स्टेशनच्या छतावर उतरला. खालच्या बाजूनं कोणाच्या लक्षात येण्याची शक्यता कमीत कमी राहावी, म्हणून दोघंही दबा धरून बसले. छत भिंतीतून पहिले दहा फूट चांगलं सपाट होतं, पण नंतर ते तीस अंशात खूपच खाली उतरत गेलं होतं. स्मिथनं या खूप मोठ्या उताराचा बराच विचार करून सांगितलं, ''गेल्या वेळी आपण इथं असताना जे काही घडलं, त्याची पुनरावृत्ती आत्ता होऊ देऊन चालणार नाही. आपण किल्ल्याच्या भिंतीत किंवा छतात चांगला गिर्यारोहणाचा खिळा ठोकला, तर तो त्या दृष्टीनं उपयोगी पडेल. आपला रोप चांगला गुंडाळण्याच्या दृष्टीनं.''

''आपल्याला अशा खिळ्यांची गरज नाहीये. इकडे पाहा.'' आपल्या उघड्या हातांनी शेफरनं हेडर स्टेशनच्या बर्फाचा थर असलेल्या छतावर घासलं, त्याबरोबर एक बारीक वायरचं जाळं उघड झालं आणि त्याखाली बहुधा दोन बाय एक आकाराच्या काचेच्या तुकड्यांच्या तावदानानं झाकलेले लोखंडी बार्स होते. ''माझ्या समजुतीप्रमाणे त्यांना स्कायलाइट्स म्हणतात. ते बार्स मला तरी चांगले भक्कम वाटतात.''

त्यानं दोन्ही हात एका बारवर ठेवले आणि ते खेचले. तरीही ते बार्स भक्कम, जागच्या जागी राहिले. पाठोपाठ स्मिथनंसुद्धा त्याचा डावा हात त्याच बारवर ठेवला आणि पुन्हा दोघांनी मिळून एकत्रितरीत्या तो बार ओढला. तरीही तो भक्कम, जागच्या जागी राहिला. शेफर समाधानानं हसला, त्यानं तो रोप बारभोवती सोडला आणि त्याची गाठ मारताना जराही चूक केली नाही. स्मिथ छतावर बसला आणि त्यानं रोपला हात लावला. शेफरनं त्याचं मनगट पकडलं आणि पकड भक्कम ठेवून स्मिथची पकड सोडवली.

"नाही, तू काही करायचं नाहीस." शेफरनं स्मिथचा उजवा हात उचलला : त्यावरचं बँडेजचं जाड आवरण आधीच रक्तानं भिजून गेलं होतं. "तू तुझा व्हिक्टोरिया क्रॉस पुढच्या वेळी मिळव. या वेळी तुला ते अजिबात जमणार नाही. या वेळचं हे काम माझ्याकडे आहे." स्मिथ थांबला आणि त्यानं आश्चर्यानं डोकं हलवलं. "माय गॉड, शेफर, तू काय बोलतोयस, हे तुला कळत नाहीये."

त्यानं आपल्या गळ्याभोवती असलेली किट-बॅग काढली, नंतर तो सरपटत छतावरच्या त्या मोकळ्या केलेल्या जागेपाशी गेला, त्यानं रोप पकडला आणि तो छताच्या उतरत्या पृष्ठभागावरून अलगद सरकत खालच्या दिशेनं जात राहिला. छताची कड जवळ आली, तसं डोकं खालच्या दिशेनं झुकेल अशा पद्धतीनं कमालीची काळजी घेऊन तो वळला. अगदी सावकाश जवळपास इंचाइंचानं आपल्या वरच्या बाजूला असलेला रोप पायांमध्ये घट्ट पकडत डोकं छताच्या कडेवरून पुढे येईपर्यंत त्यानं आपलं शरीर आणखी पुढच्या बाजूला झुकवत नेलं. त्यानं बारकाईनं खालच्या बाजूला पाहिलं.

त्याच्या लक्षात आलं, आपण एका केबलच्या थेट वर आहोत. त्याच्या खालच्या बाजूला दोनशे फुटांवर पण डावीकडे, या वेळी गार्ड आणि डॉबरमॅन जाड बर्फातून शक्य त्या वेगानं वरच्या दिशेनं धडपडत वाट काढत चालले होते. हा सगळा मोर्चा किल्ल्याच्या पटांगणात जाण्याच्या दृष्टीनं मुख्य प्रवेशद्वाराच्या दिशेनं निघाला होता. शेफरनं ओळखलं- बातमी सगळीकडे पसरली आहे. जी कोण माणसं उपलब्ध असतील, त्यांना आग विझवण्यासाठी किंवा ज्यांनी आग लावली होती, त्यांचा शोध घेण्यासाठी पिटाळलं जात होतं. शेफरनं निष्कर्ष काढला- याचा अर्थ, किल्ल्याच्या संरक्षणाचं काम करणाऱ्यांपैकी कोणीतरी रेडिओ रूमच्या खिडकीच्या खालच्या बाजूची अवस्था पाहिली असणार आणि तिथं विशुद्ध आणि कसलाही धक्का न लागलेला बर्फ त्यांच्या लक्षात आला असणार.

त्यानं डोकं वळवलं आणि वरच्या बाजूला पाहिलं. किल्ल्याच्या तटावरून मारा करण्यासाठी असलेल्या झरोक्यांनी युक्त अशा भिंतीवर कुठल्या गार्डच्या पहाऱ्याची लक्षणं दिसत नव्हती, हेही त्याला अपेक्षित असंच होतं : शत्रू एकदा किल्ल्यातच

असल्याच्या वस्तुस्थितीकडे सगळ्या गोष्टी निर्देश करत असतील, तर त्या शत्रूसाठी कुठल्या तरी गार्डची नियुक्ती करण्यात काही अर्थ नव्हता.

शेफरनं नंतर छताच्या कडेवरून पुढे डोकं आणि खांदे येईपर्यंत आणखी धोकादायक अशी सहा इंच पुढे हालचाल केली. आता दोनच गोष्टी महत्त्वाच्या होत्या- त्या हेडर स्टेशनमध्ये कोणी चालक किंवा पहारा देणारा गार्ड असेल, तर एका हातानं दोर पकडून दुसऱ्या हातानं आपलं लूगर पिस्तूल बाहेर काढून त्या गार्डला गोळी घालता येईल का? शेफरला त्याबद्दल शंका होती. त्याच्या ओएसएस (ऑफिस ऑफ स्ट्रॅटेजिक सर्व्हिसेस) या गुप्तचर संघटनेतलं प्रशिक्षण व्यापक आणि सखोल असलं, तरी सर्कसमधल्या उंचावरच्या कसरती करणाऱ्या कसरतपटूंची तंत्रं त्यांनी आत्मसात करावीत, असं कोणालाही आवश्यक वाटलं नव्हतं. त्याची अनिश्चित अशी हातापायांची पकड सुटण्याची भीती वाटावी, इतकं त्याचं तोंड शुष्क पडलं होतं आणि छातीचे ठोके फारच वाढले होते.

प्रत्यक्षात तिथं गार्ड नव्हता किंवा चालकसुद्धा नव्हता : किंवा असलाच तर तो इतका खुबीनं कुठेतरी लपला होता, की शेफरला तो दिसणं अशक्य व्हावं. पण तर्कशास्त्र सांगत होतं, की कोणीही तिथं लपावं असं काही समजण्यासारखं कारण नसेल, तर कोणीही लपलेलं नसणार. तर्कशास्त्र आणखीही असं सांगत होतं, की जो कोणी माणूस तिथं असेल- मग तो खाली पहारा करणाऱ्या गार्डसारखा कोणी असेल किंवा तटबंदीवरचा पहारेकरी असेल- त्याला किंवा त्यांना आग आणि शत्रूंचा सामना करण्यासाठी किल्ल्यात बोलवून घेतलं असणार. शेफरला दिसत होती, ती फक्त तिथली केबल-कार, ती केबल-कार चालू करण्यासाठी असलेली मशीनरी आणि लेड-ॲसिडच्या बॅटऱ्यांचा साठा. तिथं पाहण्यासारखं एकूण तेवढंच होतं, याची लवकरच त्याला खात्री पटली. चिंता करण्यासारखं काहीच कारण नव्हतं.

पण त्याला जे दिसलं, ते बरचसं दहशत निर्माण करणारं असं काहीतरी होतं. त्या स्टेशनमध्ये जाण्याचा एकच मार्ग त्याच्यापुढे होता. रोपवरून घसरत खाली जात स्टेशनच्या फ्लोअरवर जाण्याची शक्यता अजिबात नव्हती. याचं एकमेव कारण म्हणजे पर्वतराजीतल्या छपराखालच्या ठरावीक अशा पद्धतीनं स्टेशनचं छत फ्लोअरपासून निदान सहा फूट तरी पुढे आलेलं होतं. स्टेशनमध्ये जाण्याचा एकमेव मार्ग होता, तो म्हणजे आधी खाली हेवी स्टील केबलवर उतरायचं आणि नंतर हात वर करून लटकत स्टेशनमध्ये शिरकाव करायचा. हे प्रत्यक्ष शारीरिकदृष्ट्या शक्य आहे का, यावर विचार करण्यात शेफरनं वेळ घालवला नाही. ते शक्य होणं आवश्यक होतं. त्याशिवाय अन्य मार्ग नव्हता.

काळजीपूर्वक आणि फार प्रयास न पडता शेफर रोपवर आणि छताच्या उतारावर पुन्हा वरच्या बाजूला मागे सरकला. नंतर छताच्या कडेपासून तीन फूट

पुढे. त्यानं रोपवरच्या पायाची पकड सैल केली आणि १८० अंशात तो वळला. ते पुन्हा एकदा उताराकडे पाहता येईल अशा अवस्थेत आणि पाय छताच्या काठावरून लोंबकळत राहिलेले. त्यानं वर पाहिलं. दबा धरून बसलेल्या स्मिथच्या आकृतीत ताण भरलेला दिसत होता, तरीसुद्धा त्याचा चेहरा नेहमीसारखाच निर्विकार होता. शेफरनं एक हात उचलला, अंगठा आणि तर्जनी एकत्र आणून त्यानं वर्तुळ केलं आणि नंतर तो त्याच्या चाचपडणाऱ्या पायांना केबल लागेपर्यंत काठावरून सरकला.

नंतर त्या केबलवर दोन्ही पाय बाजूला टाकून बसता येईल, अशा पद्धतीनं तो आणखी पुढे सरकला. पाठोपाठ त्यानं केबलवरची त्याची पकड बदलली आणि हात-पाय लोंबकळत राहतील, असा खालच्या बाजूनं झोका घेतल्यावर त्यानं वर चंद्राकडे पाहिलं. शेफरनं विचार केला- खाली दरीत दोनशे फूट कोसळण्याच्या विचारापेक्षा हा चंद्राचा देखावा केव्हाही अधिक प्राधान्य देण्यासारखाच होता. त्यानं चढायला सुरुवात केली.

त्याला ही चढाई करण्यात जवळजवळ अपयश आलं. कारण केबलवर सहा इंच तो वर चढून गेला, की पाच इंच खाली घसरत यायचा. केबलवर ऑइलचा अतिशय घसरडा थर, त्यात घट्ट बर्फ. हात दुखेपर्यंत मुठी घट्ट आवळल्यानंतरच केवळ त्याची काहीतरी प्रगती होत राहिली; शिवाय केबल पंचेचाळीस अंशात वरच्या बाजूला चढत गेली होती, या वस्तुस्थितीमुळे त्याची चढाई जवळजवळ अशक्य कोटीतली झाली. अशा प्रकारच्या हालचाली अक्षरश: एका हाताचंच काम चालणाऱ्या स्मिथच्या दृष्टीनं आत्मघातकी आणि मेरी किंवा कार्नेबी-जोन्सच्या दृष्टीनं केवळ अशक्य होत्या. एकदा बारा फुटांचं अंतर पार केल्यावर हात सोडून एकदम खाली फ्लोअरच्या दिशेनं झेप घेण्याची शक्यता अजमावून पाहण्यासाठी शेफरनं खाली पाहिलं; मात्र तसं केलं, तर एकतर आपण दोन्ही पाय मोडून घेऊ किंवा अगदी अवघडल्यासारखं कसं तरी खाली उतरलोच, तरी "खाली दरीत दोनशे फूट खोल फेकले जाऊ." असा निष्कर्ष त्यानं लगेचच काढला. शेफरनं नंतर त्यावर विचार केला, तेव्हा हातांच्या जादा जोडीच्या विचारापेक्षा दरीच्या खोल खोल तळाचा हा भोवळ आणणारा देखावा आणि त्याच्या जोडीला ही शेवटची शक्यता. याचाच लाभ प्रेरणा मिळण्याच्या दृष्टीनं जास्त झाला होता. आणखी दहा सेकंदांनंतर खूप मोठ्या पल्ल्याच्या शर्यतीत धावणाऱ्या धावपटूसारखं घामाघूम होत आणि धापा टाकता टाकता थकून जाण्याच्या अगदी अंतिम अवस्थेच्या जवळ असतानाच त्यानं शरीर केबल-कारच्या छतावर झोकून दिलं.

तो आपल्या हातातली थरथर आणि नाडी-श्वास, एखाद्या खूप ताप आलेल्या माणसाइतक्या पातळीवर का होईना येईपर्यंत तिथंच त्या केबल-कारवर एक

मिनिटभर पडून राहिला. पाठोपाठ शांतपणे आणि थकलेल्या अवस्थेत तो खाली हेडर स्टेशनच्या फ्लोअरवर उतरला, त्यानं आपलं लूगर पिस्तूल हातात घेतलं, त्याचा सेफ्टी कॅच सरकवला आणि हेडर स्टेशनमध्ये खरंच कोणी शत्रू आहे का याची झटपट चाचपणी करायला सुरुवात केली. त्याच्या तर्कशक्तीनुसार ही सावधगिरी अनावश्यक होती आणि याचं कारण म्हणजे कोणत्याही लपून बसलेल्या व्यक्तीला त्याचा शिरकाव दिसणं आणि ऐकू येणं भाग होतं, पण शेवटी तर्कशक्तीपेक्षा अंत:स्फूर्ती आणि प्रशिक्षणाला महत्त्व मिळालं. तिथं कोणीही नव्हतं. त्यानं तिथली विंचेस, इलेक्ट्रिक मोटर्स आणि बॅटऱ्यांमागे पाहिलं, पण तिथं कोणीही नव्हतं.

या जागेत त्याच्याशिवाय कोणीही नसल्याची खात्री करून घेणं हे आता पुढचं काम होतं. किल्ल्याच्या पटांगणाच्या दिशेनं जाणाऱ्या उतरत्या, कमानीच्या मार्गाच्या खालच्या बाजूला असलेला भलामोठा जाडजूड लोखंडी दरवाजा सताड उघडा होता. तो या दाराच्या मार्गानं पुढे सरकला आणि तिथल्या दगडी रस्त्यावरून अलगद आणखी पुढच्या बाजूला गेला, ते थेट पटांगणापाशी असलेल्या बाहेर पडायच्या ठिकाणी जाईपर्यंत. इथंही आणखी एक लोखंडी गेट होतं, तेही त्या दुसऱ्या दाराइतकंच उघडं होतं. शेफर त्या बोगद्याच्या वरच्या कमानीमुळे अंधारलेल्या अशा सुरक्षित भागापर्यंत जितकं पुढे जाता येईल, तितकं गेला आणि त्यानं समोर दिसत असलेल्या दृश्याच्या आजूबाजूला सावधपणे पाहिलं.

तिथं निश्चितच पाहण्यासारखं बरंच काही होतं आणि आणखी चांगल्या परिस्थितीत त्याच्या चित्ताला त्यामुळे विलक्षण आनंद मिळाला असता, हे त्याला मान्य करावं लागलं. किल्ल्याच्या पटांगणातलं दृश्य, त्यांनी आधी पॅसेजमधून पाहिलं होतं तेवढंच उन्माद चढलेलं होतं, पण या वेळी चाललेली धावपळ आणखी सहेतुक आणि नियंत्रित होती. ओरडणाऱ्या, हातवारे करणाऱ्या आकृती, पाइप उलगडणं, पाण्याच्या नळांशी ते जोडणं, आग विझवण्याची यंत्रं आणि वाळूच्या बादल्या घेऊन जाणारी माणसांची पथकं या सगळ्यांवर देखरेख ठेवत होते. मुख्य दरवाजे सताड उघडे होते आणि त्यावर पहारा नव्हता, अगदी पहारेकऱ्यांनासुद्धा बाकीच्या कामांना जुंपलं असलं पाहिजे; अर्थात त्याचा अर्थ, पहारा नसलेले दरवाजे म्हणजे सहर्ष खुणावणारा पळून जाण्याचा मार्ग होता असा नाही. धावपळ करणाऱ्या साठ ते सत्तर आल्पेनकोर सैनिकांच्या तुकड्यांनी गजबजलेल्या त्या पटांगणातून पळून जायचा प्रयत्न केवळ कुठल्याशा आत्मघातक्यानंच केला असता.

त्याच्या डावीकडे हेलिकॉप्टर अजूनही उपेक्षित आणि निरुपयोगी अवस्थेत पडून होतं. पायलटचं कुठेही अस्तित्व जाणवत नव्हतं. एकाएकी त्या चौकोनाच्या भोवतीच्या भिंतीमधून एका मोठ्या स्फोटाच्या आवाजाचा प्रतिध्वनी झाला. शेफरनं

डोकं उंचावून त्या आवाजाच्या स्रोताचा शोध घेतला, पूर्व बाजूच्या वरच्या खिडकीतून येणारे धुराचे नवे लोट त्याला दिसले, लक्ष दुसरीकडे वळवण्यासाठी लावलेल्या स्फोटकांपैकी कुठल्या स्फोटकाचा स्फोट झाला असेल, असा विचार त्याच्या मनात आला, पण केवळ एक क्षणभरच. कुठल्याशा अंत:प्रेरणेमुळे त्याला उजवीकडे पाहावंसं वाटलं आणि त्याचा चेहरा एकदम निश्चल झाला. बाहेर पर्वताच्या उतारावरून धडपडत वर येणारी जी माणसं त्यानं पाहिली होती- डॉबरमन पिन्चर्स कुत्री घेतलेले गार्ड्स- तीच आता मुख्य गेटमधून येत होती. त्यांच्या गोठलेल्या श्वासांचे लोट त्यांच्यामागे हवेत रेंगाळत होते. ते लोट म्हणजे गुडघ्याएवढ्या बर्फातून वर धावत येण्यामुळे त्यांची जी दमछाक झाली होती, त्याचे पुरावे होते. शेफर सावकाश आणि शांतपणे मागे सरकला. त्याला जर्मन सैनिकांना हाताळणं किंवा टाळणं शक्य होतं, पण डॉबरमॅन कुत्री हे प्रकरण त्याच्या कक्षेतलं नव्हतं. त्यानं ते जड, भलंमोठं लोखंडी दार लावून टाकताना बारीकसासुद्धा आवाज होणार नाही याची काळजी घेतली. शिवाय, दोन मोठे बोल्ट्स त्यात अडकवले. पाठोपाठ तो कमानीच्या पॅसेजमधून धावत गेला, खालचं दारही त्यानं बंद करून लॉक करून टाकलं आणि त्याची किल्ली आपल्या खिशात टाकली.

एकदम काच फुटण्याचा मोठा खळ्कन आवाज झाला आणि फ्लोअरवर त्या फुटलेल्या काचेचे तुकडे पडण्याचा आवाज झाला, तसं त्यानं चक्रावून वर पाहिलं. आपोआपच त्याच्या दृष्टीच्या मागोमाग त्याच्या लूगर पिस्तुलाची नळी रोखलेली.

''तुझं पिस्तूल बाजूला ठेव,'' स्मिथनं चिडखोरपणे सांगितलं. शेफरला आता त्याचा चेहरा स्पष्ट दिसत होता. त्या लोखंडी बारच्या अगदी जवळ चिकटलेला. ''तुला कोण आहे असं वाटतं इथं वर... क्रेमर आणि कंपनी?''

''हा माझ्या मेंदूतल्या खेळाचा भाग आहे,'' शेफरनं शांतपणे स्पष्टीकरण केलं. ''लेफ्टनंट शेफर नुकताच ज्या परिस्थितीतून गेला आहे, त्यातून तू गेलेला नाहीस. तिकडं वरच्या बाजूला कसं आहे?''

''कॅरॅसिओला आणि मित्रमंडळी थोबाड खाली करून छतावर पालथे पडलेले आहेत, बर्फामुळे गारठून अगदी मरायला टेकले आहेत, आणि मेरी तिची श्मेसर गन त्यांच्यावर रोखून उभी आहे. जोन्स अजूनही तिथंच वर आहे. त्याला बाहेर डोकावण्याबाबतही विलक्षण दडपणाला तोंड द्यावं लागतंय. त्याला उंची झेपत नाही म्हणतोय. मी त्याच्याशी त्याबाबत वाद घालणं बंद केलंय. तुझ्या बाजूला कसं काय आहे सगळं?''

''शांत. कोणाच्या मनात केबल-कारबद्दल काही विचार तरळत असतील, तर तशी काही लक्षणं नाहीयेत. पटांगणाकडे जाणारी दोन्ही दारं लॉक केलेली आहेत. दोन्ही दारं लोखंडी आहेत आणि कोणाच्या मनात संशयास्पद विचार आलेच, तर

ती दारंच त्यांना काही काळ तरी रोखून धरतील. आणि बॉस, मी ज्या पद्धतीनं आत आलो, तो मार्ग केवळ पक्ष्यांसाठी आहे. आणि मी हे अगदी केवळ पक्ष्यांसाठी म्हणतोय ते खरोखरच तसं आहे. तुम्हाला आवश्यक आहेत ते पंख. तुझा हात ज्या परिस्थितीत आहे, त्यामुळे तर ते कधीही शक्य झालं नसतं. मेरी आणि जोन्सला तर कधी प्रयत्नही करता आला नसता. कॅरॅसिओला आणि मित्रमंडळी जाऊ दे, कॅरॅसिओला आणि मित्रमंडळींची काळजी कोण करत बसणार?''

''तिथं केबल-कारचे विंच कंट्रोल कुठले आहेत?'' स्मिथनं विचारलं.

''वेल, नाऊ,'' शेफर त्या विंचजवळ गेला. तिथं एक छोटी लीव्हर आहे''

''आणि तिथं बॅटऱ्या आहेत का?'' स्मिथनं मध्येच विचारलं.

''यस. अगदी मुबलक.''

''लीव्हर आता इमर्जन्सीवर आण. त्यामुळे किल्ल्यातली मेन पॉवर बंद होईल.''

''ओके, हे काम झालं. नंतर तिथं स्टार्ट आणि स्टॉप बटणं आहेत, एक मोठा मेकॅनिकल हॅन्डब्रेक आहे आणि एक गिअर लीव्हर त्यावर फॉरवर्ड्स आणि बॅकवर्ड्स अशी दोन अक्षरं आहेत न्यूट्रल पोझिशनसकट.''

''मोटर सुरू कर.'' स्मिथनं आदेश दिला. शेफरनं स्टार्ट बटण दाबलं, त्याबरोबर एक जनरेटर त्याच्यात चैतन्य संचारल्यासारखा गुरगुर करायला लागला, दहाएक सेकंदानंतर बहुधा जास्तीत जास्त कार्यान्वित होत गेला. ''आता ब्रेक रिलीज कर आणि फॉरवर्ड गिअर सिलेक्ट कर. त्याचा उपयोग झाला, तर कार थांबव आणि दुसरा गिअर चालवून पाहा.''

शेफरनं ब्रेक रिलीज केला आणि गिअर एंगेज केला. गिअरचं हॅन्डल पाठोपाठ हळूहळू जास्त सरकवत त्याबरोबर कार पुढे जायला लागली, सुरुवातीला अगदी हळू पण नंतर हेडर स्टेशनच्या छताच्या बाहेर पडेपर्यंत वेग पकडून कार आणखी काही फूट पुढे गेल्यावर शेफरनं कार थांबवली, रिअर गिअर एंगेज केला आणि कार पुन्हा मागे तिच्या मूळच्या अवस्थेत आणून ठेवली. त्यानं वर स्मिथकडे पाहिलं. ''व्यवस्थित, अं?''

''छताच्या निम्मी बाहेर येईपर्यंत ती खाली आण. आम्ही रोपला धरून खाली केबल-कारच्या छतावर येऊ, नंतर आम्हाला आणता येईल तुला.''

''तुझं सगळंच कौतुकास्पद आहे एकूण,'' शेफरनं कौतुकोद्‌गार काढले. त्यानं कार सुरू केली.

''मी कॅरॅसिओला, थॉमस आणि ख्रिस्तियनसेनला पाठवतोय पहिल्यांदा.'' स्मिथनं सांगितलं. ''आमच्यापैकी कोणीही त्याच केबल-कारच्या छतावर त्यांच्या बरोबर राहण्याचा विचार मी करणार नाही. आम्ही खाली पोहोचेपर्यंत तुला तिघांना

रोखून धरता येईल असं तुला वाटतंय?''

"आपल्या हाताखालच्या ऑफिसर्सना अपमानास्पद पद्धतीनं वागवून त्यांचं नीतिधैर्य सुधारता येत नाही,'' शेफरनं थंडपणे उत्तर दिलं.

"तुझ्यामध्ये तसं काही राहिलं असेल, याची मला कल्पना नव्हती. तू हे काम करेपर्यंत मी त्या वर खिडकीत असलेल्या ज्युलिएटनं खाली येऊन आमच्या बरोबर पुढे जाण्यासंबंधी विनवणी करणार आहे.'' त्यानं कॅरॅसिओलाला पायानंच रांगडेपणानं ढोसलं. "तू पहिल्यांदा. त्या रोपवरून खाली आणि नंतर त्या केबल-कारच्या छतावर.''

कॅरॅसिओला गुडघ्यावर बसेपर्यंत सरळ झाला, त्यानं छताच्या उतारावरून खालच्या दरीच्या खोलीकडे पाहिलं.

"तू मला त्या केबल-कारवर जायला लावू शकत नाहीस. कधीच नाही.'' त्यानं निर्वाणीचं डोकं हलवलं, नंतर स्मिथकडे जळजळीत नजरेनं पाहिलं. त्याचे काळे डोळे सतत पेटत्या द्वेषानं भारलेले. "गो ऑन. शूट मी. किल मी.''

"तू जर निसटण्याचा प्रयत्न जरी केलास, तरी मी तुला ठार मारेन,'' स्मिथनं बजावलं. "कॅरॅसिओला, तुला हे चांगलं माहीत आहे.''

"मला चांगलं माहीती आहे. पण तू मला असं नुसतं उभं राहून इतकं थंड डोक्यानं मारणार नाहीस. तू एक तत्त्वाचा माणूस आहेस नाही का, मेजर? तत्त्वं तोच नाही का आवडता शब्द शत्रूच्या एका सैनिकाला जळून मरण्यापासून वाचवण्यासाठी स्वतःचा जीव धोक्यात घालणारा एक उदात्त विचारांचा नायक तू माझ्यावर गोळी का झाडत नाहीस, मेजर?''

"कारण मला तशी गोळी तुला घालायची नाहीये म्हणून.'' स्मिथनं आपल्या डाव्या हातानं कॅरॅसिओलाचे केस पकडले आणि त्याचं डोकं मागे ओढलं. तो वेदनेनं कळवळून धापा टाकेपर्यंत तो आकाशाकडे पाहत राहिलेला. स्मिथनं आपल्या लूगर पिस्तुलावरची पकड सैल केली आणि ते उंचावलं. स्मिथच्या मोडलेल्या बोटांच्या हाडांची टोकं एकमेकांवर घासली, तसं वेदना आणि तिटकारा यांनी त्याचं मन भरून गेलं, पण यापैकी त्याच्या चेहऱ्यावर काही प्रकट झालं नाही. "मी तुला फक्त बाहेर ढकलून देणार आहे, तुझ्या कमरेला दोर बांधून तुला काठावरून खाली सोडणार आहे, आठ किंवा दहा फूट खाली. शेफर ती कार तुला पाय ठेवता येईपर्यंत बाहेर आणेल. नंतर तो मागच्या दारात जाऊन पुढच्या दारापाशी येईल आणि तुला आत घेईल. माझा उजवा हात काही तितका चांगला नाहीये, हे तुला दिसतंय, पण एखादेवेळी तुझ्याभोवतीची गाठ मला घट्ट बांधता येणार नाही, कदाचित मला तुला धरता येणार नाही, कदाचित शेफर तुला आत घेताना तुला एकदम सोडेलही. मला त्याची काही पर्वा नाहीये, कॅरॅसिओला.''

"यू डबल-डीलिंग बॅस्टर्ड!" कॅरॅसिओलाच्या डोळ्यात वेदनेचे अश्रू दाटलेले. त्याचा आवाज खालच्या पट्टीत आणि द्वेषानं माखलेला. "तू मला कधी भेटायला नको होतास, असं तुला वाटायला लावण्यासाठी मी जिवंत राहीन."

"खूप उशीर झालाय त्याला." स्मिथनं त्याला तिरस्कारानं ढकललं, त्याबरोबर कॅरॅसिओलाला छतामधल्या त्या मोकळ्या जागेवरून घसरून पडू नये म्हणून रोप निकरानं घट्ट पकडून राहावं लागलं. "तू खरा कोण आहेस आणि काय आहेस, हे शोधून काढल्यापासून मीच तशी इच्छा बाळगून आहे. मी समाजकंटकांसाठीच माझे हात राखून ठेवले आहेत. आता निघ लगेच, नाहीतर मी खुशाल तुला शूट करेन. तुला पुन्हा इंग्लंडला नेण्यासाठी मी कशाला आटापिटा करायचा?"

कॅरॅसिओलाला शेवटी स्मिथबद्दल खात्री होती. तो रोपवरून खाली सरकत गेला. आधी पाय आणि नंतर हाताला केबल-कारच्या सपोर्टिंग ब्रॅकेटचा आधार मिळेपर्यंत स्मिथनं आपल्या गननं थॉमसला खूण केली. थॉमस एक शब्दही न बोलता गेला. दहा सेकंदांनंतर ख्रिस्तियनसेन त्याच्या पाठोपाठ खाली उतरला. स्मिथनं पाहिलं- केबल कार स्टेशनच्या आतल्या बाजूला हलायला सुरुवात झाली होती. नंतर त्यानं रोप जिथून लटकत होता, त्या खिडकीच्या वरच्या दिशेनं पाहिलं

"मि. जोन्स?"

"मी अजून इथंच आहे." कार्नेबी-जोन्सच्या आवाजात थरथर होती आणि खिडकीच्या चौकटीवरून साधा दृष्टिक्षेप टाकायचा धोका पत्करायचं धाडस त्याला होत नव्हतं.

"आता फार काळ चालणार नाही," स्मिथनं गंभीरपणे सांगितलं. "जर्मन सैनिक तुझ्यासाठी येत असतील. ते आता कोणत्याही क्षणी येतील. मि. जोन्स, मला सांगायला अजिबात आवडत नाहीये, पण मला हे काम करणं आवश्यक आहे. तुझ्या बाबतीत काय घडेल, यासंबंधी सावधगिरीचा इशारा तुला देणं हे माझं कर्तव्य आहे. तू शत्रूचा हेर आहेस. तुझा छळ होईल, मि. जोन्स. तेसुद्धा केवळ दात आणि नखं काढून घेणं असे दैनंदिन स्वरूपाचे छळ नाहीत, पण मिस एलिसनसमोर इथं मला उच्चारता येणार नाहीत असे अर्वाच्य छळ. नंतर तुझा गॅस चेंबरमध्ये अंत होईल तू जर जिवंत राहिलासच तर."

मेरीनं त्याचा हात पकडला. "जर्मन लोक खरंच त्याला असं करतील?"

"छे, अजिबात नाही!" स्मिथनं तिच्याकडे खऱ्याखुऱ्या आश्चर्यानं रोखून पाहिलं.

"त्यांना हे सगळं का करावंसं वाटेल?" त्यानं पुन्हा आवाज उंचावला. "मि. जोन्स, असह्य वेदनांमध्येच तुमचं अस्तित्व संपुष्टात येईल, तुमच्या आयुष्यातल्या सगळ्यात भयंकर दु:स्वप्नांपेक्षांच्या पलीकडच्या असह्य वेदना. शिवाय, मरायलासुद्धा

बराच वेळ लागेल. कदाचित काही दिवससुद्धा. आणि तेसुद्धा किंकाळ्या फोडत. सतत किंकाळ्या फोडत.''

''मग मी करायचं तरी काय?'' खिडकीतून आलेला जोन्सचा आवाज आता थरथरत नव्हता, आता तो मोडलेल्या बेड-स्प्रिंगसारखा कंपायमान होत होता. ''मी करायचं तरी काय?''

''त्या रोपवरून खाली सरकत येता येईल,'' स्मिथ कठोरपणे म्हणाला. ''पंधरा फूट. सरळसोट पंधरा फूट, मि. जोन्स. पोल व्हॉल्टमध्येसुद्धा करता येईल ते.''

''मी नाही हे करू शकत.'' जोन्सचा आवाज काकुळतीचा. ''खरंच मला शक्य नाही.''

''यस, शक्य आहे हे.'' स्मिथनं पुन्हा विनंती केली. ''आता रोप पकडा, डोळे बंद करा, खिडकीच्या चौकटीवरून थेट खाली डोळे बंद. आम्ही तुम्हाला पकडू शकतो.''

''मला नाही जमणार! मला नाही शक्य!''

''ओह गॉड!'' स्मिथ जरा निराशेनं उद्‌गारला. ''ओह, माय गॉड! आता खूप उशीर झालाय.''

''खूप म्हणजे तुला म्हणायचंय तरी काय?''

''पॅसेजमधले दिवे लागतायत,'' स्मिथ म्हणाला. त्याचा आवाज खालच्या पट्टीतला आणि ताणलेला. ''आणि ती खिडकी आणि पुढची खिडकी ते तुमच्यासाठी येतायत, मि. जोन्स. ओह गॉड, ते तुमचे कपडे काढतील आणि छळ करण्याच्या टेबलावर बांधतील तेव्हा...''

आणखी दहा सेकंदांनंतर कार्नेबी-जोन्स खिडकीच्या चौकटीवर. तो नायलॉन रोपवरून खाली सरकत राहिलेला. त्याचे डोळे घट्ट मिटलेले. मेरी कौतुकानं स्मिथला म्हणाली, ''तू खरोखरच सगळ्यात भयंकर खोटारडा आहेस.''

''शेफरसुद्धा मला हे सतत सांगत असतो,'' स्मिथनं कबुली दिली. ''तुमच्या सगळ्यांचंच काही चुकीचं असणं शक्य नाही.''

तिघंही केबल-कारच्या सस्पेन्शन ब्रॅकेटला घट्ट चिकटून बसलेल्या अवस्थेतच. ती केबल कार मंद गतीनं हेडर स्टेशनमध्ये वर आली आणि एक झटका देऊन थांबली. शेफरच्या हलकेच हलणाऱ्या लूगर पिस्तुलाच्या इशाऱ्यावर त्या तिघांनीही एकेक करत त्यांचे हात पूर्ण लांबवून शरीर खाली झोकून दिलं आणि शेवटचे दोन-तीन फूट उडी टाकूनच फ्लोअरवर आले. त्यांच्यापैकी शेवटचा थॉमस उतरताना अवघडल्यासारखा. दबत्या वेदनांनी तो कळवळला आणि एकदम बाजूला खाली पडला. तो पडताना त्याचे हात बाहेर पसरलेले. त्यानं एकदम शेफरला घोट्यांपाशी

पकडलं. त्या ओढण्यामुळे ताबडतोब शेफरचा तोल गेला, त्यानं तोल सावरण्याच्या प्रयत्नात हात वर केले, मात्र आपले हात पुन्हा खाली आणायच्या आतच त्याला ख्रिस्तियनसेननं, रग्बी खेळात प्रतिस्पर्धी खेळाडूला रोखतात आणि पकडतात तसं पकडलं. त्याबरोबर शेफर मागच्या बाजूला कोसळला आणि तो पाठीवर एका जनरेटरवर इतक्या जोरानं आदळला, की त्या धक्क्यानं त्याच्या फुफ्फुसात जी काही थोडी हवा राहिली होती तीसुद्धा बाहेर पडली. आणखी एक सेकंद उलटताच ख्रिस्तियनसेननं शेफरची गन घेऊन तो श्वास घेण्यासाठी धापा टाकत असतानाच क्रूरपणे त्या गनचं टोक शेफरच्या तोंडात खुपसलं.

कॅरॅसिओला आधीच खालच्या लोखंडी दारापाशी पोहोचला होता आणि तो ते दार भयंकर जोरानं हलवत होता. त्याचं लक्ष एकदम तिथं लावलेल्या मोठ्या कुलपाकडे गेलं. तो वळून पुन्हा मागे शेफरच्या दिशेनं धावत आला. त्यानं ख्रिस्तियनसेच्या हातातल्या गनला झटका देऊन ती बाजूला उडवली आणि शेफरचा गळा पकडला.

'ते कुलूप लागलंय. त्या कुलपाची किल्ली कुठाय?' माणसाच्या आवाजातून सापाची फुसफुस नेमकेपणानं प्रकट होत नाही, पण कॅरॅसिओलाचा आवाज सापाच्या आवाजाशी अगदी जवळीक साधणारा होता. 'ते दार आतून लॉक केलेलं आहे. हे काम करू शकेल असा तूच एकमेव माणूस आहेस. कुठाय ती किल्ली?'

शेफरनं बसण्याच्या अवस्थेत येण्यासाठी धडपड केली. कॅरॅसिओलाचा हात कसलीही शक्ती नसल्यासारखा बाजूला करत "मला श्वास घेता येत नाहीये!" त्याच्या कण्हत, धापा टाकत चालणाऱ्या श्वसनामुळे त्याचे शब्द टिपेला गेलेले. "मला श्वास घेता येत नाहीये. माझी अवस्था बिघडणार आहे."

"ती किल्ली कुठाय?" कॅरॅसिओलानं पुन्हा पृच्छा केली.

"ओह, गॉड! माझी अवस्था बिघडलीय!" शेफरनं अगदी सावकाश आपलं शरीर वर ओढत गुडघ्यावर बसल्याच्या अवस्थेत आणलं. त्याचं डोकं खाली झुकलेलं. त्याच्या गळ्यातून कोरड्या उलट्यांचे आवाज येत राहिलेले. त्यानं डोकं एका बाजूपासून दुसरीकडे वळवलं. जणू डोकं गरगरणं कमी करण्यासाठी नंतर सावकाश त्यानं डोकं वर घेतलं. त्याची दृष्टी अस्थिर. तो पुटपुटला "तुला काय हवंय? तू काय म्हणालास?"

"किल्ली!" तिथं शांततेची गरज नसती, तर कॅरॅसिओलाचा आवाज म्हणजे संतापाच्या भरातली एक निराश किंचाळी वाटली असती. पाठोपाठ त्यानं क्रूर आणि एका मागोमाग झपाझप आपल्या हाताच्या तळव्याच्या आणि मागच्या बाजूनं अर्धाएक डझन थपडा शेफरच्या चेहऱ्यावर मारल्या. कॅरॅसिओलानं पुन्हा विचारलं, "किल्ली कुठे आहे?"

"दमानं घे, दमानं घे!" थॉमसनं कॅरॅसिओलाचा हात पकडला. "इतका मूर्खपणा करू नकोस. त्याला बोलतं करायचंय ना?"

"किल्ली, यस, किल्ली." शेफर दमल्याभागल्या अवस्थेत उभा राहिला. तोल जात राहिलेल्या अवस्थेत त्याचे डोळे अर्धे मिटलेले, चेहरा फिकट पडलेला तोंडाच्या दोन्ही कोपऱ्यांतून रक्ताचे बारीक ओघळ वाहत राहिलेले. पाठोपाठ शेफर बोलत राहिला, "त्या बॅटऱ्या तिथं, मला वाटतं, मी ती किल्ली बॅटऱ्यांच्या मागे लपवली. कोणास ठाऊक, मला विचार करता येत नाहीये, नो, वेट." त्याचं बोलणं छोट्या-तुटक, वेदनांनी भरलेल्या धापांमध्ये. "नाही, पण मला ठेवायची होती पण मी ठेवली नाही." नंतर त्यानं आपला खिसा चाचपला, शेवटी ती किल्ली हाताला लागल्यावर बाहेर काढली आणि अस्थिरपणे कॅरॅसिओलाच्या दिशेनं दिली. कॅरॅसिओलाच्या चेहऱ्यावर स्मित प्रकट व्हायला लागलेलं. त्यानं त्या किल्लीसाठी हात पुढे केला, पण त्याचा हात पोहोचायच्या आत शेफर एकदम सरळ झाला आणि त्यानं हाताच्या एका झटक्यानं ती किल्ली भिरभिरत स्टेशनच्या मोकळ्या जागेतून खाली दरीत शेकडो फूट खोल जाईल अशी भिरकावून दिली. कॅरॅसिओला त्या नाहीशा झालेल्या किल्लीकडे संपूर्ण अविश्वासानं पाहत राहिला. त्याचा लालबुंद आणि संतापलेला चेहरा म्हणजे त्याच्या स्वत:च्या आत्मनियंत्रणाच्या संपूर्ण अभावाचा मूक पुरावा होता. तो खाली वाकला, त्यानं शेफरची खाली पडलेली श्मेसर गन उचलली आणि जोरानं ती शेफरच्या डोक्यावर आणि चेहऱ्यावर हेलकावताच शेफर एखाद्या झाडासारखा कोसळला.

"ठीक आहे," थॉमस तिरकसपणे म्हणाला. "आता आपल्याला त्या किल्लीचा विचार करून काही उपयोग नाही. आपण त्या लॉकवर गन झाडून निकाल लावू शकतो."

"गन झाडण्याच्या आवाजानं तू आत्महत्या ओढवून घेऊ शकतोस... ते दार लोखंडाचं आहे." कॅरॅसिओलानं पुन्हा आपलं संतुलन जागेवर आणलं होतं. तो थांबला आणि त्यानं सावकाश स्मित करत सांगितलं, "पण आपण उगाच एवढा सगळा विचार कशासाठी करतोय? आपण जरा डोकेबाजपणे सगळं करू या. पहिली गोष्ट म्हणजे आपण त्या दारातून बाहेर पडलो, तरी बहुधा आपल्याला मिळेल ते म्हणजे छातीभर मशीनगनच्या बुलेट्स. लक्षात घे, आपण खरे कोण आहोत हे ज्यांनाच केवळ माहीत होतं, ती नेम्ब्युटलसारख्या गुंगीच्या औषधाच्या मोठ्या अमलाखाली आहेत आणि ते तसेच बराच काळ बेशुद्ध राहणार आहेत. बाकीच्या माणसांच्या दृष्टीनं आपण अज्ञात, आपली काही माहिती नसलेली माणसं आहोत... आणि ज्या थोड्या माणसांनी आपल्याला इथं येताना पाहिलं, त्यांच्या दृष्टीनं आपण कैदी आहोत. या दोन्ही बांबतीत आपण आपोआपच शत्रू आहोत."

"मग?" थॉमसनं अधीरपणे विचारलं.

"म्हणून मी म्हटलं तसं, आपण जरा डोकेबाजपणे पावलं टाकू. आपण वेसनरला फोन करू. आपण त्याला श्लॉस ॲडलरला फोन करायला सांगू, स्मिथ कुठे आहे ते सांगू आणि स्मिथ आपल्या मागे दुसऱ्या केबल-कारमधून गावात उतरू शकला, तरी आपण लोअर स्टेशनपाशी त्याच्यासाठी स्वागत समितीची व्यवस्था करायला वेसनरला सांगू. नंतर आपण बराकींमध्ये जाऊ- तिथं त्यांच्यापाशी रेडिओ असणारच- तिथून आपण कोणाशी संपर्क साधायचा, ते तुला माहीतच आहे. यात काही चूक आहे?"

"एकही चूक नाही." ख्रिस्तियनसेन हसला. "नंतर आपण सगळ्यांनी कायमचं आनंदानं जगायचं. कम ऑन, आपण कशासाठी थांबलो आहोत?"

"केबल-कारमध्ये लवकर, तुम्ही दोघं." कॅरॅसिओला दोघंही आत येईपर्यंत थांबला, नंतर त्या काच फुटलेल्या स्कायलाइटच्या थेट खाली जाऊन त्यानं हाक मारली : "बॉस!" कॅरॅसिओलाच्या हातात सायलेन्सर लावलेलं लूगर पिस्तूल.

छताच्या वर स्मिथ ताठरला, त्यानं थरथरणाऱ्या कार्नेबी-जोन्सला- कार्नेबी-जोन्सचे डोळे अजून घट्ट मिटलेले होते- मेरीच्या ताब्यात दिलं. त्यानं स्कायलाइटच्या दिशेनं दोन पावलं टाकली आणि तो थांबला. वॅट-टर्नरनं एकदा म्हटलं होतं, की स्मिथमध्ये धोक्याविरुद्ध असा एक अंतर्गत रडार सेट आहे आणि कॅरॅसिओलाच्या आवाजामुळे त्या रडार सेटनं नुकतंच तत्काळ काम करायला सुरुवात केली होती. मुख्य म्हणजे हे काम अगदी स्पष्टपणे आणि परिपूर्णपणे व्हायला लागलं होतं.

"शेफर?" स्मिथनं सौम्य आवाजात हाक मारली. "लेफ्टनंट शेफर? आहेस का तिथं?"

"इथं आहे, बॉस." शेफरच्या अमेरिकन ढंगातलं बोलणं स्मिथचा रडार-स्कोप एकदम वरच्या पट्टीत गेला आणि तो धोक्याच्या घंटांच्या पातळीपर्यंत गेला असता, तर तो आयुष्यभराचा बहिराच झाला असता. तो आपल्या हातांवर-गुडघ्यांवर आवाज न करता पुढच्या बाजूनं रांगत आला आता त्याला स्टेशनचं फ्लोअर दिसत होतं. पहिल्यांदा त्याच्या दृष्टिपथात आला तो बॅटऱ्यांचा साठा, पाठोपाठ एक बाहेर पसरलेला हात, नंतर हळूहळू शेफरचा बाकीचा हात-पाय पसरून पडलेला देह आणखी काही इंच पुढे झुकल्यावर त्याला त्याच्या दिशेनं रोखलेलं एक लांबलचक बोट दिसल्याबरोबर तो एका बाजूला झुकला. लूगर गनच्या नळीतून सुटलेली हवा त्याचे केस उडवून गेली. खाली कोणीतरी रागानं आणि निराशेनं शिव्या घातल्या.

"तुला मिळालेला तो आजवरचा एकमेव आणि शेवटचा चान्स असेल, कॅरॅसिओला." स्मिथ म्हणाला. तो जिथं पडलेल्या अवस्थेत होता, तिथून त्याला शेफरचा केवळ चेहरा दिसत होता किंवा त्याचा चेहरा झाकणारा रक्तबंबाळ

मुखवटा. तो जिवंत आहे का मृत, हेही सांगणं अवघड होतं. तो मृत असल्यासारखं दिसत होतं.

"पुन्हा चूक. आमच्या आनंदाचा प्रयोग केवळ पुढे ढकलण्यात आला आहे. आम्ही आता निघतोय, स्मिथ. मी मोटर सुरू करतोय. शेफरला त्याची गन द्यावी असं वाटतंय? त्याची श्मेसर गन ख्रिस्तियनसेनकडे आहे. उगाच काहीतरी प्रयत्न करू नकोस."

"तू जरा त्या कंट्रोल पॅनेलच्या दिशेनं पाऊल टाक," स्मिथ म्हणाला, "आणि तुझं पहिलं पाऊल माझ्या दृष्टिपथात असेल आणि तेच तुझं शेवटचं पाऊलही असेल. मी तुझे तुकडे-तुकडे करेन, कॅरॅसिओला. शेफर मरण पावलाय. तो मरण पावलाय, मला दिसतंय."

"त्याला फक्त गनच्या दस्त्यानं तडाखा दिलाय."

"मी तुझे तुकडे करेन," स्मिथनं एकसुरी आवाजात सांगितलं.

"मी तुला सांगतोय, तो मेला नाहीये!" कॅरॅसिओला आता भडकलेला.

"मी तुला ठार मारणार आहे," स्मिथ शांतपणे म्हणाला. "मी तुला मारलं नाही, तर त्या दारातले पहिले गार्ड नक्कीच तुला मारतील. आम्ही त्यांच्या अमूल्य श्लॉस ॲडलरचं काय केलंय, तुला दिसतंय. सगळा किल्ला पेटलाय. बाहेर सगळीकडे काय ऑर्डर्स गेल्या आहेत, त्या काय तुझ्या लक्षात येत नाहीत?- शूट ऑन साइट कोणताही अनोळखी माणूस असेल तर शूट ऑन साइट- आणि शूट टू किल! तू एक परका माणूस आहेस, कॅरॅसिओला."

"बापरे, तू माझं ऐकतोयस का?" कॅरॅसिओलाच्या आवाजात आता निराशा. "मी ते सिद्ध करू शकतो. तो जिवंत आहे. तुला वरून काय दिसतंय?"

स्मिथच्या धोकादर्शक रडार सेटच्या सिग्नलची शक्ती मंदावायला लागली. "मला शेफरचं डोकं दिसतंय."

"बघ तर मग." पाठोपाठ काहीतरी पडल्याचा एक दबता आवाज आला. एक सायलेन्सर लावलेलं लूगर पिस्तूल शेफरच्या डोक्यापासून काही इंचांवर उसळी घेऊन थांबलं. एका क्षणानंतर कॅरॅसिओला स्वत: स्मिथच्या दृष्टिपथात आला. त्यानं वर स्मिथकडे पाहिलं, तसंच त्याच्यावर खाली रोखलेल्या श्मेसर गनच्या नळीच्या टोकाकडेसुद्धा. कॅरॅसिओला म्हणाला, "तुला त्याची गरज भासणार नाही." तो शेफरच्या दिशेनं खाली वाकला, एका हातानं त्यानं शेफरच्या नाकाला चिमटा घेतला आणि त्याचा दुसरा हात त्याच्या तोंडावर दाबला. काही सेकंदांतच बेशुद्धावस्थेत असलेला, मिळेल त्या हवेसाठी धडपडणारा शेफर त्याचं डोकं हलवायला लागला आणि त्याच्या चेहऱ्याच्या दिशेनं शक्ती हरवलेला हात उंचावायला लागला.

कॅरॅसिओलानं त्याचे हात बाजूला घेतले, वर स्मिथकडे पाहिलं आणि सांगितलं : "ख्रिस्तियनसेनच्या श्मेसरचं टोक अजूनही शेफरवर रोखलेलं आहे, हे विसरू नकोस."

कॅरॅसिओला दमदार पावलं टाकत कंट्रोल पॅनलपाशी गेला, त्यानं जनरेटर स्विच चालू केला, मेकॅनिकल हॅन्डब्रेक रिलीज केला, नंतर गिअर एंगेज केला लीव्हर सगळा ढकलत... त्याबरोबर एक जोरदार हिसका देऊन केबल-कार पुढे झेपावली. कॅरॅसिओला कारच्या दिशेनं पळत गेला. त्यानं आत उडी टाकली, आत वळला आणि त्यानं केबल-कारचं दार लावून घेतलं.

वर छतावर स्मिथनं त्याची निरुपयोगी श्मेसर गन बाजूला ठेवली आणि थकून तो उभा राहिला. त्याचा चेहरा उदास आणि कडवट होता.

"शेवटी असं होऊन बसलंय," मेरी म्हणाली. तिचा आवाज अनैसर्गिक वाटावा इतका शांत. "संपलं. सगळं संपलं. ऑपरेशन ओव्हरलॉर्ड आणि आपण सगळे... त्याला काही अर्थ असेल तर"

"माझ्या दृष्टीनं त्याला अर्थ आहे." स्मिथनं त्याचं सायलेन्सर बसवलेलं ऑटोमॅटिक पिस्तूल बाहेर काढलं आणि ते आपल्या चांगल्या डाव्या हातात धरलं. "या आपल्या मित्रावर जरा लक्ष ठेव."

दहा

"**ना**ही!" बहुधा मती गुंग करणाऱ्या, अविश्वसनीय अशा दोन सेकंदांकरता मेरीला स्मिथचा हेतू समजणं अवघड झालेलं. तिच्या आजवरच्या अनुभवांतले हे सगळ्यात प्रदीर्घ असे सेकंदं होते. ती धक्कायुक्त जाणीव तिला झाली, तेव्हा टिपेच्या आवाजात ती म्हणाली, "नाही! नाही! प्लीज, नको!"

स्मिथनं त्या काळीज पिळवटून आलेल्या आवाजाकडे दुर्लक्ष केलं, तसंच निराशेनं त्याला धरून ठेवायला बघणाऱ्या हाताकडेही. तो त्या हेडर स्टेशनच्या छताच्या सपाट बाजूच्या दुसऱ्या टोकापाशी गेला. खूप उतार असलेल्या छताच्या भागाच्या एकदम खालच्या बाजूला केबल-कार नुकतीच दृष्टिपथात आली होती. या केबल-कारमध्ये तीन माणसं होती, तिघंही आनंदानं हसत एकमेकांच्या पाठीवर थापटत होते.

स्मिथ बर्फाचा थर असलेल्या छतावरून धावत गेला, दुसऱ्या टोकाला पोहोचताच त्यानं उडी मारली. केबल-कार आधीच सात-आठ फुटांनी त्याच्या पलीकडे होती आणि तेवढीच खाली. केबल-कार त्याच्यापासून दूर जाणारी नसती, तर त्याचे पाय नक्कीच मोडले असते. प्रत्यक्षात तो खूप मोठा आवाज करत केबल-कारवर उतरला, त्या धक्क्यानं केबल-कार थरथरली, हेलकावली. केबल-कारच्या बर्फानं झाकलेल्या छतावर त्याचे पाय वाकले आणि घसरले. त्याच्या जखमी झालेल्या उजव्या हाताला केबल-कारच्या सस्पेन्शन ब्रॅकेटचा आधार घेता आला नाही, त्यामुळे डाव्या हातानं अजाणतेपणानं आणि काहीशा निराशेनं पकड घेताना त्याला त्याचं लूगर पिस्तूल गमवावं लागलं. हे पिस्तूल छताच्या एका बाजूला घसरत गेलं आणि लगेचच खाली दरीतल्या अंधारात पडून दिसेनासं झालं. स्मिथनं दोन्ही हात सस्पेन्शन ब्रॅकेटभोवती ठेवून पकड घेतली होती, त्याचवेळी तो हवेसाठी हपापलेल्या फुप्फुसात जमेल तेवढी हवा भरून घेण्यासाठी धडपडत होता. केबल-कारवर उडी टाकण्यामुळे त्याची पूर्णपणे दमछाक झाली होती.

केबल-कारमधले कॅरॅसिओला, ख्रिस्तियनसेन आणि थॉमस त्यांच्या पद्धतीनं

स्मिथइतकेच थक्क झाले होते. त्यांच्या चेहऱ्यावरचं हसणं गोठलं होतं आणि स्मिथच्या केबल-कारवर उतरण्याच्या धक्क्यामुळे आणि आवाजामुळे ख्रिस्तियनसेनचा खिळलेला हात तसाच हवेत राहिला होता. त्या तिघांमध्ये अपेक्षेप्रमाणे कॅरॅसिओलाच या धक्क्यातून आधी सावरला आणि पहिली प्रतिक्रिया त्यानंच व्यक्त केली. त्यानं कॅरॅसिओलाकडून श्मेसर गन काढून घेतली आणि केबल-कारच्या छताच्या दिशेनं रोखली.

केबल-कार आता किल्ल्यापासून चाळीस ते पन्नास फूट अंतरावर होती आणि अतिशय जोरदार वाऱ्यानं कार आकाशात लंबकाप्रमाणे हेलकावे खायला लागली होती. स्मिथ केबल-कारवर पडताना बसलेल्या हादऱ्यामुळे, हातात वेदना होत असल्यामुळे आणि रक्तस्रावामुळे थकून गेला होता, सस्पेन्शन ब्रॅकेटला तो घट्ट आणि अस्वस्थपणे धरून राहिला होता. त्याचं शरीर कारच्या छतावर एका बाजूकडून दुसऱ्या बाजूकडे होत राहिलेलं... त्याला विचित्र आणि दमल्याची जाणीव होत राहिलेली... तर डोळ्यांपुढे धुकं दाटून आल्यासारखं झालेलं...

एकाएकी त्याच्या खांद्यांपासून गुडघ्यांपर्यंत आणि शरीरापासून काही इंचांवर मशीन-पिस्तोलमधून पिसाळून झालेल्या गोळीबाराच्या जोरदार फैरीमुळे केबल-कारच्या छताची एके ठिकाणी भोकं पडून विशिष्ट आकाराची चाळण झाली. स्मिथच्या डोळ्यांसमोरचं धुकं त्याला जेवढं शक्यतेच्या कोटीतलं वाटलं होतं, त्यापेक्षाही लवकर दूर झालं. श्मेसर गनच्या एका फैरीत तर त्यापेक्षा जास्त गोळ्या असतात. केबल-कारमधले तिघेजण बाजूच्या खिडक्यांमधून छतावरून कोणाचं शरीर पडलं की नाही, हे पाहण्यासाठी एक-दोन सेकंद थांबणार होते, कारच्या त्या अतिशय जोरदार हेलकावे बसण्याच्या आडव्या हालचालीमुळे कोणीही कारच्या पुढच्या किंवा मागच्या बाजूनं खाली पडणं केवळ अशक्य कोटीतली गोष्ट होती- आणि कोणी जर पडलं नाही, तर ते पुन्हा गोळीबार करणार होते. पण कुठे? गोळीबारासाठी छताचा कुठला पुढचा भाग ते निवडणार होते? गोळीबार करणारा धडाधड फैरी झाडणार होता, का एका विशिष्ट पद्धतीनं गोळीबार करणार होता? अशा प्रश्नांच्या बाबतीत कुठलाही तर्क करणं अशक्य होतं.

बहुधा नेमकं त्याच क्षणी श्मेसर गनचं टोक त्याच्या मणक्यापासून केवळ दोन इंचांवर होतं. त्या नुसत्या विचारांमुळेसुद्धा नुकत्याच झालेल्या गोळीबारामुळे पडलेल्या भोकांच्या चाळणीवरून पट्कन लोळण घ्यायची प्रेरणा स्मिथला मिळाली. गोळीबार करणारा पुन्हा नेमका त्याच जागी गोळीबार करण्याची शक्यता नव्हती, पण तोसुद्धा एक जुगार होता. स्मिथ जे काही करत होता, तसाच विचार करून तो गोळीबार करणारा पुन्हा त्याच जागी आडवा गोळीबार करण्याचीसुद्धा शक्यता होती. पण प्रत्यक्षात तो स्मिथसारखा विचार करत नव्हता. पुढचा गोळीबार कारच्या मागच्या बाजूला तीन फूट अंतरावर झाला

सस्पेन्शन ब्रॅकेटचा आधार म्हणून उपयोग करत स्मिथ पायांवर जोर देत बराचसा उभा राहिला. प्रत्यक्ष केबलला लटकत... या पर्यायामुळे गोळीबाराचं लक्ष्य होण्यासारखा संभाव्य भाग ऐंशी टक्क्यांनी कमी झाला होता. झटपट, आवाज न करता केबलवरून हात घसरवत तो पुढच्या बाजूला येत कारच्या अगदी पुढच्या दारापाशी येऊन उभा राहिला.

केबल-कारचा आकाशातला कमानीचा कोन लंबकाप्रमाणे होत राहिलेल्या हेलकाव्यांमुळे वाढत चालला होता. त्याच्या पायाला मिळणारा आधार अगदी कमीत कमी होता, सगळा भार त्याच्या हातांवर पडत होता आणि त्यातही त्याच्या चांगल्या राहिलेल्या डाव्या हातावर त्याहीपेक्षा जास्त भर पडत होता. केबल-कारच्या दोन्ही बाजूंना हेलकावण्याच्या बाबतीत कुठल्याच प्रकारे सहजपणे प्रगती नव्हती. कार उसळणं, हिसके बसणं, थरथरणं अशा सगळ्या अवस्थांमधून जात राहिलेली. डाव्या हातावरचा ताण असह्य होता, जणू खांद्यातल्या स्नायूंच्या चिंधड्या उडत होत्या, पण खांद्याचे स्नायू पुन्हा जागेवर येण्यासारखे असतात, तसं जागचं हलता येऊ नये अशा कक्षेतून झालेल्या श्मेसर गनच्या गोळीबाराच्या परिणामांचं नसतं. स्मिथला तो जिथं उभा होता, त्या विशिष्ट ठिकाणी कोणी गोळीबार वाया घालवण्याची शक्यता प्रत्यक्षात येईल असं अजिबात वाटत नव्हतं. छतावरून प्रवास करणाऱ्या कुठल्याही प्रवाशाला खाली दरीत फेकलं जाऊ नये, म्हणून सुरक्षित वाटावी अशी एकच उघड जागा होती आणि ती म्हणजे सस्पेन्शन आर्म सपोर्ट ब्रॅकेटपैकी एकाभोवती हात घट्ट बांधून खुशाल छतावर राहणे!

त्याचा तर्क अचूक ठरला. नंतर आणखी तीन फैरी झाडल्या गेल्या, त्यापैकी एकही फैर त्याच्यापासून काही फूट अंतरावरसुद्धा पोहोचली नाही आणि त्यानंतर पुन्हा शांतता पसरली. आपल्याला तुलनेनं अधिक सुरक्षित असलेल्या सस्पेन्शन आर्मच्या जागी पुन्हा जायला पाहिजे आणि तेही लवकरात लवकर. त्याची धडपड जवळजवळ संपुष्टातच आली होती. केबलवरची त्याच्या डाव्या हाताची पकड कमी व्हायला लागली होती, त्यामुळे त्याला उजव्या हातावरची पकड वाढवणं भाग पडलं होतं आणि परिणामत: त्याच्या दंडापुढच्या हातापासून ते थेट डोक्याच्या उजव्या बाजूपर्यंत विजेच्या धक्क्यासारख्या पसरत जाणाऱ्या वेदनांमुळे त्याच्यात शक्ती न जाणवण्याची तीव्रता वाढत चालली होती. त्याला पुन्हा परत फिरावं लागणार होतं आणि तेही लवकरात लवकर. आताच त्या केबल-कारमधल्या श्मेसर गनचं मॅगॅझीन आता रिकामं असावं, अशी प्रार्थना त्याने मनात केली.

पाठोपाठ दुसऱ्याच एका कारणामुळे आता पुढे होण्याशिवाय काही पर्याय नाहीये, हे त्याला कळून चुकलं. आपल्या प्रार्थनेचा काही विचार झालेला नाहीये, हेही त्याच्या लक्षात आलं. एकदम केबल-कारचं पुढचं दार उघडलं आणि एक

हात- एक डोकं अवतरलं ते डोकं होतं कॅरॅसिओलाचं त्याच्या हातात श्मेसर गन होती... कॅरॅसिओला बाहेर डोकावला तरी वरच्या बाजूला पाहत होता. त्याला स्मिथ लगेचच दिसला. तो आणखी पुढे झुकला, श्मेसर गन खांद्यावर पक्की बसेपर्यंत त्यानं एका हातात धरली आणि ट्रिगर खेचला.

या परिस्थितीत अचूक नेम धरणं अशक्य होतं, पण चार फुटांच्या अंतरावरून अचूक नेम धरणं या बाबीला तितकासा अर्थ नसतोच. त्या गोळीबारापैकी पहिली गोळी त्याच्या डाव्या खांद्यावरचं स्कंधभूषण म्हणतात, ते लष्करी पद दाखवणारी पट्टी उडवून गेली, स्मिथनं आधीच केबलवरची पकड सोडून दिली होती आणि तो धक्के खात झपाट्यानं मागच्या बाजूला जात राहिलेला. दुसरी गोळी त्याच्या डाव्या खांद्याला चाटून गेली. किंचितसं चटका बसल्याची जाणीव पण बाकी फैर निरुपद्रवीपणे त्याच्या डोक्यावरून पुढे गेली. त्यानं धप्पकन जागा पकडली, नंतर अजाणतेपणानंच शरीर पसरलं, सस्पेन्शन आर्म्सपैकी एक शोधून तो पकडून ठेवला, आणि सस्पेन्शन आर्मचा तळभाग हातात येईपर्यंत त्याभोवती खेकड्यासारखा झडप घालून बसला. त्याच्यात आणि कॅरॅसिओलामध्ये जो काही जेमतेम का होईना आडोसा होता तेवढाच घेण्यासाठी!

कॅरॅसिओला त्याच्या मागे येत होता आणि तो अगदी निश्चितपणे येत होता. त्याच्या हातात अजूनही गन होती, त्या गनच्या मॅगॅझीनमध्ये गोळ्या आता खरोखरच अगदीच कमी असण्याची शक्यता होती. त्या वाया घालवणं हा काही कॅरॅसिओलाच्या योजनेचा भाग नक्कीच नव्हता. स्मिथ तिकडे पाहत असतानाच कॅरॅसिओला सहजपणे हवेत तीन फूट चढून वर येतोय असं स्मिथला वाटलं. थॉमस आणि ख्रिस्तियनसेन यांनी अतिशय जोरदार उत्तेजन दिल्यामुळे दिसणारा एक चमत्कार– कॅरॅसिओलाच्या कमरेच्या खालच्या बाजूला पुढे एक मोठा चाकू– त्याचे पाय अजूनही कारच्या पुढच्या बाजूवर टांगते राहिलेले- स्मिथच्या मनात किंचितसे उत्साहवर्धक विचार - त्याला वाटलं, कॅरॅसिओलाची ही खेळी भलतीच आत्मघातकी आहे. अर्थात स्मिथचा हा उत्साहवर्धक विचार किंचित आणि तेवढ्यापुरताच ठरला, कारण कॅरॅसिओलानं चूक केली नव्हती. स्मिथला माहीत नव्हतं, ते कॅरॅसिओलाला माहीत होतं. छतावरच्या गुळगुळीत पृष्ठभागावर आपल्या हाताला सुरक्षित जागा कुठे मिळवायची, हे त्याला माहीत होतं. काही सेकंदांतच त्याच्या चाचपडणाऱ्या बोटांना सुरक्षित जागा मिळाली होती- त्याच्या श्मेसरमधून झाडल्या गेलेल्या फैरींपैकी एका फैरीनं छताची जी चाळण झाली होती, त्यातून तयार झालेली खाच– त्यात कॅरॅसिओलानं बोटं घट्ट अडकवली आणि सगळं शरीर पुढे खेचून तो गुडघे टेकण्याच्या अवस्थेत बसला. त्याची पायाची बोटं कारच्या पुढच्या बाजूला अडकलेली.

स्मिथनं आपल्या जखमी हातानं डाव्या खांद्यावर लटकत असलेल्या कॅनव्हास

बॅगमधल्या ग्रेनेडची जिवावर उदार होऊन चाचपणी केली. त्याचवेळी तो सस्पेन्शन ब्रॅकेट पकडून असलेल्या डाव्या हातानं जमेल तितका मागच्या बाजूला सरकला. त्या कक्षेत ग्रेनेडमुळे कॅरॅसिओलाइतकाच त्याला स्वत:लाही धक्का बसणार होता. त्याने पाय कारच्या मागच्या बाजूला जातील इतके मागे सरकवले, मात्र त्याचवेळी त्याचे गुडघे आणि पावलं यांच्या बरोबर मध्ये त्वचा फाटून येईल, हाडं मोडतील असा भयंकर दाब पडल्यानं तो वेदनेनं कळवळला. कोणीतरी त्याला त्याच्या घोट्यापाशी पकडलं होतं आणि तो कोणीतरी त्याचे पाय बाकी शरीरापासून अलग करण्यासाठी पेटलेला होता. स्मिथनं डोकं मागे वळवलं, पण त्याला मंद चांदण्यात त्याच्या घोट्यांभोवती केवळ पांढरीफटक बोटं असलेल्या हातांची जोडी दिसली. स्मिथनं ओळखलं, कुठल्याही एका माणसाच्या वजनानं त्याच्या गुडघ्यांखालच्या भागात इतक्या व्याकूळ करणाऱ्या वेदना झाल्या नसत्या. त्याच्या जोडीदारानं आता त्याला बहुधा कमरेपाशी धरलं होतं. ताण वाढवण्यासाठी किंवा स्मिथ त्या बाजूला घसरून पडला, तर स्वत:ला सुरक्षित राहता यावं म्हणून! अर्थात त्या कारणांना काही अर्थ नव्हता. परिणाम सारखाच होता. त्यानं आपले पाय वर ओढून घ्यायचा प्रयत्न केला, पण दोनशे पौंडांपेक्षा बरंच जास्त खिळवून ठेवणारं वजन पेलावं लागत असल्यानं कोणत्याही प्रकारची हालचाल केवळ अशक्य होती.

स्मिथनं पुढच्या बाजूला एक झटपट दृष्टिक्षेप टाकण्याचा धोका पत्करला, पण कॅरॅसिओला हलला नव्हता. केबल-कार आता हेडर स्टेशन आणि अगदी वरचा विजेच्या तारा नेणारा उंच मनोरा यांच्या बरोबर मध्ये होती. लंबकासारखे बसणारे हेलकावे आता शिगेला गेले होते आणि कॅरॅसिओला अजूनही गुडघ्यांवर वाकलेल्या अवस्थेत तसाच जिवावर उदार होऊन घट्ट पकडून राहिला होता. स्मिथनं ग्रेनेड बॅगमधून काढण्याचा प्रयत्न सोडून दिला, कारण त्यामुळे कुठलाच हेतू साध्य होणार नव्हता. त्यानं आपला चाकू त्याच्या आवरणातून काढला, त्याची मूठ उजव्या हाताच्या तीन चांगल्या बोटांनी पकडली, नंतर तो वळला आणि त्याला इतक्या पिळवटून टाकणाऱ्या वेदना देणाऱ्या त्या हातांवर हल्ला चढवण्याचा प्रयत्न केला. मात्र त्या हातांपासून पंधरा इंचांवरसुद्धा तो पोहोचू शकला नाही.

त्याचे पाय मोडायला आले होते : त्याच्या डाव्या हाताचीसुद्धा तशीच परिस्थिती होती. त्यानं जिथं आधार घेतला होता, तिथली त्याची वळलेली पकड हळूहळू सुटायला लागली होती. स्मिथनं ओळखलं- आता जाण्यासाठी काही सेकंद होते आणि त्यामुळे त्याच्यापाशी गमावण्यासारखं काहीच नव्हतं. त्यानं आपल्या चाकूवरची पकड बदलली, त्यानं चाकूच्या पात्याचं टोक आपला मोडलेला अंगठा आणि बाकी बोटांमध्ये पकडलं, नंतर वळून तो चाकू, जखमी हात आणि वेदनेनं मंद झालेले डोळे असून जितका ताकदीनं आणि अचूक पद्धतीनं फेकता येईल

तितका फेकला. त्याच्या डाव्या घोट्यातली डसणारी वेदना आणि केबल-कारच्या मागच्या दाराच्या बाजूनं घुमलेली वेदनायुक्त किंकाळी, दोन्ही एकाच वेळी घडून आलं ताबडतोब त्याच्या घोट्यांवरचा दाब नाहीसा झाला होता. एका सेकंदभरानंतर ख्रिस्तियनसेन त्याच्या उजव्या मनगटात रुतलेल्या चाकूकडे मूर्खासारखा डोळे विस्फारून पाहत राहिला होता. थॉमसनं कसंबसं ख्रिस्तियनसेनला केबल-कारमध्ये ओढून घेतलं होतं.

त्या एकाच क्षणात स्मिथ जिंकला होता आणि हरलाही होता किंवा जास्तीत जास्त खात्रीनं तसं त्याला वाटलं तरी, कारण आता त्याला संरक्षण नव्हतं. कॅरॅसिओलानं चांगल्या संधीची वाट पाहिली होती, त्याच्या समोर असलेल्या शक्यतांचा हिशेब केला होता. सस्पेन्शन ब्रॅकेटची सुरक्षितता मिळेपर्यंत तो पुढे सरकला. आता तो सावकाश उभा राहिला, त्याचा डावा हात प्रत्यक्ष सस्पेन्शन आर्मच्या भोवती. त्याचा डावा हात एका ब्रॅकेटभोवती घट्ट. त्यानं श्मेसर गन स्मिथच्या चेहऱ्याच्या दिशेनं रोखली. "फक्त एक बुलेट राहिलीय," कॅरॅसिओलाचं स्मित जवळपास आनंदी होतं. "मला खात्री करून घेणं भाग होतं."

एकाएकी स्मिथला वाटलं- बहुधा त्याची हार झाली नव्हती, बहुधा शेवटी त्याची हार झाली नव्हती. ख्रिस्तियनसेनच्या हातांच्या जखडून टाकणाऱ्या परिणामामुळे आतापर्यंत त्या बर्फाचं आवरण असलेल्या छतावर जागा कायम ठेवून राहणं किती कमी अवघड झालं होतं, याची त्याला जाणीव झाली नव्हती. केबल-कारचं लंबकासारखं हलणं किती कमी झालं होतं, हेही त्याच्या लक्षात आलं नव्हतं आणि अगदी आतासुद्धा त्याला वाटलं, कॅरॅसिओलाला अजूनही त्याची जाणीव नव्हती किंवा गतीतला बदल त्याला जाणवला असला, तरी त्यामागचं कारण त्याला जाणवलं नव्हतं. स्मिथनं आपल्या इच्छाशक्तीचा एक जाणीवपूर्वक प्रयत्न म्हणून आता आपली अर्ध-संमोहित दृष्टी श्मेसरच्या नळीच्या टोकापासून कॅरॅसिओलाच्या खांद्याच्या थोडंसंच वरच्या बाजूला एका विवक्षित बिंदूच्या दिशेनं वळवली. विजेच्या तारा वाहून नेणाऱ्या पहिल्या मनोऱ्याचा सस्पेन्शन आर्म वीस फूट अंतरावर होता.

"फारच वाईट, स्मिथ." कॅरॅसिओलानं त्याच्या मशीन-पिस्तोलच्या नळीचं टोक स्थिर केलं. "आपल्या सगळ्यांचं सारखंच. गुडबाय."

"तुझ्यामागे बघ," स्मिथनं सांगितलं.

आपल्या बाबतीत कोणीतरी इतकी प्राचीन काळातली युक्ती वापरतंय, हे पाहून कॅरॅसिओलाच्या चेहऱ्यावर कंटाळायुक्त अविश्वासानं अर्धस्मित उमटलं. स्मिथनं दुसऱ्यांदा कॅरॅसिओलाच्या खांद्यावरून ओझरता दृष्टिक्षेप टाकला, नंतर दचकून त्यानं बाजूला पाहिलं. कॅरॅसिओलाच्या चेहऱ्यावरचा अविश्वास एखादा लाइट स्विच ऑफ केल्यावर बंद व्हावा, तसा नाहीसा झाला. कुठलीशी सुप्त अंत:प्रेरणा

किंवा जाणिवेची क्षणिक अशी लहर किंवा कुठलीशी ज्ञानाची अचानक झालेली निश्चिती, यापैकी कशामुळे तरी कॅरॅसिओलाला त्याच्या खांद्यावरून मागे वळून पाहावंसं वाटलं. भयग्रस्त होऊन त्यानं किंकाळी फोडली. त्याचा तो शेवटचाच आवाज. त्या विजेच्या तारा वाहून नेणाऱ्या मनोऱ्याचा स्टीलचा सस्पेन्शन आर्म त्याच्या पाठीवर धडकला. त्याची पाठ आणि आत वळवलेला पाय, दोन्ही एकाच वेळी इतका मोठा आवाज होऊन मोडलं, की शंभरएक यार्ड अंतरावरसुद्धा तो आवाज ऐकू जावा. एका सेकंदानंतर केबल-कारच्या छतावरून तो फेकला गेला, पण तोपर्यंत कॅरॅसिओलाला आधीच त्याच्या मरणानं गाठलं होतं. केबल-कारच्या मागच्या उघड्या दारातून थॉमस आणि ख्रिस्तियनसेननं कॅरॅसिओलाचं मोडलेलं शरीर खाली दरीतल्या अंधारात गडगडत जाताना पाहिलं... त्यांच्या चेहऱ्यावर धक्कायुक्त अविश्वास...

हिवतापानं हुडहुडी भरलेल्या माणसासारखं आणि स्वप्नातल्या एखाद्या म्हाताऱ्यासारख्या हालचाली करत स्मिथ अगदी सावकाश आणि वेदनांना तोंड देतच बसण्याच्या अवस्थेत येईपर्यंत पुढे सरकला त्याचा एक हात आणि पाय सपोर्टिंग ब्रॅकेटच्या मागच्या आर्म्सपैकी एका आर्मभोवती वेढा दिलेल्या अवस्थेत अजूनही स्वप्नवत् मंद हालचाली होत असतानाच त्यानं डोकं उचललं आणि खाली दरीत पाहिलं. दुसरी दरीतून वर येणारी केबल-कार परतीच्या वाटेवर होती. वीज वाहून आणणाऱ्या तीन मनोऱ्यांपैकी- पायलॉन्सपैकी- सगळ्यात खालचा मनोरा त्या केबल-कारनं नुकताच मागे टाकला होता. त्याला वाटलं, नशिबाची साथ मिळाली, तर आपली केबल-कार मधल्या पायलॉनपाशी आधी पोहोचेल. नशिबाची साथ मिळाली, तर अर्थात नशिबाच्या प्रश्नाला आता काही अर्थ नव्हता. त्याच्या समोर आता कोणताही पर्याय राहिला नव्हता. त्याला जे करणं भाग होतं, ते करणं भाग होतं आणि विचार करण्यासारख्या घटकांमध्ये नशिबाचा घटक अगदी शेवटचा होता.

स्मिथनं आपल्या किट-बॅगमधून प्लॅस्टिक स्फोटकांची दोन पॅकेट्स काढली. त्यानं ती स्फोटकं कारचं छत आणि सस्पेन्शन ब्रॅकेटचे दोन आफ्टर आर्म्स यांच्यामध्ये घट्ट बसवली. त्यांचे टीअर स्ट्रीप इग्नायटर्स उघडे राहतील आणि स्फोटासाठी सज्ज असतील याची खात्री करून घेत त्यानं स्वतःच जरा उत्साह वाटेल अशा हालचाली सुरू केल्या. स्वतःला चांगली पकड मिळावी म्हणून हातापायांचा उपयोग करत आणि सस्पेन्शन ब्रॅकेटलगत ताठ बसत पुन्हा एकदा तयारीत. केबल-कार आता पहिल्या आणि मधल्या पायलॉनच्या दुसऱ्या टप्प्याच्या मध्यभागाच्या जवळ येत चालली होती. रात्रीच्या आकाशात केबल-कारनं हेलकावण्याचा कमानीचा अंश वाढवला.

असं बसून राहणं मूर्खपणाचं असल्याचं त्याला जाणवलं होतं. बर्फवृष्टी

तात्पुरती थांबली होती आणि रित्या आकाशात मंदपणे वर चढत जाणारा चंद्र आता त्याच्या भेसूर प्रकाशानं दरी भरून टाकत होता. असं बसलेलं असताना त्याला कळून चुकलं, किल्ल्यावरून किंवा लोअर स्टेशनवरून तो अगदी स्पष्टपणे दिसत असला पाहिजे. पण आता लपून बसण्याला काही अर्थ आहे का, या मुद्द्यावर त्याला शंका असण्याच्या वस्तुस्थितीपेक्षा त्याबाबत काही करण्यासारखं काही नाहीये, हे त्याला कळून चुकलं होतं. तो आणि शेफर केबल-कारमधून वर येताना ज्या हात-पाय पसरून पालथं पडण्याच्या अवस्थेत आले होते, त्यासंबंधी विचार करता यावा अशी ताकद त्याच्या चांगल्या हातात राहिली नव्हती.

त्याच्या मनात शेफरसंबंधी विचार आले, त्यानं त्याच्याबद्दल अस्पष्ट अशा अलिप्तपणे विचार केला. त्यामागे दमछाक, रक्तस्राव आणि झोंबणारा गारठा ही कारणंसुद्धा जवळपास तितकीच जबाबदार होती. त्याच्या मनात इतरांबद्दलही विचार आले. वयस्क कार्नेबी-जोन्स आणि मेरी हेडर स्टेशनच्या छतावर ताटकळत राहिले होते. त्यांच्याबाबत त्यानं विचार केला, तसंच केबल-कारमध्ये असलेल्या दोघांबद्दलसुद्धा विचार त्याच्या मनात येऊन गेले. पण मेरी आणि कार्नेबी-जोन्स कुठलीही मदत करण्याच्या दृष्टीनं असाहाय्य होते आणि जवळ शस्त्र नसलेल्या थॉमस आणि ख्रिस्तियनसेनकडून छतावरची आणखी एखादी चकमक आयोजित होण्याची शक्यता अगदीच दूरची होती : कॅरॅसिओलाकडे श्मेसर गन होती आणि त्याचं काय झालं होतं ते त्या दोघांनी पाहिलं होतं. शेफर, महत्त्वाचा होता तो शेफर...

शेफरला स्मिथपेक्षा जास्त संदिग्ध आणि अस्पष्ट वाटत होतं. कारणं वेगळी असली, तरीही तो आता भानावर येत होता. सावकाश आणि वेदनांना तोंड देत एका अतिशय वाईट स्वप्नातून तो भानावर येत होता, या स्वप्नांत त्याच्या तोंडात खारट चव त्याला जाणवत होती आणि त्याला हाक मारणारा एक मृदु, कळकळीचा स्त्रीचा आवाज. ती हाक त्याला पुन:पुन्हा ऐकू येत राहिलेली. साधारण परिस्थितीत मृदु, कळकळीच्या अशा स्त्रीच्या आवाजाच्या बाबतीत शेफरनं कितीही लक्ष दिलं असतं, पण आवाज कळकळीचा असो वा नसो, हा प्रकार थांबेल असं त्याला वाटत होतं, कारण हा सगळा वाईट स्वप्नाचा भाग होता आणि या वाईट स्वप्नात कोणीतरी त्याच्या डोक्याची दोन शकलं केली होती आणि आपण जागं झाल्याशिवाय या वेदना थांबणार नाहीत, हे त्यानं ओळखलं होतं. तो कण्हला, त्यानं हातांचे तळवे फ्लोअरवर ठेवले आणि उठण्याचा प्रयत्न केला. मात्र त्यासाठी फार वेळ लागला, जसं काही अनंत काळ लागला, कारण त्याच्या पाठीवर जणू प्रचंड जड लोखंडी तुळयांचा भार होता, पण शेवटी कसेबसे त्यानं दोन्ही हात सरळ केले, त्याचं डोकं हातांमध्ये लोंबकळत राहिलेलं. त्याला आपलं डोकं बरोबर असल्यासारखं वाटत नव्हतं, त्याला अगदी ते डोकं असल्यासारखंसुद्धा वाटत नव्हतं. त्यात खूप

वेदना होत असल्या, तरी त्यात कापूस लोकर भरल्यासारखंसुद्धा वाटत होतं.

त्यानं अशी जाणीव झटकून टाकण्यासाठी डोकं हलवलं आणि ही एक चूक होती, कारण त्याचं डोकं निसटून खाली आलं किंवा निदान शेफरला तरी तसं वाटलं, कारण त्याच्या डोळ्यांसमोर बहुरंगी दिव्यांचा डोळे दिपवून टाकणारा झगमगाट झाला आणि त्यातून कॅलिडोस्कोपसारखे विचित्र आकृतिबंध त्याच्या डोळ्यांनीच जसे जुळवले... त्यानं डोळे उघडल्यावर ते आकृतिबंध मंद झाले आणि हळूहळू ते दिवे विझायला लागले. हळूहळू डोळ्यांखालच्या फ्लोअर-बोर्ड्सच्या आकृतिबंधांचं निराकरण झालेलं आणि त्या फ्लोअरबोर्डवर हातांच्या रूपरेषा... त्याचे स्वत:चे हात.

तो जागा होता, पण जागं असतानाही बरोबर राहतात, अशा काही वाईट स्वप्नांपैकी हे एक स्वप्न होतं. अजूनही त्याला खारट चव लागत होती. रक्तातला खारटपणा... त्याच्या डोक्याचं त्याला अजूनही असं वाटत होतं, की जरा बेसावध धक्का बसला, तर ते फ्लोअरवर गडगडत जाईल आणि पुन्हा तो मृदु, कळकळीचा आवाज...

"लेफ्टनंट शेफर! लेफ्टनंट शेफर! जागा हो. लेफ्टनंट, जागा हो. तुला ऐकू येतंय?"

आपण हा आवाज कुठेतरी ऐकलाय, शेफरच्या मनात आलं, पण त्याला नेमकं आठवेना. हा आवाज ऐकल्याला खूप काळ उलटला असला पाहिजे. त्यानं तो आवाज कुठून येतोय, याचा शोध घेण्यासाठी डोकं वळवलं- तो आवाज वरून येत असल्यासारखं वाटलं- पण ते कॅलिडोस्कोपसारखं रंगांचं चक्र पुन्हा आपल्या जागी आलं. आता ते कधी नव्हे इतक्या वेगानं फिरत राहिलेलं. डोकं हलवणं आणि वळवणं या परस्परविरोधी गोष्टी आहेत, असं शेफरनं लक्षात घेतलं. त्यानं आपलं डोकं सावकाश पुन्हा मूळच्या अवस्थेत आणलं, तो कसाबसा गुडघ्यांवर बसता झाला, नंतर कुठल्याशा अंधूक दिसणाऱ्या मशिनरीच्या दिशेनं तो रांगत जाऊ लागला आणि थरथरत-धडपडत उभा राहिला.

"लेफ्टनंट! लेफ्टनंट शेफर! मी इथं आहे."

शेफर वळला आणि त्यानं आपलं डोकं जवळपास विचित्र म्हणता येईल अशा मंद गतीत हलवलं. या वेळी त्याच्या समोर येणारं चमचमणाऱ्या, नाचणाऱ्या ताऱ्यांचं विश्व एकदमच एखाददुसऱ्या ताऱ्यापर्यंत कमी झालं होतं. त्याला आता खूप मागच्या भूतकाळातला आवाज आठवला... हा आवाज मेरी एलिसनचा होता. वरून त्याच्याकडे पाहणारा एक फिकट, ताणलेला चेहरा आपण ओळखलाय असंही त्याला वाटलं, पण त्याला खात्री नव्हती. त्याचे डोळे जसे पाहिजे तसे सगळं लक्ष देऊ शकत नव्हते. मेरी फुटलेल्या स्कायलाइटचे बार वाटावेत अशा कुठल्यातरी

जागेतून आपल्याकडे पाहत काय करतेय, असा विचार त्यानं अस्वस्थपणे केला. काळ्या काकवीच्या नदीच्या प्रवाहाविरुद्ध पोहत जाणाऱ्या माणसाचा जेवढा वेग आणि ओघ असतो, तेवढंच आपलं मन आता काम करतंय असं अंधूकसं त्याच्या लक्षात आलं.

"तू... तू ठीक आहेस का?" मेरीनं विचारलं.

शेफरनं या हास्यास्पद प्रश्नाचा काळजीपूर्वक विचार केला. "मला वाटतं, मी होईन ठीक." त्यानं खूप संयमानं विचारलं, "काय घडलं?"

"त्यांनी तुझ्याच गननं तुला मारलं."

"बरोबर." शेफरनं डोकं हलवून दुजोरा दिला आणि लगेचच आपण असं करायला नको होतं. असं त्याला वाटलं. त्यानं उत्साहानं आपल्या डोक्याच्या मागच्या बाजूला झालेल्या जखमेवरून बोट फिरवलं. "चेहऱ्यावर. माझ्या डोकं धडकलं." एकदम तो बोलायचा थांबला, त्याबरोबर तो दाराच्या दिशेनं वळला. "ते काय आहे?"

"कुत्रा आहे. कुत्रा भुंकतोय असं वाटलं."

"मलाही तसंच वाटलं." त्याचा आवाज घाईघाईत एकदम बोलल्यासारखा आणि अस्पष्ट. त्यानं दारू प्यायल्यावर झोकांड्या जाव्यात तसं धडपडत खालच्या लोखंडी दारापर्यंत जात त्या दाराला कान लावला. "कुत्री," त्यानं सांगितलं. "बरीच कुत्री. आणि बरंच बरंच हातोड्यांचे घाव घालण्याचं काम-स्लेज-हॅमर्स मोठे जड लोहाराचे हातोडे, म्हणजेच बरंच काही." तो दारापासून बाजूला होऊन फ्लोअरच्या मध्यभागी आला. अजूनही किंचितशा झोकांड्या जात असलेल्या अवस्थेत. "ते आपल्या मागावर आहेत आणि आता आपल्याला शोधायला येत आहेत. मेजर कुठे आहे?"

तो त्यांच्यामागे गेला. तिच्या आवाजात भावनांचा अभाव. "त्यानं केबल-कारवर उडी टाकली."

"त्यानं काय?" शेफरनं त्या बातमीचं स्वागत केलं. जणू स्मिथची ही कृती जगातली सगळ्यात नैसर्गिक आणि अटळ अशी कृती होती. "त्यानं कसं काय हाताळलं सगळं?"

"त्यानं कसं" आता तिच्या आवाजात पुन्हा चैतन्य आलं होतं. तसंच शेफरच्या उघड अशा कठोरपणामुळे धक्कायुक्त रागही. तिनं स्वत:वर संयम ठेवला आणि सांगितलं: "त्यांच्यात धुमश्चक्री उडाली आणि मला वाटतं, कोणीतरी केबल-कारच्या छतावरून खाली पडलं. कोण पडलं ते काही मला माहिती नाही."

"तो कोणीतरी त्यांच्यापैकीच होता," शेफरनं सकारात्मक सुरात सांगितलं.

"त्यांच्यापैकी एक? तुला कसं सांगता येतं ते?"

"या जगातले मेजर स्मिथ कड्याच्या टोकावरून कोसळत नाहीत. भावी

मिसेस शेफरचं एक सुभाषित. त्याचप्रमाणे या जगातले मेजर स्मिथ केबल-कारच्या छतावरून पडत नाहीत. मिसेस शेफरच्या भावी नवऱ्याचं एक सुभाषित.''

"तुझी परिस्थिती चांगलीच सुधारतेय, असं दिसतंय," मेरीनं थंडपणे विचार व्यक्त केला. "पण मला वाटतं, तुझं बरोबर आहे. अजूनही केबल-कारच्या छतावर कोणीतरी बसून राहिलंय आणि तो कोणीतरी त्यांच्यापैकी नसणार, नाही का?"

"कोणीतरी बसलंय, हे तुला कसं माहीत?"

"कारण मला दिसतोय तो," तिनं अधीरपणे सांगितलं. "चांगलं चमकदार चांदणं आहे. तू स्वत:च पाहा."

शेफरनं स्वत:च पाहिलं, नंतर त्यानं दुखणाऱ्या डोळ्यांवरून थकलेला हात चोळत सांगितलं. "माझ्याकडे तुझ्यासाठी एक बातमी आहे. मला तर केबल-कारसुद्धा दिसत नाहीये. "

केबल-कार मध्यभागी असलेल्या पायलॉनपासून दहा यार्ड अंतरावर होती. स्मिथ आता ताठ उभा राहिला होता. पाठोपाठ तो वाकला आणि त्यानं दोन फ्रिक्शन फ्यूज ओढून काढले, पुन्हा सरळ झाला आणि डाव्या हातात केबल पकडत त्यानं कारच्या छताच्या बरोबर आतल्या बाजूच्या वरची जागा पकडली. शेवटच्या क्षणी त्यानं केबलवरची पकड सैल केली आणि सस्पेन्शन आर्मवर त्याच्या शरीराचा जो आघात होणार होता, तो कमी करण्यासाठी त्यानं दोन्ही हात समोर पसरले. दुसऱ्या केबलवरची वर जाणारी कार आता त्याच्या स्वत:इतकीच मधल्या पायलॉनलाही बरीचशी जवळ होती. आपल्याला वेळेत ती कार गाठता येईल, हे त्याला शक्य वाटत नव्हतं.

आडव्या सस्पेन्शन आर्मच्या आघातानं त्याच्या मनातून सगळाच विचार निघून गेला आणि त्याच्या शरीरातून सगळा श्वासही; स्मिथला खात्री होती, त्याच्या पसरलेल्या हातांचा आघात सहन करण्यासाठी लागणारा परिणाम मिळाला नसता, तर त्याच्या काही बरगड्या मोडल्याच असत्या. आता या घटकेलासुद्धा तो जवळपास पूर्णपणे हेलपाटला होता, पण त्यानं वेदनांकडे आणि त्याच्या धपापत्या फुप्फुसांना आवश्यक असलेल्या प्राणवायूच्या मागणीकडे दुर्लक्ष करण्यावर भर दिला. त्यानं खालच्या क्रॉस-गर्डरवर पाय ठेवता येतील इतके ते ताणले, हात अपर गर्डरभोवती अडकवले आणि चट्कन दुसऱ्या बाजूला गेला. निदान त्याचे हात आणि पाय चट्कन हलत होते, पण तिथल्या स्टीलवर स्वच्छ, गुळगुळीत बर्फाचा इतका जाड थर होता. की त्याच्या चाचपडणाऱ्या पायांना खालच्या गर्डरवर कुठलाही आधार मिळणं अवघड झालं. तो मध्यभागापर्यंतसुद्धा पोहोचला नव्हता, तेवढ्यात वर जाणारी कार तिच्या सस्पेन्शन आर्मखालून पुढे जायला लागली. त्या रात्री पहिल्यांदाच चांदण्याच्या चमचमण्याबद्दल स्मिथनं दुवा दिला. त्यानं आणखी दोन घसरडी,

सरकती पावलं टाकली आणि फिकट चंद्रप्रकाशात चमकदारपणे चमकणाऱ्या त्या बर्फाचा थर बसलेल्या केबलच्या दिशेनं जायला सुरुवात केली.

त्यानं डाव्या हातानं केबल पकडली, त्याचा उजवा हात त्यावर अडकवलेला. त्या केबलनंच त्याला खूप वर छातीच्या बाजूला गाठलं, त्यानं आपल्या हाताच्या जागेबद्दल चूक केली नव्हती, पण त्याच्या सरकत पुढे जाण्यामुळे त्याचं शरीर जरा अलीकडे राहणार होतं. ती केबल त्याच्या हनुवटीखाली एक हिसका देऊन आल्यामुळे त्याला आपलं डोकं उडण्याचीच भीती वाटली. त्याचे पाय अगदी खालच्या बाजूला पुढे हेलकावले, नंतर मागच्या बाजूला गेले आणि त्यानं त्याच्या डाव्या हाताच्या पूर्ण लांबीइतकं स्वत:ला खाली झोकून दिलं, तसं त्याचा छताला स्पर्श झाला अन् त्यानं केबलवरची पकड सोडून दिली, सगळं शरीर पसरून खाली सोडलं आणि सस्पेन्शन ब्रॅकेटच्या एका हाताच्या दिशेनं आंधळेपणानं पण यशस्वीरीत्या हात पसरला. बरेच प्रदीर्घ सेकंदभर तो तसाच तिथं वर जाणाऱ्या केबल-कारच्या छतावर गुडघ्यांवर बसून राहिला त्याच्या घशात आणि अजूनही धपापलेल्या फुप्फुसांतून तो मळमळ आणि वेदनांनी भरलेला असल्यानं कोरड्या ओकाऱ्या थांबेनाशा झाल्या. नंतर हळूहळू त्यातला अगदी वाईट भाग मागे पडला, तसा तो केबल-कारच्या छतावर तोंड खाली करून पडून राहिला. केबल-कार मधल्या पायलॉनपासून अंतर वाढवत आपले लंबकासारखे हेलकावे वाढवायला लागली. बर्फाचा थर असलेल्या त्या छतावर इतकी फसवी आणि धोकादायक पकड घेण्यासाठी लागणारी पुरेशी, स्वत:ला सांभाळणारी अंत:प्रेरणा आणि पुरेशी राखीव ताकद संपूर्णपणे दमछाक झालेली असताना एखाद्या माणसाकडे असू शकते, यावर त्यानं विश्वास ठेवला नसता.

बरेच प्रदीर्घ सेकंद मागे पडले आणि थोडी का होईना शक्ती त्याच्या अवयवांमध्ये आणि शरीरात पुन्हा संचारायला लागली. थकून त्यानं बसलेल्या अवस्थेत बाजूला वळून पाहिलं आणि खाली दरीत दृष्टिक्षेप टाकला.

त्यानं नुकतीच सोडून दिलेली केबल-कार आता सगळ्यात खालच्या पायलॉनपासून जेमतेम पन्नास यार्डांपेक्षा थोड्या जास्त अंतरावर होती. थॉमस आणि ख्रिस्तियनसेन त्या केबल-कारच्या मध्यभागी आक्रसून बसले होते, ख्रिस्तियनसेनच्या जखमी हाताभोवती एक तात्पुरतं बँडेज गुंडाळलेलं... कारचं पुढचं आणि मागचं, दोन्ही दारं अजूनही उघडी होती. स्मिथवरचा फसलेला हल्ला झाला होता, तेव्हा होती तशीच. दोघांपैकी कोणीही कोणतंही दार बंद करण्याचा प्रयत्न केला नव्हता, हे स्मिथबद्दल आता भीती नसली, तरी जो धाक निर्माण झाला होता, त्याचा पुरावा होता.

एकाएकी केबल-कारच्या छतावरून प्रकाशाचा एकदम झगमगता लोट उसळला. त्याच्या पांढऱ्या तीव्रतेमुळे, त्यातल्या मॅग्नेशियममुळे डोळे दिपवून टाकणारा.

त्याचवेळी दोन प्रखर स्फोटांचा आवाज झाला. दोन्ही आवाज इतके पाठोपाठ की वेळेचा फरक करता येणं अवघड व्हावं. पाठोपाठ सस्पेन्शन ब्रॅकेटचे मागचे दोन सपोर्ट्स मोडले आणि कार आता केवळ पुढच्या दोन सपोर्ट्सना टांगलेली राहिल्यानं भयंकर अशी खाली झुकली. तिची पुढची बाजू वर गेली आणि मागची बाजू खाली.

आतल्या बाजूला कारच्या फ्लोअरचा कोन एका क्षणात क्षितिजसमांतर अवस्थेतून निदान तीस अंशांत बदलला. ख्रिस्तियनसेन अजूनही उघड्या असलेल्या मागच्या दाराच्या बाजूला फेकला गेला. त्यानं एक बाजू निराश अवस्थेत पकडली, पण तीसुद्धा जखमी हातानं! काही आवाज न करता तो उघड्या दारातून नाहीसा झाला आणि तसाच आवाज न करता खाली दरीत खोलवर पडला.

थॉमसचे दोन्ही हात व्यवस्थित असल्यानं आणि हालचाली चपळाईच्या असल्यानं तो स्वत:चा जीव वाचवू शकला- मात्र क्षणभरच. त्यानं वर पाहिलं, तर कारच्या पुढच्या दोन सस्पेन्शन आर्म सपोर्ट ब्रॅकेट्स त्यांना धरून ठेवणारे बोल्ट बाहेर ओढून काढायला लागल्यानं केबल-कारचं छत वाकायला आणि मोडून पडायला सुरुवात झाली होती; याचं कारण म्हणजे आता त्यांच्यावर जो पिळवटून टाकणारा दाब पडायला लागला होता, तो सहन करेल अशी त्या केबल-कारची रचना नव्हती. थॉमस त्या खूप खाली कललेल्या दाराच्या दिशेनं धडपडत वरच्या बाजूला आला. ते पुढच्या दारात उभं राहता येईपर्यंत! मात्र कार वाकडी झाल्यामुळे आता जवळपास पंचेचाळीस अंशात होती आणि त्यामुळे फ्रंट सपोर्ट्स सैल व्हायला लागले होते, छताची पुढची बाजू जवळपास केबलला स्पर्श करत राहिलेली... थॉमस वर सरकला, त्यानं दोन्ही हातांनी केबल पकडली आणि दारातून जेमतेम पाय मोकळे केले नाही, तोच दोन्ही फ्रंट सपोर्ट्स धातूचा कर्कश आवाज करत छतातून फाटून मोकळे झाले. पाठोपाठ केबल-कार खाली दरीत पडली, हळूहळू उलटीसुलटी होत...

कारचं वजन अचानक सुटल्यानं केबलला जोरदार धक्का बसूनसुद्धा थॉमस केबलला लटकत राहिला होता. तो बाजूला वळला आणि त्याला खालच्या पायलॉनचा सस्पेन्शन आर्म केवळ काही फुटांवर दिसला. त्याच्या सगळ्या शारीरिक आणि मानसिक क्षमतांचं बधिर होण्याचं प्रतिबिंब अगदी अचूकपणे आणि धक्कादायकरीत्या त्याच्या चेहऱ्यावरच्या गोठलेल्या भीतीत उतरलं होतं. भीतीच्या विकट हास्याच्या ध्वनीनं ओठ मागे ओढलेले... त्याच्या बोटांचे सांधे लकाकी दिलेल्या हस्तिदंतासारखे चकाकत राहिलेले आणि नंतर लगेचच, अचानक, तिथं हात नव्हते. तिथं होते केवळ सस्पेन्शन आर्म्स, रिकामी वायर आणि रात्रीच्या वातावरणात विरत जाणारी लांबलचक किंकाळी...

केबल-कार हेडर स्टेशनच्या जवळ येत चालली, तसं स्मिथ छताच्या कडेची बाजू टाळण्यासाठी बराच पुढे येऊन थांबला. तो जिथं दबा धरून बसला होता,

तिथून श्लॉस ॲडलरची पूर्व बाजू दिसणं अशक्य होतं, पण आता दरीतून पसरत चाललेल्या दाट धुराच्या लोटांचा विचार करायचा, तर आगीच्या लोटांचा विळखा अभेद्य असा वाटत होता. ढग पुन्हा चंद्राला झाकत पुढे चालले होते आणि ही गोष्ट चांगली ठरण्याची शक्यता होती, तशीच वाईटही. चांगली अशा अर्थानं, की त्यामुळे त्यांना आडोसा मिळणार होता आणि धुराचे दाट लोट झाकून राहायला मदत होणार होती आणि वाईट अशा अर्थानं, की आग लागलेल्या किल्ल्याच्या ज्वाळा उठून दिसणार होत्या. स्मिथला वाटलं- गावातल्या किंवा पलीकडच्या बराकीतल्या कोणाचं तरी आगीमुळे किंवा धुरामुळे लक्ष वेधून घ्यायला आता फार वेळ लागणार नाही. किंवा त्यानं कठोरपणे विचार केला- प्रत्यक्ष किल्ल्यातून ऐकू येणाऱ्या दबत्या स्फोटांच्या संख्येत वाढ होण्यामुळेसुद्धा अल्पावधीतच लक्ष इकडे जाणार होतं. एवढ्या स्फोटांचं कारण काय असेल, असा विचार त्याच्या मनात. शेफरनं लक्ष दुसरीकडे वळवण्यासाठी स्फोट घडवून आणले असले, तरी त्याच्यापाशी एवढा वेळ नव्हता.

केबल-कारच्या छतानं हेडर स्टेशनच्या फ्लोअरची पातळी पार केली, तसं कारच्या मशिनरीतल्या विंचच्या कंट्रोलपाशी उभी असलेली एक आकृती पाहून त्यानं सुटकेचा सुस्कारा सोडला. शेफर बराच घायाळ आणि झुकलेला शेफर हे खरं होतं, अस्थिर शेफर, चेहऱ्याची एक बाजू रक्तानं माखलेला शेफर... त्याच्या डोळे किलकिले करून पाहण्यातून आणि ताणलेले भाव यातून शेफरला त्याची दृष्टी केंद्रित करणं अवघड जातंय, हे उघड होतं, पण शेफरमुळेच परिस्थिती नियंत्रणात राहिली होती हेच खरं. आपल्यात पुन्हा ऊर्जा वाहायला लागलीय असं स्मिथला वाटलं, शेफरवर आपण किती भिस्त ठेवून राहत आलो आहोत, हे आतापर्यंत त्याला तितकं जाणवलं नव्हतं. आता पुन्हा शेफर बरोबर असताना त्यांना रोखणं म्हणजे जर्मनांच्या दृष्टीनं कर्मकठीण काम होणार होतं.

हेडर स्टेशनचं छत दृष्टिपथात आलं, तसं स्मिथनं वर पाहिलं. मेरी आणि कार्नेबी-जोन्स अजूनही तिथंच होते, किल्ल्याच्या भिंतीला चिकटून राहत त्यानं त्यांच्या दिशेनं अभिवादनाचा हात केला, पण त्यांनी काही प्रतिसाद दाखवला नाही. मृतात्म्यांच्या विश्वातून परत येणाऱ्या भुतांना असं हात हलवून सहसा कोणी अभिवादन करत नाही, असा वक्रविचार स्मिथच्या मनात आला.

शेफरला डोळ्यांच्या बाबतीत कितीही त्रास होत असला आणि तो कितीही उघडच स्तंभित अवस्थेत असला, तरी केबल-कारचे विंच कंट्रोल अचूकपणे हाताळताना दिसत होता. ही घटना म्हणजे केवळ एक दैवानं दिलेला हात किंवा अनपेक्षित घटना असली - आणि बहुधा ती होतीसुद्धा- पण त्यानं गिअरचा लीव्हर न्यूट्रलवर ठेवला आणि केबल-कार छताच्या कडेच्या खाली बरोबर अर्ध्यावर आणून

ठेवण्यासाठी ब्रेक लावला. आधी मेरी आणि नंतर जोन्स कारच्या छतावर नायलॉनच्या रोपवरून खाली उतरत आले, जोन्सचे डोळे घट्ट मिटलेले होते. शेफरनं त्यांना आत आणलं आणि ते स्टेशनच्या फ्लोअरवर उतरले, तेव्हा दोघांपैकी कोणीही एक शब्दही बोललं नाही.

"लवकर! लवकर!" स्मिथनं केबल कारचं मागचं दार उघडलं. "आत या सगळे जण!" त्यानं फ्लोअरवरून शेफरचं लूगर पिस्तूल उचललं, नंतर एकदम आधी कुत्र्यांच्या भयंकर भुंकण्याच्या आवाजापाठोपाठ स्टेशनपासून जाणाऱ्या लोखंडी दरवाज्यावर मोठ्या हातोड्यांचे घाव बसतानाचे आवाज कानावर पडताच तो त्या दिशेनं वळला. दोनपैकी पहिल्या अडसराचा निकाल लागला असला पाहिजे, आता दुसऱ्याच्या बाबतीत चिवट प्रयत्न चालले होते.

मेरी आणि झोकांड्या जाणारा शेफर, दोघंही आधीच केबल-कारमध्ये गेले होते. तरीसुद्धा जोन्सनं निघण्याच्या दृष्टीनं काहीच हालचाल केली नव्हती. तो तिथंच उभा होता. स्मिथ श्मेसर गन हातात ठेवून त्या दरवाज्यावर हातोड्याचे जे काही आघात होत होते, ते ऐकत होता. जोन्सचा चेहरा अलिप्त– त्यानं दिलगिरी व्यक्त करत सांगितलं, "मी उंचावरच्या ठिकाणाच्या बाबतीत तितकासा धड नाहीये. माझी भीतीनं गाळण उडालीय. पण हे वेगळंच आहे."

"आत जा!" स्मिथनं हे शब्द जवळजवळ फिस्कारलेच.

"नाही." जोन्सनं डोकं नकारार्थी हलवलं. "तू ऐकतोयस ते आवाज. कोणत्याही मिनिटाला ते इथं येतील. मी थांबेन इथं."

"फॉर गॉड्स सेक!" स्मिथ असह्य होऊन ओरडला.

"मी तुमच्यापैकी कोणाहीपेक्षा वीस वर्षांनी मोठा आहे."

"वेल, देअर इज दॅट." स्मिथनं विचारपूर्वक मान हलवली, जोन्सचा उजवा हात पकडला आणि सांगितलं, "मि. जोन्स, गुड लक." नंतर स्मिथचा डावा हात जोन्सच्या दिशेनं झेपावला, पाठोपाठ स्मिथनं त्याला अर्धं ओढत, पुढे ढकलत मती कुंठित झालेल्या जोन्सला केबल-कारमध्ये ढकललं. लगेचच स्मिथ चपळाईनं कंट्रोल्सपाशी गेला, गिअर एंगेज केला, हॅन्डब्रेक रिलीज केला आणि चालू झालेल्या कारच्या दिशेनं तो धावत सुटला.

स्टेशनच्या छताखालून ते बाहेर पडले, तेव्हा आतल्या दारावरच्या चढाईच्या आवाजाची तीव्रता दुप्पट झाल्यासारखी वाटली : स्मिथच्या मनात विचार- श्लॉस ॲडलरमध्ये अशी लोखंडी दारं कापून काढण्यासाठी असलेली न्यूमॅटिक चीझल्स किंवा ऑक्सी-ॲसिटिलीनसारखी यंत्रसामग्री नसणार, कारण यापैकी कशाचीही तिथं लक्षात घेण्यासारखी गरज असण्याचं कारण नव्हतं. पण तरीसुद्धा आता त्याला काही अर्थ राहिला आहे, असं दिसत नव्हतं. जगातल्या सर्वोत्कृष्ट इच्छाशक्तीसमोर

अशा स्वरूपाची चढाई केली, तर दोनएक लोखंडी अडसर फार काळ टिकण्याची शक्यता नव्हती. स्मिथनं विचारमग्न होत केबल-कारचं मागचं दार लावून घेतलं. शेफर खाली बसला होता, त्याची कोपरं त्याच्या गुडघ्यांवर. मेरीसुद्धा फ्लोअरवर गुडघ्यावर बसली होती. जोन्सचं डोकं तिच्या मांडीवर– ती त्याच्या देखण्या रूपेरी केसांच्या डोक्याकडे पाहत राहिलेली... स्मिथला तिच्या चेहऱ्यावरचे भाव दिसत नव्हते, पण वयस्क आणि संरक्षण नसलेल्या अमेरिकन अभिनेत्यांना तडाखे देणाऱ्या, दमदाटी करणाऱ्या गुंडांच्या दोषांबाबत कानउघाडणी करण्याची तयारी तेव्हासुद्धा ती करत असल्याबद्दल त्याला उदास अशी खात्री होती. संपूर्ण शांततेत दोन मिनिटं उलटल्यावर कार्नेबी-जोन्सची हालचाल झाली, त्याबरोबर मेरीनंही हालचाल करून स्मिथकडे पाहिलं. त्याच्या दृष्टीनं आश्चर्य म्हणजे तिच्या चेहऱ्यावर अर्ध-स्मित होतं.

"ठीक आहे," तिनं सांगितलं. "मी दहा अंक मोजले आहेत." आहे या परिस्थितीत तेवढाच युक्तिवाद करता येण्यासारखा होता. ती मध्येच थांबली आणि तिच्या चेहऱ्यावरचं अर्ध-स्मित मावळलं. "मला वाटलं, तू तेव्हा गेलासच. "

"तू असं वाटणारी एकटी नाहीयेस. हे प्रकरण संपल्यावर मी निवृत्त होतोय. गेल्या पंधरा मिनिटांतच मी आयुष्यातला सगळा नशिबाच्या साथीचा प्रकार उपयोगात आणलाय. तू स्वतःही तितकी उत्साहात दिसत नाहीयेस."

"मला तितकं उत्साही वाटत नाहीये." तिचा चेहरा फिकुटलेला आणि ताणलेला. त्याचवेळी केबल-कारच्या जोरदार हेलकाव्यांमुळे तिनं स्वतःला सावरलं. "तुला माहितीच हवी असेल तर सांगते, मला अस्वस्थ वाटतंय, मळमळतंय. अशा प्रकारच्या प्रवासाशी माझं जमत नाही."

स्मिथनं छतावर टकटक केलं. "या छतासारख्या कुठल्याशा छतावरून प्रवास करण्याचा प्रयत्न करून बघायचंय?" त्यानं सहानुभूतीपूर्वक सांगितलं. "तू पुन्हा प्रथम श्रेणीच्या प्रवासाबद्दल कधीही तक्रार करणार नाहीस. आह! पायलॉन नंबर दोन येतोय. जवळजवळ अर्धा प्रवास."

"फक्त अर्धाच." मध्ये एक विराम. "जर्मन लोक ते दार फोडून इथपर्यंत आले तर काय होईल?"

"ते गिअर लीव्हर रिव्हर्सवर टाकतील आणि आपण वर जाणार."

"आवडो किंवा न आवडो."

कार्नेबी-जोन्स बसता होण्यासाठी सावकाश धडपडला, त्यानं अजाणतेपणानं आपल्या आजूबाजूला पाहिलं. नंतर आपण कुठे आहोत, हे त्याच्या लक्षात आलं, त्यानं आपल्या जबड्यावर हळुवारपणे हात फिरवला आणि तो स्मिथला म्हणाला, "ती म्हणजे फारच घाणेरडी युक्ती झाली."

“पण तेवढंच,” स्मिथनं कबूल केलं. “आय ॲम सॉरी.”

“मी नाहीये.” जोन्स थरथरतच हसला. “कसंही असू दे, हिरो होणं हे माझं काम असल्याचं मला वाटत नाही.”

“मलासुद्धा तसं वाटत नाही, ब्रदर, मलासुद्धा तसं वाटत नाही,” शेफर दुःखद स्वरात म्हणाला. त्यानं डोकं आपल्या हातांवरून उचललं आणि सावकाश आजूबाजूला पाहिलं. त्याचे डोळे अजूनही निस्तेज आणि केवळ अंशतःच जागेवर आले होते, पण त्याच्या उजव्या गालात आता थोडासा रंग पुन्हा अवतरायला लागला होता. हाच भाग रक्तानं माखला नव्हता. “आपले तीन मित्र. आपल्या तीन मित्रांचं काय झालं?”

“आपल्याला सोडून गेले या जगातून.”

“आपल्याला सोडून गेले या जगातून?” शेफर कण्हला आणि त्यानं डोकं नकारार्थी हलवलं. “त्याबद्दल मला नंतर केव्हातरी सांग. पण आता नको.”

“नेमकं काय गवसत नाहीये, हे त्याला माहीत नाहीये,” स्मिथ सहानुभूतीशून्य पद्धतीनं सांगत गेला. “या सगळ्यातलं नाट्य त्याला उलगडत नाहीये, बहुधा तीही एक चांगली गोष्ट आहे. तो वरचा दरवाजा अजून जागेवर उभा आहे का फक्त बिजागरी गेल्यायत, का लॉक? विंच कंट्रोलच्या दिशेनं कोणी धावत येतंय का?”

“स्टॉप इट!” मेरीचा आवाज धारदार, वरच्या पट्टीत. तिच्या बोलण्यात उन्मादाच्या पातळीवरचा सुप्तार्थ. “तसलं बोलणं थांबव!”

“सॉरी,” स्मिथ पश्चात्तापदग्धपणे म्हणाला. त्यानं हात पसरून तिच्या खांद्याला स्पर्श केला. “असल्या कठीण प्रसंगात आपलं धैर्य टिकवण्याचा प्रकार आहे हा, एवढंच. हा आता शेवटचा पायलॉन आला. आणखी एखादं मिनिट आणि... आपण एकदाचा मुक्काम गाठू यशस्वीरित्या.”

“यशस्वी,” शेफर कडवटपणे म्हणाला. “माझ्या हातात लंडनमधल्या सॅव्हॉय ग्रिल हॉटेलचा मेन्यू येईपर्यंत थांब. त्यानंतर मला यशस्वी वाटेल.”

“काही मंडळी सतत त्यांच्या पोटाचाच विचार करत असतात,” स्मिथनं आपलं निरीक्षण व्यक्त केलं. त्या क्षणी तो स्वतःचाच विचार करत होता आणि त्यामुळे काही फार चांगलं वाटत नव्हतं. पोटात शिसाचा गोळा असल्यासारखं वाटत असेल, तर कुठल्याही पोटाला चांगलं वगैरे वाटत नाही. शिसाचा गोळासुद्धा साधासुधा नाही, तर थंडगार गोळा आणि तोही कुठलातरी तितकाच थंडगार हात बाहेरून दाबतोय. त्याच्या हृदयाचे छातीत मंद ठोके पडत होते, जडपणे, वेदनापूर्ण असे. त्याला बोलतानासुद्धा त्रास होत होता. त्याच्या तोंडाला कोरड पडली होती, सगळी लाळ-ओलावा जसा उडून गेला होता. एकाएकी आपण बेशुद्धीत मागच्या बाजूला झुकतोय, असं त्याला जाणवलं. केबल-कार एक झटका बसून जागीच

खिळल्यासारखी. नंतर पुन्हा केबल-कार श्लॉस ॲडलर किल्ल्याच्या दिशेनं परत जातेय... तो या क्षणासाठी स्वत:ला सावरत असलेला... तो स्वत:शीच म्हणाला- मी दहा अंक मोजेन. नंतर आपण तिथपर्यंत कोणीही न हटकता गेलो, तर मी नऊ मोजेन आणि नंतर त्याचं लक्ष मेरीच्या चेहऱ्याकडे गेलं. तिचा चेहरा पांढरा पडलेला, घाबरलेला आणि जवळपास निस्तेज अशा मुद्रेमुळे ती प्रत्यक्षात होती त्यापेक्षा पंधरा वर्षांनी मोठी दिसत होती. तो बाकावर बसला आणि त्यानं तिचा खांदा दाबला. ''आपलं सगळं ठीक होईल,'' त्यानं आत्मविश्वासानं तिला सांगितलं. एकाएकी पुन्हा आपल्याला सहजपणे बोलता येतंय, असं त्याच्या लक्षात आलं. ''यू वेट ॲन्ड सी.''

तिनं हसण्याचा प्रयत्न करत त्याच्याकडे पाहिलं. ''खरंच?''

''खरंच,'' स्मिथनं ठामपणे सांगितलं.

वीस सेकंदं उलटली. स्मिथ उठला, केबल-कारच्या पुढच्या दाराकडे गेला आणि त्यानं खालच्या बाजूला बारकाईनं पाहिलं. चंद्र जरी ढगांआड झाकलेला असला, तरी लोअर स्टेशनचा आकार त्याला जेमतेम अंधूकपणे दिसत होता. त्यानं बाकीच्यांकडे पाहण्यासाठी मान वळवली, तर सगळे त्याच्याकडेच पाहत होते.

''आता शंभरएक फुटांपेक्षा जास्त जायचं नाहीये,'' स्मिथ म्हणाला, ''मी एका मिनिटभरात ते दार उघडणार आहे. आता काही सेकंद... तोपर्यंत आपण जमिनीपासून पंधरा फुटांपेक्षा जास्त वर नसू. फार तर, वीस. कार थांबली, तर आपण उडी मारायची. खाली दोन-तीन फुटांचा बर्फाचा थर आहे. काहीही न मोडण्याच्या दृष्टीनं आपल्या उडीला पुरेसं कुशन मिळेल.''

शेफरनं काहीतरी योग्य ती टिप्पणी करण्यासाठी ओठ अलग केले, पण नंतर 'न बोललेलं बरं' असं वाटून तो थकून गप्प झाला. स्मिथनं पुढचं दार उघडलं, त्या मोकळ्या जागेतून वाऱ्याचे बर्फगार झोत आत घोंघावत येत होते, तिकडे त्यानं दुर्लक्ष केलं आणि थेट खाली सरळ रेषेत पाहिलं. केबल-कार आणि जमीन यांच्यातल्या अंतराची आपण जी गणना केली, ती जरा जादा आशावादी असल्याचं त्याच्या लक्षात आलं. ते अंतर प्रत्यक्षात निदान पन्नास फूट होतं, मांडीची आणि पायाची हाडं मोडण्याबाबत नैराश्यजनक विचार अगदी कमालीच्या आशावादी मनामध्येसुद्धा येण्याच्या दृष्टीनं एवढं अंतर पुरेसं होतं : मात्र नंतर त्यानं हे विचार मनातून उडवून लावले, कारण त्याहूनही जास्त नैराश्यजनक घटकाचा आता विचार करायचा होता. दूर अंतरावरून आता सायरनचे घणघणते आवाज ऐकू येत होते. दूर अंतरावर जवळ येत चाललेल्या हेडलॅम्प्सचे हलते प्रकाशझोत दिसायला लागले होते. शेफरनं त्याचं डोकं उचललं. त्याच्या डोक्यातलं गरगरणं आता गेलं होतं. अगदी त्याचं दुखरं डोकं शांत झालेलं नसलं तरी...

"एन्टर, लेफ्ट, सैनिकांच्या जादा तुकड्या," त्यानं येऊ घातलेल्या जर्मन सैनिकांचं आगमन जाहीर केलं. "हे काही ठरलेल्या कार्यक्रमात नव्हतं, बॉस. रेडिओ गेला, टेलिफोन गेला, हेलिकॉप्टर गेलं."

"हे केवळ जुन्या वळणाचं आहे." स्मिथनं मागच्या खिडकीच्या दिशेनं खूण केली. "ते स्मोक सिग्नल वापरतायत."

"बापरे!" शेफरनं मागच्या खिडकीतून रोखून पाहिलं, त्याच्या आवाजात दहशत. "दगडी किल्ला आहे, त्या मानानं चांगलीच आग पेटलीय."

शेफर कुठेही अतिशयोक्ती करत नव्हता. दगडी किल्ला असूनही तो अतिशय उत्कृष्टरीत्या जळत होता. श्लॉस ॲडलर खरोखरच चांगलाच पेटला होता. या आगीच्या डोंबात धूर हा अचानक एक दुर्लक्षणीय आणि गौण भाग झाला होता. सगळा किल्ला आगीच्या ज्वाळांनी वेढला होता, ज्वाळांच्या या वेढ्यात तो जवळपास दिसेनासा झाला होता. उंचावत जाणाऱ्या ज्वाळा आता आग्नेयेकडे असलेल्या मोठ्या, गोलाकार मनोऱ्याच्या एकदम माथ्यापर्यंत जात होत्या. हा पेटलेला किल्ला वेझपिट्स पर्वतराजीच्या अदृश्य उंचीच्या, अंधूकपणे दिसणाऱ्या पार्श्वभूमीवर पर्वताच्या बाजूच्या निम्म्यावर असलेल्या ज्वालामुखीच्या शिखरावर विसावलेला होता. या किल्ल्याचा पेटल्यामुळे पडलेला प्रकाश सगळी दरी उजळून टाकायला लागला होता आणि त्याचवेळी दुसरीकडे पुन्हा दिसायला लागलेल्या चंद्राचा मंद प्रकाश बराच झाकून टाकायला लागला होता. हे अविश्वसनीय, विलक्षण अद्भुत दृश्य कुठल्याशा तेवढ्याच अविश्वसनीय आणि विलक्षण अद्भुत परीकथेतून जणू अवतरलं होतं.

"त्यांनी चांगला विमा काढला असला म्हणजे बरं," शेफर म्हणाला. तो आता उभा राहिला होता, लोअर स्टेशनच्या दिशेनं तो डोळे किलकिले करून पाहत होता. "आता किती दूर आहे, बॉस? आणि किती खाली?"

"तीस फूट. कदाचित पंचवीस फूट दूर आणि पंधरा फूट खाली." आघाडीवर असलेल्या कारच्या ताफ्यांचे दिवे स्टेशनच्या अजूनही धुमसत्या निखाऱ्यांपासून पुढे जात होते. "आपण बाजी मारलीय, लेफ्टनंट शेफर."

"आपण बाजी मारलीय," शेफर करवादला आणि धडपडला, कारण त्याचवेळी एकदम एक हिसका बसून कार जोरदारपणे आणि अकस्मात थांबली. "म्हणजे मला म्हणायचंय, जवळजवळ."

"सगळ्यांनी बाहेर पडायचंय!" स्मिथ ओरडला, "सगळ्यांनी बाहेर पडायचंय?"

"आपल्या कायमच्या लीडरनं जाहीर केलंय," शेफर म्हणाला. "मागे हो, मला दोन चांगले हात आहेत." स्मिथनं त्याला बाजूला करून डाव्या हातानं दाराजवळचा खांब पकडला, नंतर मेरीला आपल्याकडे ओढलं, त्याची पकड

कमरेपासून मनगटावर ठेवली आणि तिला पुढच्या दारातून बाहेर सोडलं. त्याच्या डाव्या हाताच्या सगळ्या लांबीपर्यंत जितकं खाली सोडता येईल, तितकं त्यानं तिला जाऊ दिलं. तेव्हा तिला प्रत्यक्षात तीन फुटांपेक्षासुद्धा कमीच अंतरावरून खाली जावं लागलं. त्यानंतर तीन सेकंदांतच त्यानं कार्नेबी-जोन्सलाही तशाच पद्धतीनं खाली सोडलं. त्याच वेळी केबल-कारला हिसका बसला आणि ती पुन्हा दरीतून वरच्या दिशेला जायला लागली. शेफरनं स्मिथला अक्षरशः गाठोड्यासारखं ढकललं, स्मिथचं सगळं दोनशे पौंड वजन त्यानं वेदनेनं जरा हेलपाटत तेवढ्या क्षणापुरतं पेललं होतं, नंतर तो स्वतः दारातून खाली सरकला. क्षणभरच तो दारापाशी हाताच्या पूर्ण लांबीनिशी लटकत राहिला, नंतर सहा फूट खाली आला. ते मऊशार, भुसभुशीत बर्फात... तो जरा धडपडला, पण त्यानं तोल सांभाळला.

स्मिथ त्याच्या शेजारी होता. त्यानं एक प्लॅस्टिक स्फोटक आपल्या पाठीवरच्या बॅगेतून बाहेर काढलं होतं, त्यानं फ्रिक्शन फ्यूज ओढून मोकळा केला. त्यानं तो शेफरकडे दिला आणि सांगितलं, "तुझा उजवा हात चांगला आहे."

"माझा उजवा हात चांगला आहे. घोडे, नो. बेसबॉल, यस." शेफरनं नेम धरला आणि ते स्फोटक नेमकेपणानं त्या अदृश्य होत चाललेल्या केबल-कारमध्ये फेकलं. "आवडलं ना?"

"आवडलं. कम ऑन." स्मिथ वळला आणि मेरीला हातापाशी पकडून, तसंच शेफरनं कार्नेबी-जोन्सला आपल्याबरोबर बखोटीला धरून लोअर स्टेशनच्या बाजूनं आणि जवळच्या घराच्या आडोशातून धावायला सुरुवात केली. जर्मन सेनेची कमांड कार तिथं पोहोचायच्या जेमतेम आधी. त्याच्या पाठोपाठ सैनिकांनी भरलेले बरेच ट्रक्स लोअर स्टेशनच्या खाली येऊन धडकले. सैनिक भराभर ट्रकच्या बाहेर पडले आणि एका ऑफिसरच्या पाठोपाठ- तो कर्नल वेसनर असल्याचं स्पष्टपणे ओळखू येत होतं- लोअर स्टेशनच्या पायऱ्या चढू लागले.

श्लॉस ॲडलर किल्ला आता आधी नव्हता इतका भयंकर पेट घेऊन जळत राहिलेला. ही आग उघडच संपूर्णपणे नियंत्रणाबाहेर होती. अचानक एका स्फोटाचा मोठा आवाज झाला आणि वर चढत जाणारी कार एकदम ज्वाळांनी वेढली. केबल-कार तोपर्यंत पहिल्या पायलॉनपासून निम्म्या अंतरावर होती. ती दरीवर मोठे हेलकावे घेत राहिलेली. कारच्या ज्वाळा वाऱ्यानं आणखी भडकल्या. नंतर केबल-कार सावकाश वर आकाशाच्या दिशेनं चढत गेली... ते तिच्या ज्वाळा श्लॉस ॲडलरच्या त्याहीपेक्षा मोठ्या ज्वाळांमध्ये हरवून जाईपर्यंत... एका घराच्या आडोशाला दबा धरून बसलेले असतानाच शेफरनं स्मिथच्या हाताला स्पर्श केला. "तुला पुढे जाऊन त्या स्टेशनलाही नक्की आग लावून द्यायची नाहीये ?"

"कम ऑन." स्मिथनं उत्तर दिलं. "आपल्याला गॅरेजमध्ये जायचंय."

अकरा

कर्नल वॅट-टर्नर को-पायलटच्या सीटमध्ये पुढे झुकलेला. त्याचा चेहरा साइड-स्क्रीनला चिकटलेला. तो खाली जमिनीकडे अस्वस्थपणे नजर खिळवून राहिला होता. तो ज्या विमानातून जात होता, ते मॉस्क्विटो बॉम्बर विमान, त्यातल्या सगळीच इंजिनं आणि प्लायवूडसकट जगातलं सगळ्यात वेगवान विमान होतं. याची त्याला चांगली जाणीव होती. तरीसुद्धा इतक्या वेगानं जायची त्याची मानसिक तयारी झालेली नव्हती.

सर्वसाधारण विमानप्रवास अर्थातच वेगाची इतकी जाणीव देत नाही, पण शेवटी विंग कमांडर कार्पेंटर सर्वसाधारण विमानं उडवण्याचं काम करणारा नव्हताच, तो वॅट-टर्नर ज्याला खूपच असाधारण, विलक्षण विमानप्रवास समजायचा, तशा प्रकारे विमानं चालवणारा वैमानिक होता. त्याहीपेक्षा असा विलक्षण विमानप्रवास कोणत्याही सेकंदाला आपत्तीजनक ठरण्याची शक्यता होती. कार्पेंटर प्रत्यक्षात चांगली नेत्रदीपक अशी भू-स्तरीय कामगिरी बजावत होता, मैदानांवरून तो झट्कन पुढे जात होता, तसंच झाडांच्या शेंड्यांनाही घासून जायचा आणि मध्ये येणाऱ्या छोट्या टेकड्यांनाही टाळून वळसा घालून पुढे जात राहिला होता. त्यापेक्षा त्याला कमी आवडलेला प्रकार म्हणजे त्यांच्या खालच्या बाजूला असलेल्या जमिनीच्या वरून झेपावताना त्यांच्या स्वतःच्या चंद्रामुळे पडणाऱ्या सावलीचा भयंकर वेग. त्याहीपेक्षा त्याला अशा सगळ्या प्रकारांपैकीसुद्धा सगळ्यात कमी आवडणारा प्रकार म्हणजे विमान आणि विमानाची सावली. जवळपास एकमेकांना स्पर्श करतील का काय, असं वाटायला लावण्याचे वाढते प्रकार. आपलं मन दुसरीकडे वळवायचं म्हणून- विमान आणि विमानाची सावली या दोहोतलं अंतर शेवटी संपलं तर जे घडणं अटळही असतं- त्यानं आपली जवळपास संमोहित झालेली नजर काढून घेतली आणि आपल्या घड्याळाकडे पाहिलं.

"पंचवीस मिनिटं." त्यानं पायलटच्या सीटमध्ये विसावून बसलेल्या कार्पेंटरकडे

पाहिलं... त्याच्या चेहऱ्यावरच्या पुष्कळ उन्हाळे-पावसाळे अनुभवण्यातून आलेल्या जगाबद्दलच्या तिरकसपणाच्या छटेच्या पार्श्वभूमीवर त्याची सुंदर, ऐटबाज, लाल, हॅन्डलबार म्हणतात तशी ओठांवरून दोन्ही बाजूंना भरघोस आणि कडेला टोकदार होत जाणारी मिशी म्हणजे एक विरोधाभास होता. त्यानं कार्पेंटरला पुढे विचारलं, "तुला वेळेत गाठता येईल?"

"मला वेळेत गाठता येईल," कार्पेंटरनं आरामात उत्तर दिलं. "मुख्य मुद्दा आहे, तो त्यांना जमेल का?"

"परमेश्वरालाच माहीत. त्यांना कसं जमेल हे मला तरी काही सांगता येणार नाही. ते श्लॉस ॲडलरमध्ये अडकले आहेत, याची ॲडमिरलला आणि मला खात्री आहे. शिवाय, सगळ्या ग्रामीण भागात एव्हाना लष्कराचं वातावरण असेल. त्यांच्या समोर शक्यता काय असणार?"

"म्हणून तू इथं आलास?"

"मी त्यांना पाठवलं," वॅट-टर्नर रिक्त सुरात म्हणाला. त्यानं साइड-स्क्रीनमधून पाहिलं आणि पाइनच्या अरण्यावरून वेगानं जाताना विमान आणि सावली एकमेकांना स्पर्श करतील असं वाटल्यानं तो जागच्या जागीच चुळबुळला. त्यानं दुःखी-कष्टी होत विचारलं, "या जमिनीच्या एवढं जवळून तुला विमान चालवायलाच पाहिजे का?"

"शत्रूंच्या रडारमुळे, दोस्ता," कार्पेंटरनं त्याला दिलासा देत सांगितलं, "या झाडाझुडपांमधून खालून जाण्यामुळे आपण अधिक सुरक्षित आहोत."

स्मिथ, त्याच्यामागे मेरी आणि जोन्स आणि त्यांची मागची बाजू सांभाळणारा शेफर, सगळे जण गावातल्या रस्त्याच्या पूर्वेला असलेल्या घरांच्या मागच्या बाजूनं वळसा घालत सावधपणे भंगारमध्ये काढलेल्या वाहनांसाठी असलेल्या जागेतून सुल्झेस गॅरेजच्या मागच्या दोन दारांपाशी आले. स्मिथच्या हातात स्केलेटन कीज होत्या. तो त्या दारांच्या लॉकच्या दिशेनं हात नेत असतानाच आतून शांतपणे त्या दोन दारांपैकी एक दार उघडलं. तिथं हैदी उभी होती. कुठल्या तरी वेगळ्या विश्वातले प्राणी असल्यासारखं ती त्यांच्याकडे रोखून पाहत राहिली, पाठोपाठ तिनं जळणाऱ्या किल्ल्याकडे पाहिलं, नंतर शब्दही न बोलता, प्रश्नार्थक मुद्रेनं तिनं स्मिथकडे पाहिलं.

"सगळं इथं आहे, अगदी स्पष्ट, स्वच्छ." स्मिथनं आपल्या ट्यूनिकवर थापटलं. "बसमध्ये जाऊ या."

सगळे जण एकामागोमाग आत येईपर्यंत तो थांबला, नंतर त्यानं दार लावलं, तिथून तो गॅरेजच्या पुढच्या बाजूला असलेल्या एका गज असलेल्या छोट्या खिडकीपर्यंत गेला आणि सावधपणे बाहेरच्या बाजूला निरखून पाहत राहिला.

तो रस्ता माणसांच्या गोंधळलेल्या गर्दीनं भरून गेला होता. त्यांच्यापैकी बरेच जण सैनिक होते, ते बहुतेक सगळे नि:शस्त्र होते, आग लागलेला श्लॉस ॲडलर किल्ला बघण्यासाठी बऱ्याच पब्जमधून हे सैनिक लगबगीनं, धावतपळत बाहेर पडले होते. मात्र जवळच सशस्त्र सैनिकसुद्धा बरेच होते... गॅरेजपासून तीस यार्डसुद्धा नसतील इतक्या अंतरावर दोन ट्रक्स भरून सैनिक होते, तर लोअर स्टेशनच्या पायथ्याशी असलेल्या रस्त्याच्या अगदी वरच्या टोकाला असलेले सैनिकांनी भरलेले आणखी तीन ट्रक्स वेगळे. त्या रस्त्याच्या खालच्या बाजूला एक मोटरसायकल पॅट्रोल 'झुम वाइल्डेन हर्श' पबबाहेर पार्क केलेली होती. त्यांच्या सुटकेच्या मार्गातला खरा अडथळा होता, तो म्हणजे एक माणसं असलेली लष्करी कमांड कार, ती सुल्झेस गॅरेजच्या बाहेरच थेट पार्क केलेली होती. स्मिथनं त्या कारकडे विचारपूर्वक पाहिलं आणि या अडथळ्यावर मात करता येईल असं त्यानं ठरवून टाकलं. तो खिडकीपासून बाजूला झाला आणि दारांपाशी गेला. तिथले चारही बोल्ट्स अजूनही काढलेले आहेत की नाही, त्याची खात्री करून घेण्यासाठी.

मेरी आणि कार्नेबी-जोन्स दोघंही आधीच बसमध्ये जाऊन बसले होते. हैदी त्यांच्यामागे जाऊ लागली, तेव्हा शेफरनं तिला खांद्याशी पकडलं, झट्कन तिचं चुंबन घेतलं आणि तो तिच्याकडे पाहून हसला. तिनं त्याच्याकडे आश्चर्यानं पाहिलं.

"मला पाहून तुला आनंद नाही झाला?" शेफरनं तिला विचारलं. "मला तिथं फारच भयंकर गोष्टींना तोंड द्यावं लागलं. मी एखादेवेळी मारलाच गेलो असतो."

"गेल्या दोन तासांपूर्वी तू जेवढा देखणा होतास, तेवढा आता नाहीयेस," तिच्या चेहऱ्यावर स्मित. कॅरॅसिओलानं श्मेसर गनच्या मदतीनं दाखवलेल्या हस्तलाघवामुळे त्याच्या चेहऱ्यावर जिथं रक्ताळलेली जागा होती, तिथं तिनं हळुवार स्पर्श केला आणि बसमध्ये चढताना मागे पाहत म्हणाली, "तुझी माझी ओळख तेवढीच आहे."

"दोन तास! आजच्या या रात्रीत मी वीस वर्षांनी मोठा होऊन बसलोय आणि मॅडम, एवढं प्रणयाराधन म्हणजे खूपच प्रदीर्घ असतं." स्मिथ बसमध्ये चढून ड्रायव्हरच्या सीटमध्ये बसला आणि त्यानं इग्निशन चालू केली; तेव्हा शेफरनं थकलेल्या अलिप्त अशा नैराश्यानं पाहिलं. "आता आपण आणखी वीस वर्षांसाठी जातोय. सगळे जण एकाच वेळी एकाच फ्लोअरवर."

"तुझं काय?" हैदीनं विचारलं.

"माझं?" शेफरनं दाखवलेलं आश्चर्य खरंच असल्यासारखं त्यानं श्मेसरच्या दस्त्यानं बसच्या पुढच्या खिडकीची काच फोडली, गन उलटी केली आणि तो बसच्या फ्लोअरवर गुडघ्यांवर बसला. "मी कंडक्टर आहे. हे नियमांविरुद्ध आहे."

स्मिथनं बँडेज असलेल्या रक्तबंबाळ हाताच्या मधल्या बोटानं बसचं स्टार्टर

बटण दाबलं, त्याबरोबर ती मोठी बस एकदम सुरू झाली. स्मिथनं गॅरेजच्या मागच्या बाजूला जायला सुरुवात केली. त्याच्या वाटेत दोन अगदी चांगल्या अवस्थेतल्या कार्स, एक मर्सिडिज आणि एक ओपेल होत्या, मात्र स्मिथ गॅरेजच्या मागच्या बाजूला जाईपर्यंत दोन्हीही कार्स, त्या मागच्या दारांच्या पलीकडे असलेल्या भंगाराच्या ढिगाऱ्यात जमा होण्याशिवाय अन्य कुठल्या लायकीच्या राहिल्या नाहीत. स्मिथच्या चेहऱ्यावरचे भावसुद्धा त्या कारची दखल घेणारे नव्हते. नंतर स्मिथ थांबला, त्यानं पहिला गिअर टाकला, इंजिनाचा वेग वाढवला आणि पाठोपाठ झट्कन क्लच! त्याबरोबर बसनं एक झटका घेतला आणि वेग पकडत ती धावायला लागली.

स्मिथनं बसच्या पुढच्या बाजूला असलेल्या, बर्फ हटवणाऱ्या मोठ्या स्नो-प्लोचा कोनातला रोख त्या दोन दारांच्या मध्यभागावर ठेवला, त्या दारांचा जो काही सगळा प्रतिकार म्हणून राहिला, तो ब्राउन पेपरची दारं असावीत तसा राहिला. लगेच चिरफळ्या उडवणाऱ्या धडकेनं दाराच्या फळ्यांचे झालेले तुकडे हवेत भिरभिरत उडाले. जणू काही शोभेच्या, रंगीबेरंगी कागदी चकत्याच! पाठोपाठ बस घोंघावत रस्त्यावरून निघाली. स्मिथनं आपल्या समोरचं व्हील जोरानं उजवीकडे फिरवत ठेवलं. लवकरच ते त्या गजबजलेल्या हमरस्त्यावरून भरधाव वेगानं पुढे निघाले.

त्या हमरस्त्यावर गर्दी असली, तरी बस दाराच्या चिरफळ्या उडवत भरधाव वेगानं बाहेर पडल्यावर बसच्या वाढत चाललेल्या आवाजामुळे श्लॉस ॲडलरच्या जळणाऱ्या चितेकडे टक लावून पाहणारे पादचारी आणि चौकस बघे, यांना बसच्या मार्गातून बाजूला होण्यासाठी किमान पुरेसा इशारा मिळाला होता. मात्र जर्मन लष्कराच्या कमांड कारला तशी सुटकेची संधी मिळाली नाही. त्या कमांड कारच्या पुढच्या सीटवर असलेल्या दोघांना- त्यातला एक जण सार्जंट होता– त्याचे हात हलकेच व्हीलवर विसावलेले होते, तर दुसरा माणूस मेजर होता, एका हातात रेडिओ टेलिफोन आणि दुसऱ्या हातात मोठी राख असलेला सिगार... काय घडतंय, हे कळायच्या आतच त्यांच्या कारला धडक बसली आणि त्या पोस्ट-बसच्या स्नो-प्लोच्या पात्याबरोबर पुढे ढकलून घेत जात राहिली. पंधरा किंवा वीस यार्डसुद्धा कमांड कार अशीच बसच्या पुढच्या बाजूला स्नो-प्लोच्या पात्याकडून ढकलून घेत पुढे-पुढे जात राहिलेली. धोकादायक पद्धतीनं तोल सावरत स्नो-प्लोच्या त्या रुंद पात्यावर विराजमान. मात्र शेवटी कमांड कार एका बाजूला ढकलली गेली, चमत्कार व्हावा तसं ती समतोल राहिली चारही चाकं अजूनही जमिनीवरच होती. कारमधल्या मती कुंठित होऊन बसलेल्या मेजरच्या एका हातातला टेलिफोन आणि दुसऱ्या हातातले सिगार तसेच्या तसेच. त्याच्या सिगारवरची लांबुळकी राखसुद्धा उडाली नव्हती.

त्या रस्त्याच्या एकदम टोकाला 'झुम वाइल्डेन हर्श' पबच्या बाहेर अगदी दारापाशीच उभ्या असलेल्या आल्पेनकोर तुकड्यांच्या मोटरसायकलस्वारांच्या एका गटानं अविश्वासानं रस्त्याच्या वरच्या बाजूला टक लावून पाहिलं. त्यांची पहिली प्रतिक्रिया, अगदी लगेचचा निष्कर्ष होता, तो म्हणजे एकतर त्या पोस्ट-बसचा चांगलाच लोकप्रिय ड्रायव्हर झेप साल्झमन याच्या डोक्यावर परिणाम झाला आहे किंवा बसचा ॲक्सिलरेटर फ्लोअर-बोर्डमध्ये जाम झाला आहे. मात्र त्यांचा हा भ्रम तितक्याच वेगानं दूर झाला. त्यांनी बसच्या इंजिनाचा गिअर्समधून चट्कन बदलतानाचा आवाज स्पष्टपणे ऐकला आणि स्टीअरिंग व्हीलवर झुकलेला स्मिथ आणि त्याच्यामागे दबा धरून बसलेला शेफर यांच्याकडे ओझरता दृष्टिक्षेप टाकला. शेफरची श्मेसर गन उजवीकडच्या फुटलेल्या विंड-स्क्रीनमधून बाहेर डोकावत होती. नंतर पोस्ट-बसचे हेडलॅम्प्स चालू झाले, तसं त्यांना काहीच दिसेनासं झालं. मात्र त्यांनी जे पाहिलं होतं तेवढं पुरेसं होतं. त्यांच्या सार्जंटनं झट्कन आदेश देताच मोटरसायकल पेट्रोल त्यांच्या मोटरसायकलच्या दिशेनं झेपावले, त्यांनी त्यांच्या मोटरसायकलला किक मारायला सुरुवात केली.

पण स्मिथनंसुद्धा पुरेसं पाहिलं होतं. त्यानं बसच्या टाउन हॉर्नवर इशाऱ्याचा भोंगा वाजवला, व्हील वळवलं आणि बस बाजूच्या रस्त्यात वळवली. त्याचे हेतू स्पष्ट होते, तर मोटरसायकलवरून गस्त घालणाऱ्यांचा निर्णय जितका तातडीचा, तितकाच नकळत होता. हा निर्णय म्हणजे आत्मघातकी शौर्याऐवजी दक्षता दाखवण्याचा. त्यांनी झपकन आपल्या मोटरसायकल्स सोडून देऊन जीव वाचवण्यासाठी 'झुम वाइल्डेन हर्श'च्या पायऱ्यांवर झेप घेतली.

बसचा स्नो-प्लो मोटरसायकल्सवर धडकला आणि आपल्या राक्षसी जबड्यात त्या मोटरसायकल्स पकडून आपल्याबरोबर ओढत पुढे जात राहिला, तसं फाटलेल्या आणि चेपण्यापासून नाही त्या अत्याचारांना तोंड द्यावं लागणाऱ्या त्या वाहनांच्या भयानक आवाजाबरोबरच धातूच्या आपटण्याची ढगांच्या गडगडाटासारख्या आवाजाची मालिकाच सादर झाली. स्मिथनं पुन्हा रस्त्याच्या मध्यभागी बस सरळपणे न्यायला सुरुवात केली, त्याबरोबर बऱ्याच मोटरसायकल्स कोनातल्या प्लोपासून बाजूला भिरकावल्या गेल्या आणि त्या लाकडाच्या मोठ्या चिरफळ्या उडवत, धातूचे पार्ट्स चेपत बाजूच्या लाकडाचा पृष्ठभाग असलेल्या फुटपाथला धडकल्या. त्यापैकी दोन मोटरसायकल्स तरीसुद्धा बसच्या पुढच्या स्नो-प्लोच्या पात्यावर विराजमान असल्यासारख्या राहिल्या.

स्मिथनं ॲक्सिलरेटरवरचा पाय तसाच ठेवल्यामुळे पोस्ट-बसचा वेग आणखीनच वाढत होता. हेडलॅम्प्स आता वेगानं झगमगत होते- आलटूनपालटून एकदा मुख्य प्रकाशझोत, एकदा मंद... पुढे असलेले रस्तेसुद्धा तितक्याच झपाट्यानं मोकळे होत

होते, पण शेवटच्या काही भटक्या पादचाऱ्यांना जिवाच्या भीतीनं उड्या मारून बाजूला जायला भाग पाडल्यानंतर खरा क्षण आला, ते स्मिथनं अल्पाइन हॉर्नचा स्विच ऑन केला तेव्हा!

पर्वतराजीच्या प्रदेशात या अल्पाइन पोस्ट-बसेसना रस्त्यात प्रत्येक वाहनाच्या तुलनेत संपूर्ण प्राधान्य असतं आणि या बसचा भेदक, खूप मोठ्या आवाजातला तीनसुरी पोस्ट-हॉर्न हे त्या संपूर्ण अधिकाराचं एक प्रतीक असतं, कोणत्याही वेळी आपलं प्राधान्य पूर्णत्वाला नेण्याच्या निर्विवाद अधिकाराचं एक प्रतीक असतं. या हॉर्नचा आवाज- पोस्ट-बस दृष्टिपथात असो वा नसो- म्हणजे सगळ्या वाहनांना किंवा पादचाऱ्यांना थांबण्याचा किंवा रस्त्याच्या बाजूला जाण्याचा इशारा असतो. या इशाऱ्याचं ताबडतोब आणि नकळतसुद्धा पालन होतं, याचं कारण म्हणजे अधिकृत पोस्ट-बसला मार्ग मोकळा करून घेण्याचा जो संपूर्ण अधिकार असतो, तो पर्वतराजीत राहणाऱ्यांच्या मनात खोलवर रुजलेला असतो आणि अगदी बालपणापासून तसे संस्कार झालेले असतात.

एखाद्या जादूच्या कांडीनं गावातला तो रस्ता मोकळा करण्याचं काम आणखी चांगलं केलं असतं, पण त्यालाही मर्यादा पडल्या असत्या. वाहनं आणि पादचारी सारखेच रस्त्याच्या बाजूला दाबले गेले होते, जणू काही त्यांच्यात आणि बाजूच्या घरांच्या भिंतीत कुठलंसं शक्तिशाली चुंबकीय नातं निर्माण झालं होतं. त्या पादचाऱ्यांच्या चेहऱ्यावर आश्चर्यापासून अज्ञानाच्या कोऱ्या पाटीपर्यंतचे भाव होते. शत्रुत्वाचा भाव कुठेच नव्हता. तसा भाव निर्माण व्हायला वेळ नव्हता, कारण एकूण घटना इतक्या झपाट्यानं घडत होत्या आणि त्या मानानं समजून घेण्याची प्रक्रिया अजून घटनांना मागे टाकेल इतकी सुरूसुद्धा झालेली नव्हती. बस आता गावातल्या त्या रस्त्याच्या अंतिम टोकापाशी पोहोचली होती. विशेष म्हणजे तरीसुद्धा अजून एकही गोळी झाडली गेली नव्हती.

रस्त्याच्या अगदी पायथ्यापाशी असलेल्या डाव्या हाताच्या खूपच काटेकोर अशा कोपऱ्यापाशी स्नो-प्लोबरोबर ओढल्या जात राहिलेल्या दोन मोटरसायकल्स एकदम बाजूला घसरत गेल्या आणि दगडाच्या एका छोट्या भिंतीवर आदळल्या स्मिथनं सहज विचार केला- सुल्झेस गॅरेजच्या मागे असलेल्या वाहनांच्या स्मशानभूमीत दाखल होतील अशी आणखी दोन संपूर्ण निश्चित अशी प्रकरणं आता त्याला आपल्यासमोरचा रस्ता जवळपास बाणासारखा सरळ 'ब्लॉ सा'च्या काळसर पाण्याच्या बाजूनं पसरलेला दिसत राहिलेला... त्यानं अल्पाइन हॉर्नचा बटणाचा स्विच ऑफ केला, पण नंतर विचार बदलून तो पुन्हा चालू केला. तो हॉर्न म्हणजे केव्हाही मशीनगनच्या जोडीच्या तोडीचा होता.

"तुला बाकी कुठल्या ट्यून्स माहीत नाहीत का?" शेफरनं चिडखोरपणे

विचारलं. काच फोडण्यात आलेल्या पुढच्या खिडकीतून येत असलेल्या बर्फगार झोतामुळे त्याला हुडहुडी भरलेली. तो जो काय मिळेल तेवढा आडोसा घेण्यासाठी खाली फ्लोअरवर येऊन म्हणाला, "तुला माझ्या सेवा आवश्यक वाटतील तेव्हा मला हाळी दे. मला वाटतं, आता यापुढे एक मैलभर तरी आपल्याला शांत मिळेल."

"म्हणजे तुला म्हणायचंय काय, आता यापुढे एक मैल म्हणजे?"

"बराकीची गेट्स. त्या कमांड कारमधल्या माणसाकडे रेडिओ फोन होता."

"त्याच्याकडे रेडिओ फोन होता, नाही का?" स्मिथनं एक किंचितसा का होईना दृष्टिक्षेप टाकला. तू त्याच्यावर लगेच नेम का धरला नाहीस?"

"मी एक परिवर्तन झालेला मानव आहे, बॉस." शेफरनं सुस्कारा टाकला. "माझ्या आयुष्यात नुकतंच सुंदर असं काहीतरी आलेलं आहे."

"शिवाय, तुला कुठलीही संधी नाहीये."

"शिवाय, मला कुठलीही संधी नव्हती." अशी टिप्पणी व्यक्त करून शेफर वळला आणि त्यानं बसच्या मागच्या खिडकीतून पाठलागाची काही चिन्हं दिसतायत का म्हणून पाहिलं, पण त्यांच्या मागचा सगळा रस्ता रिकामा होता. शेफरच्या मनात विचार- कसंही असलं, तरी मागच्या बाजूचं दृश्य चांगलंच खिळवून ठेवणारं आणि मनाचं रंजन करेल असं होतं. आता पूर्णपणे ज्वाळांनी वेढलेला श्लॉस ॲडलर उघडच वाचवण्याच्या पलीकडे गेलेला... त्याच्या भोवतीच्या बर्फ-हिमानं वेढलेल्या, निसर्गाच्या चक्रावून टाकणाऱ्या विसंगतीच्या भोवतीचा अर्धाएक मैल भाग आगीच्या लाल-पांढऱ्या डोंबानं एव्हाना उजळून निघालेला– जाळपोळतज्ज्ञांचं स्वप्न का अग्निशामक दलाच्या जवानांच्या दृष्टीनं दुःस्वप्न कसंही असो, किल्ला आता भस्मसात झाला होता. पहाट व्हायच्या आधीच किल्ला म्हणजे एक रिक्त आणि उजाड सांगाडा म्हणून उरणार होता. त्यानं कधी पाहिली नव्हती, अशी सुंदर परीकथेतून उतरल्यासारखी ही दरी म्हणजे आता पुढच्या पिढ्यांना झपाटून टाकेल आणि म्लान करेल असा उदास आणि काळाशार विध्वंस...

शेफरनं आपला दृष्टिक्षेप आवरता घेऊन आपल्या भोवतीच्या बाकी तिघांकडे शोधक नजरेनं पाहायचा प्रयत्न केला, पण सगळे जण फ्लोअरवर, सीटच्या खाली होते आणि पूर्णपणे लपून राहिलेले. एकदम गदागदा हलणाऱ्या आणि थरथरणाऱ्या बसनं जोरदार झटका दिला, त्याबरोबर तो उजव्या हाताला असलेल्या पुढच्या दाराच्या दिशेनं फेकला गेला, नंतर पुन्हा सरळ होऊन त्यानं प्रकाशमान डॅशबोर्डकडे बारकाईनं पाहिलं.

"गॉड सेव्ह अस ऑल!" शेफरनं धार्मिक उद्‌गार काढले. "नव्वद!"

"किलोमीटर्स!" स्मिथनं संयमपूर्वक टिप्पणी केली.

स्मिथचा पाय पट्कन ॲक्सिलरेटरवरून ब्रेककडे सरकला, तसं शेफर म्हणाला, "आह!" त्यानं फुटलेल्या विंडस्क्रीनच्या खालच्या कडेवर एक थकलेली नजर टाकली आणि हळूच शीळ घातली. बराकीची गेट्स आता जेमतेम दोनशे यार्डांवर होती : गार्ड-हाउसच्या भोवतीचा आणि परेड ग्राउंडच्या पलीकडचा परिसर ओव्हरहेड फ्लड-लॅम्प्समुळे खूप प्रखर प्रकाशानं उजळून निघाला होता. असंख्य सशस्त्र सैनिक आजूबाजूला निरुद्देश गोंधळात सापडून इकडेतिकडे धावताना दिसत होते. एक संपूर्णत: चुकीची प्रतिमा. शेफरनं लगेचच लक्षात घेतलं, तिथले सगळे सैनिक ट्रक आणि कमांड कारच्या ताफ्याच्या दिशेनं धावत होते, धडपडत त्यात चढत होते आणि या बाबतीतसुद्धा ते अजिबात वेळ घालवत नव्हते.

"धावपळीचं मोहोळ आणि कुठेही चूक म्हणून नाही," शेफरनं निरीक्षण नोंदवलं. "मला आश्चर्य वाटतं," एकदम तो बोलायचा थांबला. त्याचे डोळे विस्फारलेले. एक अगडबंब रणगाडा गार्ड-हाउस ओलांडून खडखडत दृष्टिपथात येत होता, तो रस्त्यावर उजवीकडे वळला, मध्येच थांबला, नंतर आपल्या ट्रॅक्सवर १८० अंशात वळला. रस्ता पूर्णपणे अडवत रणगाड्याचं गन टरेट पुढे येत राहिलेल्या बसच्या हेडलाइट्सवर रोखलेलं... "ओह माय गॉड!" शेफरची धक्कायुक्त कुजबुज पोस्ट-बसच्या कमी होत चाललेल्या आवाजात जेमतेम ऐकू येईल अशी. "टायगर टँक. ८८ मिलिमीटरची आग ओकणारी कॅनन असलेला, बॉस."

"ही काही कुठली तरी खेळण्यातली पॉप-गन नाहीये आणि ती एक वस्तुस्थिती आहे," स्मिथनं दुजोरा दिला. "सगळ्यांनी खाली आडवे व्हा." त्यानं आदेश दिला. त्यानं हात पुढे पसरून एक स्विच ओढला, त्याबरोबर एक अठरा इंच लांबीचा सेमॅफोर इंडिकेटर सावकाश वर-खाली हलायला लागला. स्मिथनं पहिल्यांदा मुख्य हेडलाइट्स मंद केले, नंतर सगळेच लॅम्प्स स्विच ऑफ करून बंद करून टाकले. शेवटचे तीस यार्ड त्यानं केवळ साइडलॅम्पवर काम चालवलं. आजपर्यंत कधीही आकाराला आला नसेल, अशा सगळ्यात जास्त अशा प्राणघातक... टँक कॅननच्या फायरिंग बटणापासून अस्वस्थ बोटं बाजूला व्हायला ही शांत, सामान्य परिस्थितीची लक्षणं उपयोगी पडतील अशी प्रार्थना करत.

कारण जे काही असेल ते असो, त्या रणगाड्यातल्या बोटांनी ते फायरिंग बटण दाबलं नाही. स्मिथनं बसचा वेग चालण्याच्या पातळीवर आणला, नंतर त्यानं गार्ड-हाउस गेट्समधून बस उजवीकडे वळवली आणि थांबवली. आपला जखमी उजवा हात कोणाच्या दृष्टीस पडणार नाही, अशी काळजी घेत त्यानं त्याची खिडकी खाली घेतली आणि बाहेरच्या बाजूला झुकला, त्याचं डावं कोपर खिडकीच्या चौकटीवर टेकलेलं... तेवढ्यात तीन गार्ड्स एका सार्जंटच्या नेतृत्वाखाली ड्रायव्हरच्या कॅबपाशी जमले. सगळ्यांच्या हातात मशीन-पिस्तोल!

"लवकर!" स्मिथ ओरडला. "टेलिफोन सर्जनला घेऊन चाललोय." त्यानं आपला अंगठा खांद्यावरून मागे नेऊन सांगितलं, "कर्नल वेसनर. त्यांनी त्याला दोन गोळ्या मारल्या. फुप्फुसात. फॉर गॉड्स सेक नुसते इथं थांबू नका!"

"पण... पण पोस्ट-बस!" सार्जंटनं विरोधी विचार मांडायला सुरुवात केली. "आम्हाला कॉल आलाय."

"बाय गॉड!" स्मिथनं संताप व्यक्त केला. "सकाळी त्याचं कोर्ट-मार्शल होईल." त्याचा आवाज एकदम भयंकर वाटावा असा खाली आला. "आणि तू बाजूला हो कर्नल जर मेला..."

एवढं बोलून लगेचच स्मिथनं गिअर टाकला आणि बस पुन्हा चालवत ठेवली. अजूनही चालण्याच्या वेगात... मात्र स्मिथच्या अंगातला मेजरचा युनिफॉर्म, बसचं बराकींमध्येच जाणं, तिचा मंद वेग आणि त्याहीपेक्षा स्मिथनं अजूनही स्विच ऑफ न केलेल्या अल्पाइन हॉर्नचा अधिकारयुक्त कर्कश्श आवाज, या बाबींमुळे विश्वास बसून तो सार्जंट अगदी जवळच्या फोनच्या दिशेनं धावला.

अजूनही पहिल्या गिअरवरच अगदी मंद गतीनं जात स्मिथनं काळजीपूर्वक पोस्ट-बस माणसं आणि मशिन्सच्या गर्दीतून मोटरसायकल्सवर स्वार झालेल्या, बूट आणि हातमोजे परिधान केलेल्या सैनिकांची एक तुकडी, चिलखती वाहनं आणि ट्रक यांना ओलांडत पुढे नेत ठेवली. सगळ्या वाहनांची इंजिनं आधीच चालू होती, काही जण आधीच गेट्सच्या दिशेनं जात होते- पण स्मिथच्या अपेक्षांच्या मानानं ही वाहनं गेट्सच्या दिशेनं जेवढ्या वेगानं जायला हवी होती, तेवढी जात नव्हती. पोस्ट-बसच्या पुढे एक अधिकाऱ्यांचा गट होता, त्यांच्यापैकी बरेच जण सीनिअर होते आणि त्यांच्यात जोरजोरानं संभाषण चालू होतं. स्मिथनं बसचा वेग आणखी कमी केला, आणि तो खिडकीतून डोकावला.

"ते तिकडे अडकले आहेत सगळे !" त्यानं जोरानं उत्तेजित होऊन सांगितलं. "झुम वाइल्डेन हर्शच्या वरच्या मजल्यावर त्यांनी कर्नल वेसनरला ओलीस ठेवून घेतलंय. घाई करा फॉर गॉडस् सेक!"

मात्र त्या रात्री खूप आधी 'झुम वाइल्डेन हर्श'मध्ये मेजर बर्नड हिमलरच्या तात्पुरत्या भूमिकेतून त्यानं आल्पेनकोरच्या ज्या कॅप्टनशी संभाषण केलं होतं, त्याला तिथं उपस्थित असलेल्या ऑफिसर्समधून अचानक ओळखल्यानं स्मिथ बोलायचं थांबला. एका सेकंदातच हा ओळखीचा कार्यक्रम दोन्हीकडचा झाला; म्हणजेच त्या कॅप्टनचंही तोंड अविश्वासानं वासलं आणि ते बंद करायच्या आतच स्मिथनं ॲक्सिलरेटरवर पाय ठेवला, त्याबरोबर बस दक्षिणेकडच्या गेटच्या दिशेनं जायला लागली. बसच्या राक्षसी स्नो-प्लोचा धारदार आवाका टाळण्यासाठी सैनिक दोन्ही बाजूंना पांगत राहिले. आश्चर्याचा भाग इतका होता, की पूर्ण तीस यार्ड

कापता कापताच बसच्या मागच्या बऱ्याच खिडक्यांना भोकं पडली आणि त्यांची मोडतोड झाली. काचा फुटण्याच्या आवाजात मागून होत राहिलेल्या अखंड गोळीबाराच्या भडिमाराचा आवाज मिसळलेला. नंतर स्मिथनं स्टिअरिंग व्हील जिवावर उदार होऊन फिरवत दक्षिणेकडच्या गेट्समधून बस भरधाव नेत मुख्य रस्त्यावर आणली, त्यामुळे परेड ग्राउंडवरच्या शार्प-शूटर्सपासून तात्पुरतं का होईना संरक्षण मिळालं.

पण प्रत्यक्षात त्यांच्या प्रवासातला बदल आगीतून फुफाट्याकडे झाला होता, अशीच लक्षणं दिसत होती. त्यांना एका शत्रूकडून तात्पुरतं संरक्षण मिळालेलं असलं, तरी आणखी एका शत्रूकडून आणि त्यातही कमालीच्या भयानक शत्रूकडून त्यांना कसलंही संरक्षण नव्हतं. एकाएकी बसच्या कॅब डोअरच्या खालच्या बाजूला एक निसटता धक्का बसला आणि तिथून पुन्हा उसळी घेऊन भयंकर आवाज करत रात्रीच्या वातावरणात पन्नास यार्डांपेक्षाही कमी अंतरावर बर्फवृष्टीच्या पांढऱ्या लखलखाटात स्फोट झाला.

"टायगर टँक," शेफर ओरडला. "८८ मिलिमीटर"

"खाली वाका!" स्मिथ खाली आणि स्टिअरिंग व्हीलच्या एका बाजूला वाकला. त्याचे डोळे विंडस्क्रीनच्या खालच्या बाजूपेक्षा इंचभरानंच वर. "तो फारच खालून आला, आता पुढचा येतोय."

पुढचा बॉम्ब मागच्या दाराच्या वरच्या बाजूनं आला, बसची सगळी लांबी त्यानं पार केली आणि छताच्या पुढच्या भागातून तो पार झाला. या वेळी काही स्फोट झाला नाही.

"फुसका बार?" शेफरनं आशावादी सुरात विचारलं, "का डमी बॉम्बची प्रॅक्टिस?"

"डमी-बिमी काही नाही!" पुन्हा ताठ होऊन टँक गनरचा नेम चुकवण्याचा प्रयत्न म्हणून स्मिथ बस भयंकर वेगानं, धोकादायक पद्धतीनं रस्त्याच्या या बाजूपासून त्या बाजूपर्यंत नेत राहिला. "चिलखत भेदून जातील असे शेल्स आहेत बाबा, टँकच्या दोन इंचाच्या स्टील प्लेट्ससुद्धा भेदून जातील अशी त्यांची रचना असते, ती भेदून गेल्यावर मग त्यांचा स्फोट होतो." तो दचकला आणि पुन्हा खाली वाकला. तिसऱ्या शेलनं बसच्या डाव्या बाजूच्या खिडक्यांची नासधूस केली. त्याच्यावर आणि शेफरवर चुराडा झालेल्या काचांच्या तुकड्यांचा वर्षाव करत "या शेल्सपैकी एखादा शेल जरी पातळ शीट मेटलऐवजी चॅसिस मेंबर, किंवा इंजीन ब्लॉक किंवा स्नो-प्लोवर धडकला तरी..."

"नको!" शेफरनं कळवळून विनंती केली. "मला काही समजत नसतानाच काय व्हायचं ते होऊ दे." तो मध्येच थांबला आणि त्यानं पुन्हा सुरू केलं : "तो गनर जरा वेळ घेतोय असं दिसतंय, नाही?"

"नाही." स्मिथनं रिअर-व्ह्यू मिररमध्ये दृष्टिक्षेप टाकला आणि जोरानं वळसे घेत चाललेली बस आणखी स्थिर होईल, अशा पद्धतीनं चालवत ठेवली. "मला माझ्या मागून येणाऱ्या आल्पेनकोरचे ट्रक्सच्या ट्रक्स आणि कार्सच्या ताफ्यांचं दृश्य पाहून इतका आनंद होईल, असं कधी वाटलं नव्हतं." त्यानं टॉप गिअर टाकला आणि ॲक्सिलरेटर दाबला. "या वेळी मी त्याला अपवाद करायला तयार आहे."

शेफरनं वळून फुटलेल्या मागच्या खिडक्यांमधून पाहिलं. त्यांच्या मागच्या रस्त्यावर त्यानं हेडलाइट्सच्या निदान तीन जोड्या तरी नजरेनं टिपल्या. आणखी दोन जोड्या दक्षिणेकडच्या गेट्समधून बाहेर झेपावत होत्या. या जोड्या बसच्या मध्ये आल्यानं टँक गनरच्या दृष्टीपासून त्यांनी पोस्ट-बसला परिणामकारकरीत्या झाकून टाकलं होतं.

"मला जे वाटतं, त्याला आनंद हा शब्द योग्य नाही. मला परमानंद झाला आहे. टायगर टँकची एक गोष्ट असते, तर फुटकळ ट्रक्सची आणखी वेगळीच गोष्ट असते." असं म्हणून शेफर झपाझप बसच्या खुर्च्यांच्या मधल्या जागेतून मेरी, हैदी आणि कार्नेबी-जोन्सला मागे टाकून गेला. ते सगळे जण काहीसे थरथरत, धडपडत राहिलेले. त्यानं मागच्या सीट्सवर लावून ठेवलेल्या क्रेट्सकडे पाहिलं.

"सहा क्रेट्स!" तो हैदीला म्हणाला. "आणि आम्ही प्रत्यक्षात मागितले होते दोनच क्रेट्स. तू मला आजूबाजूच्या जगातल्या अस्तित्वात असलेल्या माणसांमधला सगळ्यात आनंदी माणूस करणार आहेस." त्यानं मागचं दार उघडलं आणि त्या क्रेट्समधल्या गोष्टी रस्त्यावर मोकळ्या करायला सुरुवात केली. काही बाटल्या घट्ट थर असलेल्या बर्फाच्या उंचवट्यांवरून निरुपद्रवीपणे उसळल्या, पण बसचा वेग इतका होता की एकूण बाटल्यांपैकी बऱ्याच बाटल्या जोरानं पडून फुटल्या.

पाठलागावर असलेल्या दोन आघाडीच्या कार्सपैकी पहिली कार बसपासून तीनशे यार्डांच्या आत असतानाच फुटलेल्या काचांच्या भागात आली. शेफरच्या दृष्टीनं नेमकं काय घडलं, ते सांगणं अवघड होतं, पण लांब अंतरावरून जेवढं दृश्य आणि ध्वनीतून सूचित होत राहिलं, ते पुरेसं समाधानकारक होतं. पुढच्या कारचे हेडलाइट्स अचानक या बाजूपासून त्या बाजूकडे वळायला लागले, त्या कारच्या ब्रेक्सच्या घासण्याचा आवाज पोस्ट-बसच्या इंजिनाच्या आवाजापेक्षा वरच्या पट्टीत स्पष्टपणे ऐकू येईल असा होता, पण दुसरी कार पहिल्या कारच्या मागच्या बाजूला जोरानं धडकली, तेव्हा जो काही लोखंडाचा तुकडे तुकडे करणारा आवाज आला, त्यात पहिल्या कारच्या ब्रेक्सच्या घासण्याचा आवाज विरून गेला. काही सेकंद दोन्ही कार्स एकमेकांत अडकल्यासारख्या वाटल्या, नंतर त्या नियंत्रण सुटून भयंकर घसरत गेल्या. हा प्रकार शांत झाला, जेव्हा पहिल्या कारची पुढची बाजू डाव्या हाताच्या खड्ड्यात गेली आणि दुसऱ्या कारची मागची बाजू डावीकडच्या

खड्ड्यात गेली तेव्हा. दोन्ही कार्सचे हेडलॅम्प्स त्यांच्यात धडक झाली त्या क्षणीच बंद पडले होते, मात्र त्यांच्या मागून येणाऱ्या ट्रकच्या मालिकेतल्या पहिल्या ट्रकचा उजेड रस्त्यावर पूर्णपणे अडथळा निर्माण झाल्याचं दिसण्याच्या दृष्टीनं समाधानकारक म्हणता येईल अशा स्तरापेक्षाही जास्त होता...

शेफर कौतुकानं म्हणाला, "अगदी कौशल्याची, काळजीपूर्वक केलेली कामगिरी. कमालीची, शेफर." त्यानं स्मिथला हाळी देऊन सांगितलं, "हा अडथळा त्यांना रोखून धरेल."

"नक्कीच, रोखून धरेल," स्मिथ कठोरपणे म्हणाला. "हा अडथळा त्यांना एक मिनिटभर रोखून धरेल. या युक्तीमुळे हेवी ट्रकचे टायर्स काही फुटू शकत नाहीत. त्या कार्स बुलडोझरच्या मदतीनं बाजूला ढकलायला त्यांना फार काळ लागणार नाही. हैदी?"

हैदी पुढच्या बाजूला गेली, बसची मागची आणि पुढची बाजू, दोन्ही फुटल्यानं त्यातून वाहणाऱ्या बर्फगार वाऱ्यामुळे ती कुडकुडत होती. "यस, मेजर?"

"दिशा बदलायला किती अंतरावर आहे?"

"एक मैल."

"आणि तो लाकडी पूल यायला- त्याला काय म्हणतेस तू? झुर आल्टेन ब्रुक?"

"आणखी एक मैल."

"म्हणजे तीन मिनिटं. फार तर." त्यानं आवाजाच्या वरच्या पट्टीत विचारलं, "तीन मिनिटं, लेफ्टनंट. जमेल असं वाटतंय?"

"मला जमेल असं वाटतंय." शेफर आधीच प्लॅस्टिक एक्स्प्लोझिव्ह्जचे पॅकेज एकत्र बांधत होता. त्यानं पारदर्शक ॲडेझिव्ह टेपचा उपयोग केला. बांधलेल्या पॅकेजेसमधून लांब पट्टे खाली लोंबते सोडून देऊन त्यानं शेवटचं पॅकेज घट्ट बांधलं नाही, तोच तो जोरानं एका बाजूला झुकला. पोस्ट-बस आता 'ब्लॉ सी'चा जलाशय मागे टाकून एका पाइनच्या अरण्यातून जात होती. लगेचच ती एका बाजूच्या रस्त्यावर झपकन डावीकडे वळली.

"सॉरी," स्मिथनं मोठ्या आवाजात सांगितलं. "मी त्या वळणावर जवळपास हुकलोच. आता एका मैलापेक्षाही कमी अंतर आहे, लेफ्टनंट."

"काळजीचं काहीच कारण नाही." शेफरनं आनंदानं सांगितलं. त्यानं या स्फोटकांचे फ्यूज शक्य तितक्या कमी लांबीचे कापून काढण्यासाठी एक चाकू बाहेर काढला. मात्र पाठोपाठ आधी जिथं मागच्या खिडक्या होत्या, तिथून त्यानं पाहिलं, तर तो खूपच स्तब्ध झाला. मागच्या बाजूला मधल्या अंतरावर खूपच प्रखर हेडलाइट्स उभट हलत होते आणि ते झपाट्यानं जवळ येत होते. शेफरच्या

आवाजातला आनंदी सूर मावळला. "वेल, जरा काळजीचं-भीतीचं थोडंफार कारण दिसतंय. एक वाईट बातमी आहे, बॉस."

"माझ्यासमोर मागचा आरसा आहे. किती अंतर आहे, हैदी?"

"पुढच्या कोपऱ्यावर."

शेफर त्या फ्यूजवर झटपट काम करत असताना स्मिथनं पोस्ट-बस रस्ता न सोडता पुढच्या कोपऱ्यावरून शक्य तितक्या लवकर नेण्यावर लक्ष केंद्रित केलं. लगेचच ते त्या कोपऱ्यावर आले. तिथून तो पूल शंभर यार्डांवरसुद्धा नव्हता.

स्मिथच्या मनात विचार- आपण काही सायकलवरूनसुद्धा हा पूल ओलांडायचा विचार केला नसता. सहा टनी बस तर दूरचीच गोष्ट. कुठल्यातरी हळुवार वळणं घेणाऱ्या झऱ्यावरचा पूल ओलांडायचा असता, तर कदाचित काही प्रश्न नसता, पण हा पूल त्या प्रकारातला नव्हता. हा पूल पन्नास फुटी होता, त्याचा पृष्ठभाग न बांधलेल्या रेल्वे स्लीपर्सचा होता, विशेष म्हणजे दोनशे फूट खोल असलेल्या एका छोट्या दरीवरचा हा पूल होता आणि त्याला खूपच प्राचीन काळातल्या लाकडाचा त्रिकोणाकृती आधार होते. त्याला त्याच्या ड्रायव्हरच्या सीटमधून खूपच मर्यादित कक्षेतून जे काही त्या लाकडी आधारांचं दिसत होतं, ते पाहता कुठल्याशा धर्मोपदेशकानं आयोजित केलेल्या पार्टीच्या टेबल्सनासुद्धा आधार म्हणून त्यांचा काही उपयोग होईल, असं वाटत नव्हतं.

स्मिथनं हा पुलाचा प्राचीन, पडझडीच्या पातळीवरचा डोलारा ताशी चाळीस मैल वेगानं ओलांडला. या पुलावरून चालण्याच्या वेगापेक्षाही कमी अशा मंद वेगानं बस नेण्याचा मार्ग सावधगिरीचा आणि समंजसपणाचा ठरला असता, पण प्रत्येक प्राचीन स्लीपरवर जितका कमी वेळ जाईल, तितकं चांगलं. हे स्मिथचं ठाम मत जितकं क्षणार्धात झालं होतं, तितकंच परिपूर्ण असंही होतं. प्रत्येक टायरला असलेल्या भल्यामोठ्या स्नो-चेन्स प्रत्येक पाठोपाठच्या स्लीपरमध्ये घुसून त्या उखडत गेल्या आणि त्यांचा भयंकर खडखडाट होत राहिला. पोस्ट-बस प्रचंड प्रमाणात वर-खाली उसळत राहिली, तर त्या पुलाचा सगळा डोलारा दोन्ही बाजूंना हेलकावत राहिला. जाताना पुलाच्या मध्यभागी थांबण्याचा विचार आधी स्मिथच्या मनात होता, पण एकदा तो ओलांडण्याचा विचार पक्का झाल्यावर तो त्यानं ठामपणे अमलात आणला. पुलाच्या काठापासून पुढे दहा फूट अंतरावर त्यानं ब्रेक्सवर पाय दाबून धरताच बस एकदम पुन्हा पक्क्या जमिनीवर वीस यार्डांपेक्षा कमी वेळात घसरत घसरत थांबली.

शेफरनं आधीच मागचं दार उघडलं होतं. प्लॅस्टिक स्फोटकांची दोन पॅकेजेस बस थांबण्याआधीच त्याच्या हातात होती. बस रस्त्यावर थांबल्यावर पाच सेकंदातच तो पुन्हा पुलावर होता. डझनभर उखडलेल्या स्लीपर्सवरून चपळाईनं उड्या मारत

तो पुलाला आधार असलेल्या लाकडी त्रिकोणांपैकी बरोबर मधल्या त्रिकोणापाशी गेला त्यापैकी उजवीकडच्या त्रिकोणी आधाराला एक पॅकेज टेपनं लावून लगेच पूल ओलांडून डावीकडच्या त्रिकोणी आधाराला दुसरं पॅकेज टेपनं चिकटवायला त्याला वीस सेकंदांपेक्षा कमीच वेळ लागला. पुलाच्या दिशेनं वेगानं येणाऱ्या कारच्या इंजिनाचा घरघराट त्याला ऐकू आला, त्यानं वर पाहिलं, त्यांनी नुकत्याच मागे टाकलेल्या कोपऱ्यावरून चमकणाऱ्या, न दिसणाऱ्या हेडलॅम्पच्या प्रकाशझोताचा पुढचा पट्टा त्याला दिसताच त्यानं इग्निशन फ्यूज काढून टाकले, पूल ओलांडला, दुसऱ्या पॅकेजचा इग्निशन फ्यूज काढून टाकला आणि तो बसच्या दिशेनं जोरानं धावत सुटला. स्मिथनं आधीच बस गिअरमध्ये टाकली होती आणि बस निघालीसुद्धा होती, पण शेफरनं मागच्या दारातून आत झेप घेतली, त्याबरोबर आतून पुढे झालेल्या मदतीच्या हातांनी त्याला आत ओढून घेतलं.

शेफर वळून बसच्या पॅसेजमध्येच बसला. त्याचे पाय उघड्या दारातून बाहेर टांगते... तो अगदी वेळेत पोहोचला होता, त्याच क्षणी त्याला कोपऱ्यावरून झपकन वळणाऱ्या पाठलाग करणाऱ्या कारचे हेडलॅम्प्स दिसले. ती कार आता पुलापासून शंभर यार्डांवरसुद्धा नव्हती आणि तिचा वेग अधिकाधिक वाढत होता. तेवढ्या एका छोट्याशाच, जवळपास भयग्रस्त, क्षणी शेफरच्या मनात उलटसुलट जोराची आंदोलनं असलेले विचार- आपण फ्यूजची लांबी बरोबर चाकूनं कापून पाहिजे तेवढी कमी ठेवली आहे का...? पाठलाग करणारी कार इतकी जवळ असल्याचं त्याच्या लक्षात आलं नव्हतं. त्याच्या शेजारीच असलेले हैदी आणि मेरी, कार्नेबी-जोन्स, सगळ्यांच्याच मुद्रा तणावग्रस्त, ताणलेल्या... त्यांच्या मुद्रा दिसण्यापेक्षा जास्त जाणवणाऱ्या त्यांच्याही मनात त्याच्यासारखेच विचार असल्याचं त्यानं ओळखलं.

मात्र दोन मोठे, पूर्ण शक्तीनिशी स्फोट झाले. प्रत्येक स्फोटापाठोपाठ प्लॅस्टिक स्फोटकाच्या गुणधर्मानुसार प्रखर प्रकाशाचा पांढरा झगमगाट. एका सेकंदाच्या अंतरानं लाकूड आणि रेल्वे स्लीपर्सचे मोठे मोठे तुकडे चाळीस फूट हवेत गेले आणि विचित्र प्रकारच्या मंद गतीनं घरंगळत, सावकाश गरगरत भिरकावले गेले; त्यापैकी बरेच तुकडे आता खिळखिळ्या झालेल्या, कोसळून पडण्याच्या बेतात असलेल्या आधार देणाऱ्या सांगाड्यावर येऊन पडले. या सांगाड्याचा मुख्य आधार असलेला मध्यवर्ती त्रिकोणी आधार निसटून यायला पुरेसा होईल इतका जोर त्या खाली पडणाऱ्या लाकडाच्या वगैरे तुकड्यांमध्ये होता. नंतर एक क्षण पूल... पुढच्याच क्षणी रिकामी दरी आणि दरीच्या एका टोकाला कार... त्या छोट्या दरीच्या काठावरून पडू नये म्हणून प्रयत्नांची पराकाष्ठा करता करता ड्रायव्हर आपली कार या बाजूपासून दुसऱ्या बाजूपर्यंत वळवून नेत राहिलेला. हेडलॅम्पचे प्रकाशझोत

हेलकावत राहिलेले. तो ड्रायव्हर आता कारसकट निश्चित दरीत पडणार, असं वाटत असतानाच एका क्षणी रस्त्यावरून घसरत कार एका खडकावर आदळली. कारनं नंतर दोनदा कोलांट्या घेतल्या आणि शेवटी दरीच्या काठापासून सहा फुटांपेक्षाही कमी अंतरावर कार थांबली.

शेफरनं आश्चर्यानं डोकं हलवलं, नंतर तो उठला, त्यानं मागचं दार बंद केलं आणि मागच्या सीटवर बसला. त्यानं सिगारेट पेटवून रिकामी झालेली काड्यापेटी फुटलेल्या मागच्या खिडकीतून फेकून दिली आणि हैदीपाशी निरीक्षण व्यक्त केलं, ''मी तुझ्याजवळ असणं हा एकूण तुझ्या मोठा नशिबाचा भाग आहे, असं म्हटलं पाहिजे.''

''एवढं सगळं आणि त्यात पुन्हा सभ्यतासुद्धा,'' हैदीनं कौतुकोद्गार काढले.

''एक दुर्मिळ असं मिश्रण,'' शेफरनं पावती दिली, ''आपण आता पुढच्या काळात एकत्र राहताना मोठे होत जाऊ, तसं इतर बरीच छान अशी आश्चर्यं तुझ्यासाठी जणू वाट पाहतायत, हे तुझ्या लक्षात येईल. आता विमानतळ किती अंतरावर आहे?''

''पाच मैलांवर. बहुधा आठ मिनिटांच्या अंतरावर. पण रस्ता हा एकच आहे. आता पूलही गेलाय. आता कशाची घाई नाही.''

''तूर्त असं म्हणायला काही हरकत नाही.'' शेफर आता जाण्यासाठी आतुर झालाय. ''मला एक सांग, त्या बिअरच्या बाटल्या सगळ्या रिकाम्या होत्या?''

''आपण ज्या बाटल्या फेकल्या, तेवढ्याच रिकाम्या होत्या.''

''मी तुला खरोखर लायक नाहीये,'' शेफरनं आदर व्यक्त केला.

''शेवटी आपण अगदी एकाच पद्धतीनं विचार करत आहोत असं दिसतंय,'' हैदीनं तिरकसपणा प्रकट केला.

शेफर हसला, त्यानं बिअरच्या दोन बाटल्या काढल्या आणि तो स्मिथला मोकळीक द्यायला गेला. स्मिथ बस चालू असतानाच उत्साहानं सीटवरून उठला. शेफरनं पाहिलं, स्मिथच्या उजव्या हातावर बँडेजचा एखादासुद्धा तुकडा राहिलेला नव्हता. ते बँडेज काही सगळं रक्तानं भरलेलं नव्हतं. त्याचा चेहरासुद्धा अगदी फिकट होता, पण त्यानं काही टिप्पणी केली नाही.

आणखी तीन मिनिटं पुढे सरकल्यावर ते त्या अरण्यातून बाहेर पडले होते. मोकळ्या शेतजमिनीतून जात जात पाच मिनिटं गेल्यावर हैदीच्या दिग्दर्शनानुसार शेफरनं बस रस्त्याच्या डाव्या हाताला असलेल्या एका अरुंद गेटमधून पुढे नेली. हेडलॅम्पच्या उजेडात दोन छोटे हँगर्स उजळले, एक अरुंद, मोकळी धावपट्टी दूर अंतरावर पसरलेली आणि शेवटी एक बंदुकीच्या वगैरे गोळ्यांनी चाळण झालेलं मॉस्क्विटो बॉम्बर विमान तिथं होतं आणि विमानाखाली चेपलेली विमानाची चाकं आणि त्यांचा सांगाडा.

"सुंदर दृश्य आहे, नाही?" शेफरनं मानेनंच त्या दुर्दशा झालेल्या विमानाच्या दिशेनं इशारा केला. "कार्नेबी-जोन्स-ट्रान्स्पोर्ट?"

स्मिथनंही मानेनंच दुजोरा दिला. "हे सगळं प्रकरण मॉस्क्विटो बॉम्बरनंच सुरू झालं आणि संपेलही- म्हणजे तशी आशा करू या- ते मॉस्क्विटो बॉम्बरबरोबरच. हा उबेरहोसेनचा विमानतळ आहे. बव्हेरियन माउंटन रेस्क्यू पायलट्स."

"थ्री चिअर्स फॉर द बव्हेरियन माउंटन रेस्क्यू पायलट्स." शेफरनं बस धावपट्टीच्या दिशेनं तोंड करून थांबवली, लाइटचा स्विच बंद केला आणि इंजीनही बंद करून टाकलं. तिथल्या त्या अंधारात ते शांतपणे बसून राहिले, वाट पाहत...

कर्नल वॅट-टर्नरनं साइड-स्क्रीनमधून दृष्टिक्षेप आणि सुटकेचा सुस्कारा टाकला, कारण त्या रात्री पहिल्यांदाच मॉस्क्विटो बॉम्बर विमानाच्या खालच्या बाजूला जमीन झपाट्यानं खाली-खाली जात राहिली होती. त्यानं तिरकसपसणे विचारलं, "तुझं मनोधैर्य ढासळतंय, विंग कमांडर?"

"ते तर मी ३ सप्टेंबर, १९३९ या दिवशीच गमावलं," कार्पेंटरनं आनंदानं सांगितलं. "आपल्याला वरच झेप घ्यायला पाहिजे. खाली झुडपांमधून ओळखीचे सिग्नल्स दिसण्याचा विचार संभवत नाही."

"आपण बरोबर चाललो आहोत. याची तुला खात्री आहे?"

"प्रश्नच नाही. तो तिथं वेसपिट्झ पर्वत. तीन मिनिटांचा फ्लाइंग टाइम." कार्पेंटर थांबला आणि पुढे विचारपूर्वक म्हणाला, "काहीतरी विलक्षण दिसतंय, रात्रीचं दृश्य तिथं, तुला नाही वाटत तसं?"

विंग कमांडरच्या बोलण्यात कसलीही अतिशयोक्ती नव्हती. दूर अंतरावर वेसपिट्झ पर्वताची काळी आकृती जेमतेम अंधूक दिसत होती, पण त्या डोंगराळ भागाच्या अर्ध्यावर वरच्या बाजूला उफाळलेल्या आगीच्या डोंबाची तीव्रता स्पष्टपणे जाणवत होती. मधूनच लाल ज्वाळांच्या मोठ्या जिव्हा वर येताना दिसत होत्या, तर आगीच्या मुख्य भागाच्या वरच्या बाजूला मोठी आतषबाजी चालू असल्याप्रमाणे दिसत होतं.

"स्फोटकं किंवा दारूगोळ्याची खोकी उडतायत असं दिसतंय," कार्पेंटर गंभीरपणे म्हणाला. "तो श्लॉस ॲडलर किल्ला आहे अर्थातच. तुझ्या माणसांबरोबर काड्यापेट्या होत्या की काय?"

"त्यांच्याबरोबर निश्चित असल्या पाहिजेत काड्यापेट्या." वॅट-टर्नर त्या दूरवरच्या आगीकडे निर्विकारपणे टक लावून पाहत राहिला. "चांगलंच दृश्य आहे."

"ती तुझी जबाबदारी आहे," कार्पेंटरनं दुजोरा दिला. त्यानं वॅट-टर्नरच्या

हाताला स्पर्श केला आणि पुढच्या बाजूला खालच्या दिशेनं इशारा केला. ''पण तिथं एक खूपच छान दृश्य आहे, मी पाहिलेलं आजवरचं सगळ्यात सुंदर दृश्य.''

वट-टर्नरन त्यान रोखलेल्या बोटाच्या दिशेन पाहिल. तिथून दोन मैल अंतरावर जवळपास पाचशे फूट खाली दोन हेडलॅम्प्स नियमितपणे चालू-बंद होत लखलखत राहिले होते. दर दोन सेकंदांनी वॅट-टर्नरनं जाणीवपूर्वक इच्छाशक्तीचा प्रयोग करत दुसरीकडे पाहिलं आणि नंतर कार्पेटरकडे ओझरता दृष्टिक्षेप टाकला, पण जवळपास लगेचच पुन्हा त्या त्या लखलखणाऱ्या हेडलॅम्प्सकडे त्यानं पाहिलं. तो संमोहित होऊन त्यांच्याकडे पाहत राहिला आणि नंतर सावकाश, संपूर्ण अविश्वासानं त्यानं मान नकारार्थी हलवली.

शेफरनं हेडलाइट्सचा मुख्य झोत लावून धावपट्टी प्रकाशानं उजळून टाकली होती. काळ्या, छोट्या आकाराच्या मॉस्क्विटो बॉम्बरचे एअरब्रेक्स पूर्णपणे पसरलेल्या अवस्थेत असताना पोस्ट-बसचं इंजीन चालू राहिलं होतं. विमानानं धावपट्टीच्या दिशेनं धाव घेतली, तसं बससुद्धा धावायला लागली. गिअर्स टाकत वेग वाढवत मॉस्क्विटो बसच्या छतावरून खाली झुकलं आणि कुठे उसळीचा किंचितसा संशय येणार नाही अशा पद्धतीनं सुंदररीत्या धावपट्टीवर उतरलं.

मिनिटभरातच शेफरनं आता स्थिरावलेल्या विमानापासून काही यार्ड अंतरावर बस एकदम घसरतच थांबवली. आणखी अर्ध्या मिनिटानंतर सगळे पाच जण सुरक्षितरीत्या विमानात बसल्यावर कार्पेटरनं मॉस्क्विटो विमान १८० अंशात वळवलं, तेव्हा विमान ब्रेक्सवर उभं होतं. त्यानं इंजिनाला जास्तीत जास्त गती दिली. पाठोपाठ त्यांचा विमानप्रवास सुरू झाला होता. विमानानं इतक्या झट्कन वेग पकडला, की धावपट्टीच्या अलीकडे दोनशे यार्ड अंतरावरच विमानानं हवेत झेप घेतली. पहिल्या एक मैलभर कार्पेटरनं विमान जवळपास थेट पेटलेल्या श्लॉस ॲडलर किल्ल्याच्या दिशेनं नेलं. आता तो पेटलेला किल्ला सगळी दरी लाल प्रकाशानं भरून टाकत राहिलेला. नंतर श्लॉस ॲडलरची जळणारी चिता शेवटच्या एका मिनिटापुरती दिसून दृष्टीआड नाहीशी झाली. मॉस्क्विटो विमानानंही झेप घेतली आणि त्यांचा नैऋत्येकडे परतीच्या दिशेनं प्रवास सुरू झाला...!

बारा

विंग कमांडर कार्पेंटरनं मॉस्क्विटो बॉम्बर विमान पाच हजार फुटांवर नेलं आणि ते त्याच उंचीवर ठेवलं. कुठल्यातरी झाडाझुडपांमधून जात राहत हुलकावणी देण्याची वेळ आता मागे पडली होती. आता सर्वसाधारण पद्धतीनं विमानातून जाताना आपण कुठे जात आहोत, यासंबंधीचा पुसटसासुद्धा तर्क डोक्यात येईल इतकं जर्मन स्टेशनांनी आपल्याला हेरू नये, एवढीच काळजी कार्पेंटर घेत होता. मात्र आता आपण कुठे जातोय, हे या देशातल्या प्रत्येक रडार स्टेशनला कळलं, तरी त्याला त्याची पर्वा नव्हती : तो आता मायदेशी, इंग्लंडला परत जात होता, कामगिरी फत्ते झाली होती आणि त्याला पकडेल असं कुठलंही लढाऊ विमान युरोपात नव्हतं. विंग कमांडर आरामात आपला उग्र वास असलेला पाइप ओढण्याचा आनंद लुटत होता. तो चांगलाच समाधानात होता.

त्याचे पाच नवे प्रवासी मात्र बहुधा तेवढे समाधानी नव्हते. त्यांना कार्पेंटरच्या चांगलं कुशन असलेल्या पायलटच्या सीटसारख्या सीट्स मिळालेल्या नव्हत्या. मॉस्क्विटो बॉम्बरच्या अंतर्गत रचनेत प्रवाशाच्या सुखसोयींच्या बाबतीत कुठलाही विशेष विचार नव्हता. या विमानाचा अंतर्गत भाग उदास, थंडगार, कोंदट होता- ४००० पौंड वजनाचे बॉम्ब ठेवायला फार जागा लागत नाही- मॉस्क्विटो बॉम्बर विमानाची ती जास्तीतजास्त क्षमता होती - त्यात कुठल्याही आसनव्यवस्थेचा संपूर्ण अभाव होता. स्मिथ, शेफर, कार्नेबी-जोन्स तसंच मेरी, हैदी सगळे जण अवघडून गवताच्या पातळ गादीवर बसले होते. त्यांच्या चेहऱ्यावरसुद्धा त्यांच्या कमालीच्या अवघडलेपणाचं अगदी अचूक प्रतिबिंब दिसत होतं.

कर्नल वॅट-टर्नर अजूनही आपल्या मांडीवर स्टेनगन ठेवून होता. जमिनीवर कुठला प्रश्न उद्‌भवला किंवा बसच्या दिव्यांची उघडझाप म्हणजे काही जर्मन लबाडी असली तर असावी, म्हणून त्यानं ही स्टेनगन हाताशी ठेवली होती. तो पायलटशी आणि प्रवाशांशी एकाच वेळी बोलता यावं, ते दिसावेत म्हणून बाजूच्या

को-पायलटच्या सीटमध्ये बसला होता. स्मिथनं त्या दोन तरुणींच्या बाबतीत, त्यांची जर्मन छळवणुकीतून सुटका करण्याच्या दृष्टीनं हे पाऊल आवश्यक असल्याचं जे त्रोटक स्पष्टीकरण दिलं होतं, ते वॅट-टर्नरनं काही प्रश्न न विचारता किंवा दर्शनीसुद्धा स्वारस्य न दाखवत स्वीकारलं होतं. कर्नल वॅट-टर्नरच्या मनात आणखी इतर काही आणि महत्त्वाच्या बाबी होत्या.

स्मिथच्या रक्तबंबाळ, खूपच वाईट अवस्था झालेल्या हाताला मेरी आता विमानातल्या प्रथमोपचाराच्या साधनांच्या मदतीनं पुन्हा बँडेज करत होती, एकदम स्मिथनं कर्नल वॅट-टर्नरचे आभार मानले, ''तुम्ही स्वत: आम्हाला भेटायला आलात हे फार चांगलं झालं, सर.''

''त्यात माझ्या दृष्टीनं सांगायचं, तर चांगलं काहीही नव्हतं,'' वॅट-टर्नर मोकळेपणानं म्हणाला. ''मी आणखी एक मिनिटही लंडनमध्ये राहिलो असतो, तर वेडा झालो असतो... मला माहीत असणं आवश्यक होतं. मी तुम्हाला इथं पाठवलं होतं.'' नंतर काही क्षण तो काहीही न बोलता बसून राहिला, नंतर खिन्न सुरात म्हणाला, ''टॉरन्स-स्मिदी गेला, सार्जंट हॅरॉड गेला आणि तू म्हणतोयस, कॅरॅसिओला, ख्रिस्तियनसेन आणि थॉमससुद्धा गेले. सगळे मृत्युमुखी पडले. फार मोठी किंमत मोजावी लागलीय, स्मिथ, फार भयंकर किंमत. माझी सर्वोत्कृष्ट माणसं.''

''सगळी माणसं, सर?'' स्मिथनं सौम्यपणे विचारलं.

''मी म्हातारा होत चाललोय.'' वॅट-टर्नरनं स्वारस्य नसल्यासारखं डोकं नकारार्थी हलवलं आणि एक हात डोळ्यांवर घेतला. ''आपल्या माणसांमधले घातपात कोणी केले?''

''कॅरॅसिओला.''

''कॅरॅसिओला! टेड कॅरॅसिओला? कधीही शक्य नाही! मी विश्वासच ठेवू शकत नाही.''

''आणि ख्रिस्तियनसेन.'' स्मिथचा आवाज अजूनही शांत होता. अगदी संतुलित. ''आणि थॉमस.''

''आणि ख्रिस्तियनसेन? आणि थॉमस?'' त्यानं बारकाईनं स्मिथकडे पाहिलं. ''तू बऱ्याच खाचखळग्यांतून गेलायस. तुझी तब्येतीची लक्षणं ठीक नाहीयेत.''

''मी जितका तब्येतीनं चांगला होतो, तितका आत्ता या घटकेला नाहीये.'' स्मिथनं कबुली दिली. ''पण मी जेव्हा त्यांना मृत्युमुखी पाठवलं, तेव्हा चांगला होतो.''

''तू... तू त्यांना मृत्युमुखी पाठवलंस?''

''मी याआधी एक विश्वासघातकी मृत्युमुखी पाठवलाय. तुला ते माहीत आहे.''

"पण... पण विश्वासघातकी! ते तिघंही अशक्य. माझा विश्वास बसत नाहीये! मला विश्वास ठेवणं अशक्य आहे!"

"तर मग तुम्ही यावर विश्वास ठेवाल, सर." स्मिथनं आपल्या पोशाखातल्या ट्यूनिकमधल्या छोट्या वह्यांमधून एक वही काढली आणि ती वॅट-टर्नरकडे दिली. "दक्षिण इंग्लंडमधल्या प्रत्येक जर्मन एजंटचे नाव-पत्ते, किंवा संबंधित आणि वायव्य युरोपमधल्या ब्रिटिश एजंट्सची नावं जर्मन एजंट्सनी त्यांना घुसवलेलं आहे. कॅरॅसिओलाचं हस्ताक्षर तुमच्या लक्षात येईल. त्यानं हे सगळं त्याला धमकावलं, तेव्हा लिहून दिलंय."

यावर वॅट-टर्नरनं सावकाश स्वप्नातला माणूस असल्यासारखं हात पुढे केला आणि त्यानं ती छोटी वही घेतली. तीन मिनिटं तो त्यातली माहिती डोळ्यांखालून घालत राहिला. सावकाश पानं उलटत, जवळपास तिटकाऱ्यानंच पानांमागून पानं पाहून झाल्यावर त्यानं ती वही खाली ठेवली आणि एक सुस्कारा टाकला.

"हा युरोपमधला सगळ्यात महत्त्वाचा दस्तऐवज आहे, मी आजवर कधी पाहिलेला नाही, असा सगळ्यात महत्त्वाचा असा दस्तऐवज." वॅट-टर्नरचा पुन्हा सुस्कारा. "सगळं राष्ट्र तुझं आत्यंतिक ऋणी आहे, मेजर स्मिथ."

"थँक यू, सर."

"किंवा सगळं राष्ट्र तुझं आत्यंतिक ऋणी राहिलं असतं, असं म्हणायला पाहिजे. ही अतिशय शरमेची बाब आहे, की देशाला आपली कृतज्ञता व्यक्त करायची संधी कधीही मिळणार नाही." एकाएकी त्यानं मांडीवरून स्टेनगन उचलली आणि ती स्मिथच्या छातीवर रोखली. "तू काहीही मूर्खपणा करणार नाहीयेस, नाही का, मेजर स्मिथ?"

"काय चाललंय तरी काय?" म्हणत कार्पेंटर आपल्या सीटमध्ये वळला आणि वॅट-टर्नरकडे डोळे रोखून आणि पूर्णपणे अविश्वासानं पाहत राहिला.

"तू तुझ्या विमान चालवण्यावर लक्ष केंद्रित कर, माय डिअर विंग कमांडर." वॅट-टर्नरनं स्टेनगन हळूच कार्पेंटरच्या दिशेनं वळवली. "तूर्त तू जे करतोयस, ते पुरेसं आहे. आणखी एक तासाभरात आपण लिली विमानतळावर उतरणार आहोत."

"या माणसाचं डोकं फिरलंय!" शेफरची धक्कायुक्त कुजबुज.

"मुळात असलं तर," स्मिथ शुष्कपणे म्हणाला. "तो काही वर्षांपूर्वीच वेडा झालाय. लेडीज अ‍ॅन्ड जंटलमेन, मी तुमच्या समोर सादर करत आहे युरोपमधला एक सगळ्यात धोकादायक हेर. आजवर कधी झाला नसेल, इतका यशस्वी डबल एजंट." मध्येच तो प्रतिक्रिया अजमावण्यासाठी थांबला, पण तिथल्या शांततेचा भंग झाला नाही... वॅट-टर्नरच्या गौप्यस्फोटाची व्याप्ती लगेच आकलन होण्याच्या दृष्टीनं प्रचंड होती. स्मिथ पुढे म्हणाला, "कर्नल वॅट-टर्नर, आज दुपारी तुझं कोर्ट-

मार्शल होईल, तुला शिक्षा होईल, नंतर तुझी रवानगी टॉवरमध्ये होईल, तुझ्या डोळ्यांवर पट्टी चढवली जाईल आणि उद्या सकाळी आठ वाजता तुला गोळ्या घातल्या जातील.''

''तुला माहीत होतं?'' वॅट-टर्नरचा सौजन्याच्या पातळीवरचा आत्मविश्वास आता पूर्णपणे मावळला होता. त्याचा आवाज खालच्या पट्टीतला आणि ताणलेला. इंजिनाच्या घरघराटात जेमतेम ऐकू जाईल असा. ''तुला माझी माहिती होती?''

''मला तुझ्याबद्दल माहीत होतं.'' स्मिथनं होकारार्थी मान हलवली. ''पण आम्हाला सगळ्यांनाच तुझी माहिती होती, नाही का, कर्नल? तुझ्या म्हणण्याप्रमाणे तू जर्मन विश्वात तीन वर्षं वेहरमॅटची चाकरी केलीस आणि शेवटी बर्लिन हाय कमांडमध्ये घुसखोरी केलीस. तू नक्कीच केलीस. वेहरमॅट आणि हाय कमांडच्या मदतीनं. पण जेव्हा युद्धाचं पारडं फिरलं आणि संकल्पित जर्मन आक्रमणांबद्दल दोस्त राष्ट्रांना खोटी आणि दिशाभूल करणारी माहिती देणं तुला अशक्य झालं, तेव्हा जर्मनांना दोस्त राष्ट्रांच्या योजनांबद्दल खऱ्या आणि अचूक खबरी मिळाव्यात, म्हणून तुला सुटका करून घेऊन पुन्हा इंग्लंडमध्ये जाता येईल, अशी व्यवस्था झाली. वायव्य युरोपातल्या ब्रिटिश एजंट्सचा खातमा करण्यासाठी त्यांना आवश्यक असलेली सगळी माहिती त्यांना मिळावी, म्हणून तुझ्या झुरिचमधल्या नंबर्ड अकाउन्टमध्ये किती लाख फ्रँक्स आहेत, कर्नल?''

विंग कमांडर कार्पेंटरनं विंडस्क्रीनमधून सरळ पुढे पाहिलं आणि अगदी हळू आवाजात म्हणाला, ''स्पष्ट सांगायचं तर दोस्ता, हा सगळा हास्यास्पद कारभार आहे.''

''पापणी झुकवण्याचा प्रयत्न कर. बघ ती स्टेनगन किती हास्यास्पद आहे ते!'' स्मिथनं त्याला सुचवलं. त्यानं पुन्हा वॅट-टर्नरकडे पाहिलं. ''तू ॲडमिरल रोलॅण्डला कमी लेखलंस. त्याला तुझ्याबद्दल आणि 'डिपार्टमेंट सी'च्या चार विभागप्रमुखांबद्दल गेले काही महिने संशय होता. पण तो टॉरन्स-स्मिदीबद्दल चुकीचा होता.''

''तर्क करत राहा.'' वॅट-टर्नरचं संतुलन आणि बराचसा आत्मविश्वास पुन्हा जागेवर आला होता. ''आपण लिली विमानतळावर जाईपर्यंत वेळ छान जाईल.''

''तुझ्या दुर्दैवानं त्यात आता तर्क करण्यासारखं काही राहिलेलं नाहीये. ॲडमिरल रोलॅण्डनं मला- आणि मेरीला- इटलीहून बोलवून घेतलं. भ्रष्टाचार कसा पसरतो, तुला माहीत आहे? ॲडमिरलनं फार हुशारीनं चाल रचली. आपल्या कुठल्या तरी विभागप्रमुखाबद्दल आपल्याला संशय असल्याबद्दल त्यानं तुला सांगितलं होतं, पण कुठला विभागप्रमुख ते सांगितलं नव्हतं. त्यामुळे जनरल कार्नेबीचं विमान कोसळलं, तेव्हा त्यानं विभागप्रमुखांना सुटकेसाठी पाठवण्याची कल्पना तुझ्यासमोर मांडली- आणि हे ते निघण्याआधी त्यांच्यापैकी कोणालाही

खासगीत सांगण्याची संधी तुला मिळाली नाही.''

''म्हणून... म्हणून मला पाचारण करण्यात आलं?'' शेफरनं त्याला अन्यायकारक वागणूक मिळाल्यासारखा चेहरा केला. ''कारण तुझा विश्वास.''

''आम्हाला जे माहीत होतं, त्याप्रमाणे, एमआय- ६ ला भगदाडं पडली होती असो, कर्नल रोलॅण्डनं तुला लीडर निवडायला सांगितलं नव्हतं, तोपर्यंत तू अस्वस्थ होतास... म्हणून तू मला निवडलंस. तू असं करशील हे रोलॅण्डला माहीत होतं. तू मला नुकताच पहिल्यांदाच भेटला होतास. मात्र मी त्यांचा टॉप डबल एजंट असल्याचं तुला तुझा मित्र ॲडमिरल कॅनॅरिसद्वारे लष्करी गुप्तचर प्रमुख केसरलिंगकडून माहीत झालं होतं. किंवा तुला माहीत असल्याचं तुला वाटलं. प्रत्यक्षात मी तसा नव्हतो, हे दोन्ही बाजूंना माहीत असलेली रोलॅण्ड ही एकमेव व्यक्ती होती. तुझ्या दृष्टीनं मी अगदी आदर्श पर्याय होतो. माझ्याशीही बोलायची संधी तुला मिळणार नाही, याची खात्री रोलॅण्डनं करून घेतली. काय करायचं, ते मला माहीत असेल हे तुला माहीत होतं.'' स्मिथ थंडपणे म्हणाला, ''आणि मला माहीत होतं, हे सांगताना मला आनंद होत आहे. आज दुपारी मी खरा कोण आहे, हे त्यानं तुला सांगितलं, तेव्हा तुला चांगलाच धक्का बसला असणार.''

''तुला ते माहीत होतं? तुला ते सगळं माहीत होतं?'' वॅट-टर्नरनं परत मिळवलेलं संतुलन आता नाहीसं झालेलं. त्याचा आवाज शांत आणि दुष्टाव्यानं भरलेला. त्यानं स्टेन गन किंचित उचलली, ''आता आणखी काय, स्मिथ?''

''सगळं तुला भाग पाडण्यासाठी पद्धतशीरपणे आधीच जुळवलेलं. आमच्याकडे तुझ्याबद्दल सगळं होतं. अपवाद फक्त पुराव्याचा. आम्ही येत असल्याचं कर्नल क्रॅमरला माहीत होतं. आम्ही जनरल कार्नेबीच्या मागे असल्याचं माहीत होतं.'' त्यानं मानेनंच इशारा करून जोन्सकडे निर्देश केला. ''असो, हा कार्टराईट जोन्स एक अमेरिकन अभिनेता.''

''काय?'' वॅट-टर्नर त्याचा गळा कोणीतरी दाबत असल्यासारखं बोलला. तोंडातून शब्द कसाबसा फुटत असल्यासारखा.

''जनरल कार्नेबी विल्टशायरमध्ये ॲडमिरलच्या कन्ट्री हाउसमध्ये हा वीकएंड शांतपणे व्यतीत करत आहे. त्याचा तोतया म्हणून मि. जोन्सनी फारच कौतुकास्पद भूमिका बजावली. त्या खोट्या विमान अपघाताप्रमाणेच त्यानं सगळ्या संबंधितांची हातोहात फसवणूक केली. विमानाचं ते क्रॅश लॅन्डिंग हेतुपूर्वक घडवण्यात आलेलं होतं, हे एव्हाना तुझ्या लक्षात आलं असेल.'' वॅट-टर्नरनं बोलण्याचा प्रयत्न केला, पण त्याच्या तोंडून शब्द फुटेनात. त्याच्या तोंडाला कोरड पडलेली आणि त्याच्या लालबुंद चेहऱ्यावरचा रंग फिकट झालेला. ''आणि क्रॅमरला हे का माहीत होतं? त्याला हे माहीत होतं, कारण रोलॅण्डनं तुझ्यासमोर योजना मांडल्याबरोबर तू त्याची

खबर बर्लिनला दिली होतीस. असं करण्याची संधी बाकी कोणालाच नव्हती. आणि त्याला हेसुद्धा माहीत होतं, की 'झुम वाइल्डेन हर्श'मध्ये आम्ही संध्याकाळी असणार म्हणून. त्याला हे माहीत होतं, कारण मी आज सकाळी रेडिओ ब्रॉडकास्टवर तुला तसं सांगितलं आणि तूसुद्धा त्याचीही खबर देण्यात अजिबात वेळ वाया घालवला नाहीस.''

''तुला खात्री आहे?'' हैदीनं विचारलं. ''ज्यानं टॉरन्स-स्मिदीचा खून केला, त्या माणसांपैकी, कोण ती - कॅरॅसिओला, ख्रिस्तियनसेन किंवा थॉमस- यांच्यापैकी कोणी नसेल खबऱ्या? त्या इनच्या थोडंसंच बाहेर एक फोन बॉक्स आहे.''

''मला माहीत आहे. नाही, त्याला वेळ नव्हता. मी बरोबर सात मिनिटांसाठी इनमधून बाहेर पडलो. टॉरन्स-स्मिदीनं तेच केलं- त्या बाकी तिघांपैकी नुकतंच तिथून ज्याला बाहेर पडताना त्यानं पाहिलं होतं, त्याचा पाठलाग करण्यासाठी स्मिदी हुशार होता आणि काहीतरी गडबड असल्याचं त्याला माहीत होतं.

''त्याला कसं माहीत?'' शेफरचा प्रश्न.

''ते नेमकं आपल्याला कधीच कळणार नाही. मला वाटतं, तो ओठांवरून नेमके संवाद ओळखण्याचं मोठं कौशल्य असलेला एजंट होता, असं दिसतंय. कसंही असो, त्यानं ज्याला बाहेर पडताना पाहिलं होतं, त्याला पोस्ट ऑफिसच्या बाहेरच्या फोन बूथमध्ये पकडलं होतं. त्या माणसाला वेसनर किंवा क्रॅमरला खबर द्यायला वेळ मिळण्याच्या आधीच दोघांमध्ये मरणाची झटापट झाली होती. त्या खुन्यानं स्मिदीला मागच्या बाजूला ओढून टाकत पुन्हा बूथपाशी येईपर्यंत आणखी कोणीतरी बूथमध्ये गेलं होतं. मी त्याला पाहिलं. त्यामुळे खुनी व्यक्तीला पुन्हा इनमध्ये परत जावं लागलं होतं. क्रॅमरनं वेसनरला सांगितलं होतं आणि क्रॅमरला खबर मिळाली होती ती कर्नलकडून.''

''फारच मनोरंजक.'' वॅट-टर्नरच्या आवाजात आता उपहास... पण त्याच्या चेहऱ्यावरच्या गाढ अस्वस्थतेपुढे तो उपहास फिका पडणारा. ''फारच भारून टाकणारं कथानक आहे, खरोखर. खूपच सफाईदार, परिपूर्ण आहे, नाही का मेजर स्मिथ?''

''सफाईदार, परिपूर्ण.'' स्मिथनं सुस्कारा टाकला. ''तुला आम्हाला भेटायला येणं भाग होतं, नाही का कर्नल? जगण्यासाठी तुला उघडं असलेलं हेच तेवढं शेवटचं दार होतं, कर्नल. माझ्या शेवटच्या ब्रॉडकास्टमध्ये मी ॲडमिरलला सांगितलं- माझ्यापाशी सगळं आहे. त्याचा काय अर्थ आहे, तो त्यानं तुला सांगितला- सगळी नावं, सगळे पत्ते. कॅरॅसिओला, ख्रिस्तियनसेन किंवा थॉमसच्या माध्यमातून आम्हाला तुझ्यापर्यंत कधीच पोहोचता आलं नसतं, ते एमआय ६ मध्ये तुझ्या फारच जवळचे एजंट होते, तूसुद्धा फार आतल्या गाठीचा होतास आणि

आपण कोणासाठी काम करतोय, हे त्यांना कधीही माहीत नव्हतं. तू मध्यस्थांचा वापर केलास- आणि त्यांची सगळ्यांची नावं त्या वहीत आहेत. त्यांनी तुझ्याकडे बोट दाखवलं होतं, हे तुला माहीत होतं. वधस्तंभ का गुप्त माहिती सांगून मोकळं होणं, एवढाच पर्याय समोर असतो, तेव्हा तो खरंतर पर्याय नसतोच म्हटलं तर.''

वॅट-टर्नरनं उत्तर दिलं नाही. तो कार्पेंटरकडे वळला आणि म्हणाला, ''लिली विमानतळाच्या दिशेनं घे.''

''तेवढी तसदी घ्यायची काही गरज नाही,'' स्मिथनं सांगितलं.

वॅट-टर्नरनं त्याची स्टेनगन स्मिथवर रोखली आणि धमकावलं, ''मी तुला आत्ताच्या आत्ता या क्षणी गोळी का घालू नये, याचं एकच चांगलं कारण दे.''

''मला ते करता येईल,'' स्मिथनं मानेनं दुजोरा दिला. ''ॲडमिरल रोलॅण्ड विमानतळापर्यंत तुझ्याबरोबर का आला, याचा काही विचार तुला करता येतो का पाहा. तो तोपर्यंत कधीही आलेला नाही तुझ्याबरोबर.''

''चालू ठेव.'' वॅटचा आवाज कठोर, तुटक. मात्र त्याचे डोळे आता अस्वस्थ, अशांत. पराभव आणि मृत्यू अचानक असा निश्चितपणे समोर उभा ठाकल्यामुळे घेरून टाकणारा.

''तू ती स्टेनगन बरोबर घेशील आणि केवळ स्टेनगनच बरोबर घेशील, याची चांगली खात्री करून घेण्यासाठी. स्टॉक जिथं बॅरलला येऊन मिळतो, तिथं तुला दोन समांतर ओरखडे दिसतायत?''

वॅट-टर्नरनं एक दीर्घ क्षणभर त्याच्याकडे टक लावून पाहिलं, नंतर त्यानं झटकन स्टेनगनकडे खाली नजर टाकली. स्मिथनं जिथं ओरखडे असतील, म्हणून सांगितलं होतं, तिथंच नेमके दोन स्पष्ट समांतर ओरखडे होते. वॅट-टर्नरनं पुन्हा वर पाहिलं, त्याचा चेहरा वेडावाकडा... त्याच्या डोंळ्यातल्या अस्वस्थतेच्या जागी आता संपूर्णतः निराशेचा अंधार.

''अगदी बरोबर.'' स्मिथनं खुलासा केला. ''मी व्यक्तिशः बरोबर छत्तीस तासांपूर्वी त्यातली फायरिंग पिन काढून घेतली.'' स्मिथनं डाव्या हातानं अवघडून आपल्या पोशाखातल्या ट्यूनिकच्या फ्लॅपखालून एक सायलेन्सर लावलेलं लूगर पिस्तूल काढलं. वॅट-टर्नरच्या हातातली स्टेनगन स्मिथच्या डोक्यावर रोखलेली. गनची नळी स्मिथच्या चेहऱ्यापासून तीन फुटांपेक्षाही कमी अंतरावर. नंतर त्यानं आपल्या तर्जनीनं प्रत्येक वेळी ओढलेल्या खटक्याबरोबर केवळ कोरडा आणि रिकामा क्लिक् असा आवाज होण्यापलीकडे काही घडलं नाही. एकाएकी धक्का बसलेल्या, जवळपास काहीच समजत नसल्यासारखे भाव त्याच्या चेहऱ्यावर. वॅट-टर्नरनं सावकाश ती स्टेनगन खाली फ्लोअरवर ठेवली. नंतर तो पट्कन आपल्या सीटमध्ये वळला, त्यानं विमानाचं दार हिसका देऊन उघडलं आणि ती नोटबुक

बाहेरच्या रात्रीच्या वातावरणात भिरकावून दिली. तो वळला, स्मिथकडे पाहून त्याच्या चेहऱ्यावर उदासवाणं स्मित.

"युरोपमधला सगळ्यात महत्त्वाचा दस्तऐवज मला वाटतं, हेच माझे शब्द होते."

"तेच शब्द तू वापरलेस." स्मिथनं आपलं लूगर पिस्तूल शेफरकडे दिलं, आपल्या ट्यूनिखाली हात नेऊन आणखी दोन नोटबुक्स बाहेर काढली आणि सांगितलं, "डुप्लिकेट."

"डुप्लिकेट!" त्याच्या खाली घसरल्यासारख्या चेहऱ्यावरून हळूहळू ते स्मित मावळत गेलं... पराभवानं त्याचा चेहरा जणू गोठलेल्या अवस्थेत "डुप्लिकेट!" तो कुजबुजल्यासारखा म्हणाला. त्यानं सावकाश तिथल्या सगळ्यांकडे पाहिलं आणि शेवटी स्मिथकडे. स्मिथनं त्याची गन आता शेफरकडून पुन्हा आपल्या हातात घेतली होती. वॅट टर्नरनं विचारलं, "तू मला गोळी घालणार आहेस का?"

"नाही."

वॅट-टर्नरनं मानेनं दुजोरा दिला, त्यानं विमानाचं दार मागे त्याच्या पूर्ण मर्यादेपर्यंत सरकवून उघडलं आणि विचारलं, "मला टॉवरमध्ये तू खरंच बघू शकशील?" त्यानं विमानाच्या दाराच्या दिशेनं पावलं टाकली.

"नाही," स्मिथनं नकारार्थी मान हलवली. "नाही. मी नाही ते बघू शकणार."

"सांभाळून पाय टाक," शेफरनं सल्ला दिला. त्याचा आवाज थंड आणि रिता. त्याचा चेहरा दगडात कोरल्यासारखा.

***

"वेल, नाऊ, आता फोन करायची वेळ." स्मिथनं विमानाचं दार बंद केलं, को-पायलटच्या सीटमध्ये तो कसाबसा वेदना सहन करतच बसला. त्यानं मेरीकडे पाहिलं, "एव्हाना ॲडमिरल काळजीत पडला असणार."

"आता फोन करायची वेळ," मेरीनं यांत्रिकपणे पुनरुच्चार केला. एखादं भूत पाहत असल्यासारखं ती त्याच्याकडे टक लावून पाहत राहिलेली. "तुला तिथं बसता तरी कसं येतं एवढं सगळं झाल्यावर लगेच- तुला एवढं शांत कसं राहता येतं?"

"याचं कारण म्हणजे या प्रकरणाचा मला धक्का बसलेला नाही, तो मरणार आहे, हे मला माहीत होतं."

"तुला माहीत होतं... अर्थातच, माहीत असणारच," ती पुटपुटली.

"आता," स्मिथनं बोलणं चालू ठेवलं. त्यानं तिचा हात हातात घेतला, तेव्हा त्याचा सहेतुक सूर उत्साहाचा-लगबगीचा. "याचा अर्थ काय होतो हे तुझ्या लक्षात

येतंय, होय ना?''

''याचा अर्थ काय होतो, हे माझ्या लक्षात येतंय?'' तिचा चेहरा अजूनही निस्तेज.

''तू आणि मी पूर्णपणे निकामी झालो आहोत,'' स्मिथनं संयमपूर्वक स्पष्टीकरण केलं. ''अगदी निकामी. इटलीत, वायव्य युरोपमध्ये. मला आता सैनिक म्हणून लढण्यासाठीसुद्धा परवानगी मिळणार नाही, कारण मला पकडलं, तरीसुद्धा एक हेर म्हणून मला गोळीच घालतील.''

''मग?''

''म्हणजेच आता युद्ध संपलंय. आता पहिल्यांदा आपण आपला स्वतःचा विचार करू शकतो. ओके?'' त्यानं तिचा हात दाबला आणि ती उत्तरादाखल थरथरत हसली. ''ओके, विंग कमांडर, मला तुझा रेडिओ जरा मिळेल?''

''एकूण अशा पद्धतीनं त्याचा निकाल लागला तर,'' ॲडमिरल रोलॅण्डनं प्रतिक्रिया व्यक्त केली. त्याच्या हातात टेलिफोन. लंडनच्या ऑपरेशन्स एचक्यू मधल्या भल्यामोठ्या ट्रान्सरिसिव्हरपाशी तो उभा होता. तो खूपच वय झालेला आणि थकलेला दिसत होता. ''ठीक आहे, घडलं ते बहुतेक चांगल्यासाठीच घडलं, स्मिथ. आणि तुझ्याकडे तुला हवी ती सगळी माहिती आहे?''

स्मिथचा आवाज टेलिफोनवर खडखडला. ''सगळी माहिती, सर.''

''उत्तम, उत्तम! मी देशातल्या सगळ्या पोलीस फोर्सला ॲलर्ट केलंय. आपल्या हातात त्या नोटबुक्स पडल्याबरोबर... विमानतळावर तुझ्यासाठी एक कार थांबलीय. तासाभरात भेटू.''

''यस, सर. आणखी एक गोष्ट आहे, सर, एक छोटी गोष्ट. मला आज सकाळी विवाहबद्ध व्हायचंय.''

''पण तसं तुला करता येणार नाही,'' रोलॅण्डचा विरोधी सूर. ''आज सकाळी! अशक्य! बंदी, परवाने, रजिस्ट्रारचं ऑफिस आज बंद असणं अशा काही गोष्टी''

''शेवटी मी जे काही तुमच्यासाठी केलंय ते पाहता.'' स्मिथनं मध्येच सुनावल्यासारखं ऐकवलं.

''ब्लॅकमेल! तू एका वृद्ध माणसाच्या कृतज्ञतेशी असा खेळतोयस! तद्दन ब्लॅकमेल!'' रोलॅण्डनं दाणकन फोन खाली ठेवला, नंतर दमूनभागून तो हसला आणि आणखी एक फोन त्यानं उचलला, ''ऑपरेटर? मला जरा फोर्जरी सेक्शन लावून दे. ''

विंग कमांडर कार्पेंटरच्या तोंडातला पाइप चांगलाच पेटला होता आणि त्याच्या

कोपराशी व्हॅक्यूम फ्लास्कमधून नव्यानंच ओतलेली कॉफी तो पुन्हा त्याच्या प्राचीन अभेद्य अशा रूपात. स्मिथ शांतपणे मेरीशी बोलत राहिला होता, तर जोन्सचे डोळे बंद होते, तो झोपी गेल्यासारखा दिसत होता. त्यांहीपुढच्या भागात शेफरचा हात हैदीभोवती होता, ती आता त्याला प्रतिकार करण्याचा प्रयत्न करत नव्हती.

"राइट," शेफरनं तिला सांगितलं, "मग आज रात्री आपण पबमध्ये जाऊ."

"तू सॅव्हॉय ग्रिल म्हणालास," हैदीनं त्याला आठवण करून दिली.

"शेक्सपियरच्या रोमिओ-ज्युलिएटमध्ये म्हटलंय, तसं गुलाबाला दुसरं कुठलंही नाव दिलं, तरी... तर मग आपण या पबमध्ये जाऊ आणि तिथं पेट, स्मोक्ड ट्राउट, असं जे काही खाता येईल ते खाऊ."

हैदीनं त्याच्याकडे गंमत वाटून पाहिलं. "युद्ध विसरलास का? रेशनिंग विसरलास का?"

"प्रिये," शेफरनं तिचे हात हातात घेतले आणि सांगितलं, "आता उगाच माझ्यासमोर त्या गोष्टी उगाळू नकोस."

"तू एवढा खादाड आहेस?" हैदीनं त्याच्याकडे आश्चर्यानं पाहिलं. "मोण्टानामध्ये?"

शेफरनं मूडमध्ये येऊन सांगितलं, "सगळीकडे."

■